ச. பாலமுருகன்

ச. பாலமுருகன் ஈரோடு மாவட்டம் பவானியைச் சேர்ந்தவர். கோவையில் வழக்குரைஞராகப் பணியாற்றுகிறார். தன்னை மனித உரிமைச் செயல்பாடுகளுடன் இணைத்துக் கொண்டவர். பி.யூ.சி.எல். அமைப்பில் செயல்படுபவர். 'தமிழ்நாடு பழங்குடி மக்கள் சங்கத்தோடு' இணைந்து பழங்குடி மக்களின் மீதான மனித உரிமை மீறல்களுக்கு எதிரான செயல்பாடுகளை இயக்கமாக்கிய முக்கியமானவர்களுள் ஒருவர். பழங்குடி மக்களின் பண்பாடு, வாழ்க்கை, தொன்மங்கள் மற்றும் வனம் போன்றவற்றுடன் தனக்குள்ள பிணைப்பை இந்நாவலில் வெளிப்படுத்தியுள்ளார்.

புகழுரைகள்

"தமிழ் இலக்கியப் படைப்பாளிகள், வாசகர்கள், விமர்சகர்கள், மனித உரிமை செயல்பாட்டாளர்கள் என்று யாரைச் சந்தித்தாலும் 'சோளகர் தொட்டி' நாவலை வாசித்தீர்களா என்ற விசாரிப்பும், இல்லையெனில் உடனடியாய் வாசியுங்கள் என்று பரிந்துரைப்பும் கிடைக்கிறது. சமீப காலத்தில் செய்தியூடகங்களில் இவ்வளவு பரவலாகக் கவனம் பெற்ற நூலும் இதுவே."

– புதிய புத்தகம் பேசுது, ஜனவரி, 2005

"'சோளகர் தொட்டி'யைப் படிக்க நேர்ந்தால், ஜெயலலிதா கூட அதிரடிப் படைக்கு கொடுத்த அத்தனைப் பாராட்டு, பரிசு, பதக்கங்களையும் திரும்பப் பெற்றுவிடக்கூடும். அந்தளவுக்கு உயிரை உலுக்குகிறது அந்த மலைப் பிரதேசத்தில் நடந்து முடிந்திருக்கும் உண்மைக் கொடுமைகள்."

– தலித் முரசு, ஜனவரி, 2005

"வீரப்பன் உலவிய காடுகளில் வாழும் பழங்குடித் தமிழர்களே சோளகர்கள். தொட்டி அவர்கள் வாழும் ஊராகும்.

நாகரிகத்தின் பலனாய் விளைந்திருக்கும் சீரழிவுகளுக்கு உட்படாத, உண்மையும், எளிமையும், இயற்கையோடு இயைந்த மக்கள்நாயக வாழ்க்கைமுறையும் கொண்ட அப்பழங்குடித் தமிழர்கள், வீரப்பன் தேடுதல் வேட்டையில் சிக்கிச் சிதைந்து போன துன்பியல் நிகழ்வுகளை இலக்கியப் படைப்பாக்கியிருக்கிறார் பாலமுருகன். ஈரோடு – பவானியைச் சேர்ந்த வழக்குரைஞரான இவர் மக்கள் குடிஉரிமைக் கழகத்தின் செயல் வீரருமாவார். சோளகர்களின் தொட்டிகளில் அவர்களுடன் கலந்து வாழ்ந்து பெற்ற பட்டறிவுகளை நுட்பமாக இந்நூலில் பதிவு செய்திருக்கிறார்."

– குடந்தைத் தமிழ்க் கழகம்

“விலைமதிப்பற்ற வனச் செல்வங்களைப் பரிவோடும், அக்கறையோடும் பாதுகாத்து, அதனுள் வசிக்கும் சிறுபிராணிகளைப் போல எளிய வாழ்வை நடத்தி வந்த பழங்குடியின மக்களைத் தங்களுடைய முகாம்களுக்குள் அடைத்து வைத்து நினைத்துப் பார்க்க முடியாத சித்திரவதைகளுக்கு உள்ளாக்கும் அதிரடிப்படையின் செயல்கள் கற்பனைக்கும் எட்டாதவை. நாஜிகளின் (ஹிட்லரின் படைகள்) வதை முகாம்களை நினைவூட்டுபவை.

முதியவர்கள், பெண்கள், குழந்தைகள் என கண்ணில் பட்டவர்களை எல்லாம் இழுத்து வந்து, அவர்களை மிருகத்தனமாகத் தாக்கி நிரந்தரமாக ஊனப்படுத்துகிறார்கள்; சித்திரவதைகளுக்குள்ளாக்கிக் கொன்று வனத்திற்குள் வீசி எறிகிறார்கள். காட்டுப் பூக்களைப் போல் வாழும் மலையினப் பெண்களின் உடைகளைக் கிழித்து நிர்வாணமாக்கி மலமும் குருதியும் கலந்த கட்டாந்தரைகளில் கிடத்தி மிருகங்களைப் போல் வெறியுடன் புணர்கிறார்கள் அதிகாரிகள். அவர்களுடைய கணவன்மார்களும் சகோதரர்களும் பெற்றோரும் தமது கண்ணெதிரே நடக்கும் இக்கொடுமைகளை, இயலாமையின் நரக வேதனையோடு பார்த்துக் கொண்டிருக்கிறார்கள்.

நாவலின் இரண்டாம் பகுதியில் சித்தரிக்கப்படும் இந்நிகழ்ச்சிகள் எழுத்தாளரின் கற்பனையாக இருந்துவிடக் கூடாதா என்று மனம் விரும்புகிறது. ஆனால் சமகாலத்தில் நம் கண்முன்பாக நடைபெற்றுக் கொண்டிருக்கிற, பலராலும் உண்மை என்று நிரூபிக்கப்பட்டிருக்கிற நிகழ்வுகளைக் கற்பனை என்று எப்படிப் புறக்கணிக்க முடியும்?”

– இந்தியா டுடே, நவம்பர் 3, 2004

“சோளகர்கள் பற்றிய இந்த நாவல் சோளகர்களுக்காக எழுதப்பட்டது அல்ல. அவர்கள் அவர்களைப் பற்றி நன்றாகவே அறிவார்கள். அவர்களை அறியாத நாமே பாவிகள். நமக்காக எழுதப்பட்ட இந்த நாவலை நம்மில் ஒவ்வொருவரும் படித்தால் மலைவாழ் மக்களுக்காக ஏதேனும் செய்தாக வேண்டும் என்கிற துடிப்பு பிறக்கும். ஓர் அருமையான படைப்பிலக்கியம் செய்யக் கூடியது இதைவிட வேறு என்னவாக இருக்க முடியும்.”

– அருணன்

சோளகர் தொட்டி

ச. பாலமுருகன்

எதிர் வெளியீடு

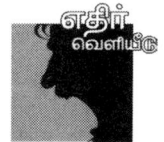

சோளகர் தொட்டி

ச. பாலமுருகன்
© ச. பாலமுருகன்

முதல் ஐந்து பதிப்புகள்: 2004 – 2006 (வனம் வெளியீடு)
ஆறாம் பதிப்பு: 2009 (விடியல் பதிப்பகம்)
ஏழு மற்றும் எட்டாம் பதிப்புகள்: 2010 – 2013 (எதிர் வெளியீடு)
ஒன்பது – பதினொன்றாம் பதிப்புகள்: 2015 – 2017 (வனம் வெளியீடு)
பனிரெண்டாம் பதிப்பு: நவம்பர் 2019
பதிமூன்றாம் பதிப்பு: நவம்பர் 2021
பதினான்காம் பதிப்பு: ஜனவரி 2023
பதினைந்தாம் பதிப்பு: ஜூன் 2025

எதிர் வெளியீடு,
96, நியூ ஸ்கீம் ரோடு, பொள்ளாச்சி – 642 002
தொலைபேசி: 04259 – 226012, 99425 11302

விலை: ரூ. 350

முகப்புப் படம்: நா. அன்பழகன்

Colakar Totti
S. Balamurugan
Copyright © S. Balamurugan

1st- 5th Edition: 2004- 2006 (Vanam Veliyedu)
6th Edition: 2009 (Vidiyal Pathippagam)
7th & 8th Edition: 2010- 2013 (Ethir Veliyeedu)
9th- 11th Edition: 2015-2017 (Vanam Veliyedu)
12th Edition: November 2019
13th Edition: November 2021
14th Edition: January 2023
15th Edition: June 2025

Published by
Ethir Veliyeedu, 96, New Scheme Road, Pollachi- 2
Email: ethirveliyedu@gmail.com
www.ethirveliyeedu.com

Cover Design: Jeevamani
ISBN : 978-93-87333-65-9
Printed at Jothy Enterprises, Chennai.

All rights reserved. No part of this book may be reprinted or reproduced or utilised in any form or by any electronic, mechanical or other means, now known or hereafter invented, including photocopying and recording, or in any information storage or retrieval system, without permission in writing from the Publisher.

பதிப்புரை

இந்நாவல் எண்பதுகளின் இறுதியிலும், தொண்ணூறுகளின் துவக்கத்திலும் தமிழகத்தின் மேற்குத் தொடர்ச்சி மலைப்பகுதியில் பழங்குடி மக்கள் எதிர் கொண்ட நிகழ்வுகளை மையப்படுத்தித் துவங்குகிறது. இயற்கையான வனம், சுத்தமான காற்று, தெளிந்த நீர்நிலைகள், இப்பழங்குடிகளின் வசிப்பிடங்களைச் சுற்றி இருந்தாலும், இம்மக்கள் ஆரோக்கியமற்றவர்களாய் இருப்பதன் புதிர் பலமுறை எனக்குள் எழுந்துள்ளது. அதற்கான காரணம், இடைவிடாது அம்மக்களின் உள்ளத்தில் ஏற்பட்டுள்ள திகில் மூட்டும் அச்ச உணர்வு அவர்களின் எல்லா ஆரோக்கியத்தையும் அபகரித்திருக்குமோ என்ற எண்ணம் எனக்கு ஏற்பட்டது. அந்த அச்ச உணர்வு பழங்குடி மக்களின் மீதான பலவகைச் சுரண்டல்களின் விளைவாகும்.

அம்மக்களின் மண், வனம் இவைகளிலிருந்து அவன் துரத்தப்படுகிறான். இந்த வன்மத்தால் அவனுக்கும் வனத்துக்குமிடையே இருந்த ஆன்மீக உணர்வான தொப்புள் கொடி உறவு அறுக்கப்படுகிறது.

இந்நாவலின் சிக்குமாதா அந்த உறவு அறுபட்ட, ஆதரவற்ற, வழிதெரியாத பழங்குடி சமூகத்தின் பிரதிநிதியாக இருக்கிறான். இந்நாவலில் பதிய வைத்துள்ள அனைத்து நிகழ்வுகளும் தமிழ் வாசகர்களுக்கு முற்றிலும் புதியது. பழங்குடி மக்களின் பண்பாடு, வாழ்க்கை, தொன்மங்கள் மற்றும் அம்மக்களின் வனம் போன்றவற்றை, தொடர்ந்து, அவற்றுடன் ஏற்படுத்திக்கொண்ட பிணைப்பின் மூலம் உள்வாங்கியுள்ளார் நூலாசிரியர். இந்நாவல் ஆர்ப்பாட்டமற்ற நடையில் செல்கிறது. உண்மைகள் எப்போதும் எளிமையானதாகவும், கூர்மை மிக்கதாகவும் இருக்கும் என்பதற்கு இது ஓர் உதாரணம்.

சந்தன கடத்தல் வீரப்பன் தேடுதல் வேட்டையில் அரசு இயந்திரங்களின் கொடூர அடக்குமுறையால் பழங்குடி மக்கள் எதிர் கொண்ட துயரங்களுக்கு இந்நாவல் மட்டுமே தமிழில் இலக்கிய சாட்சியாகும்.

ச. பாலமுருகன் தன்னை மனித உரிமைச் செயல்பாடுகளுடன் இணைத்துக் கொண்டவர். பி.யூ.சி.எல். அமைப்பில் செயல்படுபவர். கடந்த பத்தாண்டுகளாக எங்களோடு இணைந்து பழங்குடி மக்களின் மீதான மனித உரிமை மீறல்களுக்கு எதிரான செயல்பாடுகளை இயக்கமாக்கிய முக்கியமானவர்களுள் ஒருவர்.

படைப்பு மேன்மையுடைய இந்நாவலை வெளியிடுவதில் மகிழ்ச்சி அடைகிறேன். இந்நாவல் தமிழகம் தாண்டி பரவலாக விரிந்து செல்ல வேண்டும். வாசகர்கள் அதற்குத் தங்கள் ஆதரவைத் தருவார்கள் என்று நம்புகிறேன். இந்நாவலை வெளிக் கொண்டுவர பல வகைகளிலும் உதவிய நண்பர்கள் அனைவருக்கும் எனது நன்றியை தெரிவித்துக் கொள்கிறேன்.

வி. பி. குணசேகரன்
தமிழ்நாடு பழங்குடி மக்கள் சங்கம்
பவானி

என்னுரை

தமிழ் இலக்கியம் பல்வேறு நிகழ்வுகளை பதிய வைத்திருந்த போதும், பழங்குடி மக்களைப் பற்றிய பதிவுகளை வெகு அரிதாகவே கொண்டிருக்கிறது. இந்நாவல் தமிழகத்தின் கர்நாடக எல்லைப்புற மலை கிராமத்தில் வாழும் சோளகர் பழங்குடி மக்களைப் பற்றியது. இப் பழங்குடி மக்கள் தேவைக்கு மேல் எதையும் தேடிக் கொள்ளாத எளிமையான ஒரு கூட்டு சமூகமாக வாழ்ந்து வருகின்றனர்.

மகிழ்ச்சி நிரம்ப வாழ்ந்து கொண்டிருந்த அம்மக்கள் சமூகம் பல்வேறு நிகழ்வுகளால் பாதிப்புக்குள்ளாயிற்று. தங்கள் சொந்த விளைநிலங்களிலிருந்து அவர்கள் அன்னியராக்கப்பட்டனர். அம்மக்களின் தாயைப் போன்ற வனத்திற்குள் சுதந்திரமாய் செல்ல இயலாதவாறு பல்வேறு தடைகளையும், அரசு இயந்திரங்களின் மனித உரிமை மீறல்களையும் சந்தித்தார்கள். கடந்த பத்தாண்டுகளாய் மனித உரிமை பணியில் ஈடுபட்டு வந்தவன் என்ற முறையில் அந்த மக்களிடம் பழகவும், அவர்களைப் பற்றி தெரிந்து கொள்ளவும் எனக்கு கிடைத்த அந்த வாய்ப்புகளும் அனுபவமும் எனக்குள் பெருஞ்சுமையை ஏற்றியது.

இந்நாவலில் வரும் அந்தப் பழங்குடி மக்கள், அவர்களால் தொட்டி என்றழைக்கப்படும் அவர்களது சிற்றூர், அடர்ந்த வனம், அந்தச் சூழல்கள் இவைகளே என் நாவலுக்கு உயிர் தந்தவை. நான் சுமந்த அம்மக்களின் கதைகள் பாறையைவிட கனமானவை. இருளைவிட கருமை மிக்கவை. நெருப்பினைவிட வெப்பமானவை. பல சமயங்களில் நான் உள்வாங்கியவற்றைச் சுமக்கும் பலமற்றவனாய் இருப்பதை உணர்ந்திருக்கிறேன். ஆனால் அவற்றுள் சிலவற்றையாவது பதியாமல் விட்டுவிட்டால் கால ஓட்டத்தில், பின்னொரு காலத்தில், நான் சுமக்க இயலாத அவை கற்பனையாகக்கூட கருதப்படும். எனவே அவைகளை இந்தப் பதிவின் மூலம் வாசகர்களுக்கு அறிமுகப்படுத்துகிறேன்.

இந் நாவலின் மக்கள் சோளகர் மொழியை தங்களின் தாய் மொழியாகப் பேசுகின்றனர். எனவே வாசகர்கள் அந்தப் புரிதலுடன் அவர்களின் உரையாடலை அணுக வேண்டியது அவசியம்.

இந்நாவலை உருவாக்கும் சூழலில் எனக்குப் பல்வகைகளில் உதவியாக இருந்த ரா. முருகவேள், அருள்தாஸ், மதலைச் செல்வன், டேவிட் சித்தய்யா, ப.வெ. பாலதண்டாயுதம், சிவராஜ், கண்ணன், தினகர், பு. துரை, சீனிவாசன் மற்றும் நாவலை ஒளி அச்சு செய்து கொடுத்த தமிழோசை பதிப்பகம் க. விஜயகுமார் மற்றும் எனக்கு பழங்குடி மக்களை அறிமுகப்படுத்தியும், நாவலை வெளியிட்டும் உதவிய தமிழ்நாடு பழங்குடி மக்கள் சங்கத்தின் திரு. வி.பி. குணசேகரன் ஆகியோருக்கு எனது நன்றிகள்.

ச. பாலமுருகன்
பவானி
10. 08. 2004
94432 13501
balamuruganpucl@gmail.com

பாகம் 1

1

பனியைப் பொழிந்து கொண்டிருந்தது இரவு. அருகிலிருந்த வனத்திலிருந்து காட்டுப் பூச்சிகளின் இடைவிடாத சப்தங்களூடே இருளில் மூழ்கிக் கிடந்தது, அந்த பழங்குடி சோளகர் மக்களின் வசிப்பிடமான தொட்டி. காற்று வனத்திலிருந்து குளிரைப் பெற்று இருளைக் குடைந்து வீசி அடித்தது. அந்த சப்தம் உய்... என்று அவ்வப்போது வெளிப்பட்டது. தொட்டியிலிருந்த நாற்பதுக்கும் மேற்பட்ட குடிசைகளில் தொட்டியினர் ஆழ்ந்த உறக்கம் கண்டு கிடந்தார்கள்.

தொட்டியில் பெரும்பாலும் குளிர்காலத்தில் கதகதப்பிற்காய் குடிசையின் மைய தரையில் சிறு குழி வெட்டி, கருங்கற்களை வைத்துக் கட்டிய தரையில் விறகுகளை விட்டு தீ மூட்டுவர். அந்த தீயின் கதகதப்பில் அதனைச் சுற்றிலும் படுத்து உறங்கப் போகும் வழக்கத்தின்படியே சிவண்ணா அவனின் குடிசையில் உறங்கிக் கிடந்தான். சிவண்ணா தொட்டியில் வலிமையான ஆண்களில் ஒருவனாக இருந்தான். அவன் மார்புகள் பரந்திருந்தன. கன்னங்கள் ஒடுக்கலாக இருந்தன. அவன் மண் தரையில் ஆழ்ந்த உறக்கத்திலிருக்கும்போது கோவணம் போன்ற அளவே அவன் இடுப்பில் துணி உடுத்தியிருந்தான். அவன் அருகிலேயே அவன் மனைவி சின்னத்தாயியும் உறங்கிக் கிடந்தாள். சிவண்ணாவின் குறட்டை அவளுக்கும் அவனின் ஆறு வயது மகன் ரேசனுக்கும் பழகி விட்டதால் அவர்களின் உறக்கம் அந்த உறுமலான குறட்டையிலும் கலைக்கப்படாமலிருந்தது.

அவனின் குடிசை வாசலில் அறுவடைக்குப் பின் காய வைத்து எடுக்கப்பட்ட ராகி தானியக் கதிர்கள் தட்டுடன்

குத்தாரி அமைத்துப் பாதுகாக்கப்பட்டிருந்தது. அந்த குத்தாரியை, தரையில் கருங்கற்களைப் பரப்பி, தளமாக்கிய பின் மூங்கில் படல்களை நிறுத்தி வைத்து அதில் கதிருடன் ராகித் தட்டுகளை ஆள் உயரம் அடுக்கி வைத்திருந்தனர். அதைச் சுற்றிலும் குதிரைவாளிப் புற்கள் குடிசை போல் வேய்ந்திருந்தன. அதன் நெருக்கலான பின்னல்களால் மழை நீர்புகாமலும் பூச்சி அரிக்காமலும் தானியம் பாதுகாக்கப் பட்டது. அந்த குத்தாரியினை நோக்கி, தானிய வாசனை நுகர்ந்து திட்டுத் திட்டாய் இருள் நகர்ந்து வருவது போல் சப்தமின்றி வந்து நின்றன மூன்று யானைகள். அதில் ஒன்று பெரிய கொம்பன் யானை. அதன் தந்தங்கள் மூங்கிலைப் போல் நீண்டிருந்தன.

ஒரு வருடம் காத்து வளர்த்த அறுவடையை சில மணி தூக்கம் காணாமல் செய்து விடுமென்று சிவண்ணாவுக்கும் தெரியும். தொடர்ந்து சில நாட்கள் இரவில் விழித்துக் கொண்டிருந்தவன், குளிரின் நடுக்கத்தில் குடிசையின் மையத்தில் எரியும் நெருப்பின் கதகதப்பில் தன்னை மறந்து உறங்கிப் போனான்.

குடிசைக்கு வெளியே கொம்பன் யானை மூங்கில் படலைக் கால்களால் மிதித்து முறித்து குத்தாரி நோக்கி முன்னேறியது. அதன் பின் இரண்டு யானைகளும் படலை மிதித்து வந்தன. மூங்கில் படல் முறிபடும் சப்தத்தில் உறக்கம் கலைந்து, விபரீதம் புரிந்து, மூங்கில் படலினாலான கதவைத் திறந்து பார்த்தான் சிவண்ணா. மூன்று யானைகளும் குத்தாரியைச் சாய்க்க நோட்டமிட்டது தெரிந்தது. அதிர்ந்து குடிசைக்குள் புகுந்து, மூலையில் சாய்த்து வைக்கப் பட்டிருந்த மூங்கில் கட்டிய தகரத்தை எடுத்தான். அவன் மனைவி இன்னமும் தூங்கிக் கொண்டிருப்பதால் கோபமுற்று அவளின் காலில் ஒரு மிதி மிதித்து "யானை! எழுந்திரு! வெடி எடு" என்றான். தூக்கத்திலிருந்து அதிர்ந்து எழுந்து சீலையை எடுத்து திறந்து கிடந்த மாரை மறைத்துவிட்டு வெடி எடுக்க ஓடினாள். சிவண்ணா கையிலிருந்த தகரத்துடன் இணைக்கப்பட்டிருந்த மூங்கிலை இழுத்துத் தகரத்தின் மீது மோதச் செய்தான். மூங்கில் தகரத்தில் மோதி 'டமார்' என்று சப்தமிட்டது. குடிசையின் வாசலிலிருந்த படியே ஊ... ஊ... என்று சப்தமிட்டான். சிவண்ணாவின் சப்தமும், தகரத்தின் ஒலியும் தூங்கிக் கிடந்த தொட்டியை துணுக்குற வைத்து எழுந்து வரச் செய்தது. தொட்டியில் அவரவர் வீட்டிலிருந்த தகரங்களை எடுத்து வந்து தட்டத் துவங்கினர். சப்தம் அதிகரிக்கவே யானைகள் சற்று பின் வாங்கின. சிவண்ணா யானைகள் குடிசையை நோக்கி வராமலிருக்குமாறு பார்த்துக் கொண்டான். மூங்கில் தப்பைகளைப் படலாய்ப் பிணைத்து அதில் செம்மண் பூசி நிறுத்தப்பட்டிருந்த அந்தக் குடிசையின் சுவர்கள்

ச. பாலமுருகன்

கொம்பன் யானையின் சின்ன உரசலுக்கே உடைந்து விடுமென்று அவன் அச்சத்துடனிருந்தான். தொட்டியினர் சப்தம் அதிகரிக்கவும் சில பட்டாசு வெடிகளைக் கொளுத்தி வீச அதிலிருந்து வந்த சப்தத்தை விட கந்தகத்தின் வாசனையை முகர்ந்து பீதியடைந்த யானைகள் குத்தாரியை விட்டு பின் வாங்கி மீண்டும் படல் வேலியை உடைத்துவிட்டு அப்பால் வனத்தினை நோக்கிச் சென்று இருளில் மறைந்தன. யானையின் ரத்திகள் தரையில் சூட்டுடன் இறைந்து கிடந்தன. சிவண்ணாவின் குடிசை முன்னே மூங்கில் சாய்ந்திருந்தது. குத்தாரி சேதமில்லாமல் தப்பித்ததில் சிவண்ணா நிம்மதியடைந்திருந்தான். சிவண்ணாவின் குடிசைக்கு அப்பால் தள்ளிக் குடியிருக்கும் அவனின் தாய் ஜோகம்மாளும், தம்பி ஜடையனும் வந்திருந்தார்கள்.

சிவண்ணாவின் தாய் ஜோகம்மாள், சிவண்ணாவைத் திட்டித் தீர்த்தாள். "ஒரு வருட உழைப்பை சிறிது நேரத்தில் இழந்து வருடம் முழுவதற்கும் கால் வயிற்றுப் பட்டினி கிடந்திருக்க வேண்டி வந்திருக்கும். என்னடா உனக்கு குத்தாரியைப் பார்க்காமல் தூக்கம்?" என்று திட்டித் தீர்த்தாள். தொட்டியின் தலைவன் முதியவன் கொத்தல்லிக் கிழவன் கையில் தடி ஊன்றி ஒரு போர்வையைப் போர்த்தி வந்து நின்றான். உடைந்து கிடந்த மூங்கில்கள் சிவண்ணாவின் வாசலை புதர்போலச் செய்திருந்ததால், சின்னத்தாயி ஒரு மூங்கிலைக் கையிலெடுத்து உடைந்து கிடந்த மூங்கில்களை ஒதுக்கி ஒன்று சேர்த்தாள். அவளுக்கு உதவியாக ஜோகம்மாளுடன் வந்திருந்த சிவண்ணாவின் தங்கை ரதியும் உதவினாள். சிறிது நேரத்தில் வேலியில் உடைந்த பகுதி குவிப்பட்டது. குளிர் அவ்வப்போது தொட்டியினரின் காதுக்குள் புகுந்து உடலை நடுங்கச் செய்ததால் உடைந்த மூங்கில்களைக் குவித்து, கதகதப்பிற்காய் தொட்டியில் கோல்காரன் கரியன் உக்கடத் தீ மூட்டினான். காய்ந்திருந்த மூங்கில் எளிதில் பற்றி கதகதப்பைக் கொடுத்ததும், அதனைச் சுற்றி தொட்டியினர் உட்கார்ந்து கொண்டார்கள்.

கொத்தல்லி கிழவன் சிவண்ணாவிடம், "குத்தாரியை விட்டு விட்டு வீட்டிற்குள் விழுந்து கிடந்தாயே! அதிகமாக கஞ்சா அடித்து விட்டாயாடா?" என்றான்.

சிவண்ணா அமைதியாக இருந்தான். கொத்தல்லி அவன் அருகில் வந்து, "கொஞ்சம் கஞ்சா இருந்தால் கொடுடா" என்றான்.

சிவண்ணா அவனது உருமாலைக்குள் கையை விட்டுப் பாதி புகைத்து அணைக்கப்பட்டிருந்த ஒரு பீடியை எடுத்து நீட்டினான். எரிந்து கொண்டிருந்த நெருப்பின் ஒரு மூங்கிலை எடுத்து

சிவண்ணாவிடம் பெற்ற மொத்தமான பீடியில் பற்ற வைத்து நன்றாக இழுத்து பின் நிதானித்து புகையை வெளியேவிட்டு, "நல்ல காரமடா!" என்று புன்னகைத்தான் கொத்தல்லி.

தொட்டியினர் சிலர் முதுகையும் வேறு சிலர் கைகளை முன்னே நீட்டியும் உக்கடத் தீயில் காட்டியபடி கூதல் காய்ந்தார்கள்.

கொத்தல்லிக் கிழவன் கஞ்சாவைப் புகைத்தபடியே சின்னத்தாயைப் பார்த்து, "உன் புருஷன் கொஞ்சம் தூங்காமல் பார்த்துக் கொண்டிருக்கலாமில்லையா? அவன் அதிகமாக கஞ்சாப் புகைக்க விட்டு விட்டாயா?" என்று கேட்டுச் சிரித்தபடி மீண்டும் புகையை இழுத்தான்.

தொட்டியினர் எல்லோரும் தீயைச் சுற்றி அமர்ந்து விட்டதால், இனி பிரிந்து போய்த் தனித்துத் தூங்குவதற்கு யாரும் பிரியப்படவுமில்லை. மேலும், கொம்பன் யானை மீண்டும் வராது என்பதற்கு உத்தரவாதமில்லாததால் இரவு முழுவதும் கண் விழித்திருக்க விரும்பினார்கள். கொத்தல்லி தொட்டியின் இளசுகளை இன்னும் சில வெடிகளை வெடிக்கச் சொன்னான். யானைகள் மரத்தின் மறைவில் மறைந்திருந்து அமைதியான பின் மீண்டும் ராகியின் வாசனையை முகர்ந்து வந்து விடலாமென்று கூறினான். சில வெடிகள் யானை போன திசையை நோக்கி வெடித்தார்கள். அந்த அமைதியான இரவில் வெடி சப்தம் சில மைல்களுக்கு அப்பாலிருக்கும் கிராமங்களுக்கும் கேட்டிருக்கும். வெடிகள் வெடிக்கப்படும் போது காட்டுப் பூச்சிகளின் சப்தம் இடையிடையே சில நொடிகள் நின்று மீண்டும் தொடர் ரீங்காரமிட்டது.

யானைகள் வந்ததை ஜோகம்மாள் கொத்தல்லியிடம் கேட்டாள். கொத்தல்லி, "அந்த கொம்பன் யானையைச் சென்ற வருடம் கேர்மாளம் பக்கம் பார்த்தேன். இந்த வருடம் அது அந்த பாங்காட்டில் சுற்றித் திரிய வேண்டியது, நம்ம பாங்காட்டு ஓரம் வந்து விட்டது. அதற்கு மூங்கில் குருத்து கிடைத்திருந்தால் ஏன் இங்கே வந்து நமக்கு இடைஞ்சல் தரப்போகுது. அதோட பசிக்கு ஆகாரமில்லை. மூங்கில் கூப்பு போட்டு வெட்டி லாரி லாரியா கீழ் நாட்டுக்குப் போறது இல்லாமலிருந்தா, இங்கே வந்திருக்கவே வந்திருக்காது, அது சத்திய வாக்கு உள்ளதாச்சே" என்று மீண்டும் புகையை இழுத்து விட்டான்.

அந்தக் கொம்பன் யானையை வனத்தில் பார்த்ததை ஜடையன் கூறினான். அது மரத்தை இரண்டு முட்டுகளில் சாய்த்ததை, அவன் தேன் எடுக்கச் சென்றபோது பார்த்ததாகச் சொன்னான்.

கொம்பன் யானையைப் பார்ப்பது இனி அரிதாகி விடும். வேட்டைக்காரர்களின் கண்களுக்கு அது எத்தனை நாள் தப்பிக்கும் என்று கோல்காரனின் மனைவி கெம்பம்மா கேட்டாள். "நான் சின்னவளாயிருந்த போதிலிருந்து கௌரி பூஜை சமயம் நமது பக்க பாங்காட்டில் தட்டுப்படும் ஒற்றைக் கொம்பன் யானையை கடந்த மூன்று வருஷங்களாகப் பார்க்க முடியவில்லை. அதுவாக செத்திருக்காது. கொல்லப்பட்டிருக்கும்" என்றாள். அப்போது கொத்தல்லி வானத்தை அண்ணாந்து பார்த்தான்.

"கட்டக் குத்துக்கால் மீன் மேற்கே இறங்கியுள்ளது. மூன்றாவது ஜாமம்" என்றாள் வானத்தைப் பார்த்துவிட்டு கொத்தல்லியிடம் ஜோகம்மாள். அவளின் தலையில் நரை கூடிவிட்டாலும், அவள் வயதிற்கு மேலும் கிழவியாகி விட்டிருந்தாள். முகத்தில் தோல்கள் சுருங்கி, உடம்பில் சற்று தடுமாற்றம் வந்து, அவளின் கணவன் பேதனின் இறப்பிற்குப் பின் அவள் வெகு சீக்கிரம் கிழவியாகி விட்டிருந்தாள். கொத்தல்லியின் வயதோடு ஒப்பிடும் போது அவளுக்கு வயது குறைவுதான். கொத்தல்லிக்கிழவன் அந்த தொட்டியின் பல நிகழ்வுகளுக்குச் சாட்சியாய் நின்றவன். அதன் உருவாக்கம் முதல் இன்று வரை அனைத்து கதைகளும் அவனுக்குத் தெரியும். கொத்தல்லி அவனின் நரைத்த குடுமியை முடிந்து கொண்டு தன் நீண்ட தாடியை தடவிக் கொண்டான். "நேரம் ஆகிறது. எவ்வளவு நேரம் உட்கார்ந்து கிடப்பது, எங்கேடா உன் அப்பன் கோல்காரன்?" என்று கோல்காரனின் பதினொரு வயது மகன் தம்மய்யாவிடம் கேட்டான். நெருப்பை உற்றுப் பார்த்து அவன், "பீனாச்சியையும், தப்பை மத்தளத்தையும் எடுத்து வரான்" என்று சிரித்தான்.

அப்போது கோல்காரன் நாதஸ்வரத்தை விட சிறிய பீனாச்சியை எடுத்து வந்தான். அவனின் தோளில் அரைவட்ட வடிவமான தப்பை மத்தளமிருந்தது.

கோல்காரன் தப்பையைக் கொத்தல்லியிடம் நீட்டினான். கொத்தல்லி அதனைத் தனது கால்களுக்கிடையில் வைத்துக் கொண்டான். கோல்காரன் பீனாச்சியை எடுத்து வாசித்தான். அந்த ஓசை உச்சத்தையடைந்தபோது கொத்தல்லி அதற்கேற்ப தப்பையில் தாளத்தை வாசித்தான். அந்த இசையில் பெண்கள் நெருப்பைச் சுற்றி வட்டமாகக் கும்மியடிப்பது போல இடுப்பை வளைத்து ஆடினார்கள். ஜோகம்மாளும் அதில் ஆடினாள். பின்னர், சின்னத்தாயி மற்றும் இளம்பெண்கள் தண்ணீரில் நீந்துவது போலக் கையை ஆட்டி உற்சாகமாக ஆடினார்கள். இளம் பெண்களின் உற்று நோக்கிய பார்வையில் ஈர்க்கப்பட்ட சில இளைஞர்களும்

சோளகர் தொட்டி 17

அந்த ஆட்டத்தில் பங்கெடுத்தார்கள். சின்னத்தாயி பாடினாள். அந்த ஆட்டம் வானத்தில் கட்டக்குத்து கால் நட்சத்திரம் மேற்கே சரிந்து கிழக்கு வானத்தில் வெள்ளி முளைக்கும் வரை தொடர்ந்தது. தொட்டியில் குழந்தைகள் அங்கேயே பனியில் சூடேற்றிய நெருப்பைச் சுற்றி உறங்கினார்கள். தொட்டியில் ஆண்கள் புகைத்த கஞ்சாவின் புகை மூட்டம் அங்கு அவ்வப்போது இலை கருகிய வாசனையை ஏற்படுத்திக் கொண்டிருந்தது. பீனாச்சி நாதமும், தப்பையின் தாளமும், தீயின் வாசனையும், பாடலின் உற்சாகமும், எந்த விலங்குகளும் அந்த இரவில் வனத்திலிருந்து வெளியே வராமலிருக்கச் செய்தது.

2

நேற்றைய இரவில் தூக்கம் தொட்டியினருக்கு இல்லாமல் போனாலும், அவர்கள் சேர்ந்து ஆடி மகிழ்ந்தது அனைவருக்கும் மன நிறைவைத் தந்திருந்தது. "எப்போதாவதுதான் இப்படி அனைவரும் சேர்ந்து ஆட நேரம் வாய்க்கிறது. தூக்கம் தினந்தோறும்தானே வருகிறது. சத்திய வாக்கு யானைக்கு உண்டு. அந்த யானைகள் படலை முறிக்கும் அளவிற்கு தொட்டிக்குள் வெகு அரிதாகவே வருகின்றன. சில சமயம் வனத்தினையொட்டிய விளைநிலம் ஓரமாய் வனத்திலிருந்து வெளிப்பட்டு வந்து போகும். மூங்கில் குருத்துக்களைத் தேடி வந்திருக்கும்" என்று விடிந்த பின்பும் தொட்டியில் பேச்சு தொடர்ந்தது. சிவண்ணா, கொத்தல்லியிடமும், கோல்காரனிடமும் காலையில் உடைந்த வேலியை மீண்டும் கட்ட மூங்கில் உடைத்து வர பாங்காட்டிற்குப் போக வேண்டுமென்று சொல்லியிருந்தான்.

காலையில் கொத்தல்லியும் கோல்காரனும் சிவண்ணாவின் தம்பி ஜடையனும் வந்திருந்தனர். அவர்களுடன் பாலாப்படுகையிலிருந்து மனைவியின் பிரசவத்திற்கு அவளைத் தாய்வீடு அழைத்து வந்திருந்த புட்டனும் வந்து நின்றான். ஆனால், சிவண்ணாவோ வீட்டில் தூங்கிக் கொண்டிருந்தான். அவனுக்கு அப்படி ஒரு தூக்கம் எப்படி வந்தது என்று கொத்தல்லி அவனைச் சப்தமிட்டுக் கூப்பிட்டான். சிவண்ணா தான் பகலில் தூங்கிப் போனதை உணர்ந்து கொண்டு எழுந்து வெளியே வந்தான். அவனின் குடிசையின் முன் நின்றவர்கள் கையில் அருவாளுடன் தண்ணீர் நிரப்பிய சுரைப்புருடையுடன் நின்றார்கள். சீக்கிரம் வருவதாகக் கூறி உள்ளே சென்று ஒரு அருவாளையும், கயிரையும் எடுத்துக் கொண்டு வெளியே வந்தான். அப்போது புட்டனின் மாமியார் மாரம்மாள் வேக வேகமாக வந்தாள். "உன் பொண்டாட்டிக்கு பிரசவமாகப் போவுது. வலி வந்திருச்சி" என்று புட்டனிடம் கூறிவிட்டு ஜோகம்மாளைக் கூட்டிக் கொண்டு அவள் குடிசைக்குப் போனாள்.

மூங்கில் உடைக்கப் பாங்காட்டிற்குள் செல்லவிருந்தவர்கள் அந்த வேலையைக் கைவிட்டு விட்டு மாரம்மாளின் குடிசையை நோக்கிச் சென்றார்கள். குடிசைக்கு வெளியே புட்டனின் மனைவி ஈரம்மா வேதனையில் கத்தும் சப்தம் கேட்டது. அவ்வப்போது, அவள் வேதனையில் துடிக்கக் காரணமாயிருந்த புட்டனைத் திட்டித் தீர்த்தாள். மீண்டும் அலறினாள். சோளகப் பெண்கள் செய்து

கொண்டிருக்கும் வேலையினிடையே பிள்ளை பெற்று எடுத்து வந்ததை தன் அனுபவத்தில் கண்ணுற்றதை கொத்தல்லி சொன்னான். பின், "இந்தக் காலத்தில் அது கூட மாறிவிட்டதே, இந்தப் பெண் இந்த அலறல் அலறுகிறாளே" என்று கூறியவாறே குடிசையின் முன் தரையில் உட்கார்ந்தான். மற்ற ஆண்களும் அவனுடன் அங்கேயே அமர்ந்தனர். தொட்டி பெண்கள் கூட்டம் குடிசைக்குள் ஜோகம்மாளுக்கு உதவியாக இருந்து வந்தார்கள்,

பிரசவம் சற்று சிரமத்தைக் கொடுத்தது. "குழந்தையின் தலை சற்றுத் திரும்பியுள்ளது. பயப்பட வேண்டாம். எல்லாம் சரியாகி விடும்" என குடிசைக்கு வெளியே உட்கார்ந்திருந்தவர்களிடம் கோல் காரனின் மனைவி கெம்பம்மா கூறிவிட்டு சூடான தண்ணீரையும், சீலைத் துணியையும் எடுத்துச் சென்றாள். குடிசையினுள் நடு விட்டத்தில் கட்டப்பட்டிருந்த கயிற்றைப் பிடித்துத் தொங்கியபடி ஈரம்மாவை மண்டியிட்டு உட்கார வைத்திருந்தார்கள். அவள் சக்தி கொண்ட மட்டும் குழந்தையை வெளியேற்ற முயன்றாள். அதன் தலை திரும்பியிருந்ததால், ஜோகம்மா ஆமணக்கு எண்ணெய் கையில் எடுத்து ஈரம்மாவின் வயிற்றில் நீவியபடி

"எப்பாபு நோகுவாக
நாகர்தாபு மினியாக
ஓ லயுத்தி எல்ல பித்தி
எல்லு கூதி, எல்லை காணிக்கை தொட்டி
எண்ணை – பருவாகி
மெல்ல மெல்லவாகி பருபேக்கசிவ
எண்ணெ நழுவுதாகி நழுவுபேக்கு சிவ
எவ்வாளே மறந்தாலும்
குருவாளே மறப்பதில்லை சிவ
ஒன் குருவே ஒன்பது கம்பளதொட்டி
சத்திய கிருத்தி
யார் கெட்டின கட்டு
பார்வதி பரமசிவன் கெட்டின கெட்டு"

என முணுமுணுத்துப் பாடமிட்டு, திரும்பவும் நீவினாள். மெல்ல சிசுவின் தலை திரும்பியதும் அவள் மூச்சிறைத்து அலறினாள். பின் முக்கித் திணறிய சில நொடிகளில், ஜோகம்மாவின் கைகளில் சருக்கி வந்து விழுந்து அழுதது பெண் குழந்தை. அதன் அழுகைச்

சப்தம் குடிசைக்கு வெளியே உட்கார்ந்திருந்தவர்களின் முகங்களில் அமைதியையும் மகிழ்ச்சியையும் ஏற்படுத்தியது. புட்டனின் இருளடைந்த முகத்தில் புன்னகை பிறந்து, உட்கார்ந்திருந்த அவன் தரையில் படுத்துக் கொண்டான். "பிள்ளை பிறந்த நேரம் அப்பனுக்கு பைத்தியம் பிடித்துக் கொண்டது. பெண் குழந்தை வெள்ளிக்கிழமை பிறந்துள்ளது. யோகம் வரும் சீக்கிரம். விருந்து வை" என்று புட்டனிடம் கூறிப்போனாள் சின்னத்தாயி.

சில நிமிடங்களுக்குப் பின்னர் ஜோகம்மாள் அந்த பிஞ்சுக் குழந்தையை ஏந்தி வந்து, குடிசையின் பின்னாலிருந்த தண்ணீர்த் தொட்டியில் அதன் மீது ஒட்டியிருந்த இரத்தப் பசையைக் கழுவிச் சுத்தம் செய்து ஒரு துணியில் கட்டிச் சுருட்டி வந்து கொத்தல்லியிடம் காட்டினாள். கொத்தல்லி குழந்தையைத் தன் கைகளில் ஏந்தி, "தொட்டியை பயப்பட வைத்து விட்டாயே" என்று கொஞ்சினான். "அப்பனிடம் கொடு" என்ற குரலுக்கு ஏற்ப புட்டன் குழந்தையை வாஞ்சையுடன் வாங்கினான். அவன் கண்களில் ஓரமாய் கண்ணீர் கோடிட்டிருந்தது. ஜோகம்மாள் ஒரு கிண்ணத்தில் கெட்டியான மலைத்தேனைக் கையிலெடுத்து வந்து குழந்தையின் வாயில் இரண்டு சொட்டு வைத்ததும், குழந்தை அதனை சப்பிக் கொண்டது. பின், குழந்தையை வாங்கிக் கொண்டு குடிசைக்குள் சென்று அங்கு சுத்தம் செய்து படுக்க வைத்திருந்த புட்டனின் மனைவி ஈரம்மாவிடம் கொடுக்க, அவள் தனது சீம்பாலைக் குடிக்க குழந்தையின் வாயில் தன் முலையைத் திணித்தாள். குழந்தையும் ஆர்வமாய் பால் குடித்தது.

குடிசைக்கு வெளியே கொத்தல்லி, "உன் மனைவி மறுபிறவி எடுத்து விட்டாள். ஜடைசாமி உன் மனைவிக்காக கண் திறந்து குழந்தையை வெளியே தள்ள உதவியுள்ளான். கடவுளுக்கு நீ படையல் செய்து நன்றி செய்து கொள்" என்றான். கொத்தல்லி சொன்னதை மற்றவர்களும் சம்மதம் தெரிவிக்கும் விதமாக அமைதியாக தலையசைத்தனர். கொத்தல்லியிடம் புட்டன் களி மண்ணால் விரல் அளவு செய்யப்பட்டிருந்த புகைப்பானில் கஞ்சாவை நிரப்பி நீட்டினான். அப்போது இரண்டு கையளவு மூங்கிலாலான ஞெழிக் கோலைக் கொண்டு வந்து வைத்தான் புட்டன். கோல்காரன் ஒரு ஞெழிக் கோலைக் கீழே வைத்து தனது இரண்டு கால்களில் மெட்டி அழுத்திக் கொண்டு அந்த ஞெழிக் கோலின் குழியான பகுதியில் இன்னொரு ஞெழிக் கோலின் முனை பாகத்தைச் செங்குத்தாக வைத்து, அதில் பிணைக்கப்பட்டிருந்த கயிற்றைப் பிடித்து இழுத்துக் கடைந்தான். சில இழுவைகளுக்குப் பின், தீக்கங்குகள் அதிலிருந்து

வெளிப்பட்டு கீழே விழுந்தன. அதில் ஒரு பஞ்சினை வைத்து ஊதியதும் அது தீப்பற்றியது. அந்தத் தீயினை எடுத்து கஞ்சாவைப் பற்ற வைத்து கொத்தல்லி இரண்டு முறை இழுத்தான். உள்ளிழுத்த புகை அவன் வாயிலிருந்து வெகு நேரம் வெளியே வரவில்லை. அதற்குள் அந்த புகைப்பான் சுற்றியிருந்த ஆண்களின் கைகளுக்கு மாறியது.

கொத்தல்லி அந்த தொட்டியின் தலைவனாயிருந்தான். கொத்தல்லியின்றி தொட்டியில் எந்த ஒரு நடவடிக்கையுமிருக்காது. கொத்தல்லியின் தந்தையும் கொத்தல்லியாயிருந்தான். கொத்தல்லி இளைஞனாய் இருந்த போதே வனத்தின் எல்லாப் பகுதியிலும் சிறந்த வேட்டைக்காரனாய்த் திகழ்ந்தான்.

கொத்தல்லிக்கு அவ்வப்போது மனதில் உற்சாகம் பிறக்கும் போது, சற்று கிறுகிறுப்புக்கு புகைத்து மனம் லேசானதாய் மாறிய சூழல்களில் அவன் தன் பழைய கதைகளைச் சொல்ல விரும்புவான். புகைப்பானில் இரண்டாவது முறையாக கொத்தல்லி கஞ்சாவைப் புகைத்து வேறு ஒருவனுக்குக் கைமாற்றிய பின் புட்டனிடம் "பெண்ணுக்கு பிரசவம் எவ்வளவு ஆபத்தானது தெரியுமா? நான் என்னுடைய மனைவியை அவளது நாலாவது பிரசவத்திலேயே பறி கொடுத்தேன். அவளுக்குத் திடீரென சன்னி கண்டு கண்களை விரித்து இறந்து போனாள். இந்த தொட்டியிலேயே எனக்குத் தெரிந்து பிரசவத்தின்போது செத்துப்போனவள் அவள் மட்டும்தான். அவள் பூதிபடுகை தொட்டியைச் சேர்ந்த பட்டக்காரனின் மகள். சோளகத்தியில் அவள் அவ்வளவு மினி மினிப்பான பெண். நான் அப்போது பெரிய வேட்டைக்காரனாக இருந்தேன். எட்டடி வேங்கையை ஒரு முறை நானும், என் கூட்டாளிகளும் ஊசி மலைப் பக்கம் புதரில் எதிர் கொண்டோம். கூட்டாளிகள் மீது பாய அது முகத்தைச் சுருக்கிய போது நான் என் கையிலிருந்த வேலால், அதன் கழுத்தில் குத்திக் கொன்றேன். அதனால், என் புகழ் மேலும் பல தொட்டிகளில் பரவியிருந்தது. அந்த சமயத்தில் அவ்வப்போது வெள்ளைக்கார துரைகள் இங்கே வேட்டையாட வருவார்கள். அவர்கள் கையில் தான் அதிகாரமிருந்தது. துரைகளைக் கண்டால் எல்லா அதிகாரிகளும் நடுங்கித் தலை வணங்குவார்கள். ஆனால், காட்டுக்குள் வந்தால் அவர்கள் நம் தோளில் கையை வைத்து சமமாக நடந்து கொள்வார்கள். சாலி துரை என்ற வெள்ளைக்கார துரை இங்கே வேட்டையாட வருவார். அவர் கோயமுத்தூரில் இருந்து வருவதாகச் சொல்வார்கள். எந்நேரமும் சுருட்டு பிடித்துக் கொண்டே இருப்பார். அவருடன் போகும்போது நான் கஞ்சாவை மறைத்து

வைப்பேன். கஞ்சா இருப்பது தெரிந்தால், என்னிடமிருந்து பிடுங்கி ஒரே நாளில் அனைத்தையும் முடித்து விடுவார்.

நான் அவரைக் கூட்டிக் கொண்டு, என்னுடைய துப்பாக்கியை மருந்து போட்டு கெட்டித்துக் கொண்டு எடுத்துப் போவேன். அவருடன், அவரது பாதுகாப்பிற்காக இரண்டு ஆட்கள் வருவார்கள். பெருநரியை (புலி) வேட்டையாடுவது அவருக்கு விருப்பம். மரத்தின் மீது அமர்ந்து கொண்டு என்னையும், உடன் வருபவர்களையும் துணியை வைத்து அவரை மறைக்கும்படி பிடித்து நிற்கச் செய்து விட்டு துணியில் உள்ள துவாரத்தில் பெருநரியைப் பார்த்துக் குறி வைத்துச் சுடுவார். அடிபட்ட பெருநரி குண்டடியுடன் குண்டு வந்த திசையில் பாய்ந்து வரும். பின்னர், அது செத்து விட்டால், அதன் பக்கத்தில் நின்று படம் எடுத்துக் கொள்வார்.

ஒரு நாள் இரவில் ஆசனூர் பக்கம் பாங்காட்டில் கூடாரம் அமைத்துத் தங்கியிருந்தோம். கூடாரத்திற்கு வெளியே நான் துப்பாக்கியோடு உட்கார்ந்திருந்தேன். கூடாரத்திற்குள் வெள்ளை. துரை விளக்கு ஏற்றி வைத்து எழுதிக் கொண்டிருந்தார். அப்போது பத்துக்கும் மேற்பட்ட கொம்பன் யானைகள் கத்திக் கொண்டு வந்தது. கூடாரத்தைச் சுற்றி நின்று கொண்டது. துரையின் சுருட்டுப் புகையால் யானைகளின் வாசனையை என்னால் நுகர முடியவில்லை. அது எதையோ கண்டு மிரண்டு வந்தது போலிருந்தது. அதனால் நான் துப்பாக்கியைப் பயன்படுத்தாமலிருந்தேன். சப்தம் கேட்டு வந்த வெள்ளைதுரை துப்பாக்கியைத் தூக்கி மேலே சுட்டார்.

அடுத்த வினாடியில் அந்த யானைகள் கூடாரத்தை மிதித்து எங்களை நோக்கி வந்தது. அதில் பெரிய கொம்பன் யானை ஒன்று முன்னே வந்தது. அதுதான் கூட்டத்தை வழி நடத்தியிருக்கும். வெள்ளை துரை பீதியில் நின்றபோது, நான் அவரை இழுத்துக் கொண்டு ஓடினேன். துரைக்கு மூச்சு முட்டவே, நான் பக்கத்திலிருந்த வழுக்குப் பாறையில் ஏறி அவரையும் கையைப் பிடித்துத் தூக்கி ஏற்றினேன். ஆனால், பாறையைச் சுற்றிலும் யானைகள் வந்த நின்று கொண்டன. சற்று காலை இறக்க முயன்றபோதெல்லாம் தும்பிக்கையில் எங்கள் கால்களை இழுக்க முயன்றது. நானும், அவரும் அங்கேயே உட்கார்ந்து கொண்டோம். விடிந்தும் அது விலகவில்லை. வெள்ளை துரை அந்தச்சூழலிலும் குடிக்க சுருட்டு கிடைக்குமா? என்று என்னிடம் கேட்டார். என் உருமாலையில் ஒரு கஞ்சா பீடி மட்டும் இருந்தது. அதனை நீட்டினால் மனிதன் நிலை தடுமாறி விடுவாரே என்று தயங்கினேன். ஆனாலும், என்னிடம் புகைக்க கஞ்சா உள்ளது

தெரிந்து அவர் எடுத்துக் கொண்டார். பின், அவரும் நானும் சேர்ந்து புகைத்தோம்.

குடிக்கத் தண்ணீர்கூட இல்லாமல் ஒரு நாள் கிடந்தார் துரை. பின்னர், நான் அன்று மாலையில் பாறையின் ஓரமாய் இறங்கி ஓடினேன். கொம்பன் யானை என்னைத் துரத்தியது. நான் வேகமாய் ஓடிச் சுற்றிவிட்டு மீண்டும் பாறையில் ஏறிக் கொண்டேன். அதன் பின்பு பெரிய கொம்பன் யானை பாறைக்கு வரவில்லை. அதனால் மற்ற யானைகளும் சப்தம் செய்ததும் போய்விட்டன. இருந்தாலும், அன்று நள்ளிரவு வரை அங்கேயே இருந்தோம். அதன் பின் விடியும் நேரத்தில் துரையை முதுகில் தூக்கிக் கொண்டு பூதிபடுகை தொட்டிக்குக் கூட்டி வந்தேன். அங்குதான் தண்ணீரும், களியும் கொடுத்து துரையைத் தெம்பூட்டினேன். அதன் பின்பு, துரையைத் தேடி அவரது ஆட்கள் பத்துக்கு மேற்பட்டவர்கள் பூதிப்படுகைக்கே வந்து விட்டனர். துரை என்னைக் கட்டிப் பிடித்து தனது உயிரைக் காப்பாற்றியதாகச் சொன்னார். எனக்கு அவரின் துப்பாக்கியை பரிசாகக் கொடுத்து அவருடன் என்னை நிற்க வைத்துப் படம் பிடித்துக் கொண்டார். “காட்டில் எவ்வளவு இடம் வேண்டுமானாலும் கேள். எழுதித் தருகிறேன்” என்று செம்புப் பட்டயம் எடுத்தார். நான், “வேண்டாம். எங்களுக்குக் காடே சொத்துதானுங்க, பட்டயம் என்ன செய்கிறேன்” என்று மறுத்துவிட்டேன்.

பூதிப்படுகையில் என்னை வெள்ளைக்காரதுரை கவுரவப்படுத்தியதைக் கண்டு என் மீது காதல் கொண்டவள்தான் என் மனைவி. நான் வேட்டைக்குப் போகும் போதெல்லாம் அங்கு போவேன். வேட்டை இரையை அங்கு சமைக்கத் தருவேன். அவள் மீது ஒரு சமயம் அதிகமான ஆசை பைத்தியம் போல் வந்ததால், அவளைக் கூட்டிக் கொண்டு பாங்காட்டிற்குள் போய் ‘ஐந்து நாட்கள் தங்கி விட்டேன். அதன் பின்பு, பூதிப்படுகை பட்டக்காரன் ஊரையே அழைத்து பாங்காட்டிற்குள் எங்களைத் தேடிப்பிடித்தான். பின்னர் எங்களுக்குக் கல்யாணம் செய்து வைத்தான். பட்டக்காரனின் மகள் என் மீது பைத்தியமாயிருந்ததால், பெண்ணுக்காகத் திருமணப் பரிசம் பேரம் பேசாமல் கொடுப்பதைக் கொடு என்றான் பட்டக்காரன். நான் கால் மூட்டை ராகியும், அரைப் பானை தேனும் கொடுத்தேன். வாங்கிக் கொண்டான். நான் திருமணம் செய்யும் சமயம் அவள் என் மூத்த மகனை இரண்டு மாதம் வயிற்றில் சுமந்து கொண்டிருந்தாள்.”

கொத்தல்லி இதனைச் சொன்னபோது கூடியிருந்தவர்கள் சிரித்தார்கள். கொத்தல்லியும் கண்களைச் சிமிட்டி சிரித்தான்.

அப்போது அந்த உரையாடலை இடையில் கவனித்த ஜோகம்மாள், "கொத்தல்லியின் மனைவி அவ்வளவு லட்சணமான பெண்ணாக்கும். கொத்தல்லியைக் குழந்தையைப் போல் பார்த்துக் கொண்டாள்" என்றாள்.

"நான் அவளைக் கல்யாணம் கட்டிக் கொண்ட பின் என்னுடைய துணிச்சலில் பாதியை இழந்து விட்டது போல உணர்ந்தேன். வேட்டைக்குப் போகும் போது கூட என்னிடம் முன்பிருந்த தெம்பில்லை. ஆனால் விவேகம் வந்திருந்தது. எனது அப்பன் செத்துப் போன பின் தொட்டி கொத்தல்லிப் பொறுப்பு வந்தது. மீதியிருந்த துணிச்சலும் குறைந்து விட்டது. நமது துண்டிரிக்கம் மற்றவனுக்கும் பாதிப்பு ஏற்படுத்தி விடுமோ என்று நான் வேறு மனுசனாக மாறிப் போனேன். ஆனால், என் மனைவி அதே துணிச்சலுடன் இருந்தாள். என் மூத்த ஆண் குழந்தையை அவள் விறகு ஒடிக்கப் போகும்போது பாங்காட்டிலேயே பெற்று தனியே தூக்கி வந்தாள். இரண்டாவது, மூன்றாவது பெண்குழந்தைகளைப் பெறும்போதும், அவள் வீட்டிலேயே மற்றவர்களின் துணையின்றிப் பெற்றாள். ஆனால், அப்படிப்பட்டவள் நான்காவது குழந்தையின் போது மடிந்து போனாள்." கொத்தல்லி அதனைச் சொல்லி முடித்த போது சில நிமிடம் அங்கு நிசப்தம் நிலவியது. கொத்தல்லி மீண்டும் புகைப்பானை வேண்டினான். அதேபோல, வந்தது. மீண்டும் புகைத்து விட்டுச் சொன்னான்:

"அவளை நான் செத்தபின் பார்த்தபோது, கண்கள் திறந்து கிடந்தாள். அவளை நான்தான் கர்ப்பவதியாக்கி சாகடித்து விட்டேனோ என்றுகூடக் கருதினேன். அவள் போன பின்பு, என் உடலில் வலுவான கட்டுக்கள் குழைந்து போய்விட்டது. எனக்கும் வயதாகிறது என்பதை உணர்ந்தேன்" என்று கொத்தல்லி புகைப்பானை வேகமாக இழுத்துப் புகையைக் கட்டினான். அது கொத்தல்லிக்குப் புரையேறி இருமல் வெகுநேரம் தொடர்ந்தது. தண்ணீர் குடித்த பின்பும் இருமல் தொடர்ந்தது. அதன்பின்பு, கொத்தல்லி பேசுவதை நிறுத்தினான். கொத்தல்லியின் இருமல் பேச்சினை இடையில் துன்புறுத்தியது கூட்டத்திலிருந்த புட்டன் போன்ற புதிய நபர்களுக்கு, கொத்தல்லியின் குழந்தைகளைப் பற்றித் தெரிந்து கொள்ள ஆவலேற்பட்டது. ஆனால், கொத்தல்லியின் மூத்த மகன் இளைஞனான சமயம் பாங்காட்டில் தேனெடுக்கச் சென்ற போது எதிர்பாராமல் கரடியால் தாக்குண்டு முகம் கிழிந்து அந்தக் காயத்தினால் சில நாட்கள் நோய்வாய்ப்பட்டுக் கிடந்து இறந்து போனான் என்பதும், கொத்தல்லியின் இரண்டு

மகள்களும் தாய்வழிச் சொந்தத்தில் பூதிப்படுகையில் திருமணமாகி தங்கிவிட்டார்கள் என்பதும், கொத்தல்லி தனக்குப் பின்பு கொத்தல்லிப் பொறுப்பு வகிக்க தனக்கு மகன் இல்லாத குறையை மனதுக்குள்ளேயே இந்த முதிய வயதிலும் வைத்துள்ளான் என்ற சோகமான செய்திகளெல்லாம் அறிந்து கொள்ளாமலேகூட இருந்திருக்கலாமோ என்று புட்டன் பின்னர் நினைத்தான்.

கொத்தல்லி இருமல் முடிந்து சற்று ஆசுவாசப்படுத்திக் கொண்ட பின், புட்டனிடம் "குழந்தை பிறந்த தீட்டை நாளையே கழித்துக் கொள். அதற்காக ஐந்து குலத்துக்காரர்களுக்குச் சொல்லிவிடு. நாளை வீட்டைச் சாணத்தால் மெழுகி பின், ஐந்து குலத்தவர் முன்னால் திருநீறு பூசி தாயையும் குழந்தையையும் வீடு அழைத்துக் கொள்ளலாம்" என்று கூறிவிட்டு மீண்டும் இருமினான்.

3

புட்டனின் மனைவி ஈரம்மாவையும், குழந்தையையும், ஐந்து சோளக குலத்தார் முன்னிலையில் திருநீறு பூசி வீடு அழைத்த நான்காம் நாள்தான் சிவண்ணா யானை மிதியில் முறிந்து கிடந்த வேலியை மீண்டும் சரி செய்ய வனத்திற்குள் சென்று மூங்கில்களை வெட்டி வந்து அவற்றை இரண்டாகப் பிரித்து வைத்து வேலி கட்டிக் கொண்டிருந்தான். புட்டனுடன், கொத்தல்லி, கோல்காரன் கரியனும் சிவண்ணாவுக்கு உதவினார்கள். கொத்தல்லி அவ்வப்போது சிரிப்பு மூட்டும் அளவு பேசி பணியின் சுமையை எளிமையாக்குவான்.

தொட்டியிலிருந்து எட்டிப் பிடிக்கும் தூரத்திலேயே வனத்தின் எல்லை இருந்தது. வனத்துறையின் அளவைக்கல் ஒன்று வனத்தின் எல்லை என்பதைக் காட்ட உயரமாக நிறுத்தி வைக்கப்பட்டிருந்தது. அந்த கல் பச்சை வர்ணம் தீட்டப்பட்டதாயிருந்தது. தொட்டிக்கு அப்பால் கிழக்குப்புறமாய் சீர்காடு என்ற வயல் பகுதியும் ஒரு வீடும் இருந்தது. வடக்கு எல்லையில் சில சோளகர்களின் பூமியிருந்தது. அதனை அடுத்து சின்ன தண்ணீர்க் குட்டை இருந்தது. மழைக் காலங்களில் வனத்தில் வழியும் தண்ணீர் அந்தக் குட்டையின் பாறைக் குழியில் தேங்கி நிற்கும். கடும் வறட்சியில் கூட அது வற்றாமலிருக்கும். வனத்திலிருந்து விலங்குகள் தண்ணீர் குடிக்க அங்கு வருவதுமுண்டு. அதற்கு ஒட்டிய பகுதியே வனம்தான். தொட்டி வனத்தின் ஓரத்திலேயேயிருந்தது.

சிவண்ணா குடிசையின் வாசலில் படல் பின்னிக் கொண்டிருந்த போது, சில மான்கள் தண்ணீர் குடிக்க வனத்திலிருந்த பாறை குழி குட்டைக்கு வந்ததைப் பார்த்தான். மீண்டும் அவன் வேலிப் படலைக் கட்டிக் கொண்டிருக்கும் போது தொட்டியின் மூன்று நாய்கள் பாய்ந்து சென்று ஒரு மானைத் துரத்தின. மற்ற மான்களெல்லாம் கண நேரத்தில் வனத்தில் புகுந்து மறைந்தன. நாய்கள் குறி வைத்த மான் வனத்தில் வடபுறமிருந்த வயலில் புகுந்தது. நாய்கள் விடாமல் துரத்தின. மான் அங்குமிங்கும் ஓடியது. அதன் வாயில் ஓட்டத்தின் களைப்பில் நுரை தள்ளிக் கொண்டிருந்தது. அந்நுரை தரை முழுதும் சிதறிச் சென்றது. மான் தனது உயிரைக் காப்பாற்ற தொட்டியினை நோக்கி ஓடி வந்தது. தொட்டியின் நாய்கள் எப்போதுமே வேட்டையில் இரையை முடிந்தால் கவ்விக் கொண்டு தொட்டி வந்து விடும். இல்லாவிட்டால், தொட்டியின் பக்கம் இரையைக் கொண்டு வந்து நிறுத்தும். அது போலத்தான், மானை தொட்டியின் பக்கம் கொண்டு

வந்து நிறுத்தியது. மூன்று நாய்களும் மானின் மீது பாய்வது போல மானை வட்டமிட்டு, முகத்தைக் கூர்மையாக்கி உடலை வளைத்துப் பாயத் தயாராக இருந்தது. மான் முன்னே ஓடுவது போல போக்குக் காட்டி சிவண்ணாவின் வீட்டிற்கு அருகிலிருந்த அரச மரத்தின் அருகில் வந்து ஓட முடியாமல் நின்றது. அதன் உடலில் நடுக்கம் அலை அலையாய் ஏற்பட்டது. அதன் வாயிலிருந்து நுரை வெளியே தள்ளியது.

சிவண்ணா மூங்கில் கட்டுவதை நிறுத்தி விட்டு சுற்றிலும் பார்த்தான். குறிப்பாக, தொட்டியின் கிழபுறமிருந்த சீர்காட்டிலிருந்து யாரேனும் நோட்டமிடுகிறார்களா? என ஒருமுறை மீண்டும் பார்வையை செலுத்தினான். யாருமில்லை. புட்டனிடம் கண் சிமிட்டினான். கீழே கிடந்த ஒரு கையளவு கருங்கல்லை எடுத்துக் கொண்டு அரசமரத்தடியில் சென்றான். புட்டன் மான் மீண்டும் வனப்பகுதியில் போகாமலிருக்க, அதற்கு அப்பால் அரண் போல நின்றான். மூன்று நாய்களும் அது போலவே நின்றது. சிவண்ணா அவன் எதிரிலிருந்த இரையை அவனின் கையிலிருந்த கல்லால் ஓங்கியடித்து கீழே விழச் செய்தான். மான் கீழே விழுந்து சற்று நேரம் துடித்தது. அதன் வாயிலிருந்து இரத்தம் வழிந்து, பின், கண்கள் திறந்த நிலையிலேயே அது அமைதியடைந்தது. உடனடியாக மானை குடிசைக்குப் பின்புறமாக தூக்கிச் சென்றான் புட்டன். சிறிது நேரத்தில் மானின் தோல் உரிக்கப்பட்டு எலும்புகளும், சதையும் பிரிக்கப் பட்டது. மானின் கால் எலும்பிலிருந்து ஊன் சுவைக்காக எலும்பு வெட்டியெடுக்கப்பட்டது. காக்கைகள் அதற்குள் அங்கு வட்டமிடத் துவங்கியது. சிவண்ணா அவசரமாக மானின் தோலையும், அதன் எலும்பையும் எடுத்துப் போய் ஆழமான குழியைத் தோண்டி அவற்றைப் போட்டு மூடினான். மானின் தோல், மானைக் கொன்ற விவரத்தைச் சில நாட்கள் கழித்தேனும் காட்டிக் கொடுத்து விடும். வனக்காவலர்கள் மூக்கு வியர்த்து வந்து நிற்பார்கள் என்பதால் மிக ஜாக்கிரதையாக இருந்தனர் தொட்டியினர்.

தொட்டியில் மான்கறி விரும்புபவர்களுக்குத் தனித்தனிக் கூறாகக் கறியை எடுத்து வைத்தார்கள். முதல் கறிக்கூறு கிராமத்தின் விதவைப் பெண்ணுக்கு. அது ஜோகம்மாளுக்கு ஒதுக்கினர். சிவண்ணா அதனை வேறு விதவைப் பெண்ணுக்குக் கொடுக்கச் சொன்னான். அடுத்த கூறு கொத்தல்லி மற்றும் கோல்காரனுடையது. பின், இரையை வேட்டையாடியவர்கள் பங்கு, அதிகமான பங்கு சிவண்ணாவிற்கும், புட்டனுக்கும் பிரிக்கப்பட்டது. அதன் பின், விரும்புகின்றவர்களின் கூறு பிரிக்கப்பட்டது. இறுதியில் வேட்டைக்கு உதவிய நாய்களுக்கான கறிப் பங்கும் ஒதுக்கப்பட்டது.

நாய்கள் அந்த மானின் இறைச்சியை ருசித்துச் சாப்பிட்டு வாலாட்டின. மானின் இறைச்சி வெட்டப்பட்ட இடத்தில் இரத்தத் துளிகள் தெரியாமல் இருக்க கை நிறைய மண்ணை அள்ளி வந்து போட்டு மறைத்து விட்டார்கள்.

அதன் பின்பு, கறிக்கூறு எடுத்துக் கொண்டு போயினர் தொட்டியினர். தங்களின் குடிசைக்கு கொத்தல்லி கோல்காரனின் கறிப்பங்கை அவனிடம் தருவதற்காக வாங்கி அரச இலைகள் ஐந்தை குச்சியால் பிணைத்து, அதனைப் பெரிய இலையைப் போல் செய்து கறியை கட்டி எடுத்தான். அப்போது கொத்தல்லி, “இந்த கறியை உப்புக் கண்டம் போட்டு வைத்தால், விருப்பம் வரும்போது எடுத்துச் சமைக்கலாம். அப்படி ஒரு காலமுமிருந்தது” என்றான் பெருமூச்சு விட்டுக் கொண்டு...

“இப்போது உப்புக் கண்டம் போட்டது தெரிந்தால், உன் உடம்பை உப்புக்கண்டம் போட்டு விடுவார்கள்.” சிவண்ணாவின் பேச்சில் கிண்டல் இருந்தது.

“உண்மைதான். தொட்டி ஆட்கள் எப்போது மாட்டுவார்கள் என்பதைத்தானே பக்கத்திலேயே ஒருத்தன் பார்த்துக் கொண்டிருக்கிறானப்பா” என்றபடி சீர்காட்டைப் பார்த்தான் கொத்தல்லி. சிவண்ணா மானின் இரத்தம் தோய்ந்த அருவாளை மண்ணால் செருகி இரத்தக்கறை ஈரத்தைச் சுத்தம் செய்து கொண்டிருந்தான்.

“சில சமயம் எனக்கு வெட்கமாயிருக்கப்பா. திருடனைப் போலவா நாம் வேட்டையாடணும்? ஒரு சமயம் நாம் ஆண்ட பூமியடா இந்தக் காடு. இந்தக் காட்டுத் தாயின் குழந்தைகள். நாம் திருடனாட்டம், இதுக்கு உளவாளி வேறு” என்று கூறிவிட்டு மௌனமானான் கொத்தல்லி.

சிவண்ணா கொத்தல்லி தோளைப் பிடித்தான். உளவாளி எத்தனை நாளைக்கு உளவு சொல்வான். காலம் இருக்குது. ஒரு கணக்கும் இருக்குது. சிவண்ணா தொட்டியில் கிழக்கேயிருந்த சீர்காட்டையே நிமிர்ந்து வைத்த கண் வாங்காமல் பார்த்தான். உயர்ந்த தென்னை மரங்களும், கரும்புப் பயிர்களும் வளர்ந்திருந்தது அந்த வயல் பரப்பில். காற்று வீசும்போது பசிய தென்னை மரங்களும் அசைந்தாடுவது தெரிந்தது. அதனை உற்று நோக்கும்போது சிவண்ணாவிற்கு அவனின் தந்தை பேதனின் ஞாபகம் வருவது தவிர்க்க இயலாதது. கொத்தல்லி, சிவண்ணாவை உலுக்கி, “ஆணவக்காரனுகளை சாமி பார்த்துக்கும். இவன் அப்பன் எப்படி செத்துக் கிடந்தான். அனாதையைப் போல இழிசாவின் மூலம்

செத்தான் பார்த்தியா, சாமி பொறுக்காது. அதனாலதான், நான் எல்லாத்தையும், ஜடைசாமி கிட்டேயே வைச்சிடுவேன். அவன் பார்த்துக்குவான். நேத்துக்கூட வன அதிகாரி இவன் வீட்டிலே வந்து சாப்பிட்டுட்டு போயிருக்கான்னு கேள்விப்பட்டேன். காட்டில் இவன் எதையும் விட்டு வைக்க மாட்டான்" என்றவாறே கொத்தல்லி எழுந்து நின்றான்.

"நான் ஒரு நாள் முடிக்காத கணக்குக்குப் பதில் சொல்வேன் கொத்தல்லி. என் அப்பன் கடைசிக்காலத்திலே எப்படி மாறிப் போயிருந்தான் பார்த்தியல்ல. அவன் செய்த தப்பு என்ன? நல்லவனா இருந்ததுதானே? நான் இவனுக பழி தீர்க்க கெட்டவனாகக்கூட மாறுவேன்" சிவண்ணாவின் வார்த்தைகளில் ஆவேசமிருந்தது.

"நான் வாழ்க்கையிலே பலவற்றைச் சந்தித்து விட்டேன். கோபத்திற்கு இரண்டு வாய் உண்டு. அது எதிரியை மட்டும் கடிக்காது. எய்தவனையும் கடித்து விடும். பொறுமைதான் முக்கியம். வாலிபனாயிருக்கிறதாலே பொறுமையை இழக்காதே. எத்தனை நாள் அவன்தான் இருந்திடுவான்னு பார்க்கலாம்" என்று நடக்க முயன்றான் கொத்தல்லி. புட்டன் அதுவரை கொத்தல்லி, சிவண்ணாவின் உரையாடலில் எதுவும் புரியாதவனாய், "கொத்தல்லி என்ன பேசிக்கிட்டிருக்கீங்க இரண்டு பேரும். சிவண்ணாவுக்கு என்ன பிரச்சினை?" என்றான் பரபரப்புடன்.

கொத்தல்லி வெளியூர் மாப்பிள்ளையிடம் எல்லாவற்றையும் புதிதாய்ப் பேச வேண்டியுள்ளது என எண்ணிக்கொண்டு சலிப்போடு சொன்னான். "அதோ தெரியுதே சீர்காடு. அது சிவண்ணா அப்பன் பேதன் இருக்கும்போது அவனோடது. கல் மூடிக் கிடந்த பூமியை விளை நிலமாக்கியது இவன் குடும்பம்தான். இதை ஏமாற்றி எடுத்துக் கொண்டார்கள்" என்றபடி நடந்தான். புட்டன் கொத்தல்லியின் உடன் செல்லாமல் அமைதியாக நின்று விட்டு சீர்காட்டில் மரம் அசைவதைப் பார்த்தான்.

புட்டன் தன்னோடு நடந்து வராததைக் கண்டு கொத்தல்லி, புட்டனைக் கூப்பிட்டு, "சீக்கிரம் அதைச் சமைத்து விடு. இல்லா விட்டால், கறி திரண்டு விடும்" என்றான். புட்டன் நடக்கத் துவங்கினான். கொத்தல்லி கோல்காரன் குடிசை அருகில் சென்ற போது, தனக்குப் பிடித்த சுவைமிக்க சீங்கை கீரை சமைக்கப்படும் போது வரும் வாடையை உணர்ந்தான்.

குடிசை முன் நின்ற கோல்காரன் மகன் தம்மய்யாவிடம் "எங்கே உன் அப்பன்?" கொத்தல்லி கேட்டான். "அவன் வீட்டில் பின்புற பலாமரத்து அடியில் கிடக்கிறான்" என்றவாறே வீட்டிற்குள்

ஓடினான் தம்மய்யா. கொத்தல்லி அவனைக் கூப்பிட்டு, அவன் கையில் கறியைக் கொடுத்து, “உன் அம்மாவிடம் சொல்லி இதையும் சமைக்கச் சொல். மான்கறி” என்றான். தம்மய்யா அவன் தாய் கெம்பம்மாவை கூப்பிட வீட்டிற்கு வெளியே வந்தான். கொத்தல்லி, கோல்காரனின் வீட்டிற்குப் பின்புறம் வந்தபோது பலாமரத்தின் கீழ் தலையை மரத்தில் சாய்த்துப் படுத்திருந்தான் கோல்காரன். “மான் ஒன்று மாட்டியது. கறி கொண்டு வந்திருக்கேன் கோல்காரா. இந்த சிவண்ணா இன்னமும் சீர்காட்டில் நடந்த பாதிப்பை மறக்க மாட்டேங்கிறான்” என்றான். கோல்காரனின் கண்கள் மேலே நிலை குத்தியிருந்தது. கொத்தல்லி சொல்லும் எதுவும் அவன் காதில் ஏறவில்லை. அவன் மிதந்து கொண்டிருப்பதாகவே நினைத்தான். கொத்தல்லியின் பேச்சு புரியாவிட்டாலும், சிரித்தான் கோல்காரன். மறுபடியும், மறுபடியும் சிரித்தான். அவன் கையிலிருந்த கருப்பட்டியை மீண்டும் கடித்துக் கொண்டான். பக்கத்தில் அப்போது தான் புகைக்கப்பட்ட கஞ்சா சூடோடு புகைப்பானிருந்தது. “சிவபானம் போட்டு விட்டாயா, கோல்காரா?” அதற்கும் சிரிப்புதான் பதில். கொத்தல்லி இவனிடம் பேச இனி இயலாது என எழுந்து நடந்தான். அப்போது கெம்பம்மாள் சட்டியைக் கழுவிக் கொண்டிருந்தாள். கொத்தல்லி அவனின் குடிசைக்குச் சென்று அடுப்பினைப் பற்ற வைத்து சட்டியில் தண்ணீர் ஊற்றி அடுப்பில் வைத்தான். அவனுக்குப் புதிதாய் பேதனின் நினைவு வந்தது. சிவண்ணாவின் அப்பன் பேதனை நினைக்கும்போது எல்லாம் கொத்தல்லி எப்போதுமே ஒன்றைத் திரும்பச் சொல்லிக் கொள்வான். திருமணத்திற்கு முன்பிருந்த கொத்தல்லியின் துணிவு பேதனிடம் சாகும் வரை இருந்தது. அவன் நன்றாகவே கோபப்படுவான். அந்தக் கோபமே அவனின் பலகீனம். அதுவே, அவனின் பலமும்கூட என்று, கொத்தல்லி எண்ணினான்.

கொத்தல்லி, தண்ணீர் கொதிக்கும் சப்தம் கேட்டு, கொண்டு வந்திருந்த மான் கறியைக் கழுவி சட்டியில் போட்டான். பின் அவரைக்காய்களையும், கத்தரிக்காயையும், மிளகாயையும், உப்புடன் சேர்த்து கறியினை சுவையேற்ற சட்டியில் இட்டான். பின்பு, சட்டியை மூடி வைத்து விறகை நன்றாக அடுப்புக்குள் தள்ளி விட்டு மீண்டும் திண்ணையில் உட்கார்ந்தான் கொத்தல்லி.

அவனுக்கு ஏனோ மீண்டும் பேதனின் நினைவு வந்தது. பேதன் இறந்துபோன வருடத்தில் நடந்த தொட்டியின் மணிராசன் திருவிழாவின் இரவு பூஜையை நினைத்துக் கொண்டான். அந்த ஒரு ஆண்டுக்கு முன்பு இறந்தவர்களது குடும்பத்தவர்கள், இறந்து போனவனின் குழியைத் தோண்டி ஒரு சில எலும்புகளை எடுத்து

வந்து மணிராசனின் கோயிலின் முன்னேயிருக்கும் கெப்பை என்ற எலும்புக்குழியில் போட்டு, இறந்தவனின் நினைவாய் குழியின் முன்னேயிருக்கும் வில்வ மரத்தைச் சுற்றி ஒரு கல்லை வைப்பார்கள். தொட்டியினருக்குச் சொந்தமான உடம்பு தொட்டியினுள் வந்து சங்கமிக்கும் முகமாகவே அந்த சடங்கிருந்தது. எலும்புக் குழியில் அந்த தொட்டியின் முன்னோர்களின் எலும்புகள் கிடந்தன. தொட்டியின் குடிகள் எந்த மண்ணில் புதைக்கப்பட்டாலும், மணிராசன் திருவிழாவில், இறந்த முதலாம் ஆண்டு அவனின் எலும்பு கெப்பைக் குழியில் விழும் போதுதான் இறந்தவன் சமாதானமடைகிறான் என்ற விதியின்படி இறந்தவனின் ஆவி சூறாவளிக் காற்றாய் சுழன்று கோல்காரனினுள்ளோ அல்லது அவனைச் சார்ந்த பூசிப்பவனுள்ளோ புகுந்து எழுந்து நின்று இறந்தவனின் குடும்பத்திற்கு நீதி வழங்குவது வாடிக்கை. எலும்புக் குழியில் எலும்பு விழுந்த பின்பு, சுழன்று வராத மனிதன் நீதி வாழ்க்கை வாழ்ந்திருக்க மாட்டான் என்று குலத்தவர்கள் பழித்து விட்டுப் போய் விடுவார்கள்.

பேதன் இறந்த வருடத்தில் நடந்த மணிராசன் திருவிழாவில் கெப்பைக் குழியைச் சுற்றி தீப்பந்தங்கள் ஏற்றப்பட்டு சாம்பிராணி பிசினின் புகை மூட்டம் எழுந்தது. பீனாச்சியும், அதனைச் சூடேற்றும் தப்பின் கொட்டும் உக்கிரமடைந்தபோது சிவண்ணா, அவனது தந்தை பேதனின் எலும்பைக் கெப்பைக் குழியில் போட்டான். சிவண்ணாவும், ஜடையனும் மண்டியிட்டு கும்பிட்ட சமயம், ஜோகம்மாள் அவளின் கூந்தலை அவிழ்த்து தரையில் முகம்பட விழுந்திருந்தாள். தப்பு அடி உக்கிரத்தை அடைந்தபோது, தொட்டியின் பெண்களும் ஆண்களும் குலவையிடுவது போலக் கத்திய சமயம் கோல்காரன் கரியன் அவனின் கையிலிருந்த பிரம்பை விசிறியபடி அவனது வாயைக் கோணித்து கண்களில் மிரட்சி தெறிக்க துள்ளலில் உயர உயரக் குதித்து ஆடினான். அவனது ஆட்டம் போர்க்களத்தைப் போன்ற சூழலை உருவாக்கியது. தப்பு அடிப்பவன், தப்பு கிழிந்து விடுமோ என்று பிறர் ஐயுறும் அளவு அடித்தான். தரையில் கூந்தலை விரித்துக் கிடந்த ஜோகம்மா அவளது தலையை அசைத்து தலைமுடியை அடித்துக்கொண்டு அழுதாள். பத்து நிமிட ஆட்டத்திற்குப் பின்பு கோல்காரன் அவனின் கைகளில் ஒரு கல்லை எடுத்து வில்வமரத்தினடியில் வைத்தான். ஜோகம்மாள், கோல்காரனிடம் நின்றாள். அவன் சாம்பலை எடுத்து அவள் முகத்தில் வீசினான். “பயப்படாதே. உன்னைத் தனியே விட்டுப் போகவில்லை. இரண்டு மகனை விட்டு வந்திருக்கிறேன். நான் உங்களைப் பார்த்துக் கொள்வேன். பூமியை மட்டும் விட்டு விடாதே... அதைப் பிடுங்கிக் கொள். அவனிடம்

விடாதே" என்றான். பின் உடம்பை முறுக்கி நெளிந்து கோல்காரன் அமைதியானான். பேதனின் ஆவி விலகி மலையேறிவிட்டது என்று கூட்டத்தில் பேச்சு வந்தது.

கோல்காரன் சாந்தமடைந்த பின், "உன் கணவன் நீதியோடு வாழ்ந்தவன். நீதிக்குக் கட்டுப்பட்டு வந்து விட்டான். நீ வேதனையடையாதே" என கொத்தல்லி கூறினான். மற்றவர்களும் அதை ஆமோதித்தனர்.

பின்னர், கோழிகளும், ஆட்டுக் கிடாயும் பலியிட்டு, பலியிடும் இரையின் இரத்தம் கோல்காரனின் சித்திரவேலைமிக்க முன்னோர்களின் கோலின் மீது படும்படி வழிய விட்டு, பின் எடுத்துச் சென்றார்கள்.

சிவண்ணா, நீதி நாளில் மணிராசன் கோவிலில் கோல்காரனின் மூலம் பேசிய பேதனின் ஆவியை இன்னமும் மறக்காமலிருக்கின்றானே! இது நல்லதற்குத்தானா? என்று கொத்தல்லி நினைக்கையில், சட்டியில் கொதிக்கும் குழம்பு அதிகம் கருகாமலிருக்க அதனைக் கண்காணிக்க எழுந்து குடிசைக்குள் சென்றான்.

4

தொட்டியிலிருந்த மணிராசன் கோவிலில், மணிராசன் கழுத்தளவு சிலை மரத்தால் செதுக்கப்பட்டது. அதன் காலம் என்ன என்பது கிழவன் கொத்தல்லிக்குக் கூடப் புலப்படாதது. மீசையை முறுக்கிக் கொண்டு கண்களைத் திறந்துள்ள மணிராசனிடம் தொட்டியின் குடிகள் தங்களின் மனக்குறைகளை நேரிடையாகப் பேசவார்கள். அழுவார்கள். மணிராசன் குடிகளைக் காக்க தினமும் இரவில் வலம் வருவான் என்பாள் ஜோகம்மாள். அவள் அதனை தன் தாய் வழியாய் அறிந்து நம்பி வந்திருக்கிறாள்.

ஒரு சமயம் சிவண்ணா மீசை அரும்பாத விடலையாய் இருந்தான். அப்போது மணிராசனின் கோயிலின் முன்னே வெங்கலத்தாலான மாட்டின் கழுத்தில் மாட்டிவிடும் உருண்டை மணிகளைப் போல் பல மணிகள் குவிக்கப்பட்டிருக்கும். பகலில் குவிக்கப்பட்ட மணிகள் இரவில் மணிராசன் வலம் வரும்போது சிதறிப் போகும் என்ற நம்பிக்கைகளுக்கேற்ப விடிந்தபோது மணிகள் சிதறிக் கிடக்கும். சிவண்ணா அந்த சமயம் மாலையில் அவன் அப்பன் பேதனுடன் வந்து கோவிலில் அமர்ந்து விட்டுச் செல்லும்போது குவிக்கப்பட்ட வெங்கல மணியில் ஒன்றை எடுத்துக்கொண்டு போய்விட்டான். நடு இரவில் அவன் எதையோ நினைத்துக் கனவு கண்டு பயந்து அலறியபோது அவனது கையிலிருந்த மணியைக் கண்ட பேதன், மணிராசனின் கோபம் வரக்கூடாது என்பதற்காக நடு இரவில் தொட்டியிலிருந்து மணிராசனின் கோயிலுக்குச் சிவண்ணாவையும் அழைத்து வந்து மணியை மீண்டும் கோவில் வாசலில் போட்டுச் சென்றான். அந்த இருளில் பயந்து, பயந்து பேதனின் கரம் பிடித்து நடந்து வந்ததை இப்போது நினைத்துப் பார்த்தாலும்கூட, சிவண்ணாவுக்கு அது திகிலூட்டக்கூடியதாக இருக்கும். இது நடந்தது பதினைந்து வருடங்களுக்கு முன்பு. அப்போது மணிராசன் கோவிலில் பூசாரியாக, தொட்டியின் கோல்காரனாக இருந்தவன் சென்நெஞ்சா கோயிலில் திருவிழா இரவுகளில் சென்நெஞ்சாவின் கால்கள் புழுதியினைப் பறக்க நிலத்தில் அதிரச் செய்யும் துள்ளல் குதிப்புகளுடன் உடலை முறுக்கி எழுந்து நிற்பான். அந்த முறுக்கலில் மணிராசனை தொட்டியினருக்கு முன் நிறுத்தும் சென்நெஞ்சாவின் கைகளில், தொட்டியின் விசேஷ சமயங்களில் வளைந்த சித்திர வேலைப்பாடுகள் செய்யப்பட்ட அவன் முன்னோர்களின் ஆள் உயர கோல் இருக்கும். மணிராசனுக்கு

பண்டிகை வரும் சமயம் கோவிலுக்கு பத்து நாட்கள் பூஜை செய்து விரதமிருக்க வேண்டும். கட்டுக்கோப்பு இன்றி இருந்தால் கோலைத் தொடல் ஆகாது என்பதே விதி. சென்னெஞ்சாவின் இரண்டு மகன்களில் மூத்தவன் சிக்குமாதா. இளையவன் கரியன். சிக்குமாதா அவனது கோல்காரத் தந்தைக்கு உதவியாக விரதமிருந்து, கோலைப் பராமரித்து மணிராசனின் திருவிழாக்களில் நிற்பான். இளையவன் கரியன் அவற்றில் அக்கறையின்றி இருந்து வந்தான்.

ஆனால், சிக்குமாதா சுறுசுறுப்பான ஒரு வேட்டைக்காரன். விரதம் முடிந்த நாட்களில் வனத்தில் அவனின் வேட்டையைப் பற்றிய கதைகள் பக்கத்து தொட்டியிலும் பேசப்பட்டன. அவனது தாத்தனின் யானைத் தந்தம் பதித்த துப்பாக்கியை அவன் மிகப் பிரியமாக நேசித்தான். அந்த அளவிற்கு அவனின் மனைவி கெம்பம்மாவையோ அல்லது குழந்தை தம்மய்யாவையோ கூட விரும்பியிருப்பானோ என்பது சந்தேகமே. நீளமான அந்த துப்பாக்கியின் குழல்களைச் சுத்தம் செய்வதிலும் அதன் குதிரை விசைமுறையாக இழுத்து அடிக்கும்போது துப்பாக்கியின் குழல் அருகில் நீட்டியிருக்கும் பூரணியில் விசை அடிக்கிறதா? என்பதை ஒவ்வொரு சமயமும் சோதனையிட்டு எண்ணெய் விட்டு துரு ஏறாமல் பார்த்துக் கொள்வான். பூமியில் ராகிப் பயிரையோ, அவரைப் பயிரையோ விளைவிக்கும் சமயத்தில்கூட விவசாய வேலைகளை அவன் செய்யாமல் துப்பாக்கியைத் தூக்கிக்கொண்டு திரிவான்.

கொத்தல்லி கூட அவனைப் பார்க்கும்போது அவனது மகனின் வேட்டையாடும் தாகத்தை நினைத்துக் கொள்வான். ஆனால், கொத்தல்லி அவனை நிதானத்துடன் இருக்கச் சொன்னதை சிக்குமாதா எப்போதும் கேட்டவனில்லை. சிக்குமாதாவிற்கு அவனின் துப்பாக்கியை நிரப்ப வெடிமருந்தை அரைக்க அவன் மனைவி கெம்பம்மா உதவி செய்வதில்லை என்பதில் அடிக்கடி அவளுடன் சண்டையிடுவான். பின், சத்திப் பகுதியிலிருந்து வெடி மருந்துக் கடையில் வாங்கிவரப்பட்ட கந்தகத்தையும், வெடி உப்பையும் கரித்தூளுடன் தண்ணீர் விட்டு நன்கு அரைத்துக் கொண்டு, அதனைக் காயவைத்து எடுத்துக் கொள்வான். ஈயத்தினைக் காய்ச்சி சாணியில் குழி செய்து அதில் ஊற்றி சிறு சிறு குண்டுகளாகச் செய்து வைத்திருந்தான். வேட்டைக்குப் போகும் சமயம் காய வைத்திருந்த கரி மருந்தை முறத்திலிட்டு சலிக்கும்போது சிறு சிறு உருண்டைகளாக மருந்து வரும். அவற்றை எடுத்து சுடப் போகும் விலங்குக்குத் தக்கபடி துப்பாக்கிக் குழாயிலிட்டு நன்கு கம்பியினை வைத்து இடித்துக்கொண்டு, பின் அதில் ஈயக்குண்டையும் வைத்து

மீண்டும் கரி மருந்தை கெட்டித்துக் கொண்டு, துப்பாக்கிக் குழாயின் வாயிலை மருந்து கொட்டாமலிருக்க மெல்லிய துணியால் அடைத்து வைப்பான். துப்பாக்கிக் குழாயினை இணைக்கும் பூரணி துப்பாக்கிக் குழாயிற்கு மேலே நீட்டிக் கொண்டிருக்கும். அதிலும், கரி மருந்தைச் செலுத்தி, பின் அதன் முனையில் பட்டாசு கேப் வெடியை வைத்துத் திணித்து வைப்பான். வேட்டையாடும் விலங்கு தென்படும்போதும் சப்தமில்லாமல் முன்னேறி துப்பாக்கியின் குதிரையைக் குறி பார்த்து அழுத்துவான். துப்பாக்கி குதிரை இழுபட்டதும் அதோடு இணைந்த விசை பூரணியில் வேகமாக மோதும். அப்போது கேப் பட்டாசு வெடித்து மருந்து தீப்பற்றி, துப்பாக்கிக் குழாயில் மருந்து பற்றி குண்டு வெளியேறி, விலங்கின் உடலைத் துளைத்து அதனை சாய்க்கும்.

சிக்குமாதாவின் துணிச்சலே அவனுக்கு சில பாதிப்புகளை தேடித்தந்தது. ஒருமுறை ஒரு கடமானைத் துரத்திக்கொண்டு தொட்டிக்கு அப்பாலிருந்த வனத்தில் மூன்று மைல்களுக்கு மேல் ஓடினான். துப்பாக்கியில் அகப்படாமல் ஓடி மறைந்தது கடமான். அந்தப் பகுதி புதர் மண்டியிருந்தது. சிக்குமாதா மானைத் தப்பவிட்ட சோகத்தில் திரும்பி வர நினைக்கும்போது சப்தம் கேட்டுத் தலையைத் திருப்பினான். பக்கத்திலிருந்த புதரில் கரையான் புற்றை நோண்டி தின்று கொண்டிருந்த இரண்டு கரடிகளில் ஒன்று எழுந்து நின்றது. அந்தக் கரடி ஒன்றின் உயரம் சிக்குமாதாவின் உயரத்திற்குச் சரியாக இருந்தது. சிக்குமாதாவைப் பார்த்ததும் மூர்க்கமடைந்த கரடிகள் அதன் கத்தி போன்ற நகங்களைக் கொண்டிருந்த கைகளை வீசி அவன் மீது பாயத் துவங்கியது. வேட்டைக்காரனுக்கு இக்கட்டான நேரத்தில் வரவேண்டிய துணிவு அவனிடமிருந்ததால், மேலே பாய்ந்த கரடியின் நேரே துப்பாக்கியைத் தூக்கிச் சுட்டான். அது சில அடிகளுக்கப்பால் எகிறி விழுந்து துடித்தது. துப்பாக்கி வெடித்த சப்தத்தில் மற்றொரு கரடி ஓடிப்போனது. சிக்குமாதா சில நொடிகள் கழித்துத்தான், தான் இன்னமும் உயிருடனுள்ளதை உணர்ந்தான். அவளது பாட்டனின் துப்பாக்கியை முத்தமிட்டுக் கொண்டான். மீண்டும் கரி மருந்தை தோட்டாவுடன் நிரப்பித் துப்பாக்கியைக் கெட்டித்துக் கொண்டான். பின், கரடியினைப் பார்த்தான். அதன் கண்களில் உயிர் கரைந்து போவது தெரிந்தது. அதன் நீண்ட பற்களை அவனின் துப்பாக்கியின் பின் பகுதியால் தட்டினான். சற்று நேரத்தில் கரடி அமைதியடைந்தது. சிக்குமாதா அதனைப் பார்க்கும்போது வெறி பிடித்தவனாக மாறினான். இரண்டு ஆட்கள் கூட சிரமப்பட்டு இழுக்க வேண்டிய கரடியை ஒற்றை ஆளாய் அவனின் முதுகில் சுமந்து இருளடையத் துவங்கிய நேரத்தில்

தொட்டி வந்து சேர்ந்தான். பின்னரே அவனின் உடலின் வலியை உணர்ந்தான்.

அந்தக் கரடியின் உருவத்தைப் பார்த்த தொட்டியினர் மிரண்டு போனார்கள். "என்னைக் கொல்லப் பார்த்த ஜீவன்" என்று சொல்லிவிட்டு, வந்த களைப்பில் தொட்டியின் மண்ணில் படுத்துக் கொண்டான். கெம்பம்மா அவள் கணவன் செய்த செயலால் தொட்டியின் மற்றவர்களைப் போல பெருமைப்பட்டுக் கொள்ளாமல், சிக்குமாதாவைத் திட்டித் தீர்த்தாள். "ஒருநாள் என்னை விட்டுப் போகப் போகிறாய்... பாவி" என்றாள்.

தொட்டியின் மக்கள் மட்டுமின்றி, பக்கத்து கிராமத்திலிருந்தும் சிலர் வந்து கரடியைப் பார்த்தார்கள். கொத்தல்லிக்கு அவனின் மகன் முகம் மீண்டும் நினைவுக்கு வந்தது. தனது மகன் செய்யத் துணிந்து தோற்றுப்போன அந்தச் செயலை சிக்குமாதா வெற்றிகரமாய்ச் செய்து, சுட்ட இரையைத் தூக்கி வந்திருக்கிறான் என்பதில் அளவற்ற மகிழ்ச்சி அடைந்தான். "சிக்குமாதா, நீயும் எனக்கு ஒரு மகன்தான். என் மகனை நான் உன் மூலமாய்ப் பார்த்துக் கொள்கிறேன்" என்று மனதுக்குள் சொல்லிக்கொண்டே சிக்குமாதாவைக் கட்டித் தழுவிக் கொண்டான் கொத்தல்லி. அப்போது கொத்தல்லியின் கண்களில் கண்ணீர் வழிந்தது. கொத்தல்லி எதற்காக அழுகிறான் என்று தொட்டியில் உள்ள சிலரைத் தவிர, மற்றவர்கள் அறிய வாய்ப்பில்லை.

"என் மகன் நீயடா. அவன் சாகவில்லை. ஆமாம் சாகவில்லை" என்றான். சிக்குமாதாவோ, கொத்தல்லி சிவபானத்தைப் புகைத்து விட்டான் போலிருக்கிறது என்று எண்ணினான். அன்றிரவு கரடி அறுக்கப்பட்டு பல கூறுகளாக்கி தொட்டியில் உள்ளவர்களுக்குத் தரப்பட்டது. சிக்கமாதா அவனின் கறிக்கூறு வெகு மிகுதியாயிருந்ததால், உப்புக் கண்டம் போட்டு வைத்தான். கரடியின் மாமிசம் தொட்டியில் மணக்கும் சமயம், பீனாச்சியின் கீதமும், தப்பின் தாளமும், தொட்டியினரின் மகிழ்ச்சியைப் பறை சாற்றியது. தீ மூட்டி தப்பை சூடு ஏற்றி தாளத்தைக் கூட்டினார்கள். கரிய கஞ்சா புகையின் வாடை கூட்டத்தினூடே எழுந்த பின்பு ஆட்டத்தில் சிரிப்பொலிகள் அதிகம் கேட்டது. ஆட்டமும் உற்சாகமடைந்தது. சிக்குமாதாவின் மனைவி கெம்பம்மா இந்த ஆட்டத்தில் பங்கெடுக்கவில்லை. வனம் எல்லா நேரமும் வேட்டைக்காரனுக்குச் சாதகமாகவே இருக்காது. அதனை வெறுமே வேட்டைக்களமாக்கி கோபமூட்டக் கூடாது என்று அவள் திடமாய் நம்பினாள். தன் கணவன் தன் வார்த்தையை எப்போதும் கேட்டவனில்லை. குலத்தில் எந்தப் பெரியவர்களும் சொன்னாலும்

அலட்சியம் செய்பவன். இப்போது அவனுக்கு தொட்டியில் புகழ் வந்து சேர்ந்ததனால், இன்னமும் யாரைப் பற்றியும் கவலைப்பட மாட்டானே என்று தனக்குள் புலம்பிக் கொண்டாள். தொட்டியில் ஆட்டம் ஓய்வதற்கு முன்பே அவள் தன் மகன் தம்மய்யாவை எடுத்துக்கொண்டு குடிசைக்குப் போய்ப் படுத்துக் கொண்டாள்.

விடிந்ததும் சிக்குமாதா உப்புக்கண்டமிட்டு ஊற வைத்திருந்த கரடியின் மாமிசத்தைக் கயிற்றில் சரம் போலக் குடிசைக்கு முன்பாக தோரணமாய் மூங்கில் கம்பில் கட்டி வெய்யிலில் காய்வதற்காகக் கட்டி வைத்தான். தொட்டியே உற்சாகமாக இருந்தபோது தன் மனைவி கெம்பம்மா முகத்தைத் திருப்பிக் கொண்டது அவனுக்குச் சற்றுக் கோபத்தையும் மன வருத்தத்தையும் தந்தது. அவளிடம் அதைப்பற்றிப் பேசினால், அவள் பழைய கதைகளைக் கிளறி அவனைத் திட்டித் தீர்த்து விடுவாள் என்பதால், அவன் எதுவும் பேசாமல் இருந்தான். ‘இந்தக் கரடியை நான் ஒரு நொடியில் சுடாமலிருந்தால்... எனது பாதி உடலையாவது இவள் இந்நேரம் பார்த்திருக்க இயலுமா...?’ என்று அவனுக்குள் கேட்டுக் கொண்டான்.

ஆனால், கெம்பம்மாவோ பெண் கரடிகளோடு புணர்ந்து விளையாடிக் கொண்டிருந்த ஆண் கரடியைக் கொன்று விட்டானே சிக்குமாதா, அவன் வேட்டைக்காகத் துரத்திச் சென்ற இரையில்லையே கரடி. அது ஏதோ ஒரு துர் சகுனத்தின் அறிகுறி. ஜடையன் சாமி அவன் காட்டில் வேட்டையை எல்லை வகுத்து வைத்துள்ளான். சோளகன் அவனது தேவையற்ற எதையும் கொன்றால் ஜடையனின் கோபத்திற்கு ஆளாக வேண்டி வரும். சிக்குமாதா வேட்டை வெறி பிடித்து அலைகின்றான். அந்த வேட்டையில் அவன் வீழ்ந்து விடக்கூடாது என்றும் அவள் அஞ்சினாள்.

ஐந்து நாட்களாய் கெம்பம்மாவின் மனத்தில் சுழன்று அடித்துக் கொண்டிருந்த அந்த அச்சம் ஐந்தாம் நாள் காலையில் தொட்டியில் உண்மையாகி விட்டது. சிக்குமாதா அவனது தந்தை கோல்காரனுடன் மணிராசன் கோவிலுக்குப் போவதற்காக தொட்டிக்கு அப்பால் வரும் போது ஐந்து வனக்காவலர்கள் அவர்களை இடைமறித்தார்கள். சிக்குமாதாவை அப்பகுதி வனத்தின் கங்காணி அடையாளம் காட்டியவுடன், “உன் வீட்டில் தானே கரடிக்கறியைத் தொங்க விட்டிருக்கிறாய்?” எனக் கேட்டான் ஒரு மீசை வைத்த வனக்காவலன். சிக்குமாதா அமைதியாக இருக்கவே, அவன் கன்னத்தில் ஓங்கி அறைந்தான். சிக்குமாதாவிற்குக் கண்களில் வெறி கிளம்பியது. மீசைக்காரனின் நெஞ்சைப் பிடித்துத் தள்ளினான்.

அதனால் ஆத்திரமடைந்த மற்ற வனக்காவலர்கள் அனைவரும் ஒன்று சேர்ந்து அவன் உடம்பெங்கும் குத்தினார்கள்.

சென்நெஞ்சா தன் வாழ்நாளில் ஒருமுறை கூட அடித்து விடாத தன் மகன் அவன் கண் முன்னாலேயே வேற்று மனிதர்களிடம் அடி வாங்குவதைக் கண்டு அவமானப்பட்டான். “அடிக்காதீங்க” என்று தூரத்திலிருந்தே சொன்னான் சென்நெஞ்சா. தடுக்க முயன்றால் தனக்கும் அடிவிழுந்து விட்டால், மணிராசன் கோயிலில் பூஜை செய்வதும், கோல்காரனாக தொட்டியில் தொடர்வதும் முடிவுக்கு வந்து விடுமோ என்று கூட அவன் அந்நேரம் அஞ்சினான்.

தொட்டியின் மக்கள் கூட்டம் சிக்குமாதா அடிபடுவதைக் கேள்விப்பட்டு வருவதற்குள், சிக்குமாதாவின் கையைப் பின்னே வளைத்துக்கட்டி, அவனைப் பிடரியினைப் பிடித்துத் தள்ளிக் கொண்டு போனார்கள். போகும் போது, “நெய்த்தாலபுரம் வன பங்களாவிற்குக் கூட்டிப் போய் உன்னை என்ன செய்கிறோம் பார். எங்க மீதா கை வைக்கிறாய்?” என்று வசை பாடிச் சென்றனர் வனக் காவலர்கள்.

சிக்குமாதா அடிபட்டதில் கரடியின் கறியைச் சாப்பிட்ட தங்களுக்கும் ஒரு பங்குள்ளது என்ற குற்ற உணர்வுக்கு ஆட்பட்டனர் தொட்டி மக்கள். பேதன் மிக வேதனையடைந்தான். கொத்தல்லியிடம் எப்படியாவது நாம் சிக்குமாதாவைக் கூட்டி வந்து விட வேண்டும் என்றான். கொத்தல்லிக்கு அவனது தொட்டிக்கு வெளியே ஏதாவது பிரச்சினை அதிகாரிகள், வனத்துறையினர் மூலம் வரும் போதெல்லாம் குரும்பூர் மணியகாரனிடம் சென்று முறையிடத்தான் தெரியும். தொட்டியினர் ஆண்கள் சுமார் முப்பது பேரைக் கூட்டிக்கொண்டு, குரும்பூர் போய் மணியகாரனின் வீட்டின் முன்னே நின்றார்கள். மணியகாரனின் அப்பனும் அங்கு மணியகாரனாயிருந்தது கொத்தல்லிக்குத் தெரியும். மணியகாரன் லிங்காயத்துக் கவுண்டர் என்று தொட்டியினர் அறிந்திருந்தார்கள்.

மணியகாரன் வீட்டிலிருந்து வந்ததும் தொட்டியினர் வணக்கம் செய்து நடந்ததைச் சொன்னார்கள். வனக்காவலர்கள் சிக்குமாதாவை அடிக்கும் வெறியோடு கூட்டிப் போயிருப்பதாயும், அவனை ஜெயிலில் அடைத்து விடப் போவதாக மிரட்டிச் சென்றுள்ளதையும் கூறி, உங்களைத் தவிர வேறு கதியில்லை என்று மணியக்காரரை அவர்கள் வேண்டிக் கொண்டனர். மணியகாரனுக்கு அங்கு போலீஸ்காரர்கள் மற்றும் வனத்துறையினரிடமும் நல்ல செல்வாக்கு இருந்தது. கிராமத்தில் கர்ணமாகவும் இருந்ததாலும் பல ஏக்கர் பூமியினைத் தனக்குச் சொந்தமாக வைத்திருந்தான். “நீங்கள் பார்த்துச்

சொன்னால் சிக்குமாதாவை வனத்துறையினர் விட்டு விடுவார்கள்" என்று தொட்டியினர் மணியகாரனிடம் வேண்டினர். மணியகாரன் தயங்கினான். "கரடியை அடிச்ச வழக்குன்னா அவ்வளவு எளிதில் விடமாட்டாங்களே... வழக்கு பெரிசா போட்டு விடுவாங்களே... ஏன் இப்படி செய்தீங்க?" என்றான் தலையைச் சொறிந்தவாறே.

சற்று நேரம் யோசித்து விட்டு, "துரையனை அனுப்புகிறேன். கூட்டிப்போங்க" என்று சொன்னான். துரையனுக்கு ஆள்விட்டு கூட்டிவரச் சொன்னான். துரையன் புளியம்பட்டி பக்கமிருந்து மலைக்குப் பஞ்சம் பிழைக்க வந்தவன். அவன் பல்வேறு வேலைகளைச் செய்தும், அவன் மனைவி சாந்தாவையும், மகன் ராஜுவையும் காப்பாற்றச் சிரமப்பட்டுப் போனான். எல்லா குறுக்கு வழித் தொழிலும் அவனுக்கு அத்துபடியாக இருந்தது. கீழ் நாட்டில் அவனது பிழைப்பு சரிவர நடக்காததால், மலைக்கு வந்து மணியகாரன் மாதப்பாவிடம் டிராக்டர் ஓட்டுபவனாகவும், ஆள்காரனாகவும் இருந்தான். மாதப்பாவிற்கு துரையன் மீதிருந்த பாசத்திற்கு அவன் செய்யும் வேலை மட்டும் காரணமில்லை. துரையனின் மனைவி சாந்தா கருப்பாக இருந்தாலும், அழகானவள். அவளின் கண்களும், உடல்வாகும், நடையும் எவரையும் கவரும். துரையன் கீழ் நாட்டிலிருந்து வருவதற்குக்கூட அது காரணமாயிருந்திருக்கலாம். ஆனால், மாதப்பா, சாந்தாவின் அன்பைப் பெறுவதற்காக துரையனுக்கு வேண்டிய உதவிகளைச் செய்தான். இறுதியில் அதில் வெற்றியும் கண்டான். துரையனின் வீட்டின் முன்னால் மணியகாரன் மாதப்பனின் செருப்பைப் பார்த்தால் துரையன் வந்த வழி திரும்பிப் போய்விடும் அளவு மாதப்பனின் தயவையும், அவன் எதிர்பார்த்தவனாயிருந்தான். மாதப்பனோ, துரையனின் பேச்சுக்குக் கட்டுப்பட்டவனாகவும் மாறிவிட்டிருந்தான். சாந்தா இருவருக்குமிடையே பிணைப்பை ஏற்படுத்தியிருந்தாள்.

துரையன் வந்ததும், மாதப்பா அவனிடம் சோளகர் தொட்டியில் நடந்ததைச் சொல்லி ஆளை வெளியே கூட்டி வர ஏற்பாடு செய்யச் சொன்னான்.

துரையன் வந்திருந்த சோளகர்களுடன் நெய்தலாபுரம் வந்தான். வரும் வழியில் வனக்காவலர்கள் எப்படியெல்லாம் ஒருவனைப் பிடித்து அடிப்பார்கள். வழக்கு தாக்கல் செய்தால் ஆயுள் முழுவதும் சிறையில் அடைத்து விடுவார்கள் என்றும் பேசி தொட்டியினரிடையே அதிகமான பீதியை உருவாக்கி விட்டிருந்தான்.

நெய்தலாபுரம் வந்தபோது இருட்டி விட்டிருந்தது. வனத்துறை பங்களா நெய்தலாபுரத்தில் முன்னேயே சாலையின் ஓரமாயிருந்தது. தொட்டியினரை அந்த பங்களாவிற்குச் சற்றுத் தள்ளி நிற்க வைத்து விட்டு, தான் போய் வருவதாகக் கூறிச் சென்றான் துரையன். அவன் போய் வெகு நேரமாகியும் வராததால், பேதனும் மற்ற மூன்று தொட்டிக்காரர்களும் பங்களாவின் முன்னே திறந்திருந்த ஜன்னல் வழியாக எட்டிப் பார்த்தார்கள். அங்கே சிக்குமாதா நிர்வாணமாய் கைகால்கள் கட்டப்பட்ட நிலையில் கிடந்தான். அவனது உதட்டில் இரத்தம் வழிந்திருந்தது. பேதன் தூர இருந்த மற்றவர்களையும் கூப்பிட்டான். சென்நெஞ்சா தனது மகனின் அந்த நிலையைப் பார்க்க சக்தியில்லாதவனாய், வர மறுத்து விட்டான். மற்றவர்கள் எட்டிப் பார்த்து பீதியடைந்தனர். அவர்களின் சப்தம் கேட்டு வனக் காவலர்களுடன் துரையன் வந்தான். துரையன், தொட்டியினரை சற்று தள்ளி கூட்டிப் போய், "கரடியைச் சுட்டதுக்கு பெரிய வழக்காகப் போடுவோம். அதிகாரிக்கு தெரிஞ்சு போச்சு. ஆளை வெளியே விட முடியாதுன்னு கட்டாயமா சொல்றாங்கப்பா. என்ன செய்றதுன்னு தெரியல்லே" என்று கூறினான்.

சென்நெஞ்சா மகனை எப்படியாவது காப்பாற்றுமாறு கதறினான். தொட்டியினரும், அவனைக் கூட்டி வருமாறு துரையனைக் கேட்டுக் கொண்டார்கள். துரையன் "பணம் கொடுத்தால் விட்டு விடுவார்கள். நான் பேசி சரி செய்கிறேன்" என்று உள்ளே சென்றான்.

தொட்டியினர் தங்களின் இடுப்பில் மடித்து வைத்திருந்த சில நோட்டுக்களை எடுத்தார்கள். எல்லோரிடமிருந்து சில்லரைகளும், நோட்டும் சேர்ந்து தொண்ணூற்று ஆறு ரூபாய் வந்தது.

துரையன் வெளியே வந்து, "பேசிவிட்டேன். மணியகாரருக்காக ஒத்துக்கிட்டாங்க. ஆயிரம் ரூபாய் கேட்கிறாங்க. என்ன செய்யலாம்?" என்றான்.

தொட்டியினர் வாயடைத்து நின்றார்கள். தொட்டியின் ஒருவனும் அவ்வளவு பணத்தைக் கற்பனை கூடச் செய்திருக்க மாட்டான்.

சென்நெஞ்சா தொட்டியினரின் வேதனையறிந்து "என் மகனுக்கு நாங்க இறந்ததாக நினைத்து காரியம் தொட்டியில் செய்துக்கிறோம். எங்களாலே அவ்வளவு பணம் முடியாது" என்று மற்றவர்களையும் தொட்டி போக அழைத்தான்.

தொட்டியினர் தாங்களும் குற்றவாளிகள் என்ற குற்ற உணர்வில் இருந்தார்கள். துரையன் தொகையைப் பேச்சில் படிப்படியாய் குறைத்து ரூபாய் ஆறுநூறு வனக்காவலர்களுக்குத் தர வேண்டியது

என்று முடிவு செய்தான். ஆனால், தொட்டிக்காரர்கள் ராகி அறுவடை முடிந்த பின்புதான் பணம் தர இயலும் என்று தங்களின் இயலாமையைக் கூறி தங்கள் கையிலிருந்த தொண்ணூற்று ஆறு ருபாய்களை அவன் முன் நீட்டினார்கள். மீதித் தொகையை தான் போட்டுக் கொடுத்து சிக்குமாதாவைக் கூட்டி வருவதாகக் கூறிச் சென்றான் துரையன். அரை மணிநேரத்திற்குப் பின்பு, சிக்குமாதாவை வெளியே கூட்டி வந்தான். சிக்குமாதா அவன் கையிலிருந்த வேட்டியைக் கட்ட சிரமப்பட்டு நிர்வாணமாய் நின்றான். தொட்டியினர் அவனுக்கு கோவணத்தையும், வேட்டியையும் கட்டி விட்டார்கள். அவனை அடித்த வனக்காவலர்களை மணிராசன் கட்டாயம் தண்டிப்பான் என்று தங்களுக்குள் கூறிக் கொண்டு நடந்தார்கள். சிக்குமாதா பட்ட அடியில் உடலில் வலிகண்டு நடக்க சிரமப்பட்டு தடுமாறினான், உறுதியான சிக்குமாதா தடுமாறும் அளவு அவனை வனத்துறை காவலர்கள் கட்டி வைத்து தடிகளால் பதம் பார்த்திருந்தார்கள். ஒரு கட்டத்தில் பேதன் அவனின் வேட்டியை அவிழ்த்துக் கொடுத்து, அதனைத் தொட்டில் போல முடி போட்டு சாலை ஓரம் வளர்ந்திருந்த மூங்கில் ஒன்றை வெட்டி எடுத்து அதில் தொட்டிலைச் செருகி இரண்டு பேர்கள் மூங்கிலை பிடித்துக் கொண்டு தொட்டிலில் சிக்குமாதாவை உட்கார வைத்து தொட்டிக்கு எட்டு மைல்கள் நடந்து அவனைத் தூக்கி வந்தார்கள். துரையன் நெய்தலாபுரத்திலேயே இருந்து விட்டாலும், வழி நெடுகிலும் அவனின் உதவியைப் பாராட்டி வந்தார்கள். தொட்டியினர் ஐந்நூறு ரூபாய் கடனை ஏற்றுக்கொண்டு வந்ததை எப்படிக் கட்டுவது என்று கொத்தல்லி குழம்பினான். வரும் ராகி அறுவடையில் ஒவ்வொரு குடியும் கணிசமான ராகியோ அல்லது பணமாகவோ கொடுத்தால் போதும் என்றார்கள்.

பேதனின் சீர்காடு அந்த தொட்டியிலுள்ளவர்களின் வயல்களிலேயே அதிகம் விளையக்கூடிய பூமியாகும். அந்த பூமி பேதனின் தகப்பன் கையிலிருந்தபோது அது வெறும் கல்லும், புதருமாகவே இருந்தது. அவன் தகப்பன் கொத்தல்லியுடன் சேர்ந்து வேட்டையாடுவதிலேயே அதிக ஆர்வம் காட்டினான். அவனது வேட்டை பேதனின் தாயாருக்குப் பிடிக்காததால், அவளிடமிருந்து பேதனும், அப்பனின் வேட்டையை வெறுத்தான். அதனால், அவன் ஆளானதும் அவனின் பூமியைப் பண்படுத்த கடுமையாக உழைத்தான். பேதனுடன், ஜோகம்மாளும் சேர்ந்து அந்த பூமியிலிருந்த கற்களையும், புதர்களையும் அப்புறப்படுத்தினார்கள். அந்த பூமியினை ஒட்டியே வனத்தின் எல்லை ஆரம்பமானது. அந்த பூமியில் இருந்த கிணற்றில் அணையைப்போல தண்ணீர் பெருக்கெடுத்து நிற்கும்

எல்லா காலத்திலும் அதில் தண்ணீர் நிரம்பியிருக்கும். நீர் இடி விழுந்ததால், அவனின் கிணற்றில் தண்ணீர் உள்ளதாக பேதனின் தாயார் அவனுக்குச் சொல்லியிருந்தாள். தொட்டிக்காரர்கள் மூன்று முறை அறுவடைக்குப் பின்பு, ஒரு வயலை விட்டு விட்டு அடுத்த புதிய வயலை உருவாக்கி உழவு செய்வதும், மீண்டும் மூன்று முறை அறுவடைக்குப் பின், பழைய வயலை கைகளாலேயே சிறு கொத்துவின் மூலமாய் பூமியைக் கொத்தி ராகியை விதைப்பதுமாக சுழற்சி முறையில் விவசாயம் செய்து வந்தார்கள். பூமியைத் தொடர்ந்து விதைப்பதால், அதன் பயிர் தள்ளும் சக்தி குறைந்து போகும் என்பதால், சில அறுவடைக்குப் பின் கால இடைவெளி விட்டு அந்த நிலத்தில் ராகியைத் தூவுவார்கள். ஆனால், பேதனின் காடு மட்டும் அதற்கு விதிவிலக்கு. அந்த மண்ணில் வருடம் தோறும் ராகியை விதைத்து அறுத்தாலும் மண்ணின் வளம் குறையாமலிருந்தது. எனவே, தொட்டியினர் தங்கள் காடுகளை மாற்றும் போது கூட பேதன் மாற்றியவனில்லை.

எனவே, பேதன் தனது சீர்காட்டில் விளையும் ராகியில் ஒரு மூடையை அவன் பங்காக தொட்டி பெற்ற கடனை அடைக்கத் தருவதாகக் கூறினான். பேதனின் அந்த முடிவு தொட்டியிலிருந்த மற்றவர்களுக்கும் சற்று நிம்மதியாயிருந்தது.

சிக்குமாதாவின் அடிபட்ட காயத்திலிருந்து வழிந்த இரத்தம் தொட்டில் வேட்டியில் பட்டு இரத்தக் கறையை ஏற்படுத்தியது. சிக்குமாதா, தன் தொட்டியினர் முன் வேறு ஆட்களால் காயம்பட்டு நிற்பதை அவமானமாகக் கருதினான். தான் தொட்டிலில் தூக்கிவரப்படுவதை நினைத்து மனம் உடைந்து கண்ணீர் விட்டான். உடல் வேதனையைவிட மன வேதனை அவனை அதிகம் வருத்தியது. இதைவிடக் கரடிக்கே தான் இரையாகியிருக்கலாமே என்று எண்ணினான்.

தொட்டியின் பெண்கள் முன்னால் அவன் இப்படிப்பட்ட காயத்தை அடைந்து நிற்பது, அவன் வாழ்நாளிலேயே அதிக வேதனை தருவதாய்க் கருதினான். கூட்டம் தொட்டியினை அடையும்போது நிசப்தம் நிலவியது. கெம்பம்மா மட்டும் அழ ஆரம்பித்தாள். கொத்தல்லியும், கோல்காரன் சென்நெஞ்சாவும் அவளை அதட்டி அமைதியாக்க முயன்றார்கள். ஆனாலும், கெம்பம்மா சப்தமிட்டாள். சிக்குமாதா அவமானத்தால் வழிந்த கண்ணீரைத் துடைத்துக் கொண்டு, தன் குடிசைக்குள் போக முயன்றான். அப்போது சென்நெஞ்சா, தனது மகனைத் தடுத்து,

"தொட்டியின் பூஜை மற்றும் கோல் தொடக்கூடிய ஆள் நீ... உனக்குத் தீட்டுப்பட்டு விட்டது. தீட்டுக் கழிந்து குடிசைக்குள் போக வேண்டும்" என்றான். அதன் பின், அவன் குடிசை வாசலிலேயே சோளகர் குலத்தில் ஐந்து குலத்தவர்களான ஆலார் குலம், பெள்ளர் குலம், சூரிய குலம், ஓங்களூர் குலம், சௌக்கியர் குலம் ஆகியவற்றைச் சார்ந்தவர்கள் தண்ணீரை தனித்தனியே சிக்குமாதாவின் தலையில் ஊற்றினர். ஐந்து முறை ஐந்து குலத்தவர் நீரை ஊற்றிய பின்பு, கோல்காரன் சென்நெஞ்சா அவனது மூதாதையர் கோலைக் கொண்டு வந்து கண்களை மூடி சிக்குமாதாவின் தலையில் வைத்தான். பின் விபூதிச் சாம்பலை எடுத்து அவன் உடல் முழுதும் படும்படி கொட்டினான். அதன் பின்பே, அவனைக் குடிசைக்குள் செல்லுமாறு கூறினான். சிக்குமாதா அவனின் குடிசையினுள் சென்று வீட்டின் மையத்தில் எரிந்து கொண்டிருந்த நெருப்பை உற்று நோக்கியபடியே படுத்துக் கொண்டான்.

தொட்டியினர் வெளியே பொழிந்து கொண்டிருந்த பனியை விரட்ட நெகிடித் தீ மூட்டி நெருப்பைச் சுற்றிலும் அமர்ந்து கொண்டு நடந்தவற்றை அசை போட்டனர். கோல்காரன், "இனி மணிராசனுக்கு நான் பூஜை செய்ய மாட்டேன். என் மகன் அடிபட்ட போது ஏன் மணிராசன் உதவவில்லை?" என்று கோபமாகப் பேசினான். மற்றவர்கள் அவனைச் சமாதானப் படுத்தினார்கள். மணிராசன் சாமி மீது அவனுக்கிருந்த கோபம் இருந்தபோதும் தீர்ந்த பாடில்லை. கொத்தல்லி கோல்காரன், மணிராசனை மீண்டும் திட்ட ஆரம்பித்து விடுவானோ என அஞ்சி கூடியிருந்தவர்களின் பேச்சை திசை திருப்ப முயன்றான்.

ஆனாலும், கோல்காரன் சாமியை சண்டைக்கு இழுத்துக்கொண்டே இருந்தான்.

"தொட்டிக்காரன் சுட்டா வனத்திற்குள்ளே மிருகம் காணாம போச்சி. கீழ் நாட்டுக்காரங்க, வனக்காவலர்களுடனே வந்து வேட்டையாடி அவனுக பெண்டு, பிள்ளைகளுக்குக் கறியைக் கொண்டு போறானுகளே. அது தெரியாதா? என் வயசிலே நான் பார்த்த பல மிருகம் காணாம போயிடுச்சி. அது எதனாலைன்னு தெரியாதா? சோளகனா எல்லாத்தையும் தின்னு ஏப்பம் விட்டான்?" என்று சீறினான்.

அவனின் பேச்சிலிருந்த நியாயத்தால் மற்றவர்களும் அவனுடன் சேர்ந்து தலையசைத்தார்கள்.

அங்கு நடுநிசிக்கு மேலேயும் நெருப்பு எரிந்து கொண்டேயிருந்தது.

5

தொட்டிக்கு அப்பால் வனத்தையொட்டியிருந்த சீர்காட்டில் பேதனுக்கும் அதனையொட்டியே கோல்காரன் சென்நெஞ்சாவுக்கும் பூமியிருந்தது. ஆனால், கோல்காரன் சென்நெஞ்சா விவசாயத்தை ஒரு குடியானவன் காட்டும் ஆர்வத்துடன் செய்ய மாட்டான். தொட்டியில் பலரையும் போல அவனின் குடும்பத்தார்க்கு மட்டுமே அறுவடை செய்ய ஆர்வம் காட்டுவான். ஆனால், இம்முறை துரையனுக்கும் ஐநூறு கடன் கட்ட வேண்டியிருந்ததால் எதிர் வரும் ஆடிப்பட்டத்தில் சற்று அதிகமாக ராகியை விதைக்க வேண்டும் என்று முடிவு செய்தான். பூமியில் முளைத்து வந்திருந்த கொழிஞ்சிச் செடிகள் புதர்களைப் போல மண்டிக் கிடந்தது. உன்னி என்ற புதர் செடிகள் அவ்வப்போது விவசாய பூமியில் வனத்திலிருந்து வீசும் காற்றினால் வயலில் விழுந்து முளைத்ததைக் கண்ட போதெல்லாம் தொட்டியில் எல்லோரும் அதனைப் பிடுங்கி எறிந்து விடும் பழக்கம் கொண்டிருந்ததால் வயலில் உன்னிச் செடி முளைக்காமல் இருந்தது. ஆடிப்பட்டம் வர ஒரு மாதத்திற்கு மேலிருந்தது. ஆனாலும், பூமியில் விளைந்து கிடக்கும் கொழிஞ்சிச் செடிகளைக் கிளறி களைந்து பூமிக்கே உரமாக்க வேண்டி பேதன் அவனிடமிருந்த ஒரு பசு மாடு மற்றும் ஒரு காளையின் உதவியுடன் ஏர் பூட்டி பூமியைக் கிளறி விட்டான். பூமியிலிருந்து வெப்பமான மண் ஏர்முனையின் கிளறலால் வெளிப்பட்டது. கொழிஞ்சி வேர் பிடுங்கி வந்தது. பேதன் அவனது ஏர்மாட்டை கோல்காரன் சென்நெஞ்சாவுக்கும் கொடுத்து அவனது நிலத்திலும் கிளறிவிட ஏர் பூட்டி உதவினான். அதன் பின்பு, கிளறிய உழவுக்குக் குறுக்காக மீண்டும் ஒரு உழவு செய்யப்பட்டது. ஆதலால், மேலும் வேர் பிடுங்கிய செடிகள் வயலில் மக்கி உரமாக விடப்பட்டிருந்தது. மற்ற தொட்டியினர் சிறு சிறு பகுதிகளாக இருந்த பூமியை கைகளால் கொத்து கொண்டு கொத்தி மண்ணைக் கிளறி ஆடிப்பட்டத்தில் ராகி தூவத் தயாராய் வைத்திருந்தார்கள். தொட்டியில் எல்லோரும் தங்கள் பூமியைத் தயார் செய்து முடிப்பதற்குள் எப்போதுமே ஆடிப் பட்டத்தின் மழை சடசடத்து பூமியில் விழுந்து மணம் எழுப்பும். அந்த மண்ணின் மணத்தை நுகர, தினந்தோறும் வானில் காட்டுத் தீயின்போது எழும் கரும்புகையைப் போல கார்மேகத்தின் கூட்டம் கூடி தொட்டியினை மூடி மழை பொழியுமே, அதனை எதிர்பார்த்தனர். எப்போதுமே ஆடி மாதத்திற்கு முந்திய நாட்களிலோ, ஆடி பிறந்த ஓரிரு நாட்களிலோ மழை சடசடக்கும். ஆடி பிறக்கும்போதே மழையின் ஈரத்தில் கால் நனைந்தால் அந்த பட்டம் நல்ல விளைச்சல்

தரும் என்று நம்பிக்கையில் இருந்தார்கள். ஆனால், ஆடி பிறந்தும் கார்மேகம் கருக்கொள்ளாமல் துடைத்து விட்டதுபோல வானம் கிடந்தது. வனத்தின் உள்ளும் மழை பொழிந்து கற்பாறைகளின் குழிகளான பாலிகள் நிரம்பினால் நெடு நாட்களுக்கு வன விலங்குகளுக்குத் தண்ணீர் கிடைக்கும். ஆனால் பாலிகள் வறண்டு கிடந்தன.

வனத்தின் எல்லையோரமிருந்த தொட்டியின் பாறைக் குட்டைக்கு இரவுகளில் விலங்குகள் வனத்திலிருந்து தண்ணீர் குடிக்க வந்து போய்க் கொண்டிருந்தது. மான்கள் துள்ளிக் குதித்துத் திரிந்தாலும் அதனை வேட்டையாடும் விருப்பம் தொட்டியில் எவரிடமும் எழவில்லை. சிக்குமாதாவுக்கு நிகழ்ந்த அவமானத்தை அவ்வளவு எளிதாக யாரும் மறக்கத் தயாராயில்லை. ஆடிப் பதினெட்டும் வந்தது. அந்நேரம் ராகிப்பயிர் முளைப்பு விட்டு வயல்களில் பசுமைப் போர்த்து பூமியை முட்டி எழுந்து நிமிர்ந்து நிற்கும். ஆனால், இம்முறை தொட்டியினர் சடசடக்கும் அந்த மழைக்குக் காத்திருந்தனர். ஆடியில் இம்முறைபோல சமீபத்தில் மழை பொழியாமல் நின்ற தேயில்லை. இப்பட்டம் பொய்த்து விடுமோ? என்று கொத்தல்லி உள்ளிட்ட தொட்டியின் முதியவர்கள் குழம்பினார்கள். அவர்கள் நினைத்தது போல ஆடி மாதம் முழுவதும் ஒரு சொட்டு மழை கூட தொட்டியினருகில் விழவில்லை. பூமியில் மெல்லிய வெடிப்புகள் போன்ற பிளவுகள் தோன்றின. பூமி தாகத்தினால் அதன் வாயினைத் திறந்து கிடக்கிறது என்றார்கள். போன பட்டத்தில் அறுவடை செய்த ராகி தானியம் கொஞ்சம் கொஞ்சமாய் தீர்ந்து வந்தது. தொட்டியினர் அந்தப் பட்டத்தில் முற்றிலுமாக மழை பொய்த்துப் போய் விட்டது என்பதனை நம்ப வெகு காலமானது. பேதனின் வற்றாத சீர்காட்டில் உள்ள கிணற்றிலும்கூட தண்ணீர் குறைந்து போய், தொட்டியினர் குடிப்பதற்கு மட்டுமே அந்தத் தண்ணீர் போதுமானதாயிருந்தது.

தொட்டியின் குடிகளில் கையிருப்பு வைத்திருந்த தானியங்கள் தீர்ந்து வந்த சமயம் பெண்கள் தங்களின் கையில் சின்ன இரும்புக் கடப்பாரையையும், கொத்தினையும் தூக்கிக்கொண்டு வனத்திற்குள் சென்று அங்கு படர்ந்திருந்த வள்ளிக் கொடியைக் கண்டுபிடித்து அதன் வேர்ப் பகுதியை நான்கு அடிக்கு மேல் தோண்டினார்கள். அப்போது வள்ளிக் கொடியின் வேர் பகுதியிலிருந்து வள்ளிக் கிழங்கை கொடி இணைக்கப்பட்ட மேல் பகுதியில் ஒரு அடியை விட்டுவிட்டு, இதர கீழ்ப்பகுதியை வெட்டி எடுத்துக்கொண்டு பின் வள்ளிக் கொடியை மிஞ்சியிருந்த கிழங்குடன் பூமியில் புதைத்து, வரும் வருடத்தில் தோண்டிக் கொள்ள விட்டு வந்தார்கள். தோண்டி

எடுக்கப்பட்ட வள்ளிக் கிழங்கினையும், குட்டி யானையின் கால் போல வட்ட வடிவில் சிகப்பாகவிருந்த பூமி சர்க்கரைக் கிழங்கையும் எடுத்து வந்து அந்தக் கிழங்கின் தோலை நீக்கி நீரில் வேக வைத்து, அதில் உப்பு பிசைந்து உட்கொண்டு அவர்களின் பசியைப் போக்கிக் கொண்டார்கள். வனத்தில் தொட்டி ஆட்கள் நடமாடும் தூரத்திலிருந்த வள்ளிக் கிழங்கும், பூமி சர்க்கரைக் கிழங்கும் வெட்டி எடுக்கப்பட்டது.

மழையின்றி வனத்தின் பசுமை வாடிப் போயிருந்தது. இரவுகளில் தொட்டியினர் தூங்காமல் தகரத்தைத் தட்டிக் கொண்டிருந்தனர். பொதுவாக, விளைச்சல் காலத்தில் அறுவடையைக் காட்டெருமையோ, யானையோ, இதர விலங்குகளோ தின்னாமலிருக்க அது போன்ற ஒலி எழுப்புவது வழக்கம். மூங்கில் தப்பைகள் பத்துக்கு மேற்பட்டவற்றை வரிசையாக அடுக்கிக் கட்டி வைத்து, ஒரு நீண்ட கயிற்றில் அவற்றைப் பிணைத்து தூரத்தில் பரண் அமைத்து உட்கார்ந்து கொள்வர். கயிற்றின் மறு முனையை இழுத்து விட மூங்கில் தப்பைகள் “டமீர்” என்று மரத்தில் மோதி சப்தத்தைக் கிளப்பும். அறுவடையற்ற சமயத்தில், தொட்டியினர் அவற்றைப் பயன்படுத்தி தண்ணீர் தேடி தொட்டிப் பக்கம் வரும் விலங்குகளை விரட்டி வந்தனர்.

ஒவ்வொருவரும் அவரவர் குடிசையினுள் குழியமைத்து அதன் உட்புறம் நன்றாக மண்பூசி வைத்திருந்த ராகி தானியக் குதிரில் தானியம் தீர்ந்து போனதைக் கண்டு பெண்கள் மனம் வேதனையடைந்து, மழை வேண்டி பிரார்த்திக்க வேண்டிய கடவுளான - எங்கு சீர்குட்டைக்கு பூஜை செய்யலாம் என்று தங்களுக்குள் பேசி முடிவெடுத்துக் கொண்டு அதனை கொத்தல்லி மற்றும் கோல்காரனிடம் வெளிப்படுத்தினார்கள். அவர்களும், அதற்காக நாள் குறித்துக் கூறினார்கள்.

நாள் குறிக்கப்பட்ட அன்று தொட்டியில் அனைத்துப் பெண்களும் தங்களின் வீட்டினை சாணம் கொண்டு மெழுகி விட்டு தங்களின் கைவசமிருந்த தானியத்தில் உணவு தயாரித்து அதனை ஒரு புதிய மூங்கில் கூடையில் அல்லது முறத்தில் வைத்து தங்களின் தலைகளில் சுமந்து நடந்து வந்தார்கள். ஆண்கள் அனைவரும் தொட்டியின் மணிராசன் கோயில் வந்து உட்கார்ந்து கொண்டார்கள். பெண்கள் தலையில் சுமந்த உணவுடன் வனத்தின் எல்லைக்கு அப்பால் சில தூரம் உள்ளே சென்று அங்கிருந்த உயர்ந்த தாண்ரி மரத்தினைச் சுற்றி தங்களின் உணவுகளை வைத்தார்கள். அந்த இடம் மரங்கள் அடர்ந்த இடம். பின் தங்களின் உடலிலிருந்த சேலைகளையும், உள்ளாடைகளையும் களைந்து அனைவரும் நிர்வாணமாக

நின்றார்கள். அதன் பின்பு, அதே நிலையில் வானத்தைப் பார்த்து "மழை பொழி தாயே!" என்று எங்கு சீர்குட்டை தெய்வத்தை வேண்டினார்கள். வட்டமாகக் கும்மியடித்தார்கள். ஒருவர் மாறி ஒருவர் பாடினார்கள்.

அந்தக் கும்மியானது எங்கு சீர்குட்டை தெய்வம் மனம் குளிர நடந்தது. பெண்கள் மழையின்றி பயிர் வாடுவதையும், தொட்டியில் குழந்தைகள் வாடுவதையும் எண்ணி அழுதார்கள். பின் மீண்டும் கும்மியடித்து பாடலைப் பாடினர். அதன் பின்பு, கொண்டு வந்த உணவை உட்கொண்டு விட்டு மீண்டும் ஆட்டத்தைத் தொடர்ந்தார்கள். மாலையில் இருளத் துவங்கியபோதுதான், ஒவ்வொரு பெண்ணும் எங்குசீர் குட்டையை நினைத்து ஒரு கல்லை எடுத்து அந்த தாண்ரி மரத்தின் கீழ் வைத்து விட்டு அதன் பின்பு, அவர்களின் உடைகளை அணிந்து கொண்டு, கொண்டுபோன மரக்கூடை மற்றும் முறங்களை அங்கேயே வீசிவிட்டு அவிழ்ந்து கிடந்த கூந்தல்களைக் கட்டிக் கொண்டு தொட்டி வந்தார்கள். அதுவரையிலும் தொட்டி ஆண்கள் மணிராசன் கோயிலிலேயே பெண்களைக் காணக் காத்துக் கிடந்தார்கள்.

அன்றிரவு மழை பொழியுமென தொட்டியிலிருந்த அனைவரும் வெட்ட வெளியில் வானத்தைப் பார்த்து உட்கார்ந்திருந்தார்கள். இரண்டாம் ஜாமம் சமயம் வானத்தில் பூத்திருந்த நட்சத்திரங்கள் மறைந்தது. மின்னல் தொட்டியின் கிழக்குப் பக்கம் பளீரென விழுந்து சப்தமிட்டது. தொட்டியினரின் முகத்தில் அது மகிழ்ச்சியைப் பிரதிபலித்தது. ஆனால், மழையாக அது மாறவில்லை. சீக்கிரம் மழை வரும். எங்கு சீர்குட்டை தொட்டியினை கைவிட மாட்டாள் என்று ஜோகம்மாள் மற்றவர்களுக்கு ஆறுதல் சொன்னாள். அந்த நம்பிக்கையும் ஒவ்வொரு நாளும் கரைந்து காணாமல் போய்விட்டிருந்தது.

அந்த சமயம் கெம்பம்மாவின் மாமன் உச்சீரன் கர்நாடக மாநிலம் நகரம் பக்கம் கவுண்டர்கள் விவசாயம் செய்யும் பூமியில் மிளகாய் அறுவடைக் காலமென்றும் தொட்டியில் ஆட்கள் அங்கு வேலைக்குச் சென்றால் ஒரு மாதம், இரண்டு மாதம் கழித்து கணிசமான வருமானத்துடன் ஊர் திரும்பலாம் என்றும் கூறினான். உச்சீரனின் பேச்சு விதைப்பு சமயமாக இருந்திருந்தால் நகைப்புக்கு இடமானதாக மாறியிருக்கும். ஆனால், தொட்டியிருந்த நிலையில் அப்போது உச்சீரனின் வார்த்தை உதவிகரமாக இருந்ததாகக் கூறி, தொட்டியிலிருந்த பனிரெண்டு குடும்பங்கள் தங்களின் பிரியமான குழந்தைகளை அவர்களின் முதியவர்களிடம் விட்டு விட்டு, கடன் வாங்கிய ராகியை நெறித்துப் புடைத்து மூட்டையாகக் கட்டிக்

கொண்டு ஒரு சில பாத்திரங்களை எடுத்துக் கொண்டு, வனத்தின் வழியாகவே குறுக்கே இருபது மைல் தூரம் நடந்து நகரம் போய்ச் சேர்ந்தார்கள். தொட்டிக்காரர்களின் நிலைமையறிந்ததும் கவுண்டர்கள் கூலியைக் கணிசமாகக் குறைத்துக் கொண்டார்கள்.

தொட்டியில் சிக்குமாதா கரடியைச் சுட்ட பிரச்சினையில் வழக்கின்றி வெளியே கொண்டு வர தாங்கள் துரையனிடம் ஏற்றுக்கொண்ட ஐநூறு ரூபாய் கடனை அடைக்கும் நாள் நெருங்கி வருகிறது அறிந்து கலக்கமாயிருந்தனர். கொத்தல்லியோ தங்களின் நிலையை எடுத்துச் சொல்லி மணியகாரனிடம் சற்று கால அவகாசம் வாங்கலாம் என்று தைரியம் சொன்னான். பட்ட கடனை எந்த வகையிலும் திருப்பி அடைக்காமலிருப்பது தங்களின் பழக்கத்திற்கு மாறானதே என்று புலம்பினான். ஆனால், கோல்காரனின் இந்த வேதனையில் சிக்குமாதா சிறிதும் பங்கெடுக்காமலிருந்து வந்தான். அவன் வனக்காவலர்களால் தாக்கப்பட்டதற்குப் பின்பு வேறு ஆளாக மாறியிருந்தான். தொட்டியில் எவரிடமும் முன்பு போலப் பழகாமலும் பெரும்பாலும் தனிமையில் அமர்ந்து எந்நேரமும் கஞ்சா புகைப்பதிலும் அவன் அதிக ஆர்வம் காட்டினான். மணிராசன் கோவில் பூஜையில்கூட அவன் பங்கேற்காமல் சென்நெஞ்சாவிற்கு அதிகமான வேலையைத் தந்து வந்தான். தொட்டியே மழையில்லை என்று கவலையடைந்து கிடக்கும்போது அதுபற்றி ஒரு வார்த்தை கூடப் பகிர்ந்து கொள்ளாமல் சிக்குமாதா இருப்பதைக் கண்டு சென்நெஞ்சா வேதனைப்பட்டான். தன் மகனுக்கு என்னமோ நிகழ்ந்து விட்டது என்று மட்டும் அவனால் யூகிக்க முடிந்தது.

கோல்காரனின் வேதனையை அதிகப்படுத்தும் இன்னொரு நிகழ்வும் அன்று நடந்தது. மணியகாரன் மாதப்பா தொட்டியிலிருந்து கொத்தல்லி, கோல்காரனைக் கூட்டி வரச் சொன்னதாக மாதப்பாவின் வேலை ஆள் தொட்டிக்கு வந்து சொல்லிப் போனான். கொத்தல்லி கோல்காரனுக்கு தைரியம் கொடுத்தான். “மணியகாரனுக்கு நமது நிலையை எடுத்துச் சொல்லலாம். இது உனது தனிப்பட்ட கடனாக நினைக்காதே. இந்தத் தொட்டியே கடன்பட்டுள்ளது” என்று கூறினான்.

அன்று மணியகாரன் மாதப்பாவை அவரின் வீட்டில் போய்ப் பார்த்தபோது, அங்கே துரையனும், அவன் மனைவி சாந்தாவும் இருந்தார்கள். துரையனுக்குத் தர வேண்டிய பணம் ஐநூறு இன்னும் வரவில்லை என்கிறான். நான் சொல்லி வந்ததாலே என்னையே தரச் சொல்றான் என்றான் மணியகாரன்.

கொத்தல்லி, "உங்களுக்கு தெரியாதது இல்லை. மழையில்லாம பூமியெல்லாம் எறும்பு திண்ணி செதில் மாதிரி பிளந்து நிற்குது. இந்தப் பட்டம் மழையில்லை. அதனால் அடுத்த பட்டத்தில் முதல் வேலையா உங்க கடனைத் திருப்பித் தந்திடறோம். எங்களுக்கு நீங்க உதவுங்க" என்று பணிந்தான்.

"என் புருஷன் பூமி வாங்க வைச்சிருந்த பணத்தை எடுத்து உங்க ஆளை வெளியே கொண்டு வரக் கொடுத்திட்டான். இப்போ பூமி விலைக்கு வருது. பணம் எனக்கு இன்னிக்கே வேணும். என்ன பண்ணுவீங்களோ தெரியாது" என மணியகாரனிடம் காட்டமாகப் பேசினாள் துரையனின் மனைவி சாந்தா. மணியகாரன் அவளைத் தலையாட்டி அமைதிப்படுத்தினான்.

"நான் இப்படி ஆகுதுன்னு தெரிஞ்சிருந்தா அடிபட்டுச் சாகட்டும்னு விட்டுட்டு வந்திருப்பேன். உங்க மரியாதைக்காகத்தான் பணத்தைக் கட்டிக் கூட்டி வந்தேன்" என்று மாதப்பனிடம் முறையிட்டான் துரையன்.

அதற்கிடையே சாந்தா, அவளின் கணவன் பொறுப்பற்ற முறையில் கண்ட நாய்களுக்கு உதவியதாகப் பேசியதும் வந்திருந்த தொட்டியினர் முகம் சுளித்தனர்.

மணிகாரன், துரையனிடம் "உன்னோட கணக்கு எவ்வளவு?" என்றான்.

"நான் பணத்தை வட்டிக்குத்தான் வாங்கி வைத்திருந்தேன். ஐநூறு ரூபாய்க்கு வட்டி இருநூறு நான் கட்டியது உங்களுக்கே தெரியும். அதனாலே, எனக்கு ஏழுநூறு ரூபாய் வேண்டும்" என்றான் துரையன்.

தொட்டியினர் பெரும் அதிர்ச்சியடைந்தனர்.

கொத்தல்லி, "வட்டியெல்லாம் தர முடியுங்களா?" என்றான்.

அப்போது மீண்டும் சாந்தா குறுக்கிட்டு, "எவனுக்கு சோளகர்கள் பிள்ளை எங்க பணத்தைத் திங்க" என்றாள்.

அப்போது பேதன் குறுக்கிட்டு, "வார்த்தை பேசி பெரியவர்களை வேதனைப்படுத்தாதீங்க. நாங்க பணத்தைக் கை நீட்டி வாங்கலே; வனக்காவலர்களுக்குப் பணம் தரப்போறதாச் சொன்னீங்க. நீங்க பணம் கொடுத்ததை நாங்க பார்க்கலை. நீங்க குடுத்தீங்களோ இல்லையோ. நாங்க கடனை ஏத்துக்கிட்டோம். அடுத்த பட்டத்திலே கட்டாயம் கொடுத்திடுவோம். கைவசம் பணம் வெச்சுக்கிட்டு இல்லைன்னு சொல்லலியே" என்றான்.

“அப்போ! நான் ஏமாத்துக்காரனா?” என்றபடியே பேதனைத் தாக்க வந்தான் துரையன். அதற்குள் அவனை ஆட்கள் பிடித்துக் கொண்டார்கள்.

மாதப்பா, துரையனை அதட்டுவது போல அதட்டி, “பேதனை, பெரியவர்கள் முன்னால் மரியாதையாகப் பேசத் தெரியாதவனை எதற்குக் கூட்டி வந்தாய்?” என்று கொத்தல்லியைத் திட்டினான். பின்னர், “துரையன் சொல்லும் கணக்கு சரிதான். ஏழுநூறு ரூபாய் இன்னும் ஒரு மாசத்துக்குள்ளே தந்திடுங்க. அவன் பூமி வாங்கணும்” என்றான்.

“சோளகனுங்க பணம் தராட்டி என்ன செய்யறது?” என்றாள் சாந்தா.

“கோல்காரனுக்கு காடு இருக்கு. அதிலே போய் உட்கார்ந்துக்குங்க. வேறென்ன செய்யறது? நான் உங்க பேருல பட்டா வாங்கித் தறேன்” என்றான் மாதப்பா. பின், கோல்காரனைப் பார்த்து, “என்ன சொல்கிறாய்?” என்றான்.

பேதன், “பணத்திற்குப் பணம்தான் தருவோம். காடு எப்படி...” என்பதற்குள்,

“அவனைப் பேசவிடாதே!” என்று பற்களைக் கடித்துக்கொண்டு எழுந்தான் மணியகாரன் மாதப்பா.

கோல்காரன் மிரண்டு, “கட்டுப்படுகிறேன்” என்றான்.

பஞ்சாயத்து முடிந்து தொட்டி திரும்பும்போது கொத்தல்லி கோபமாக, தான் பேசும்போது இடைமறித்துப் பேசிய பேதனையும், பணம் தராவிட்டால் தனது காட்டை விட்டு விடுவதாகக்கூறிய கோல்காரனையும் திட்டினான். பேதனின் முன்கோபமும், கோல்காரனின் பயமும் கொத்தல்லியை மேலும் கோபமாக்கியது. இருவரையும் திட்டித் தீர்த்தான். “கொத்தல்லியாக நான் இருக்கும்போது நீங்கள் ஏன் இப்படிப் பேசினீர்கள்? மணியகாரனே அவன் கூத்தியாவிற்குக் காடு பிடிக்க முயற்சி செய்து வருகிறான். நாம் பணிவாப் பேசி கடனை அடைக்க நாள் வாங்குவதை விட்டுவிட்டு” என்றான்.

பேதன் தான் ஏதேனும் மறுத்துப் பேசினால் மேலும், கொத்தல்லி கோபமும் அதிகமாக வேதனையுமடைவான் என்று எதுவும் பேசாமல் அமைதியாகத் தொட்டிக்கு வந்தான்.

பணத்தை எந்த வழியில் புரட்டுவது என்பது தொட்டியில் யாருக்கும் பிடிபடவில்லை. சென்நெஞ்சா. அப்போது கெம்பம்மாவின் மாமன் உச்சீரன் நகரத்திற்கு மிளகாய் அறுவடைக்குப் பன்னிரெண்டு

குடும்பங்களை அழைத்துப் போய்க் கூட்டி வந்திருந்தான். பன்னிரெண்டு குடும்பத்தாரும் குழந்தைகளுக்குப் பொரிகடலை வாங்கிக்கொண்டு, அரை மூட்டை தானியங்களுடன் தொட்டி சேர்ந்திருந்தார்கள். தொட்டி திரும்பிய குடும்பத்தில் சில சோளகப் பெண்களை நகரத்தில் கவுண்டர்கள் கை வைத்து விட்டார்கள் என்று வேலையின்றிக்கிடக்கும் தொட்டி ஆடவர்கள் பேசிக் கொண்டு சிரித்துக் கொண்டிருந்தார்கள்.

கொத்தல்லி தொட்டியில் இப்படிப்பட்ட பேச்சு பேசுபவர்களைப் பிடித்துக் குத்தம் கட்ட வைக்க வேண்டும் என்று பொதுவாக மிரட்டியதால் அந்தப் பேச்சு முடிவுக்கு வந்தது.

ஊர் திரும்பிய கெம்பம்மாவின் மாமன் உச்சீரனிடம், "ஏதாவது பணம் புரட்ட வழியுண்டா?" என்று கோல்காரன் சென்நெஞ்சா கேட்டபோது, கோல்காரனின் இளைய மகன் கரியனை நகரம் பக்கமோ அல்லது வேறு பக்கமோ கவுண்டர்களின் பண்ணையத்தில் கூலியாக ஒரு சில வருடங்களுக்கு விட்டுவிட்டால் பணம் கிடைக்கும் என்றான். அதனைக் கேட்டதும் கோல்காரன் சென்நெஞ்சா கோபப்பட்டு உச்சீரானை, "முகத்திலேயே இனி விழிக்காதே. என் மகனை அடிமையாக்குவதா? அதற்கு என் பூமி. புலுக்கைக்குச் சமம்" என்றான். அன்றிரவு முழுவதும் உச்சீரனின் வார்த்தையால் வேதனைப்பட்டான் சென்நெஞ்சா. அருகில் படுத்திருந்த அவன் மகன் கரியனின் கைகால்களைப் பிடித்து விட்டான். விளக்கு வெளிச்சத்தில் அவன் முகம் வெளிர் சிகப்பு நிறத்திலிருந்தது. அவன் நன்றாக உறங்கினான். சென்நெஞ்சாவின் கண்கள் கலங்கியது.

"சோளகனுக்குச் சுதந்திரத்தைத் தவிர வேறு என்னடா பெரிய சொத்து..." என்றான்.

அப்பன் தனக்குத்தானே பேசிக் கொள்கிறானே, என தூங்கிக் கொண்டிருந்த கரியன் எழுந்து...

"ஏனப்பா, யாரிடம் பேசினாய்?" என்றான்.

சென்நெஞ்சா அவனை நெஞ்சோடு கட்டிக்கொண்டு, "நீ என்னுடைய உயிர். உன் அண்ணனும் இப்படி ஆகிவிட்டான். நீதான் எனக்கு எல்லாம்" என்றான். சென்நெஞ்சாவின் கண்களில் நீர் வழிந்தது. "என் மக்களை எதற்காகவும் விடமாட்டேன்" என்றான் மேலும். கரியனுக்கு அவன் தந்தை சென்நெஞ்சா ஏன் அழுகின்றான்? எதற்காக புலம்புகின்றான்? என்று எதுவும் புரியவில்லை. "சரி. தூங்கு" என்று சென்நெஞ்சாவின் அருகில் படுத்துக் கொண்டான் கரியன்.

அதற்குப் பிறகு, கொத்தல்லியோ, பேதனோ, பணத்தை எப்படிப் புரட்டுவது என்று கோல்காரனிடம் விவாதித்த போதெல்லாம், "பார்த்துக் கொள்கிறேன்" என்ற ஒரு வரியில் பதில் கூறிவிட்டு அந்த உரையாடலை முடித்துக் கொண்டான் கோல்காரன் சென்நெஞ்சா.

மணியகாரனிடம் போய் வந்த பதினைந்தாவது நாளில் இரவில் வானில் கருமேகங்கள் சூழ்ந்து கிழக்கில் மின்னல் தாக்கி தொட்டியில் மழை பொழிந்தது. தாகத்தால் பிளந்து கிடந்த பூமி முழுவதும் வயிறு முட்ட தண்ணீர் குடிக்க உதவுவது போல விடியும் வரை மழை நீடித்தது. தொட்டியிலுள்ளவர்கள் மகிழ்ந்தார்கள். மண்ணில் சேறு கிளம்பி நிற்குமளவிற்கு பூமியில் தண்ணீர் உறியப்பட்டிருந்தது. கோல்காரன் கூட கடனைத் திருப்பி அடைத்து விடலாம் என்று எண்ணினான். தொட்டியிலுள்ளவர்கள், தாங்கள் காத்திருந்த மழை பொழிந்ததால், ராகியைத் தூவ பூமியை உழத் தயாராகிக் கொண்டிருந்தபோது அது நிகழ்ந்தது.

சீர்காட்டில் பேதனின் காட்டை ஒட்டிய கோல்காரனின் பூமியில் துரையன், அவன் மனைவி சாந்தா, மகன் ராஜு மற்றும் சில லிங்காயத்துக்கள், கவுண்டர்களுடன் ஒரு மாட்டு வண்டியில் குடிசை போட மூங்கில், ஓலையுடன் வந்திருக்கிறான் என்ற செய்தியறிந்து, பூமிக்கு ஓடியபோது அங்கு துரையன், கோல்காரன் காட்டில் ஓலைக் குடிசை போட கடப்பாரையில் மண் தோண்டிக் கொண்டிருந்தான். அப்போது மணியகாரன் மாதப்பாவும் வந்து சேர்ந்தான்.

கொத்தல்லி, "நேற்றுத்தானே மழை பொழிந்தது. கொடுத்த தவணையே இன்னும் இரண்டு வாரம் உள்ளதே... நீங்க தயவு செய்யுங்க" என்றான்.

"இன்னும் ரெண்டு வாரம் கழித்து பணம் கொடுத்தா நான் துரையனைக் காலி செய்யச் சொல்லிடறேன். அது வரைக்கும் இருக்கட்டும். நான் என்ன சொல்லறதப்பா" என்று கூறிவிட்டான் மணியகாரன்.

வேறு ஆட்கள் தங்களின் பூமியில் குடிசை போடுவதைக் கண்டு பதறிப் போனாள் கெம்பம்மாள். தனது கணவன் சிக்குமாதா ஆலமர அருகில் படுத்துக் கொண்டிருப்பதைக் கண்டு, ஆவேசமாக அவனிடம் நடந்ததைக் கூறினாள். ஆனால் சிக்குமாதாவோ ஏறிய கஞ்சாவின் போதையால் அவளின் ஆவேசத்தைக் கண்டு இடை விடாது சிரித்தான். அவன் எழுந்து வரும் நிலையில் இல்லை.

கோல்கார சென்நெஞ்சாவோ கவலையோடு உறைந்து போய் இருந்தான். கெம்பம்மா, துரையனிடம் சென்று "அநியாயம் செய்கிறீர்கள். பூமியை விட்டுப் போங்க" என்று கூறினாள். உடனே, துரையனின் மனைவி சாந்தா கெட்ட வார்த்தைகளால் தொட்டியின்

மக்களைத் திட்டித் தீர்த்தாள். அவளுக்குத் துணையாக அவளுடன் வந்திருந்த ஆட்கள் நின்றார்கள். சாந்தா அவளின் புட்டமும், மார்பும் குதிக்கும் அளவுக்குக் குதித்தபடி சண்டையிட்டாள். அவளுடன் சண்டையிடும் அளவு பரிச்சயமும், திறமையும் தொட்டியில் உள்ள சோளகப் பெண்களுக்கு இல்லாமலிருந்தது. கெம்பம்மாவிற்குத் துணையாக ஜோகம்மாள் பேசினாள். பேதனும், துரையனின் செயல் முறையற்றது என்றான். கரியனும் அவ்வப்போது பேசினான்.

இறுதியில், "அதிகமாக சண்டையிட்டால் போலீசில் புகார் தெரிவித்து தொட்டியிலுள்ள ஆட்கள் மீது வழக்குத் தொடுத்து போலீசை விட்டு அடிக்க வைப்பேன்" என்று மணியகார மாதப்பா பேசினான்.

கோல்காரன் சென்நெஞ்சா, "பூமியில் குடிசை போட்டுக் கொள். பணம் தந்தால் அங்கிருந்து காலி செய்து போனால் போதும்" என்று கூறி தன்னால் இன்னொரு முறை தொட்டியினர் அவமானப்படாமல் பார்த்துக் கொண்டான்.

பேதனுக்கு அது அதிர்ச்சியாக இருந்தது. இந்த கோல்காரனுக்கு அவனது மகன் சிக்குமாதாவைப் போலப் பைத்தியம் பிடித்து விட்டதா? இந்த அயோக்கியனை அவன் முன்னோர் பூமியில் இருக்க அனுமதிக்கின்றானே, என்று எண்ணினான். கொத்தல்லியிடம் பேசினான். கொத்தல்லிக்கும், இதற்கு என்ன பதில் பேசுவதென்று தெரியவில்லை. மணியகாரன் மாதப்பா சோளகர்களிடம் தனது வேலையைக் காட்டிவிட்டான் என்று மட்டும் கூறினான்.

அன்றிரவு முழுவதும் தொட்டியில் எல்லோரும் இரவு முழுவதும் விழித்துப் பேசிக் கொண்டிருந்தனர். அந்நேரம் சீர் காட்டில் கோல்காரனின் காட்டில் துரையனின் குடிசை முழுதாகக் கட்டப்பட்டு விட்டது.

பேதன், "இந்தப் பேராசைப்பிடித்த கீழ் நாட்டுக் குடியானவன் பக்கத்தில் எப்படி நான் ராகி விதைக்க முடியும். எந்நேரமும் என்ன நடக்கும் என்று தெரியாதே. எனக்கு எப்போது வெறி பிடிக்கும் என்றும் தெரியாது" என்று கூறினான்.

விடிந்ததும், வனத்திற்குள் சென்று மூங்கில்களை வெட்டி எடுத்து வந்து அவைகளை இரண்டாகப் பிளந்து, பேதன் முதல்முதலாக அந்த சீர்காட்டில் கோல்காரன் பூமிக்கும், அவன் பூமிக்கும் இடையே எல்லை பிரிப்பது போல மூங்கில் வேலியை நட்டுக் கொண்டான். அன்றிலிருந்து அவன் மனதில் சீர்காட்டை நினைக்கும் போதெல்லாம் இனம் புரியாத வேதனையை உணரத் துவங்கினான்.

6

அன்றைய இரவில் பெய்த மழையால் தொட்டியின் மண் முழுவதும் ஈரம் பாய்ந்து குளிர்ந்திருந்தது. வனத்தின் கல்பாலிகளில் தண்ணீர் நிரம்பி இருந்தது. தொட்டியின் அருகில் வனத்தை ஒட்டியிருந்த குட்டையிலும் தண்ணீர் ஊறியிருந்தது. பேதனின் கிணற்றிலும் அதனால் தண்ணீரின் மட்டம் உயர்ந்திருந்தது. பல நாள் காத்துக் கிடந்த அந்த மழை பூமியை நனைத்தாலும் பேதன் மனதில் இருளடைந்தவனாகவே இருந்தான். அவனிடம் இருந்த இயல்பான உற்சாகம் குறைந்திருந்தது. தன் பூமியின் அருகில் ஒரு அந்நியன் வந்து உட்கார்ந்து கொண்டானே என்ற வேதனை அவனுள் வேறு எதைப் பற்றியும் சிந்திக்க விடாமல் செய்திருந்தது. துரையன் நிரந்தரமாகவே சீர்காட்டில் தங்கிவிடுவானோ என்று வேதனையடைந்தான். தொட்டி இருந்த நிலையில் அதுதான் நடந்தது. பதினைந்து நாட்களுக்குப் பின்னும் அவனுக்கு வரவேண்டிய பணம் வரவில்லை என்று சீர்காட்டில் அவன் உழவு ஓட்டத் துவங்கினான்.

பேதன் அந்த சமயம் அவன் பூமியில் உழவு முடித்துக் கொண்டிருந்தான். அவனது பின்னே ஜோகம்மாள் அவள் கையிலிருந்த மூங்கில் கூடையிலிருந்து விதை ராகியை அவள் முணுமுணுப்புடன் தூவினாள்.

> "காத்தவர் தின்னது போக...
>
> கண்டவர் தின்னது போக...
>
> கள்ளர் தின்னது போக...
>
> விளையணும்... விளையணும் சாமி..."

என்றாள்.

அப்போது சீர்காட்டில் ஓரமாய், கரியன் குந்த வைத்து உட்கார்ந்தவாறே, பேதன் உழவு ஓட்டுவதைத் தலையில் கையை வைத்துக்கொண்டு பார்த்துக் கொண்டிருந்தான். அவன் கண்கள் கலங்கியிருந்தது. அப்போது அங்கு வந்த சென்நெஞ்சா தனது மகன் கலக்கத்துடன் உட்கார்ந்திருப்பதைப் பார்த்து அவனும் அவன் பக்கம் அமர்ந்து கொண்டான். சென்நெஞ்சா, கரியனை தன் கைகளில் கட்டிக் கொண்டான். கரியன் அவனைப் பார்த்தபோது, கண்களில் கண்ணீர் வழிந்து விட்டது. பேதன் இதனைப் பார்த்ததும், உழவு ஓட்டுவதை நிறுத்தி விட்டு அவர்களின் அருகில் வந்தான். அவனுடன் ஜோகம்மாளும் வந்திருந்தாள். பேதன், கரியனின்

தோளைப் பிடித்து, "அது மட்டும் உன் பூமியில்லேடா! இதுவும் உன் பூமிதான்... வா... சேர்ந்து விதைக்கலாம். சேர்ந்தே சாப்பிடலாம், இதுக்காக ஏன் கலங்குகிறே? தைரியமாக இரு" என்று அவனை உழவு மாடு நின்ற இடத்திற்குக் கையைப் பிடித்து அழைத்தான்.

கரியன் அங்கு வர மறுத்து, "சின்னதிலிருந்து நீ உழவு செய்யும் போது, நாங்களும் செய்வோமே அந்த ஞாபகம்தான்" என்று அமைதியானான். அப்போது கோல்காரனின் பூமியில் தலையில் உருமாலையைக் கட்டிக்கொண்டு துரையன் உழுது கொண்டிருந்தான். கரியன் அவன் தந்தை சென்நெஞ்சாவுடன் தொட்டிக்குப் போய் விட்டான். அதன் பின்பு, பேதன் உழாமல் வெகு நேரம் மௌனமாக நின்றான். ஜோகம்மாள், "உன் வேதனை என்னை முடித்து விடும். சாமி மீது உன் மனபாரத்தை இறக்கி வைத்து உழவைச் செய். இன்னும் கொஞ்சம் ராகிதான் மீதியிருக்கு" என்றாள்.

தொட்டியில் யாரிடமும் சரியாகப் பேசாமல் பைத்தியக்காரனைப் போல இருந்து வந்த சிக்குமாதா கொஞ்சம் கொஞ்சமாகப் பழைய நிலைக்கு மாறி வந்து கொண்டிருந்தான். அது ஒருபுறம் அவன் மனைவி கெம்பம்மாவுக்கு மகிழ்ச்சியைத் தந்தாலும், அவனது நடவடிக்கையால் தனது கணவன் பைத்தியக்காரனாகவே இருந்திருக்கலாமே என்றுகூட அவள் எண்ணத் துணிந்தாள். அவள் அவ்வாறு நினைத்ததற்குக் காரணமில்லாமல் இல்லை. சிக்குமாதா தொட்டியே வெறுத்த துரையனிடம் நட்போடு பழக ஆரம்பித்திருந்தான். துரையன் தன்னை வனக்காவலர்களிடமிருந்து கூட்டி வந்ததை அவன் மறக்கத் தயாராயில்லை. அதனால், அவனது சீர்காட்டுப் பூமியைப் பறித்துக் கொண்டது அவனை எந்த விதத்திலும் பாதிக்கவில்லை. துரையனுக்கும் சிக்குமாதாவின் நட்பு பெரும் பலம் கிடைத்தது போல இருந்தது. துரையனுக்கு, மணியகாரன் மாதப்பா மூலம் போலீஸ், வனத்துறையின் தொடர்பிருந்ததால், அவன் வெளிப்படையாகவே வனத்துக்குள் வேட்டைக்குப் போகத் துவங்கினான். சிக்குமாதா வனத்தைப் பற்றிய எல்லா விபரங்களையும் அறிந்தவன். மேலும், வேட்டையில் நிபுணனாக இருந்தான். எங்கு கரடியின் குடியிருப்பு, எந்தப் பகுதியில் சிறுத்தைப் புலிகள் கடக்கும், யானைகள் வந்து போகும் வலசைப் பாதைகள் எப்பகுதியில் உள்ளது, மான்கள் எங்கிருந்து எந்தக் காலத்திற்கு வரும், வனத்தில் தண்ணீர் எந்தப் பாலியில் மண்டிக் கிடக்கும் என்ற அனைத்து விபரங்களும் அவனுக்குத் தெரிந்தது மட்டுமில்லாமல், கரி மருந்து கெட்டித்துக் குறிபார்த்து

அவன் சுடும் போது அதிலிருந்து விலங்குகள் தப்பித்துச் செல்வது நடவாத ஒன்று.

சிக்குமாதா அவனது குடிசையில் உட்கார்ந்து துப்பாக்கிகளில் போடகரி மருந்தை அரைத்துக் கொண்டிருந்தான். கெம்பம்மா, சிக்குமாதாவைத் திட்டித் தீர்த்தாள். "தொட்டியில் உள்ள சின்னப் பையன்களுக்கு உள்ள விபரம்கூட அறியாமல், கரியனைப் பார். உன்னை விடச் சின்னவனான அவன் சீர்காடு பறிபோவதற்காக அழுகிறான். நீ ஏன் இன்னமும் சாகாமலிருக்கிறாய்?" என்றாள்.

சிக்குமாதா சிரித்துக்கொண்டு அவனது வேலையில் கவனமாயிருந்தான். பின் அன்று மாலையில் வனத்திற்குள் வேட்டையாடத் துப்பாக்கி மற்றும் ஒரு சணல் பையில் சில சாமான்களை எடுத்துக்கொண்டு துரையனுடன் வனத்திற்குள் சென்றான்.

பின் அவன் மகன் தம்மய்யாவைத் தூக்கி அவனின் தோள்களில் வைத்துக் கொண்டு சென்நெஞ்சாவின் குடிசை முன் சென்றான். அங்கு சென் நெஞ்சா அவனது தப்பை மேளத்திற்கு வார் பிடித்து இழுத்துக் கட்டிக் கொண்டிருந்தான். அவன் முன் உட்கார்ந்து சிக்குமாதா தனது வேட்டி மடியிலிருந்த ஒரு கை அளவு காய்ந்த கஞ்சா கதிரினை எடுத்து நீட்டினான்.

சென்நெஞ்சா அதனை வாங்க மறுப்பது போல முகத்தை திருப்பிக் கொண்டான்.

"கோபத்தில் பொருளை இழக்காதே, வாசனையைப் பார்" என்று மூக்கின் அருகில் கொண்டு போனான்.

"நீ மீண்டும் வேட்டைக்குப் போவதும், அந்த துரையனிடம் பழகுவதும் தொட்டிக்கு உடன்பாடில்லை. உன்னை தொட்டியே திட்டுகிறது. நீ ஏன் இப்படி ஆனாய்? உனக்காக பட்ட கடன் ஐநூறு ரூபாய்க்காகத்தான் சீர்காடு போனது தெரியுமா?"

சிக்குமாதா சிரித்தான். அவனது சிரிப்பு வெகு நேரம் நீடித்தது. அப்போது பேதன் அங்கு வந்து நடப்பதைக் கவனித்தான்.

"இந்த தொட்டியிலுள்ளவர்களைப் போல நானும் முட்டாளாயிருந்தேன். வாழ வழிகாட்டியவன் துரையன். ஏழுநூறு ரூபாய்க்கு முப்பது குடும்பம் ஏற்பாடு செய்ய முடியவில்லைன்னு மணியகாரனிடம் கேட்டீங்களே. உங்களை மாதிரி நானும் முட்டாளாயிருந்தேன். இந்த வனத்திலேயிருக்கிற ஒரு சின்ன சந்தன மரத்தை வெட்டிக் கொடுத்தா ஆயிரம் ரூபாய் கிடைச்சிருக்கும். அதுக்குப் போயி அந்த மணியகாரனிடம் கையேந்தினா. நம்மை

முட்டாளுன்னு அவன் நினைக்க மாட்டான்? உனக்கு எத்தனை பணம் வேணும். நான் ஏற்பாடு செய்யறேன். நான் சொல்லற மாதிரி கேளுங்க" என்று கஞ்சாவை சென்நெஞ்சாவின் கையில் திணித்தான். சென்நெஞ்சா அதனை வாங்க மறுத்தபோது பேதன், "வாங்கிக்க கோல்காரரே, உன் மகன் ஆசையா கொடுக்கிறான்" என்றான்.

"இவன் பேசியதைக் கேட்டாயா. மரத்தை அறுத்து பிழைங்கன்னு சொல்றான். சோளகனுக்கு இது அடுக்குமா? நாம் சந்தன பொட்டுக்குக்கூட இது வரைக்கும் ஒரு கிளையைக்கூட ஒடித்ததில்லை. இவன் காட்டை அழியாட்டம் செய்யறது எப்படின்னு சொல்ல நான். இந்த மாதிரி நாம் பிழைக்கறதுக்கு செத்து குழிக்குள்ளே போயிடலாம்."

கோல்காரன் பற்களைக் கடித்து தப்பை மத்தளத்தில் வாரை இழுத்தான். பிய்ந்து வந்தது. அதனைப் பார்த்து சிரித்த சிக்குமாதா, "உன் பிழைப்பு இப்படித்தானிருக்கும். உனக்கு தங்கம் தெரியுமா? குடியானவப் பெண்கள் கழுத்திலையும், காதுலையும் போட்டிருக்காங்களே அது மாதிரி ஒரு சோளகத்தியாவது போட்டிருக்காங்களா? நான் வாங்கிப் போடறேன். என் பெண்டாட்டிக்கு பாரு நீ என்றபடியே" அவனது மகன் தம்மய்யாவைத் தூக்கித் தோளில் வைத்துக் கொண்டான், சிக்குமாதா.

"தங்கம் எத்தனை வாங்கப் போறே சிக்குமாதா" என்றான் பேதன்.

"நீயும் பிழைக்கப் பழகிக்க. காடு முழுக்க காசாக் கொட்டிக் கிடக்கறதைப் பார்க்கற கண்ணு கீழ் நாட்டுக்கார குடியானவங்க கிட்டே இருக்கு. தொட்டியிலே அதைச் சொல்லு... உனக்கும், மணியகாரனிடம் சொல்லி ஒரு ஏக்கரா பட்டா வாங்கித் தரேன்" எனக்கூறி நடந்தான்.

தப்பை வாத்தியத்தின் வாரைக் கட்ட சென்நெஞ்சாவிற்கு உதவினான் பேதன்.

"உன் மகன் நீதியில்லாம வாழச் சொல்லி உனக்கு அறிவுரை கூறிவிட்டுப் போயிட்டான்" என்றான் பேதன்.

"இவனுக்கு வேற பைத்தியம் பிடித்து விட்டது. ஆனால், எனக்கு சிக்கு மாதாவை நினைத்து கவலையாகவும் இருக்கு. அவன் பேசுவதைப் பார்த்தால். சந்தன மரத்தைக்கூட கைவைத்து விடுவான் போலிருக்கே. அட ஜடையப்பா" கோல்காரன் தப்பை பிடிப்பதைச் சற்று நிறுத்தினான்.

“நான் வனத்திலே சந்தன மரச்சிராயைப் பார்த்தேன். துரையனோட சேர்ந்த உன் மகன் வேலையாக்கூட இருக்கும்.” பேதனின் பேச்சைக் கேட்டு மீண்டும் வேதனைப்பட்டான் கோல்காரன்.

துரையன் சிக்குமாதாவின் மூலமாக தொட்டியினருடன் தொடர்பு வைத்துக் கொள்ள முயன்றான். தொட்டியினரிடம் வயலுக்கு அவர்கள் சேகரித்து வைத்திருந்த குப்பையை ஒரு மரக்கூடை ஐம்பது காசுகளுக்கு விலைக்கு வாங்கினான். அதனால், தொட்டியிலிருந்தவர்கள் பலர் அவனிடம் குப்பையைத் தந்து காசு பெற்றார்கள். அது அந்த சமயம் தொட்டியிலிருந்தவர்களுக்கு உதவியாக இருந்தது. துரையன் சேகரித்த குப்பைகள் பெரும் அளவில் சேர்ந்த பின்பு அவற்றை இரவு நேரங்களில் கீழ் ஊர்களுக்கு லாரி மூலம் அனுப்பினான். குப்பையுடன் சந்தன மரத்தின் சில துண்டுகளும் சேர்த்து அனுப்பப்பட்டன.

துரையன் கையில் அறுவடைக்கு முன்பே பணம் புழங்கியது. மணியகாரன் மாதப்பாவுக்கு எந்நேரமும் துரையனின் மனைவி சாந்தாவுடன் அங்கேயே கிடந்தான். துரையன், மணியகாரன் வீட்டிலிருக்கும் போது வீட்டிற்குப் போவதைத் தவிர்த்தான்.

மணியகாரன் பணமும் துரையனுக்கு உதவியாக இருந்தது. சாந்தா காரியத்தில் கெட்டிக்காரியாக இருந்ததால், மணியகாரன் சாந்தாவிற்காக எதையும் செய்யத் துணிந்தவனாக இருந்தான். ஆனாலும், மணியகாரன் எந்நேரமும் தன் வீட்டிலேயே கிடப்பது துரையனுக்கு உறுத்தலாகவே இருந்தது. சாந்தாவிடம் அவன் பேச்சுவாக்கில் பையன் பெருசாகிவிட்டதை சொல்லிப் பார்த்தான். ஆனால், “என்ன புதுசா. பெரிய மனுசன். தாய் புள்ளையாப் பழகுகிறார்” என்று துரையனை அதட்டி விட்டாள் சாந்தா.

தொட்டியில் கௌரி பூஜை சமயத்தில் கெம்பம்மாவிற்கு சிக்குமாதா தங்கத்தில் ஒரு தோடு வாங்கித் தருவதாகச் சொன்னான். கெம்பம்மா அவளுக்குத் தங்கம் வரப் போகிறது என்று தொட்டியிலிருந்த பெண்களிடம் சொன்னாள். எதற்காக கெம்பம்மா அதைப் போட்டுக் கொள்கிறாள் என்று தொட்டிப் பெண்கள் அவளிடம் கேட்ட போது அவளுக்கு பதில் கூறத் தெரியவில்லை. கௌரி பூஜைக்கு ஒரு வாரமே இருந்தபோது சிக்குமாதா வழக்கம் போல துரையனுடன் சேர்ந்து கொண்டு சில இளவட்டங்களையும் கூட்டிக் கொண்டு அவனது துப்பாக்கியை மருந்திட்டு கெட்டித்து எடுத்து வனத்திற்குள் கிளம்பிப் போனான். இரவுகளில் வேட்டைக்குப் போவது உசிதமானதல்ல என்றாலும், சிக்குமாதா துணிச்சல் காரணமாக எதையும் அலட்டிக் கொள்ளாமலிருந்தான். வேட்டைக்குப்

போகும்போது புகைத்துக்கொண்டு போனால், காற்றில் வாடையை நுகர முடியாது என்பதையும் அவன் அறிந்திருந்தும் கஞ்சாவைப் புகைத்தான். வழக்கமான அவன் வழியில் எறும்பு ஊர்ந்தாலும் தனக்குத் தெரியும் என்று நம்பினான். துரையன் தலைக்குக் கட்டிக் கொள்ளும் விளக்கினை சிக்குமாதாவிற்கும் வாங்கிக் கொடுத்திருந்தான். அந்த வெளிச்சத்தில் ஒரு காட்டுப் பன்றியின் கூட்டத்தைப் பார்த்தார்கள். அதனைத் துரத்திக்கொண்டு ஓடும்போது அது அங்கிருந்த பாறையின் பின்புறம் குதித்து ஓடியது. சிக்குமாதா துப்பாக்கியுடன் பின்னாலேயே துரத்திக் கொண்டு ஓடியபோது, சிக்குமாதா எதிர்பாராதது நிகழ்ந்து விட்டது. பாறையின் பின்னாலிருந்த பாலியில் தண்ணீர் குடித்துக் கொண்டிருந்த கொம்பன் யானை, சிக்குமாதா தனது தலையில் கட்டியிருந்த விளக்கு வெளிச்சத்துடன் ஓடிவருவதைக் கண்டு மிரண்டு பாறையின் பின் பதுங்கி நின்று கொண்டது. சிக்குமாதா அந்தப் பகுதியில் ஓடிவரும் போது அது பிளிறலுடன் அவனைத் தன் துதிக்கையால் தூக்கிப் பாறை மேல் வீசி எறிந்தது. உருண்டு கீழே விழுந்த சிக்குமாதாவை மீண்டும் தாக்க ஓடி வந்தது. அதற்குள் பின்னே வந்து துரையன் தனது துப்பாக்கியை வெடிக்கச் செய்ததும் அந்த யானை அங்கிருந்து ஓடி விட்டது.

சிக்குமாதாவைத் தொட்டியில் கொண்டுவந்து போடும்போது அவனது உடல் பல இடங்களில் வீங்கியிருந்தது. அவனால் கைகால்களை அசைக்க முடியவில்லை. உடலின் பல பகுதிகளில் எலும்பு முறிந்து போயிருக்கும் என்பதை தொட்டியினர் உணர்ந்து கொண்டனர். சிக்குமாதாவின் தலையில் தொடர்ந்து இரத்தம் வழிந்தது. கெம்பம்மாவின் முழுச் சீலையைக் கிழித்துக் கட்டியும் அது நின்ற பாடில்லை. மறுநாள் காலை துரையன் சிக்குமாதாவை டிராக்டரில் சத்தியமங்கலம் கூட்டிப் போவதாகச் சொல்லியிருந்தான்.

விளக்கு வெளிச்சத்தில் கெம்பம்மா தன் கணவனைப் பார்த்தாள். அவள் அழுவதை முடிந்த மட்டும் குறைத்துக் கொண்டாள். சிக்குமாதாவிற்கு மேல் மூச்சு வாங்கியது. தம்மய்யாவைத் தூக்கி அவனுக்கு அருகில் கொண்டு வந்து நிறுத்தினார்கள். அவன் கண்கள் அவன் குழந்தையைப் பார்ப்பது போலிருந்தது. அதன் பின்பு, படிப்படியாக சிக்குமாதாவின் மூச்சு சப்தம் நின்று போனது. அப்போது இரவு மூன்றாம் சாமமிருக்கும். வானத்தில் ஒரு எரி நட்சத்திரம் மேற்கு வானில் கோடிட்டுப் போனதைக் கொத்தல்லி பார்த்தான். அவன் கண்களில் கண்ணீர் பொங்கியது. தன் மகன் கரடியால் தாக்கப்பட்டு இறந்தபோது அடைந்த வேதனையை விட பல மடங்கு அதிகமாக வேதனைப்பட்டான். "நானெல்லாம்,

இன்னமும் உயிரோடிருக்கின்றேன். நீ எப்படி செத்துப் போவாய். மூதாதையரின் வீரத்தை உன்னிடமல்லவா பார்த்தேன். என் மகனே..." என்று புலம்பினான். அவனது கண்களிலிருந்து கண்ணீர் தாரையாய் வழிந்தது. தொட்டியில் அந்நேரம் எழுந்த அழுகை ஒலி வனத்தில் பட்டு எதிரொலித்தது. கோல்காரன் அழுது முடித்திருந்தாலும், தன் மகனின் விதியை அவனே தேடிக் கொண்டான். நீதியை அவன் கடைப் பிடித்திருக்க வேண்டும் என்றான். கொத்தல்லிக்கு அந்த வார்த்தை கோபமூட்டியது. "உன் மகனை நீ கொச்சைப் படுத்தாதே. அவன் ஒரு தேர்ந்த வீரன். என் கண் முன்னே அவனை யாரும் குறைத்துப் பேச அனுமதிக்க மாட்டேன்" என்று கூறி கண்ணீர் மல்கினான். கோல்காரன் கொத்தல்லியின் மடியில் முகத்தைப் புதைத்து அடக்கி வைக்கப்பட்ட அழுகையை மீண்டும் தொடர்ந்தான். அப்போது இறப்பிற்கான தப்பை ஒலியை ஒருவன் இசைத்தான். கூடவே, பீனாச்சியில் சோக கீதமும், இடைவிடாது ஒலித்துக் கொண்டிருந்தது.

7

சிக்குமாதாவை மண்போட்டு மூடிய இடத்தின் மீது புற்கள் கணுக்கால் அளவுக்கு மேல் வளர்ந்து விட்டிருந்தன. அவன் தாயைப் புதைத்த குழியின் அருகிலேயே அவனையும் புதைத்திருந்தார்கள். சிக்குமாதா சிறுவனாயிருந்தபோது அவனது தாயை விட்டு எப்போதும் விலக மாட்டான். தூங்கும்போது கூட அவளின் தலை முடியைக் கைவிரலால் சுற்றிக் கொள்வான். அவள் விலக நினைத்தால், அவனது கை இழுபடும்போது விழித்துக் கொள்வான். அவனது தாயின் அருகில் சிக்குமாதா அமைதியடைவான் என்று கோல்காரன் சொன்னான். வீரனுக்கு தாயைப்போல ஆறுதல் தருபவள் யாருமில்லை. அதுதான் சரி என்று கொத்தல்லியும் ஆதரித்தான்.

தொட்டியில் கொத்தல்லி உள்ளத்தில் சிக்குமாதா நீங்காத இடம் பிடித்திருந்தான். கொத்தல்லி சிக்குமாதாவின் மனைவி கெம்பம்மாவைப் பார்க்கும் போதெல்லாம் இவளுக்கு ஒரு நல்ல வாழ்க்கையை ஏற்படுத்திக் கொடுத்துவிட வேண்டும் என்று எண்ணினான். கெம்பம்மா உயரமான வலிமையான பெண்ணாக இருந்தாள். அவள் நடந்ததைப் பற்றியே எப்பொழுதும் கவலைப்பட்டு அழுது கொண்டிராமல், வருவதை எதிர்கொள்ளும் பக்குவமுடையவளாயிருந்தாள். சிக்குமாதாவின் மரணத்திற்குப் பின் தன் மகனை அழைத்துக் கொண்டு தன் பிறந்த ஊரான இட்டறைக்குச் சென்று விடுவாள் என்று ஊரார் நினைத்தார்கள். ஆனால், அவள் தனது கணவனின் தொட்டியை விட்டுச் செல்ல விரும்பவில்லை. தன் குழந்தையைத் தன்னுடைய உழைப்பிலேயே வளர்க்க விரும்பினாள். அவள் மாமனார் கோல்காரன் சென்நெஞ்சாவிடம் எந்த உதவியையும் எதிர்பார்க்காதவளாயிருந்தாள்.

கோல்காரனின் இளைய மகன் கரியன், அவன் அண்ணியின் உறுதியைப் பார்த்து நெகிழ்ந்தான். தம்மய்யாவை அவன் அண்ணன் சிக்குமாதா எப்படித் தூக்கித் தோளின் மீது வைத்துக்கொள்வானோ அது போன்று அவனை வைத்துக்கொண்டு தொட்டியைச் சுற்றி வரலானான். அதனால் கெம்பம்மாவும் இடையூறின்றி அவளது வேலைகளைச் செய்ய முடிந்தது. தம்மய்யாவும், கரியனை விட்டுப் பிரியாமல் இருந்து வந்தான். இரவில் கூட தம்மய்யா, கரியனுடன் தூங்குவதற்கு அடம் பிடித்தான்.

கோல்காரன் சென்நெஞ்சாவோ எந்நேரமும் கரியன் தம்மய்யாவைத் தூக்கிக் கொண்டிருப்பதை தவறு என்பது போல கரியனிடம் பேசினான்.

“சீக்கிரத்தில் நாம் பெஜ்ஜிலெட்டி சென்று உனக்கான விதை தானியத்தைக் கேட்கப் போகிறோம். குழந்தையுடன் விளையாடுவதைச் சற்று குறைத்துக் கொள்” என்றான்.

தன் தந்தை சென்நெஞ்சா எதற்காகத் தனக்குச் சீக்கிரம் திருமணம் செய்து வைக்க விரும்புகிறான் என்று கரியன் எண்ணினான். அன்று மாலையில் அவன் தம்மய்யாவைத் தூக்க கெம்பம்மாவின் குடிசைக்குப் போகும் போது அதை அவளிடம் சொன்னான். கெம்பம்மா அதன் பின்பு வெகுநேரம் யோசித்தாள். பின் ஒரு தீர்க்கமான முடிவு செய்தாள். இரவில் தம்மய்யாவைத் தூங்க வைக்க கெம்பம்மாவின் குடிசைக்குக் கரியன் வந்திருந்தபோது, அவள் அவனுக்காகக் கேழ்வரகு ரொட்டியும், தேனையும் எடுத்து வைத்துத் தின்னக் கொடுத்தாள். கரியனுக்கு அவன் அண்ணி திடீரெனத் தன்னை உபசரிப்பது சற்றுக் கூச்சத்தை ஏற்படுத்தியது. அவன் சாப்பிடும் போது அவள் அவனின் தலையைக் கோதி விட்டாள். கரியன் சற்று நெளிந்தான். ஆனாலும், அது சுகமாயிருந்ததால், அமைதியாகக் கெம்பம்மாவைப் பார்த்தான். அவள் “என்னை உனக்குப் பிடித்துள்ளதா?” என்றாள். கரியன் பதிலேதும் சொல்லாமலிருந்தான். வெளியே நன்றாக பனிக்காற்று வீசிக் கொண்டிருந்தது. கெம்பம்மா அவனை நெஞ்சோடு அணைத்துக் கொண்டாள். சில நிமிடங்களுக்குப் பின்பு கரியன் கெம்பம்மாவைத் தள்ளிவிட்டு தன் குடிசைக்குத் திரும்பி விட்டான். அன்றிரவு, தூக்கமின்றி நடந்ததையே நினைத்துக் கொண்டிருந்தான். அவனது உடலில் ஒரு விதமான நடுக்கம் வந்தது. அவனது இதயம் வேகமாக துடித்துக் கொண்டது. எழுந்து உட்கார்ந்து கொண்டான். மகனின் இந்த அமைதியற்ற நிலையைப் பார்த்த சென்நெஞ்சா “என்னவாயிற்று உனக்கு?” எனக் கேட்டு அவனது கையைப் பிடித்தான். அவன் சற்று நடுங்குவது போலிருந்தது.

“உடம்பு சரியில்லையா?” என அவனது தலையைத் தொட்டுப் பார்த்தான். கரியன் நடந்ததைச் சொன்னான். சென்நெஞ்சா தான் எதைக் கண்டு அஞ்சினானோ அது நடந்து விட்டதுபோல முகம் வெளிறிப் போனான். கொத்தல்லியும், ஊர்க்காரர்களும் கரியனையேகூட கெம்பம்மாவுக்குத் திருமணம் செய்து வைக்கலாம் என்று நினைப்பதை அறிந்ததுதான் அவன் அவசரமாக கரியனுக்கு வேறு ஊரில் பெண் பார்க்க முயன்றான்.

சென்நெஞ்சா, கரியனிடம்,

“இனி உன் அண்ணி கெம்பம்மா வீட்டிற்குப் போகாதே. அவள் குழந்தையைத் தூக்காதே. உன் அண்ணியைத் திருமணம் செய்து

கொண்டதால்தான் உன் அண்ணன் முடிந்து போனான்'' என்று கூறினான். பின்பு, கரியன் தூங்கிப் போனான். ஆனால், சென்நெஞ்சா தூக்கமின்றி இருந்தான்.

இரண்டு நாட்களாகக் கரியன் தம்மய்யாவைப் பார்க்கக்கூடத் தன் குடிசைக்கு வராமல் இருப்பது கண்டு கெம்பம்மா சற்று வேதனையடைந்தாள். கரியனே வரட்டும் என அவள் காத்திருந்தாள். மூன்றாம் நாள் சென்நெஞ்சா, கரியனை நாளை மறுநாள் பெண்பார்க்கப் போக தொட்டியில் ஐந்து குலத்தவர்களை அழைப்பதாகத் தகவலறிந்து வேதனைப்பட்டாள். பின், அவள் வீட்டிலிருந்த தானியக் குதிரிலிருந்து ஒரு படி ராகியை ஒரு முறத்தில் எடுத்துக் கொண்டு கொத்தல்லியின் குடிசைக்குப் போய், அங்கு அதனைக் கொத்தல்லியின் முன் வைத்து எனக்கு கோல்காரன் சென்நெஞ்சா அநீதி செய்யப் பார்க்கிறான். எனவே, நியாயத்தை வழங்க வேண்டும் என்று பணிந்தாள்.

அன்றிரவு, தொட்டியின் கொத்தல்லியின் குடிசை முன்னால் தொட்டியினர் கூடியிருந்தார்கள். குடிசையின் முன்னால் உக்கடத் தீ எரிந்து கொண்டிருந்தது. கோல்காரன் சென்நெஞ்சாவையே அவன் மருமகள் பஞ்சாயத்துக்கு இழுத்து விட்டது குறித்துப் பேசிக் கொண்டார்கள். கொத்தல்லி கெம்பம்மாவிடம், ''உன் முறையீட்டைச் சொல்'' என்றான்.

கெம்பம்மா அவளது கையைத் தூக்கி உக்கடத் தீயையும் வணங்கி விட்டு, ''நான் விதவைக் கோலத்தில் வாடுகிறேன். எனக்கு ஐந்து குலத்தைச் சாட்சியாக வைத்து திருமணம் செய்து வைத்த கோல்காரன் இப்போது அவனது கடமையிலிருந்து நழுவிப் போகப் பார்க்கிறான். எனக்கு அநீதி செய்ய முடிவு செய்து விட்டான்'' என்று கத்தினாள்.

தொட்டியினர், அவளிடம் வெளிப்படையாகப் பேசு என்றார்கள்.

''எனக்கு இன்னமும் காலம் இருக்கிறது. எனக்கு இன்னமும் பல பிள்ளைகளைப் பெறக்கூடிய தெம்பும், சக்தியுமிருக்கிறது. அது எனக்குத் தேவையும் படுகிறது. ஆனால், என் கணவன் சிக்குமாதா இறந்த பின்னால், என் வாழ்க்கைக்கு ஒரு வழி செய்து வைக்க ஊருக்கு புத்தி சொல்லும் கோல்காரனுக்குத் தெரியவில்லை. நான் என் மகன் தம்மய்யாவைக் கூட்டிக் கொண்டு என் பிறந்த ஊருக்குப் போய்விடுவேன் என்று எதிர்பார்த்து அமைதியாக இருக்கின்றான். நான் விதவையாக அங்கு போனால் எனக்கு எந்த மதிப்பும் இருக்காது'' என்று கண்ணீர் மல்கினாள். கொத்தல்லி, கோல்காரனிடம் ''உன் மருமகளுக்கு பதில் சொல்'' என்றான். ''அவள்

யாரையோ திருமணம் செய்து கொண்டு நிம்மதியாக வாழட்டும். யாரும் அவளை விதவையாக இருக்கச் சொல்லவில்லை. நானும், என்னால் முடிந்த அளவு உதவுகிறேன். நான் வயலை இழந்து மூத்தவனையும் பறிகொடுத்து நிற்பது சொல்லித் தெரிய வேண்டியதில்லை" என்றான் கோல்காரன் சென்நெஞ்சா.

"யாரையோ நான் எதற்குத் திருமணம் செய்ய வேண்டும். எதற்காக எனக்கு அநீதி செய்யப் பார்க்கிறான் கோல்காரன்" என்றாள் கெம்பம்மா.

"உன் மனதில் இருப்பதைச் சொல்" என்று கூட்டத்தினர் கேட்டார்கள்.

"எனக்கு, என் கொழுந்தன் கரியன் வேண்டும். அவன் என் குழந்தைக்கு விருப்பமானவன். என்னையும், குழந்தையையும் அவன் பரிவோடு நடத்துவான். என் குடும்பத்திலேயே மாப்பிள்ளையை வைத்துக் கொண்டு நான் வேறு எங்கும் தேட முடியாது" என்று அவளது தலைமுடியை அள்ளி முடிந்துக் கொண்டாள்.

"முடியாது. எனது இளையவனை இவளுக்கு மணம் முடிக்க முடியாது. அவன் கெம்பம்மாளை விட ஏழு வயது சிறியவன்," கோல்காரன் கத்தினான். கூட்டத்தினர் சிரித்தார்கள். கொத்தல்லி, கோல்காரனிடம்,

"எப்போது வயது பார்க்கும் முறை நம் தொட்டியில் வந்தது?" என்றான்.

"இல்லை. இவள் என் இளைய மகன் கரியனை அவளுடன் படுக்க அழைத்துள்ளாள். அவன் திமிறிக் கொண்டு ஓடி வந்து என்னிடம் முறையிட்டான். இவள் செய்கை எனக்கு உடன்பாடானதல்ல" என்றான். கோல்காரன் முகம் வியர்த்திருந்தது.

"யேய்! கோல்காரனே நிறுத்து உன் பேச்சை. நான் கரியனை கூப்பிட்டதை மறுக்கலே. நான், நம்ம குலத்தை விட்டு வேறு குலத்தவனோடு படுத்து வர முடியாதா? நான் குலத்தை மதிச்சே கொழுந்தனைக் கூப்பிட்டேன். என்னைக் கேவலப்படுத்தாதே."

கொத்தல்லி, கெம்பம்மாவை அமைதிப்படுத்தினான். பின் கோல்காரன் ஏதோ பேச முயன்றபோது, அவனைத் தடுத்து "உன் மகன் கரியனைப் பேசச் சொல்" என்றான். கரியன் அமைதியாக நின்றான்.

"உன் அண்ணியின் மீது உனக்கு விருப்பமுண்டா? அவளை நீ ஏற்றுக் கொள்கிறாயா?" என கொத்தல்லி கேட்டான். கரியன் தலையைக் குனிந்தபடியே "விருப்பம்தான்" என்றான்.

"பின் எதற்கு அவளைப் பற்றி உன் அப்பாவிடம் சொன்னாய்?"

"அவள் கட்டியணைத்தபோது இறுக்கி அணைத்துக் கொண்டாள். மூச்சு திணறுவது போலிருந்தது. அதுதான் அப்பனிடம் முறையிட்டேன்."

"அப்படியொரு அணைப்பு கிடைக்கணுமே சாமி." கொத்தல்லியும் தொட்டியினரும் சிரித்த சிரிப்பு அடங்க வெகுநேரமானது. கெம்பம்மா வெட்கப்பட்டு தலைகுனிந்து நெளிந்தாள்.

கொத்தல்லி இறுதியாக, "மூன்றாம் நாளில் திருமணம் நடக்க வேண்டும்" என்றான். ஆக கொத்தல்லியின் வார்த்தையை தொட்டியினர் ஆமோதித்தார்கள்.

"பெண்ணுக்கு பரிசம் போடப் பணம் எவ்வளவு தருகிறான் கோல்காரன்" என்று ஜோகம்மாள் கேட்டாள்.

"நான் பன்னிரெண்டு ரூபாய் தருகிறேன். திருமணத்தில் விருந்து போட முடியாது. முடிந்தால் காபி தண்ணி வைத்துத் தருகிறேன்" என்று கோல்காரன் வேண்டா வெறுப்புடன் பதிலளித்தான்.

"நான் என் மாமனாருக்குப் பதிலாக என் குதிரிலிருந்து ராகியைத் தருகிறேன். அதை வைத்து விருந்து போடட்டும்" என்றாள் கெம்பம்மா.

தனது மருமகளிடம் ராகி வாங்கி விருந்து வைப்பதா? அது தனது நிலைக்கு உகந்ததல்ல என்று எண்ணினான்.

"வேண்டாம். நானே கடன்பட்டாவது அரிசி சோறு போடுகிறேன். இவளின் ராகியைத் தொட நான் தகுதி குறைந்தவனில்லை" என்று சீறினான்.

"அடேயப்பா! கோபப்படப்படத்தான் திருமண விருந்து களைகட்டுகிறது. சபாஷ்" எனக் கொத்தல்லி சிரித்தான்.

அடுத்த நாள் கோல்காரன் சென்நெஞ்சா சீர்காட்டிலிருந்த துரையனிடம் "இளையவன் கரியனின் திருமணத்திற்குக் கடன் தர முடியுமா?" என்று கேட்டான். துரையன் உடனடியாக அரை மூட்டை அரிசியையும், அவனிடமிருந்த ஒரு ஆட்டுக்கிடாவையும் இலவசமாகவே சென்நெஞ்சாவிடமே கொடுத்தான். சென்நெஞ்சா அரிசியைத் தூக்கிக்கொண்டு ஆட்டுக்கிடாவைக் கூட்டி வரும்போது சீர்காட்டில்

தனக்கிருந்த எல்லா உரிமைகளையும் துண்டித்துக் கொள்வதாகவும், சீர்காட்டைக் கேட்டு இடையூறு செய்ய மாட்டேன் என்றும் துரையனிடம் சென்நெஞ்சா உறுதி கூறினான். துரையன் மகிழ்ந்து போய் இன்னமும் ஏதேனும் உதவி தேவைப்பட்டாலும் செய்கிறேன் என்று வாசல் வரை வந்து சென்நெஞ்சாவை அனுப்பி வைத்தான்.

மூன்றாம் நாளில் திருமண நிகழ்வு சோகத்திலிருந்த தொட்டியினை மகிழ்ச்சிக்குள்ளாக்கியது. திருமணத்திற்கான பரபரப்புடன் தொட்டியின் பெண்கள் இருந்தார்கள். கெம்பம்மாவின் குடிசையின் வாசலில் வெள்ளை நாகமரத்தின் ஒன்பது கவைக்குச்சிகளையும், ஒன்பது பச்சை மூங்கில்களையும் சேர்த்து ஆள் உயரத்தில் பந்தல் போடப்பட்டிருந்தது. அந்தப் பந்தலில் மேல்பரப்பு முழுவதும் நாக மரத்தின் இலைகளை நிரப்பியிருந்தார்கள். கரியன் புது ஆடை அணிந்திருந்தான். அவனது தலையைச் சுற்றிலும் மணம் பரப்பும் காட்டு மல்லிகையினைச் சரம் போல கட்டி, தோள்கள் வரை தொங்க விட்டிருந்தார்கள். மணமகன் கரியன் மாப்பிள்ளையாக பெண்ணின் வீட்டிற்கு வரவேண்டி பீனாச்சியும், தப்பும் இசைக்கப்பட்டன. மாப்பிள்ளை ஊர்வலம் சற்று தூரம் நீளமானதாக இருக்க வேண்டி கரியனை மணிராசன் கோயில் பக்கம் கூட்டிச் சென்று திரும்பவும் தொட்டியில் கெம்பம்மாவின் குடிசைக்கு அழைத்து வந்தார்கள். தொட்டியின் சிறுவர்கள் பீனாச்சி, தப்பு இசைக்குத் தக்கபடி குதிப்பதற்காக அங்குமிங்கும் ஓடினார்கள். தொட்டியினர் கரியனுக்குப் பின்னே வந்தனர். கரியன் கெம்பம்மாவின் குடிசையின் முன்பு நிறுத்தப்பட்டான். கரியனுக்குப் பக்கத்திலிருந்த பெண் கையில் இருந்த மூங்கில் தட்டிலில் சீலையும், கண்ணாடி, சீப்பும், வெற்றிலை பாக்கும் தாலியும் வைத்திருந்தாள். கோல்காரன் அவனது மூதாதையர்களின் கோலைத் தூக்கிப் பிடித்தவாறு வந்திருந்தான். நாக இலைப் பந்தலில் கரியனை உட்கார வைத்தனர். பின்பு, மணமகள் கெம்பம்மாவின் உறவினர்கள் இட்டறையிலிருந்து வந்திருந்தாலும் ஜோகம்மாள் மணப்பெண் தோழியாக வந்து கரியனுக்கு கருப்பு மற்றும் வெள்ளை பொட்டுக்களை முகத்தில் வைத்தாள். “கோமாதா மனம் குளிர்ந்தாள். அடுத்தது நடக்கட்டும்” என்றான் கோல்காரன் சென்நெஞ்சா.

அதன் பின்பு, கெம்பம்மாவின் குடிசை வாசலில் மூங்கிலை வெட்டி செய்யப்பட்ட உழக்கான மானா வெட்டியில் குப்பைகளை நிரப்பி வைத்தார்கள். கரியனை அந்த உழக்கை பார்க்காமல் வந்து பின்னங்காலில் அதனை மூன்று முறை உதைக்கும்படி செய்தார்கள். குப்பைகள் கீழே கொட்டியது. “திருஷ்டி கழிந்ததப்பா” என்றான் கோல்காரன்.

கரியன், கெம்பம்மாவின் குடிசைக்குள் சென்றான். அங்கு கெம்பம்மாவும் தலை முழுவதும் காட்டு மல்லிகைச் சரத்தால் தனது முகத்தை மறைத்திருந்தாள். கரியன் அவனது சுண்டு விரலை கெம்பம்மாவின் சுண்டு விரலுடன் கோர்த்து அவளை நாக இலையிலான பந்தலுக்கு அழைத்து வந்தான். கோல்காரச் சென்நெஞ்சா இடுப்பில் ஒரு கோவணத்தை மட்டும் கட்டிக் கொண்டு பூஜை செய்தான். சாம்பிராணியின் மணமும், புகையும் சூழ்ந்தது. தொட்டியின் பெண்கள் ஒரு சேரப் பாடினார்கள்.

"சோபாக்கி சோயண்ணா
ஒந்துண்டேயான கண்டே
சந்திர சூரியர் கண்டே
ரெரு உண்ட ஏன கண்டே
பசவண்ணனே கண்டே
முரெண்ட யானை கண்டே
ஏ முதல் சர்ப்பனக் கண்டே..."
....

கோல்காரன் பாடலின் இறுதியில் 'சோபாக்கி சோயண்ணா' என்றான்.

கோல்காரன் தனது மூதாதயரின் தடியை உயர்த்திப் பிடித்து மந்திரத்தை முணுமுணுத்த பின், கரியனைத் தாலிகட்டக் கூறினான். கரியன் கெம்பம்மாவின் கழுத்தில் தாலி கட்டினான். பிறகு மணமகள் வீட்டின் உணவானது அரிசிச் சோற்றில் வெல்லத்தையும், புளியங் கொட்டையையும் சேர்த்துச் சமைத்துக் கொண்டு வரப்பட்டிருந்தது. அதனை கெம்பம்மாவின் தாய்மாமன் உச்சீரான் கரியனுக்கு ஊட்டினான். அதற்குப் பிறகு, கோல்காரன் சென்நெஞ்சா பெண்ணின் பரிசப் பணம் ரூபாய் பன்னிரெண்டை வெற்றிலை, பாக்கு, தேங்காயுடன் புகையிலை வைத்து கொத்தல்லியிடம் கொடுத்தான். கொத்தல்லி அந்தப் பணத்தை இடுப்பில் செருகியவாறே புகையிலையையும், வெற்றிலையையும் வாங்கி வாயில் அடக்கிக்கொண்டு மற்றவர்களுக்குக் கொடுக்கக் கூறினான். அப்போது தம்மய்யா அவனது தாயிடமும் கரியனிடமும் போக மறுத்து அழத் துவங்கவே, கரியன் அவனை வாங்கித் தன் மடியில் வைத்துக் கொண்டான். அருகிலிருந்த அவனது தாய் தலை முழுவதும் பூ கட்டியிருப்பதைப் பார்த்து அந்த பூவைப்பிடித்து இழுத்தான். கரியன் தம்மய்யாவின் பிஞ்சுக் கையைப்பிடித்து, கூடாது என்றதும் கெம்பம்மா அன்போடு கரியனைப் பார்த்துச் சிரித்தாள்.

அரிசிச் சோறுடன், ஆட்டுக்கிடாயின் குழம்பின் மணமும் தொட்டியினுள் உள்ளவர்களின் நாவில் எச்சிலை ஊறச் செய்தது. சீக்கிரம் உணவு தயாராகட்டும் என்று காத்திருந்தார்கள்.

தேக்குமர இலைகளைச் சிறு குச்சிகளால் பிணைத்து உருவாக்கப் பட்டிருந்த இலையில் அரிசிச் சோறும், காரமான ஆட்டுக்கறிக் குழம்பும் பரிமாறப்பட்டது. ஆர்வத்துடன் அந்த உணவை ஒரு பருக்கைகூட விடாமல் சுவைத்தனர். அரிசி உணவு சாப்பிடுவது வருடத்தில் எப்போதாவது நிகழ்வது என்பதால் அதனை வாயில் அசை போட்டுச் சுவைத்து விழுங்கினார்கள்.

கறியின் காரம் குறைவதற்குள்ளேயே ஆண்கள் களிமண் புகைப் பானில் கஞ்சாவை நிரப்பி, புகையை இழுத்துக் கொண்டு மகிழ்ந்தனர். கொத்தல்லியும் கோல்காரனும் புகையை இழுத்துக் கொண்டார்கள். அங்கு மகிழ்ச்சி நிறைந்திருந்தது. அன்றிரவு தொட்டியின் மையத்தில் உக்கடத்தீ ஏற்றப்பட்டது. அதனைச் சுற்றிலும் ஆண்களும், பெண்களும் உட்கார்ந்து கொண்டார்கள். மீண்டும் அரிசிச் சோறும், கறிக்குழம்பும் சூடு செய்து பரிமாறினார்கள். அதன் பின்பு, அங்கு கருகிய கஞ்சா புகை சூழ்ந்தபோது தப்பையின் வாசிப்பும், பீனாச்சி யின் நாதமும் எழுந்தது. பெண்களும், ஆண்களும் வட்டமாய் நெருப்பைச் சுற்றிலும் நின்று ஆடினார்கள்.

அப்போது கரியனை, கெம்பம்மாவின் குடிசையில் விட்டுக் கதவைத் தாழிட்டிருந்தார்கள். கரியன், கெம்பம்மாவிடம் நெருங்கும்போது வெகு கூச்சப்பட்டான். கெம்பம்மா, கரியனை அவளின் மதர்த்த மார்புகள் நசுக்க நெஞ்சோடு அணைத்துக் கொண்டாள். கெம்பம்மாவிடம் எழும் வாசனையை முகர்ந்தான் கரியன். அந்த வாசனை அவனுக்கு எப்போதும் பிடிக்கும் என்று அவளிடம் கூறினான். அவள் புன்னகைத்தாள். பின் கெம்பம்மாவின் மந்திரத்திற்குக் கட்டுண்டவனாக மாறி அவளின் உடல் மொழிக்கேற்ப அசைந்து அவள் மீது சரிந்தான்.

அந்நேரம் தொட்டியின் உக்கடத்தீ நல்ல கதகதப்பான வெப்பத்தைக் கொடுத்து எரிந்தது. தொட்டியினரின் ஆட்டக்கால்கள் பதித்த அழுத்தத்தில் பூமியிலிருந்து புழுதிகள் கிளம்பி... தீயின் ஒளி கலந்து செந்நிறமாய் எதிரில் இருந்தவர்களுக்குக் காட்டியது. ஆடிய கால்கள் களைப்படைந்ததாய்த் தெரியவில்லை. வியர்வை பெருக்கெடுக்க மேலும் ஆட்டம் சூடு பிடித்தது. அந்த ஆட்டம் விடிந்த பின்புதான் முடிந்தது.

அன்றைய இரவு மணமக்களுக்கும், தொட்டியினருக்கும் வெவ்வேறு அனுபவங்களைக் கொடுத்த அற்புதமான இரவாகும்.

8

அந்த வருடம் ஆடிப்பட்டத்திற்கு ஏற்றாற்போல பருவமழை குறித்த காலத்தில் பொழிந்து மண்ணை நனைத்தது. தொட்டியிலிருந்தவர்கள் கையில் கொத்துக்களை எடுத்துக்கொண்டு அவரவர் விதைக்கும் நிலங்களில் பூமியைக் கொத்தி கையாலேயே உழவு செய்தார்கள். ஆனால், எப்போதும் உழவுக்கு முன்னே நிற்கும் பேதன் காய்ச்சல் கண்டு நடுங்கியதால் அடுத்த நாள் காலையில் தொட்டியிலிருந்த மொட்டைப் பாறையில் நன்றாக உடலில் குளிர் குறைய படுத்து வெய்யில் காய்ந்து கொண்டான். ஜோகம்மாள் காய்ச்சிக் கொடுத்த பட்டை கசாயத்தை அவன் கூடுமானவரை தவிர்த்தே வந்தான். அதனால், பேதன் மழை பொழிந்தபோது சீர்காட்டிற்கு உழவு செய்யாமல் தன் குடிசையில் படுத்துக் கிடந்தான்.

ஜோகம்மாள் அவளின் ஒருவயது கைக்குழந்தை ஜடையனை வைத்துக்கொண்டு குடிசையில் வேலைகளைச் செய்வதில் அவளுக்குச் சிரமமிருந்தது. எந்நேரமும் ஜடையன் தாயை விட்டுப் பிரியாமல் இருந்தான். அடுப்பு மூட்டும்போது குழந்தையைப் பக்கத்தில் வைத்திருப்பதற்கு அவள் பயந்தாள்.

அப்போது கெம்பம்மா பேதனின் குடிசைக்கு வந்து சீர்காட்டில் பேதனின் பூமியில் சில அடிகள் மூங்கில் வேலியை முறித்து துரையன் உழவு ஓட்டியிருப்பதாகச் சொன்னாள். இப்படி எப்போதாவது நடக்குமென்று பேதன் எதிர்பார்த்திருந்தான். அதன் காரணமாகவே துரையனிடம் மிகுந்த எச்சரிக்கையாகவே இருந்தான். சில நாட்களுக்கு முன்பு அவனது பயிர்களுக்காக சில நாட்களுக்கு மட்டும் பேதனின் கிணற்றிலிருந்து நீர் இறைத்துக்கொள்ள அனுமதிக்க முடியுமா? என்று துரையன் தனக்கு வேண்டியவன் மூலம் பேதனிடம் கேட்டிருந்தான். "குடிக்கத் தண்ணீர் எவ்வளவு? வேண்டுமானாலும் எடுத்துக்கொள்ளச் சொல். விவசாயத்திற்குத் தர இயலாது. அவனுக்கே அந்தப் பூமியின் மீதான கடன் கணக்கு சீக்கிரம் தீர்க்கப்படும்" என்று கூறி அனுப்பியிருந்தான்.

தன் வயல் மீது துரையனுக்கு உள்ள ஆசையை எண்ணி வெகு ஜாக்கிரதையுடன் பேதனிருந்தான்.

பேதன் தனது சீர்காட்டை நோக்கி வேகமாகப் போனபோது, அவனுடன் ஜோகம்மாள், குழந்தை ஜடையனையும் தூக்கிக் கொண்டு சென்றாள். கெம்பம்மாளும், சிவண்ணாவும் உடன் வந்திருந்தனர். சீர்காட்டு வயலில் பேதனின் எல்லைக்குள்

துரையனின் உழவு ஓட்டம் சில அடிகள் உள்வந்திருந்தது. எல்லைக்கு அடையாளமாக வைக்கப்பட்டிருந்த மூங்கில் வேலி முறிபட்டிருந்தது.

பேதன் வெறிபிடித்தவன் போலக் கத்தினான். அவனது உடல் சோர்வுகளையும் மீறி அவன் குரல் வெளிப்பட்டது. “எவனடா என் வயலில் உழவு செய்தது. என்ன துணிச்சல் இருந்தால் என் நிலத்தில் உழவோட்டம் செய்து எனது வேலியை முறித்திருப்பீர்கள்” என்றான்.

பேதனின் சப்தத்திற்குப் பின் சிறிது நேரம் கழித்து துரையனின் மனைவி சாந்தா வந்தாள்.

“இந்த சப்தம் எங்களிடம் போடாதே. எங்கள் நிலத்தில்தான் நாங்கள் உழவு ஓட்டினோம்” என்றாள்.

“உன் வெட்கங்கெட்ட வேலையை உன்னோடு வைத்துக் கொள்... எங்க பூமி சோளகர் சொத்து. தேவையில்லாமல் மற்றவன் பூமியை அபகரிக்க முயற்சி செய்ய வேண்டாம்னு உன் புருஷனிடம் சொல். எனக்கு உடைந்த வேலியைச் சரி செய்து தரவும் வேண்டும்.”

பேதனின் சப்தம் பெரிசாக ஒலித்தபோது, துரையன் வீட்டிலிருந்து வெளியே வந்து “உனக்கு ஏதடா பூமி? இது எங்க பேரிலே அரசாங்க வரி ரசீது போட்டிருக்கு” என்றான்.

பேதனுக்கு, துரையனின் சொற்கள் முகத்தில் கோபத்தை ஏற்றியிருந்தன.

“அந்த மணியகாரனுக்கு உன் பொண்டாட்டியைப் படுக்க வைத்து எதை வேண்டுமென்றாலும் வாங்கிக்கலாம்னு முடிவு செய்து விட்டாய். ஆனா இது என் மூதாதையர் பூமி. அந்த மண்ணின் ஒவ்வொரு அங்குலமும் எங்க கைபட்டு பக்குவமடைந்திருக்கு. வரி அது இதுன்னு பேசி என்னை வெறி ஏற்றாதே” என்றான். பேதனுக்கு சீக்கிரத்தில் அவனுக்குள்ளிருந்த அச்சத்தின் கரு நெருங்கி வருவதை உணர்ந்தான்.

பேதன் சாந்தாவையும் துரையனையும் திட்டியதால், சாந்தா சில கெட்ட வார்த்தைகளால் பேதனைப் பேசினாள். அவளின் உடல் குலுங்கக் கத்தினாள். அவளது வசை மொழிக்கு தொட்டியில் இணையாகப் பேச எந்த சோளகத்திக்கும் பக்குவமும் பயிற்சியுமில்லை.

அப்போது மணியகாரன் மாதப்பா இரண்டு ஆட்களுடன் துரையனின் வீட்டிலிருந்து வந்தான். “என்னை ஏன்டா உங்க சண்டையிலே

இழுக்கறே? நாயே. உன்னை..." எனக்கூறியவாறே பேதனைப் பார்த்து முறைத்துக்கொண்டே கைகளை ஓங்கியபடி வந்தான்.

பேதன் மணியகாரனின் கையைப் பிடித்து நிறுத்தினான். மணியகாரன் கீழே விழுவது போல அசைந்து நின்றான்.

மணியகாரனின் ஆட்கள் மணியகாரனுக்கு ஆதரவாக பேதனின் முன் சண்டைக்கு வருவது போல வந்தார்கள். பேதன் அவனது இரண்டு கைகளையும் இணைத்து "வாங்கடா" என்று கூச்சலிட்டான். வந்தவர்கள் அப்படியே நின்று விட்டார்கள்.

அப்போது கொத்தல்லியும், கோல்காரன் சென்நெஞ்சாவும் ஓடி வந்தனர். பேதனைப் பிடித்து, "ஏன் இப்படி பைத்தியத்தைப் போல நடந்து கொள்கிறாய்?" என்றான் கொத்தல்லி.

"என் காட்டிற்குள் வந்து உழவு ஓட்ட யார் கொடுத்தது அவனுக்கு தைரியத்தை, அது நியாயமா கொத்தல்லி?" என்றான் பேதன். கொத்தல்லி உழவு செய்திருந்த தடத்தைப் பார்த்து, "அவன் காட்டிலே ஏன் இப்படி அத்து மீறி வர்றீங்க? உங்களுக்குமா இது தெரியலை மணியகாரரே" என்றான்.

"அரசாங்கம் இந்த சீர்காடு முழுவதற்கும் வரி ரசீது துரையன் பேரிலே போட்டிருக்கு. இது வருவாய் புறம்போக்கு. உங்கிட்டே என்ன இருக்குது" என்றான் மணியகாரன்.

"நீங்க பார்த்து எதை வேணுன்னாலம் செய்யலாம். எத்தனை தலைமுறையாக நாங்க விவசாயம் செய்தோம். அப்போ எந்த வரிகளும் எங்ககிட்டே ஏன் வாங்கலை?" என்றான் சென்நெஞ்சா.

சென்நெஞ்சாவின் அலட்சியம்தான் இதற்குக் காரணம் என்றும், ஒரு பேராசை பிடித்தவனை தொட்டியினர் பூமியில் நுழைய விட்டு விட்டு வேடிக்கை பார்ப்பதாகவும் சென்நெஞ்சாவைத் திட்டினான் பேதன்.

சென்நெஞ்சா தன்னால் என்ன செய்ய இயலுமென்று பேதனிடம் சமாதானம் செய்தான்.

பேதனின் வயலில் அத்து மீறி உழவு செய்ததைப் பற்றி துரையன் எந்தக் கவலையும் அடையவில்லை. அவன் மணியகாரனைக் கூட்டிக்கொண்டு சத்தியமங்கலம் அடிக்கடி போய் வந்தான். மணியகாரனின் தயவால் அடுத்த மாதத்திலேயே சத்தியில் தாசில்தார் அலுவலகத்தில் நடந்த ஜமாபந்தியில் சீர்காடு முழுதும் தனது பயன்பாட்டில் இருப்பதாகக் காட்டி துரையனின் பேரிலேயே

அரசாங்கத்தின் பூமி உரிமைப் பட்டாவை வாங்கிக்கொண்டு சீர்காடு வந்திருந்தான் துரையன்.

துரையனுக்குப் பட்டா வாங்கிக் கொடுப்பதில் மணியகாரன் மிகுந்த ஆர்வம் காட்டியிருந்தான். தன் கையைப் பிடித்த சோளகனைப் பழிவாங்கவும், சாந்தாவின் கட்டளைக்காகவும் சீர்காட்டை பட்டா ஏற்பாடு செய்து மணியகாரன் துரையனுக்கு தாரை வார்த்து கொடுத்திருந்தான்.

துரையன் பட்டா வாங்க சத்தி போய் வந்த இரண்டாம் நாள் பேதன் அவன் வயலில் அவரை தூவ கையில் இரண்டு மாடுகளைப் பிடித்து வரும்போது சீர்காட்டில் பேதனின் வயலுக்குப் போகும் வழி முள் போட்டு அடைக்கப்பட்டிருந்தது.

பேதன் அதிர்ச்சியில் நின்ற போது துரையனும், அவனுடன் மணியகாரனுக்கு வேண்டிய கவுண்டர்கள் மூன்று பேரும் வந்தனர். அவர்கள் "துரையனுக்கு இந்த பூமியை அரசாங்கம் பட்டா கொடுத்திருக்கு. அதனால் இனிமே நீ விவசாயம் செய்யக் கூடாது" என்றனர்.

ஜோகம்மாள், "எங்க பூமிக்கு எவன் உங்களுக்கு பட்டா, சிட்டா தர" என்றாள். பேதன் அவளைச் சப்தமிடாதே என்று கூறிவிட்டு, துரையனின் ராகி முளைத்த வயலில் இறங்கி, நடந்து சென்று தன் பூமியில் மாடு பூட்டி உழவு செய்ய ஆயத்தம் செய்தான். அப்போது துரையன், பேதனின் ஏரைப் பிடித்துக் கொண்டான். பேதன் மாட்டைச் செலுத்த முயன்றபோது துரையன் பேதனைக் கன்னத்தில் அறைந்து கீழே தள்ளினான். கீழே விழுந்த பேதனின் முகம் முழுவதும் சீர்காட்டின் மண் ஒட்டியிருந்தது.

அடுத்த கணத்தில் பேதன் தன்னை மறந்து போனான். அவனது கண்களில் இரத்தம் ஏற முகம் சிவந்து வெறி பிடித்தவனாய் உழவுக்காய் சீர்காட்டில் வேயப்பட்டிருந்த தனது சாலைக் கொட்டகைக்குள் ஓடி, கையில் அருவாளுடன் வெளிவந்தான். பேதனின் கையிலிருந்த அருவாள் மூங்கிலைத் தொட்டதும் இரண்டாக்கும் கூர்மை வாய்ந்ததாயிருந்தது. ஏய்... ய்... என்று பேதன் கத்தலுடன் துரையனுக்கு முன் ஓடியதும், துரையனும், அவனுடன் வந்திருந்த கவுண்டர்களும் உயிரைக் காப்பாற்றிக் கொள்ள அங்குமிங்கும் ஓடினார்கள். வந்தவர்களில் ஒருவன் மூங்கில் வேலியை எகிறிக் குதித்துத் தப்பியோடினான். பேதனின் அருவாளுக்கு துரையன் இரையைப்போல ஓடினான். துரையன் தொட்டியை நோக்கி ஓட்டமெடுத்தான். பேதனுக்குப் பின்னே அலறி வந்தவர்களின் சப்தம் தொட்டி வரை எதிரொலித்தது. தொட்டி

சோளகர் தொட்டி

மக்கள் அந்த அலறலில் அதிர்ந்து வெளியே வந்தார்கள். மூச்சிறைக்க ஓடிவந்த துரையன், கெம்பம்மாளின் குடிசையினுள் புகுந்து மூங்கில் கதவைச் சாத்திக் கொண்டான். பேதன், கெம்பம்மாவின் வீட்டிற்குள் ஓடியபோது தொட்டியினர் பேதனைப் பிடித்து அமுக்கி அவனது கையிலிருந்த அருவாளைப் பிடுங்க முயன்றார்கள். பத்துக்கும் மேற்பட்ட ஆண்கள் பேதனின் மீது கிடந்தார்கள். சில நிமிடங்கள் அந்தப் போராட்டம் நடந்தது. அருவாளைப் பிடுங்கும் இழுபறியில் அருவாள் பட்டு கரியனின் கை கிழிந்து இரத்தம் வழிந்தது. ஆனாலும், பேதன் வெறி பிடித்தவனாய் கத்தினான். அவனது உடலில் வெப்பம் பெருகி அனல் காற்றாய் வெளிப்பட்டு வியர்த்து ஓடியது. தொட்டி முழுவதும் பீதியடைந்து கிடந்தது. கொத்தல்லி, கோல்காரன் மற்றும் தொட்டியின் அனைத்து சொந்தங்களும் அவன் முன் இருப்பதை உணர அவனுக்கு வெகுநேரம் பிடித்தது. பேதனின் கையைப் பிடித்து அவன் மகன் சிவண்ணா கண்ணீர் வடித்தான். கூடவே ஜோகம்மாளின் அழுகையும் கேட்டது. பேதன் அங்கேயே உட்கார்ந்து தலையில் கையை வைத்துக் கண்ணீர் சிந்தினான். “என் பூமியை எனக்கு இல்லைன்னா, நான் எங்கே போவது? சொல்லுங்கய்யா” பேதனின் குடும்பம் கதறுவதைக் கண்ட தொட்டியினர் அனைவரும் கண் கலங்கினர். அப்போது கூட்டம் உட்கார்ந்திருந்த பேதனைச் சுற்றி நின்று கொண்டிருந்ததால், தொட்டியினர் பத்திரமாக கெம்பம்மாவின் குடிசையிலிருந்து துரையனை வெளியேற்றி அவனது வீட்டிற்கு அனுப்பி வைத்தார்கள். துரையனின் முகத்தில் சவக்களை பரவியிருந்தது. அவனுக்கு பீதியால் வியர்த்து, தொண்டை வறண்டு போயிருந்தது.

சாந்தா ஓலமிட்டபடியே துரையனைத் தன் வீட்டிற்குள் கூட்டிச் சென்றாள். சிறிது நேரத்திற்குப் பின் மணியகாரன் மாதப்பாவைப் பார்க்க வேகமாகச் சென்றனர் இருவரும்.

தொட்டியில் அழுது கொண்டிருந்த மக்களைக் கொத்தல்லி ஆறுதல் படுத்த முயன்றான். எனினும், அவனது கண்களிலும் கண்ணீர் கோடிட்டிருந்தது. கண்களைத் துடைத்துக் கொண்டு பேதனை அரவணைத்துக் கொண்டான்.

“சீர்காடு உன்னுடைய மூதாதையர் பூமி. உன் தாய் போன்றது. அந்த மண்ணிலே நீ கண்ணீர் விட்டு அழுகிற சூழல் வந்திடுச்சி. உன்னோட வேதனை நிச்சயம் உன்னைக் கெடுத்தவனைச் சும்மா விடாது. அதுக்காக நீ கோபப்பட்டு வேட்டையைக் கையில் எடுக்கிறயே, அது சரியில்லே. உன் குடும்பத்தையும், தொட்டியையும் அது பாதிக்கும்” என்றான் கொத்தல்லி.

“நான் ஏமாந்துட்டேன். நான் உயிர் வாழ்வதில் பயனில்லை” என்று மீண்டும் கண்ணீர் மல்கினான் பேதன். தொட்டியினர் கடவுளை நொந்து கொண்டார்கள். பேதனை அவனின் குடிசைக்குக் கூட்டிச் சென்றபோது கொத்தல்லியும் கூடச் சென்றான். பேதன் திரும்பத் திரும்ப, “ஏமாந்து விட்டேன்” என்று கூறினான். அவனுக்கு மீண்டும் காய்ச்சல் கண்டது. தொட்டி இருளத் துவங்கியபோது அசதியில் குடிசையில் படுத்திருந்தான். தொட்டியின் நிசப்தத்தைக் கலைக்கும் வண்ணமாய் அப்போது நாய்கள் குலைத்தது. அன்னியர்கள் யாரேனும் தொட்டியில் நுழையும்போது இப்படித்தான் நாய்கள் குலைக்கும்.

நான்கு போலீஸ்காரர்கள் கையில் தடியுடன் வந்தார்கள். அவர்களுடன் துரையன் வந்திருந்தான். பேதனின் குடிசைக்கு முன்னே வந்து நின்றார்கள். துரையன் குடிசையைக் கை காட்டினான். போலீஸ்காரர்களில் ஒருவன் உள்ளே சென்று படுத்திருந்த பேதனின் மயிரைப் பிடித்து இழுத்து வந்து வாசலில் போட்டான். பேதன் கோவணம் மட்டும் கட்டியிருந்தான். மற்ற போலீஸ்காரர்கள் பேதனை சரமாரியாக தடியால் விளாசினார்கள். ஜோகம்மாள் சப்தமிட்டு அழுதாள். சிவண்ணா அவனது தந்தையைப் போலீஸ்காரன் தாக்குவதைப் பார்த்து ஒரு போலீஸ்காரனின் தடியைப் பிடுங்கி எறிந்தான். உடனே மற்றொரு போலீஸ்காரன் சிவண்ணாவின் முடியைப் பிடித்து இழுத்தான். சிவண்ணாவும், வெறும் கோவணம் மட்டும் கட்டியிருந்தான். பேதனையும் சிவண்ணாவையும் கையைப் பின்புறமாக மடக்கி இருவரின் முதுகும் உரசும்படி நிற்க வைத்து இருவரின் கைகளையும் கயிற்றால் பிணைத்துக் கட்டினார்கள். போலீஸ்காரர்கள் பின் இருவரையும் இழுத்தனர். பக்கவாட்டில் நடத்தியபடி இருவரும் சீர்காட்டில் பக்கம் நிறுத்தி வைக்கபட்டிருந்த ஜீப்பை நோக்கி இழுத்துச் சென்றார்கள். அவ்வப்போது சில அடிகள் இருவரின் முதுகையும், கால்களையும் பதம் பார்த்தது. சிவண்ணாவின் முதுகு தசை போலீஸ் தடியின் விளாசலில் கிழிந்து போய் இரத்தம் வழிந்தது. அப்போது கொத்தல்லி ஓடி வந்தான். போலீஸ்காரர்களில் மூத்த ஒருவனிடம், “விட்டுடுங்க சாமி... எந்தத் தப்பும் நடக்கலை” என்றான். மூத்த போலீஸ்காரன் கொத்தல்லியின் கால் மீது தடியால் ஓர் அடி கொடுத்தான். கொத்தல்லி கீழே விழுந்தான். பேதனும், சிவண்ணாவும் ஜீப்பில் ஏற்றப்பட்டார்கள். துரையனும் அதே ஜீப்பில் ஏறிக் கொண்டான்.

ஜீப் ஆசனூர் காவல் நிலையத்தை அடையும்போது மணியகாரன் மாதப்பா அங்கு காவல்துறை சப்-இன்ஸ்பெக்டர் ஒருவரிடம்

பேசிக் கொண்டிருந்தான். ஜீப்பிலிருந்து இறக்கப்பட்ட பேதன், சிவண்ணாவின் கைக்கட்டுகள் அவிழ்க்கப்பட்டு இருவரையும் காவல் நிலையத்திற்குள் கூட்டிச் சென்றபோது, அங்கிருந்த அதிகாரி மணியகாரனிடம், "இவனுகதானா?" என்று கேட்டார். இருவரும் காவல் நிலையத்தின் உள் அறைக்குத் தள்ளிக் கொண்டு செல்லப் பட்டனர். அங்கு சென்றதும், அந்த போலீஸ்காரர் தனது லத்தியை சரமாரியாக விளாசினான். பேதனின் மூக்கில் லத்தி தாக்கி இரத்தம் வழிந்து கொண்டிருந்தது. பேதனுக்கு தன் கண் முன் மகன் அடிபடுவதைப் பார்த்து தன் மீது விழும் அடிகளைப் பொருட்படுத்தாது கதறினான். அப்போது வெளியிலிருந்த காவலர்கள் உள்ளே வந்து அவர்களின் முழங்கையை பேதன் மற்றும் சிவண்ணாவின் முதுகில் வேகமாகக் குத்தி ஊன்றினார்கள். சிவண்ணாவின் மயிரைப் பிடித்து இழுத்து விட்டதும், அவன் சுவரில் போய் விழுந்து சரிந்தான். இருவரின் கோவணங்களும் உருவப்பட்டன. பின்னர், போலீஸ்காரர்கள் அவர்கள் பூட்ஸ் கால்கள் பதிய இருவரையும் உதைத்தனர். ஆங்காங்கு உடல் தோலை சரித்து எடுத்தது அந்த பூட்ஸ் உதைகள்.

அப்போது மணியகாரன் மாதப்பாவும் துரையனும், பேதனும் சிவண்ணாவும் கிடந்த அறையை எட்டிப் பார்த்தார்கள்.

"இனி அந்த வயல் பக்கம் போவீங்களா, தேவடியாப் பசங்களா…" என்று உதைக்க மீண்டும் காலைத் தூக்கினான் போலீஸ்காரன். இரண்டு பேருமே மயக்கமாகும் நிலையில் கிடந்ததால் காலை மீண்டும் இறக்கிக் கொண்டான்.

"போதுமா துரையா, இனி வரமாட்டானுக, வந்தா குடும்பத்தையே சந்தனக்கட்டை கேஸ் போட்டு உள்ளே தள்ளிடலாம். நீ பூமியை சுவாதீனம் எடுத்து உட்கார்ந்துக்க" என்றான் போலீஸ்காரன். அதன் பின்பு, மணியகாரனும் துரையனும் அங்கிருந்து சென்று விட்டனர். காவல் நிலையத்தில் இரண்டு போலீஸ்காரர்களை சென்ட்ரியாகப் பாதுகாப்புக்குப் போட்டு விட்டு மற்ற போலீஸ்காரர்கள் சென்று விட்டார்கள். அந்த அறையின் தரையில் பேதனின் மூக்கிலிருந்து வழிந்த இரத்தம் சொட்டு சொட்டாய் சிந்தியது. பேதனின் முகம் வீங்கி இரத்த சாயம் பூசியதாயிருந்தது. சிறிது நேரத்திற்குப் பின்,

"டேய்! உங்கப்பன் முகத்தைத் துடைத்து விடுடா" என்று ஒரு பழைய துணியைத் தூக்கி சிவண்ணாவிடம் போட்டான் சென்ட்ரி போலீஸ்காரன். சிவண்ணா நகர்ந்து வந்து நிர்வாணமாய்க் கிடந்த பேதனை எடுத்து அவனது தொடையில் தலையை எடுத்து வைத்து முகத்தைத் துடைத்து விட்டு, மூக்கில் துணியைப் பிடித்து சிறிது

நேரம் அழுத்திப் பிடித்த பின் மூக்கில் வழிந்த இரத்தம் கட்டுப் பட்டிருந்தது. சிவண்ணாவின் தலையில் சுவற்றில் மோதியதால் ஏற்பட்ட காயத்தில் இரத்தம் கன்றியிருந்தது. பேதன் தன் மகனைப் பார்த்தான்.

“வலிக்கிறதா?” என்றான். சிவண்ணா அழுதான்.

“என்னால் எதுவும் செய்ய முடியவில்லையப்பா. அப்பாவால் மகனுக்கு அடிவிழும் பாவத்தைச் செய்து விட்டேன். நான் பாவி” என்றான்.

அப்போது கோவணத்தைக் கட்டிக்கொள்ள காவல் நிலையத்திலிருந்த சென்ட்ரி போலீஸ்காரன் அனுமதியளித்தான். பக்கத்து அறையிலிருந்த கழிப்பறைப் பக்கமிருந்து பெரிய கொசுக்கள் பறந்து வந்து கடித்தது. வெளியே மழை பொழிந்தது. அதனால் குளிர் எடுத்து இருவரும் நடுங்கினார்கள். பேதன், சிவண்ணாவை அவனது மடியில் படுக்க வைத்து உடலைச் சூடு செய்ய முயன்றான். பேதன் அதிகமாகவே நடுங்கினான். அவனுக்கு அப்போது ஜோகம்மாளின் ஞாபகம் வந்தது. அவள் கண் முன்னேயே கணவனும், குழந்தையும் வேற்று மனிதர்களால் அடித்துத் துன்புறுத்தப்பட்டதைக் கண்டு அவள் எப்படித் தாங்கிக் கொள்வாள்? என்று எண்ணினான். பேதனின் இதயம் கனத்துப் போயிருந்தது.

அந்நேரம் தொட்டியில் ஜோகம்மாள் அவள் குடிசையில் அழுது புலம்பிக் கொண்டிருந்தாள். கொத்தல்லிக்கு, போலீஸ், வனத்துறையால் எழும் பிரச்சினைகளை மணியகாரனிடம் சொல்லித்தான் சரி செய்வான். ஆனால், மணியகாரனே பிரச்சனையாக உள்ளதால் யாரை வைத்துப் போவது என்று அவன் புரியாமல் குளம்பினான். “பக்கத்து காளி திம்பம் தொட்டியில் யாரிடமேனும் விசாரித்து பிரச்சனையைத் தீர்க்கலாம். காலையில் பேசிக் கொள்ளலாம். அழாதே” என்று ஜோகம்மாளுக்கு ஆறுதல் சொன்னான். ஜோகம்மாளுக்குத் துணையாக அவளது குடிசையில் கெம்பம்மாவும் மூன்று தொட்டி பெண்களும் உடன் இருந்தனர்.

விடியும் சமயம் ஜோகம்மாளின் குடிசையிலிருந்த பெண்கள் உட்கார்ந்தபடியே நன்றாக தூங்கிப் போயிருந்தார்கள். வானம் வெளிர் மஞ்சள் சிகப்பாயிருந்தபோது வனத்திலிருந்து பறவைகள் பறக்கும் ஒலி கேட்டது. சீக்கிரம் கொத்தல்லியை அழைத்துச் சென்று ஏதாவது ஏற்பாடுகளைச் செய்வித்து தன் கணவனையும், மகன் சிவண்ணாவையும் கூட்டி வர குடிசையிலிருந்து வெளியே வந்தபோது, சீர்காட்டில் பேதனின் காட்டிலிருந்து தீ எரிவது போலத் தெரிந்தது. ஜோகம்மாள் அதனை உற்று நோக்கியபோது

சீர்காட்டில் விவசாயப் பொருட்களை வைக்க இருந்த கணாங்கு புல் வேய்ந்த ஓலைக் கொட்டகை தீப்பற்றி எரிவது தெரிந்தது. அதில் தான், உழவுக் கலப்பையும், மரக்கூடைகளும் இருந்தன. ஜோகம்மாள் அதிர்ந்து போய் கூச்சலிட்டுக் கொண்டே சீர்காட்டை நோக்கி ஓடினாள். அவளது கூச்சலில் தொட்டி விழித்துக் கொண்டது. அவள் சீர்காட்டை அடைந்தபோது, துரையனும் சாந்தாவும் அவள் மகன் ராஜுவுடன் வெளியூர் ஆட்கள் பத்துப் பேர் இருந்தார்கள். ஜோகம்மாள் துரையனை 'டேய்' எனப் பிடித்தாள், அவன் பனியன் கிழிந்து போயிற்று. துரையன், ஜோகம்மாளின் வயிற்றில் உதைத்தான். ஜோகம்மாள் கீழே விழுந்ததும், சாந்தாவும் வெளியூர் ஆட்கள் அனைவரும் சேர்ந்து கொண்டு அவர்களை உதைத்தனர். சாந்தா, ஜோகம்மாளின் மயிரைப் பிடித்து இழுத்து சீர்காட்டிலிருந்த தாண்ரி மரத்தில் ஜோகம்மாளைச் சாய்த்து அவள் கைகளை மரத்திற்குப் பின் வளைத்துக் கட்டக் கயிற்றைத் தேடினாள். அதற்குள் துரையன் ஜோகம்மாளை மீண்டும் வயிற்றில் எட்டி உதைத்தான்.

தொட்டியின் ஆண்களும் சீர்காட்டை நோக்கி ஓடி வந்தனர். பேதனின் உழவுக் குடிசை சீர்காட்டில் தீயில் எரிவதைப் பார்த்துப் பதறினார்கள். குடிசை முழுவதும் எரிந்ததால், அதன் அருகில் செல்ல இயலாதவாறு அனல் அடித்தது. கானம் புல்லின் கரிச் சாம்பலை வானில் எழும்பச் செய்தது.

தொட்டியினரை அங்கு செல்ல விடாமல் தடுப்பது போல வெளியூர் ஆட்கள் தடியுடன் நின்றார்கள். கொத்தல்லி ஓடிச் சென்று ஜோகம்மாளை தூக்க முயன்றான். அதைத் துரையன் தடுக்க வந்தான். கோபத்தில் கண்கள் சிவக்க கொத்தல்லி துரையனைத் தள்ளினான். அவன் சற்று தள்ளி விழப் போய் நின்றான்.

"டேய்! உன்னை மட்டுமல்ல, வந்திருக்கிற எல்லாத்தையும் இப்போதே வெட்டிப் புதைக்க என் ஒருத்தனாலேயே முடியும். அமைதியா இருக்கிறதாலேயே கோழைன்னு நினைக்கிறயா? என் வயசிலே எத்தனை இரத்தத்தைப் பார்த்திருக்கேன் தெரியுமா?" என்றான் கொத்தல்லி.

"இவ அதிகம் வாய் பேசறா. என்னை அடிக்க வந்தா" என்று முகத்தைக் கடுமையாக்கிக் கொண்டான் துரையன்.

"பொம்பளையைக் கை நீட்டி இத்தனை பேர் சேர்ந்து அடிக்கிறீங்களே. என்ன மனுசங்க நீங்க. நீங்க திங்கற சோத்தை நாங்க தட்டினோமா? எங்களை ஏங்கய்யா கொடுமைப்படுத்தறீங்க? நாங்க சாபமிட்டா பலித்து விடும். இந்த தொட்டியிலே அநீதி நடந்தா, தெய்வம் விடாது தெரிஞ்சுக்க" என்றான்.

பெண்கள் ஜோகம்மாளைத் தூக்கி நிறுத்தி அவளை அழைத்துப் போனார்கள். அப்போது சீர்காட்டின் மண்ணைத் துரையனின் குடும்பத்தார் மீது அவர்கள் தூற்றினார்கள். சாந்தாவும் பதிலுக்கு அவர்களுடன் வாய்ச்சண்டையிட்டாள். துரையனும் கெட்ட வார்த்தைகளால் தொட்டியினரைத் திட்டினான். சற்று நேரத்தில் சாம்பலாய் சரிந்தது சீர்காட்டிலிருந்த பேதனின் உழவுக் குடிசை.

“இனி இந்த வயக்காட்டுப் பக்கம் இவங்க வரக்கூடாது. அரசாங்கம் எனக்குப் பட்டா கொடுத்திருக்கு” என்றான் துரையன். “நீயே தின்னு தண்ணீரைக் குடி. இந்த மணிராசன், நீதி நாள் கேட்கறவன்னாக் கேட்கட்டும். இல்லாட்டி பூஜை செய்யறதை விட்டுடறோம். நீயும் இங்கே வாழறதைப் பார்க்குறோம்” என்று கெம்பம்மா கூறிவிட்டு, ஜோகம்மாளைக் கைத்தாங்கலாய் தொட்டிக்கு அழைத்து வந்தாள். ஜோகம்மாளின் நெற்றியிலும், உதட்டிலும் இரத்தக் காயமிருந்தது. அவள் சீக்கிரமே மயக்கமாகிப் போனாள்.

ஆசனூர் காவல் நிலையத்தில் வழக்குத் தாக்கல் செய்யாமல் மூன்று நாட்கள் பேதனையும், சிவண்ணாவையும் வைத்திருந்தனர். அப்போது பேதன், சிவண்ணா இருவரின் முகங்களும் வீங்கிப் போயிருந்தன. காவல்துறையினருக்கும், சத்தி மாஜிஸ்திரேட்டிற்கும் இருந்த முரண்பாட்டால் கைதிக்குக் காயம் இருந்தால் காவல்துறை மீது விவகாரம் வரும் என்று கருதி வழக்குத் தாக்கல் செய்யாமல், தொட்டியினர் காவல் நிலையத்தின் வாசலில் காத்துக் கிடந்தபோது, “இனி சீர்காட்டுப் பக்கம் சென்று பிரச்சனை செய்யக்கூடாது. வேண்டுமானால், வக்கீலை வைத்துப் பூமிக்காக வழக்குப் போட்டுக் கொள்” என்று எச்சரித்து பேதனையும், சிவண்ணாவையும் தொட்டியினருடன் அனுப்பி வைத்தார்கள்.

இருவரும் ஜோகம்மாளைத் தேடினார்கள். அவள் தொட்டியிலிருக்கிறாள் என்று மட்டும் கொத்தல்லி சொன்னான். பேதன் சற்று மனம் வருத்தப்பட்டான். தொட்டியினை அவர்கள் சென்றடையும் வரை ஜோகம்மாள் காயம்பட்டு உடல் நிலை பாதித்து குழந்தை ஜடையனுக்குப் பாலூட்டக் கூட இயலாமல் கிடப்பதைப் பேதனும், சிவண்ணாவும் அறிந்திருக்கவில்லை.

9

பேதனோ சீர்காட்டைப் பறிகொடுத்த பின்னால் தனது பழைய உற்சாகத்தை முழுவதும் இழந்து போயிருந்தான். விவசாயத்தில் ஆர்வமிக்க பேதன் உழவு சமயத்தில் சோர்ந்து கிடப்பதைக்கண்டு தொட்டியினர் மிகுந்த வேதனையடைந்தனர். கொத்தல்லி அவனுக்கென்று ஒதுக்கப்பட்ட பூமியை, பேதனுக்கு விவசாயம் செய்ய ஒதுக்கினான். பேதனின் தந்தை வழியிலேயே தனக்குப் பூமி கிடைத்ததாகவும், தற்போது தரிசாய்க்கிடக்கும் பூமியில் பேதன் விவசாயம் செய்து கொள்ளட்டும். வேண்டுமென்றால், கொஞ்சம் தானியங்களை அறுவடைக்குப் பின் தந்தால் கூடப் போதும் என்று கொத்தல்லி அவன் பூமியைக் கொடுத்தான். அதன் பின், பேதன் அந்நிலத்தில் ராகியையும் அவரையையும் விளைவித்து வந்தான். ஆனாலும், சீர்காட்டை எப்படியாவது மீட்டு விட வேண்டும் என்ற உணர்வு அவன் மனதுக்குள் இருந்து கொண்டேயிருந்தது. அவன் பேசும் போதெல்லாம் தன் குடும்பத்தாரிடம் அதனைச் சொல்லி வந்தான். ஜோகம்மாள் அது நடக்குமா என்று ஐயப்பட்டாலும், பேதனுக்கு நம்பிக்கை தருவதற்காக 'ஆண்டவன் வழிவிடுவான். சிவண்ணா தலையெடுக்கும்போது நமக்கு எல்லா பாக்கியமும் கிடைக்கும்' என்று ஆறுதல் கூறி வந்தாள்.

சீர்காடு முழுவதும் துரையனுக்குச் சொந்தமான பின், அவன் சீர்காட்டில் தன் குடிசையை அகற்றி மாடி வீடு கட்டிக் கொண்டான். மின்சார இணைப்பு பெற்றுக் கிணற்றில் மின் மோட்டார் வைத்து வயல்களுக்குத் தண்ணீர் பாய்ச்சி மஞ்சளும் கரும்பும் விதைத்தான். வனத்தின் ஓரத்தில் கரும்பு விளைவித்ததால் யானைகள் சீர்காட்டில் புகாமலிருக்க அதனைச் சுற்றிலும் கம்பி வேலியை அமைத்து இரவில் மின் இணைப்பிலிருந்து மின்சாரத்தைக் கம்பி வேலியில் பாய்ச்சி வந்தான். பலமுறை மான்கள், பன்றிகள் மின்சாரம் தாக்கி அவனது வேலியில் விழுந்து கிடப்பது அன்றாட நிகழ்வாக இருந்தது.

துரையன் செல்வம் புரளும் விவசாயியாக மாறியிருந்தான். ஆனால் அவன் மனைவியைக் கட்டுப்படுத்தும் தகுதி மட்டும் அவனிடம் இல்லாமல் இருந்ததால், மனம் புழுங்கியே வந்தான். மணியகார மாதப்பனோ நாட்கணக்கில் சீர்காட்டை விட்டு அகலாமல் இருந்து வந்தான். துரையனை ஒரு பொருட்டாகவே சாந்தாவும் மாதப்பனும் எடுத்துக் கொள்வதில்லை. அவன் மகன் ராஜுவும் ஓர் இளைஞனாக மாறியிருந்தான். அவனும் அக்கறையுடன் விவசாயத்தையும்,

80 ச. பாலமுருகன்

துரையனின் சந்தனம் மணக்கும் குப்பை வியாபாரத்தையும் கவனித்து வந்தான்.

வனத்தில் அந்த நாட்களில் காட்டுப்பன்றிகள் மின்சாரக் கம்பிகளையும் ஏமாற்றி தண்ணீர் போகும் வாய்க்காலுக்குள் புகுந்து வயலுக்குள் வந்து கரும்பையும், மஞ்சள் பயிரையும் பெயர்த்து எடுத்துக் கடித்துத் தின்றன. எனவே, ஆளை வைத்து மூங்கில் தப்பைகளைக் கட்டி தூரத்திலிருந்து இழுத்து மரத்தில் பட்டு சப்தம் ஏற்படுத்தும் கட்டுவாலைக் கட்டி இரவுகளில் பன்றிகளை விரட்டி வந்தான். இதைப் போல அவ்வளவு பன்றிகளை தொட்டியினர் என்றும் பார்த்ததில்லை. இது துரையனின் துர் செயலுக்கான எதிர்வினை என்று கூட தொட்டியில் ஒரு பேச்சு எழுந்தது.

துரையனும், தனக்கெதிராக தொட்டி ஆட்கள் இருளர்களை வைத்து மந்திரித்து விட்டதாலேயே இந்தப் பன்றிக் கூட்டம் தனது வயலில் அழிமாட்டம் செய்கிறது என்று நம்பினான். சாந்தாவும், ராஜுவும் வரும் வாரம் பண்ணாரி கோயிலுக்குப் போய் வந்தால் நன்றாக இருக்கமென்று பேசிக் கொண்டார்கள். ஆனாலும், துரையனுக்கு மணிராசன் கோயிலின் மீது ஓர் இனம் புரியாத பயமிருந்தது. அவன் அந்தக் கோயிலை இரவு நேரங்களில் உற்று நோக்குவதையோ, அப்பகுதிக்குச் செல்வதையோ கூடத் தவிர்த்து வந்தான். பாங்காட்டில் நடு இரவுகளில் வேட்டைக்குப் போன துரையனுக்கு இப்போதெல்லாம் சிறு சிறு விசயங்களுக்குக்கூட பயப்படுமளவில் அவன் பாதிக்கப்பட்டிருந்தான்.

மழை பொழிந்து ஓய்ந்த அந்த இரவில் இரண்டாம் ஜாமத்திற்கு மேலே வயல் பக்கமாக பன்றிகளின் முறுவல் சப்தம் கேட்டு விழித்த துரையன் சீர்காட்டில் அதன் அழிமாட்டத்தைத் தடுக்க அவன் மருந்திட்டு கெட்டித்து தயாராக வைத்திருந்த நீளத் துப்பாக்கியை எடுத்துக் கொண்டு சென்றான். பத்துக்கும் மேற்பட்ட பன்றிகள் மஞ்சள் காட்டை மின் வேலி ஓரமாகவே மூக்கினால் உலும்பிக் கொண்டிருந்தது. பன்றியின் பற்கள் சிறிய தந்தத்தைப் போன்றவை. மயிர் சிலிர்த்து அது நின்றபோது துரையன் அந்தக் கூட்டத்தைக் குறி பார்த்துச் சுட்டான். ஒரு குட்டி பன்றி மட்டும் உடல் கிழிந்து விழுந்து கத்தியது. மற்ற பன்றிகள் தாறுமாறாய் ஓடின. துரையன் எதிர்பாராமல் உடலில் ரோமங்கள் குத்தி நின்ற ஒரு பெரிய பன்றி அவனை நோக்கி வந்தது. அவன் விலகி ஓட முயன்றபோது, அது நேரே அவன் மீது மோதி முட்டி அவனைத் தூக்கி வீசியது. விலங்குகளுக்காக மின்சாரம் பாய்ந்து கொண்டிருந்த கம்பி வேலியின் மீதே விழுந்தான். மின்சார வேலியிலிருந்து 'சடீர்' என்ற சப்தம் கேட்டது. அதன் பின்பு, அமைதியாகி விட்டது.

பொழுது புலர்ந்தபோது, துரையனின் பண்ணையத்திலிருந்த வேலையாள் காலையில் மின் வேலியின் மின் இணைப்பைத் துண்டிக்கும் போதுதான் துரையன் கம்பிவேலியில் கிடப்பதைப் பார்த்து, பதறியடித்து அவன் வீட்டிற்குத் தகவல் கொடுத்தான்.

கம்பி வேலியிலிருந்து துரையனின் உடலை எடுத்தனர். துரையனின் உடல் மின்சாரம் பாய்ந்திருந்ததால் கருகிப் போயிருந்தது. அவன் உடலின் வயிற்றுப் பகுதியில் ஆழமான இரண்டு பற்கள் ஏறிய காயமிருந்தது. கண்களை அகலத் திறந்து, பற்களால் நாக்கைக் கடித்த நிலையில் துரையனின் சடலம் இருந்தது.

தொட்டியினர்கூட துரையனின் சாவு கண்டு வேதனையடைந்தார்கள். பேதனுக்கும், அவன் குடும்பத்தினருக்கும் துரையன் தீங்குகள் செய்திருந்த போதிலும் ஒரு குடியானவனுக்கு உண்டான பூமியை சேர்த்துக் கொள்ளும் ஆசையிலே அவன் எல்லை தாண்டி நடந்து கொண்டதாகவும் மற்றபடி அவனுக்கு அந்த துர்மரணம் சீர்காட்டில் நடந்திருப்பது வேதனையளிக்கிறது என்றுதான் கொத்தல்லி தொட்டியில் பேசிக் கொண்டான். அதே சமயம், தொட்டியினரின் சாபம்தான் அவனை வீழ்த்திவிட்டது; மணிராசன் நீதி தவறுபவர்களை சகித்துக் கொள்ள மாட்டான் என்றும் தொட்டியிலிருந்த குடிசைகளுக்குள் தங்களுக்குள் சிலர் பேசிக் கொண்டார்கள்.

துரையனின் மரணத்தைப் போலீசுக்குத் தெரியப்படுத்தாமல் சீக்கிரம் சடலத்தை எரித்து விடுவது என்று மணியகாரன் முடிவு செய்தான். ஏனெனில், பிரேத பரிசோதனை என்று சத்தியமங்கலத்துக்கு சடலத்தைத் தூக்கிக் கொண்டு அலைவதை விட மின்சாரம் கம்பி வேலியில் செலுத்துவது, மற்ற தேவையற்ற விவகாரங்களைக் கிளப்பும் என்பதால், அன்று மதியமே சீர்காட்டில் பேதனின் உழவு குடிசை எரிந்த இடத்திற்கு அப்பால் வனத்தின் எல்லையின் ஓரமாய் துரையனின் சடலம் கட்டைகளை அடுக்கிய பின் ராஜுவால் தீ வைக்கப்பட்டது. தீ சூடு பிடித்து எரியும் சமயம் சந்தன மணம் வீசியது. அன்று காற்று வேகமாக வீசியதால் சிதை நெருப்பு மளமளவெனப் பிடித்து எரிந்தது.

துரையன் ஆடிய கூத்துகள் முடிவுக்கு வந்த பின்பும், சாந்தா துரையனின் சாவுக்கு தொட்டி ஆட்களின் செய்வினையே காரணமென்று வெகுவாக நம்பி அதையே ராஜுவிடமும் மற்றவர்களிடமும் சொல்லிக் கொண்டிருந்தாள். தொட்டியினர் மீது வெறுப்பையும், கூடவே செய்வினை பயத்தையும் ஏற்படுத்திவிட்டிருந்தது சாந்தாவின் புலம்பல்.

இரவுகளில் சீர்காட்டில் அவள் வீட்டில் காற்றடித்து மரம் அசையும் போதெல்லாம் துரையன் வந்து நிற்பது போல பீதியடைந்தாள். சீர்காட்டில் வெகுநாட்கள் இரவுகளில் விளக்குகள் அணைக்கப்படாமல் எரிந்து கொண்டிருந்தன. தூக்கத்தில் சாந்தா வீறிட்டு எழுந்து கொண்டு துரையன் தன்னைக் கூப்பிட்டது போலப் பயந்து கொண்டாள். துரையனைப் பற்றிய வதந்திகள் பல நாட்கள் அங்கு உலா வந்தன. அவைகளைப் பற்றி தொட்டியினர் பெரிதாக அலட்டிக் கொள்ளவில்லை. துரையனின் துர்ஆவி தங்களை நெருங்காமல் மணிராசனும் ஜடைசாமியும் காப்பதாகக்கூறி அதனை அலட்சியம் செய்தார்கள்.

சாந்தாவின் பீதியடைந்த மனநிலையால் மணியகாரன் மாதப்பாவின் காட்டில் மழை பொழிந்தது. அவன் இரவு பகல் எந்நேரமும் சாந்தாவுக்கு துணையாக சீர்காட்டிலேயே இருந்து வந்தான். மணியகாரனின் பழைய செல்வாக்குகள் சாந்தா சகவாசத்தால் மெல்லக் குறைந்து போயிற்று.

தொட்டியில் பேதனோ, அவனுக்கு ஒதுக்கப்பட்ட பூமியில் விவசாயம் செய்துகொண்டு அவன் குடும்பத்தினருக்கான ராகியையும், அவரையையும் உற்பத்தி செய்து கொண்டான். ஆனாலும், அவனது சீர்காட்டு மண்ணை அவன் மறக்க முடியாமல் தவித்து வந்தான். அதனால், அவனுக்கு எல்லாமுமே அந்த சீர்காட்டு பூமியாகவேயிருந்தது. அவனின் மூதாதையரின் கால் பதிந்த பூமி தனது காலத்தில் பறிபோனது அவமானமாக கூட அவன் மனதளவில் கருதினான். ஆனாலும், அது அவனின் சக்திக்கும் மேல் பட்டது என்பதை அவன் உணராமலே அவனையே எந்நேரமும் நொந்து வந்தான்.

அவனது செய்கைகளை கொத்தல்லியும், கோல்காரன் சென்நெஞ்சாவும் அவனை, “பூமி மீதான பேச்சை மறந்து விட்டு செம்பூத்துப் பறவை போல திரியடா, உன்னைப்போல எந்த சோளகனும் தொட்டியில் கிடையாது. குடியானவனாய்ப் பிறந்து பேராசை பிடித்து கிடப்பவனின் செய்கையை எண்ணி உனக்குள்ளேயே உருகாதே. உனக்கு ஒட்டிய மண்ணோடு திருப்திப்படு” என்று கூறியும் அவன் மாறுவதாயில்லை.

பேதனின் பழைய முறுக்கங்கள் தளர்ந்து போயின. அவன் வேறு ஒரு மனிதனைப் போல மாறியிருந்தான். அவன் தனிமையை அதிகம் விரும்பினான்.

சிவண்ணாவிற்கு அரும்பு மீசை முளைக்கும் சமயம் அவன் தம்பி ஜடையன் வனத்தில் தனியே நடக்கும் சிறுவனாக மாறிய

காலத்தில் ஜோகம்மாள் கர்ப்பமடைந்து ஒரு பெண் பிள்ளையைப் பெற்றெடுத்தாள். அக்குழந்தை சிவப்பு நிறமாய் இருந்தது. வனத்திற்குள்ளிருந்த ஜடைசாமி கோயில் ஐந்து குலத்தவர்களை அழைத்து 'ரதி' என்று பெயரிட்டாள்.

தொட்டியில் அதனைத் தொடர்ந்து பல நிகழ்வுகள் நடந்தேறின. அது வரை கோல்காரனாய் இருந்த சென்நெஞ்சா, அவன் மகன் கரியனை தொட்டியின் கோல்காரனாக தொட்டியின் ஐந்து குலத்தவர் முன்னிலையில் அவனது மூதாதையரின் பொக்கிசமெனக் காத்த கோலை எடுத்து கரியனிடம் கொடுத்தான். அப்போது இறுதியாக அந்தக் கோலைத் தடவிப் பார்ப்பது போல பார்த்தான். அவனது கண்களில் நீர் வழிந்தது. அது தன் மகன் கோல்காரனாக மாறும் பரவசத்தால் எழுந்ததாகும். அச்சமயம் பெண்கள் குலவி பாடினார்கள். பீனாச்சியும், மத்தளமும் இசைக்கப்பட்டது.

அதற்குப் பின்னிட்டு, வெகு சீக்கிரத்திலேயே சென்நெஞ்சா தொட்டியில் அவன் மூச்சை நிறுத்திக் கொண்டான். கொத்தல்லி கிழவன் அவனுக்கான, ஒரு நல்ல துணையை இழந்து போனதை எண்ணி வருந்தினான். ஆனால், ஒரு சொட்டுக் கண்ணீர் கூடச் சிந்தவில்லை. முன்னே போய் விட்டான், பின்னே நாம் போக வேண்டியதுதான் என்று சொல்லிக் கொண்டான். கெம்பம்மாவிற்கோ மாமனார் சாகும் வரை அவன் மீது வெறுப்பு இருந்து கொண்டேயிருந்தது. அவனுக்கும் அதே வெறுப்பு கெம்பம்மாவின் மீதும் இருந்தது.

பேதனின் உடல் கட்டுகள் குலைந்து அவன் விரைவிலேயே கலகலத்துப் போயிருந்தான். அவன் உடலில் தெம்பு குறையக் குறைய காவல் நிலையத்தில் பட்ட அடியின் வேதனைகள் மெல்ல அவனைப் பல ஆண்டுகள் கழித்தும் வாட்டி வதைத்தன. அப்போதெல்லாம் கஞ்சா அவனது வேதனைகளைக் குறைத்துக் கொடுத்ததால், அவன் மிகுதியாகவே அதைப் பயன்படுத்தி வந்தான். அதற்காக வனத்திற்குள் போய் செடி பறித்து வருவது அவனது முக்கியமான பணிகளில் ஒன்றாக இருந்தது.

ஜோகம்மாள் அவள் மகள் ரதியை மாவள்ளம் ஊரில் துவங்கப்பட்ட உண்டு உறைவிடப் பள்ளியில் சேர்த்து விட்டிருந்தாள். ஒவ்வொரு அம்மாவாசைக்கும் அவள் மாவள்ளம் மசினி கோயிலுக்குச் சென்று வழிபட்டு விட்டு மகளைப் பள்ளியில் பார்த்து வந்தாள். ரதியும் ஐந்தாம் வகுப்பு வரை படித்தாள். ரதிக்கு பத்து வயதாகியிருக்கும் போது, கௌரி பூஜை காலத்தில் வன மூலிகைக்குக் கட்டுப்படாத இரண்டு நாள் வயிற்றுப் போக்கின் இறுதியில் அவனது நினைவுகள்

தப்பும் வரை, அவன் சீர்காட்டு பூமியைப் பற்றி புலம்பி, பின்பு அதிகாலை வேளையில் பேதன் செத்துப் போனான்.

தொட்டியில் பேதனின் நினைவும், கெம்பம்மாளின் மூத்த கணவன் சிக்குமாதாவின் பேச்சும் தொட்டியின் நல்லது, கெட்டதுகளில் வெப்பகாலத்துச் சுழல் காற்று போலச் சுற்றிவிட்டு மறைந்து போய்க் கொண்டிருந்தது. கொத்தல்லியோ சிக்குமாதாவைப் பற்றிப் பேசுவதில் அதிக ஆர்வம் மிக்கவனாக இருந்தான். அவன் மனதில் சிக்குமாதா மட்டுமே ஒரு வன மகனுக்கு உண்டான ஆண்மைத் தன்மையுடன் போற்றுதலுக்கு உரியவனாய் இருந்தான். பேதனும் முரடன்தான் என்றாலும், அவன் குடியானவன் போல ஒரு துண்டு நிலத்தின் மீதல்லவா பற்று வைத்திருந்தான். எல்லையற்ற வனத்தையே அணைத்துக் கொள்ளும் பரந்த நெஞ்சம் அவனிடம் எங்கிருந்தது? என்று சில சமயம் கொத்தல்லி எதிர்வாதம் புரிவான்.

ஆனால், ஜோகம்மாள் துண்டு நிலம்தான் மானத்தையும் மரியாதையையும் கொடுக்கும் என்ற அவள் கணவன் நம்பியதையும், அதில் உண்மையிருந்தது என்று கூறிய போதிலும் பழைய வேட்டைக்காரனான கொத்தல்லி அதனை எப்போதும் ஏற்க மறுத்து முகத்தை வேறு பக்கமாகத் திருப்பிக் கொண்டு அதை நிராகரித்தே வந்திருந்தான்...

"உன் தலை மீது வெளிக்கியிருந்தாலும், நீ சட்டை செய்ய மாட்டாய். மரத்துப் போன கிழவன் நீ" என்று ஜோகம்மாள் கொத்தல்லியிடம் கூறினாள்.

10

ஜோகம்மாள் வருடந்தோறும் சோளகனை சென்று படகல் மாதேஸ்வரன் கோயில் திருவிழாவின்போது பழம், தேங்காய் வைத்து வழிபடுவதை வழக்கமாகக் கொண்டிருந்தாள். வனத்தில் பெஜ்ஜலட்டியிலிருந்து பதினைந்து மைல்களுக்கு நடந்து செல்ல வேண்டும் என்பதால், அவள் தன் மகன்கள் சிவண்ணாவையோ, ஜடையனையோ துணைக்கு அழைத்துச் செல்வாள். இம்முறை சென்ற மாதம் பொழிந்த மழையால் வனத்தில் வேங்கைப் பூக்களும், மற்ற மலர்களும் பூத்துக் கிடப்பதால் தேனீக்கள் தேன் சேகரித்து அதன் கூடுகளைக் கனமாக்கி வைத்திருக்கும். எனவே இந்த அமாவாசைக்குள் தேன் எடுக்க வேண்டும் என்று தொட்டியிலுள்ள ஆண்கள் தேன் சேகரிக்கச் சென்றதால், ஜோகம்மாள் மகள் ரதியை அழைத்து வந்திருந்தாள்.

ரதி பருவமெய்தியதற்குப் பின், அழகுள்ள பெண்ணாய் வளர்ந்திருந்தாள். தொட்டியில் அவளுக்கு நிகரான அவள் வயதுப் பெண்கள் இல்லையென்றே சொல்லலாம். உக்கடத்தீ ஏற்றி ஆட்டம் எழும்போது அவளுடன் சேர்ந்து ஆடலாம் என்று இளசுகள் விரும்புவது தவிர்க்க இயலாததுதான் என்றாலும், அவளுக்கு அந்த ஆட்டங்களில் அதிக விருப்பமில்லை. மேலும், அவள் அவ்வாறு ஆடுவதற்கு அதிக கூச்சப்பட்டாள். ஜோகம்மாளுடன் சோளகனை வருவதே அவளுக்கு விபரம் தெரிந்தபின் இதுவே முதல் முறையாகும்.

முன்பு வனத்திலிருந்து மரங்களையும், மூங்கில்களையும் வெட்டிக் கொண்டுபோக போடப்பட்டிருந்த கூப்பு ரோடு வனத்தினுள் சென்றது. அந்தச் சாலையானது கரடுமுரடாக இருந்ததால், சாலை ஓரமாய் வளர்ந்திருந்த மூங்கில்கள் இரண்டை வெட்டி கைத்தாங்கலுக்குப் பிடித்துக் கொண்டார்கள். அந்த கூப்பு சாலை சிறிது தூரத்தில் முடிவடைந்தது. மலைப்பாதையாக அது நீண்டது. படகல் மாதேஸ்வரன் கோயில் திருவிழா அப்பகுதியில் விமரிசையானது. மாதேசுவரக் கடவுள் சுயம்புவாக படகல்லில் இருந்த பாறையை பிளந்து உருவாகியிருந்தது என்று ஜோகம்மாள் கூறினாள்.

வழியில் சிலர் கோயிலுக்குப் போவதற்காக வந்தார்கள். படகல் சென்று சிலர் திரும்பி வந்து கொண்டிருந்தனர். சிறுவர்களைத் தோள்களில் உட்கார வைத்து அவர்கள் நடந்து வந்திருந்தார்கள்.

பெஜ்ஜிலெட்டியிலிருந்து ஆறு மைல்கள் நடந்த பின்பு 'கானகம்' என்ற பகுதி வனத்தில் தொடங்கியது. மழை பொழியாத காலங்களில் வனமே கருகி சாம்பலைப் போல இருந்த சமயங்களில்கூட கானகப்பகுதியிலிருந்த மரங்கள் கரும் பசுமை போர்த்தியிருக்கும். அப்பகுதியில் மண்ணில் ஈரத்தின் உயிர்ப்பு எப்போதும் குறையாமலிருந்தது. மேலும், மரங்கள் அங்கு விரிந்து பரந்து, சூரியனின் வெளிச்சத்தினை மண்ணில் படாமல் நிழல் தந்து வைத்திருந்ததால் மண்ணில் வேறு வகையான முட்புதர்ச் செடிகள் முளைக்காமல் வெறும் மரங்களும் சிறுசிறு புற்கள் மட்டுமே அங்கிருந்தது. அப்பகுதியிலிருந்த மரங்களில் எறும்புகள் பெரும் குடுவை போன்ற கூடுகளைக் கட்டியிருந்தது. அதில் சில கூடுகள் உடைந்திருந்தது. அது எறும்பு தின்னி பதம் பார்த்திருக்குமென்று ஜோகம்மாள் கூறினாள். அப்போது அந்த மரத்தின் மேலேயே ஒரு எறும்பு தின்னி மரத்தை அணைத்து மேலே சென்று கொண்டிருந்தது.

அங்கிருந்து சிறிது தூர நடைக்குப் பின்பு சுனை நீர் மடுவு வந்தது. பெரும்பாறைகளின் நடுவே கசிந்து வந்து கொண்டிருந்த நீர் சிறிய பள்ளத்தில் தேங்கி வழிந்து கொண்டிருந்தது. வறட்சிக் காலங்களில் கூட அங்கு மடுவில் நீர் தேங்கியிருந்ததால், வன விலங்குகளின் தாகம் தீர்க்கும் இடமாக இருந்ததன் அறிகுறியாக அந்த நீர் மடுவைச் சுற்றியிருந்த பகுதியில் விலங்குகளின் சாணங்கள் காணப்பட்டது.

ஜோகம்மாள் அவள் கொண்டு வந்திருந்த சுரைக்காய் புருடையில் தண்ணீரை நிரப்பிக் கொண்டு அதன் வாயை மரத்துண்டில் அடைத்து விட்டு, சுனைத் தண்ணீரை அள்ளிக் குடித்தாள். அப்போது ரதி இரு கைகளிலும் தண்ணீரை அள்ளும் போது பின்னேயிருந்து வந்த கரங்கள் அவள் கண்ணைக் கட்டிக் கொண்டது. யாரென்று தெரியாமல் ரதி "யார்" என்றாள்.

"கண்டுபிடி" என்ற மற்றவள் சிரித்தாள்.

ரதியின் வயதே அவளுக்கு இருக்கும். சிகப்பானவளாயிருந்தாள். அவளது விழிகள் சற்று கருமை கலந்த செந்நிறமான கூர்மை நிறைந்தவை. அவளது கன்னத்தின் ஓரமாய் ஐந்தாறு மச்சங்கள் இருந்தன. ஜோகம்மாள் தெரிந்து கொண்டு சிரித்தாள். முடிவில் அவளே ரதியின் கண்களை மறைத்திருந்த கையை விலக்கியதும், திரும்பிப் பார்த்த ரதி, மல்லி என்று அவளைக் கட்டிக் கொண்டாள்.

ஜோகம்மாள் அவளிடம், "கோயிலுக்கு வந்தியா. உன் அப்பனும் அம்மாவும் வரவில்லையா?" என்றாள். அவள் கையைக்

காட்டினாள். அந்த திசையில் சிக்கைய தம்பிடியும், அவன் மனைவி தொட்டம்மாவும் வந்து கொண்டிருந்தனர்.

ரதியும் மல்லியும் ஐந்தாம் வகுப்பு வரை ஒன்றாகப் படித்தார்கள். மல்லியின் தந்தை சிக்கைய தம்பிடி லிங்காயத்து சாதியினைச் சார்ந்தவர் என்பது சொல்லாமலேயே அவன் கழுத்தில் கிடக்கும் லிங்கத்தைப் பார்த்தே அறிந்து கொள்ள முடியும்.

சோளகர் தொட்டியின் அருகிலிருந்த கரை ஒந்தனை ஊரைச் சேர்ந்த சிக்கைய தம்பிடி, ஜோகம்மாளுக்கும், சிவண்ணாவுக்கும் நன்கு அறிமுகமானவனே. சிக்கைய தம்பிடி கோயமுத்தூர் பாண்டு ரங்கனின் கருப்புக்கல் குவாரியில் மேஸ்திரியாக வேலை பார்த்து வருகின்றான். லிங்காயத்துக்கள் பொதுவாக சோளகர்களின் கோவிலுக்கு வருவதில்லை. அவர்கள் வீட்டிலிருந்து வெளியே வரும் சமயங்களில் கூட வேற்று சாதியினர் சமைத்த உணவுகளை உண்பதில்லை. ஆனாலும், மாதேஸ்வரன் தெய்வம் லிங்காயத்துக்கும் பொதுவானது என்பதால் படகல் கோயிலில் லிங்காயத்துகளும் வந்து தேங்காய், பழம் மாற்றிச் செல்வார்கள்.

சிக்கயை தம்பிடி, ஜோகம்மாளைப் பார்த்ததும் புன்னகைத்தான். "சிவண்ணா வரவில்லையா?" என்றான். அவன் தேனெடுக்கச் சென்றதை ஜோகம்மாள் சொன்னாள்.

அப்போது ரதியும், மல்லியும் சுனையிலிருந்த தண்ணீரைக் கையில் அள்ளி ஒருவர் மீது ஒருவர் அடித்துக் கொண்டிருந்தார்கள். சிக்கைய தம்பிடியின் மனைவி தொட்டம்மா நடந்து வந்த களைப்பில் மூச்சு வாங்கினாள்.

அப்போது ஜோகம்மாள் முன்னே நடக்கத் தொடங்கினாள். சிக்கைய தம்பிடி சிறிது இளைப்பாறிய பின்னே மனைவியை அழைத்து வருவதாகக் கூறினான். மல்லியை ஜோகம்மாளுடன் போகுமாறு அவன் கையசைத்தான். ரதி, மல்லி இருவரும் ஜோகம்மாளைப் பின்தொடர்ந்தனர்.

தண்ணீர் சுனையிலிருந்து சற்ற தூரம் போனபோது அங்கு கால் தடமானது இரண்டாகப் பிரிந்து மீண்டும் சிறிது தூரத்தில் ஒன்று சேர்ந்தது. அந்தப் பகுதியில் வரும்போது அங்கு மண்பாதைக்கு அப்பால் ஒரு யானை படுத்துக் கிடப்பது போலிருந்தது. அது யானை தான். ஆனால், இறந்து கிடந்தது. காய்ந்து கருகாய்ப் போயிருந்த வெறும் தோலும், எலும்புகளும் மட்டுமேயிருந்த யானையின் சடலம். சில மாதங்களுக்கு முன் அது செத்துப் போனதாக அதனைச்

சுற்றிலும் நின்று பார்த்துக் கொண்டிருந்த ஒரு சோளகனைக்காரன் சொன்னான்.

"இது கொம்பன் யானை. தந்தத்திற்காக இதனைச் சுட்டு விட்டார்கள். ஆனால், இது குண்டுக்காயத்துடன் தப்பித்துப் பிழைத்து வந்து விட்டது. ஆனால் வெகு நாள் வாழவில்லை. காயம் புரையோடி செத்துப் போய் விட்டது. இதனுடன் வந்திருந்த பெண் யானை இது இறந்த பின்பும், பல நாட்கள் இங்கேயே கிடந்தது. தகவல் தெரிந்து வனத்துறையிலிருந்து வந்தவர்கள், இதன் தந்தத்தை அறுத்து எடுத்துக்கொண்டு வயிற்றைக் கீறி விட்டு விட்டுப் போய் விட்டார்கள். காட்டிலிருந்த பாதி விலங்குகள் இதன் கறியை ருசி பார்த்து விட்டது. நாங்கதான் இந்தப் பகுதியில் நடமாட முடியவில்லை. மிருகங்கள் கூடவே நாற்றம் சாமி. இதோட பெண் யானை இதனோட தும்பிக்கையைப் பிடித்து இழுத்துக் கொண்டேயிருந்தது. சில யானைகளையும் அது கூட்டி வந்தது. தூங்கற மனுசனை எழுப்புற மாதிரி, போன வாரம் கூட அதை இங்கே பார்த்தேன். பாவம்!"

அந்த யானைக்கு தசை என்று எதுவுமில்லாமல் வெறும் எலும்புகளும், அதனைப் போர்த்தியிருந்த தோலும் மட்டுமேயிருந்ததால், அப்போது நாற்றம் அடிக்கவில்லை. ஜோகம்மாள், அந்த யானையையே உற்றுப் பார்த்தாள்.

"சத்திய வாக்கு செத்துக் கிடக்குது. தந்தத்திற்காக இது உசிரை விட்டுச்சா, மாதேஸ்வரா!" என்று கன்னத்தில் கையை வைத்துக் கொண்டாள்.

அப்போது அந்தக் கூட்டத்திலிருந்த ஒரு சிறுவன் அந்த யானையின் வறண்ட உடலைக் கையிலிருந்த மூங்கிலால் தட்டினான். 'தொப்' என்று சப்தம் வந்தது.

"தந்தத்தை வைத்து என்ன செய்வாங்க?" என்றாள் மல்லி ஜோகம்மாளிடம்.

"யானை பொம்மை தாயி!" கூறிச்சிரித்தான் ஒரு முதியவன். ஜோகம்மாளும் சிரித்தாள்.

பின்னர் அவர்கள் அங்கிருந்து சோளகணைக்கு நடக்கத் துவங்கினார்கள்.

ஜோகம்மாள் மல்லியிடம் "நீ ஊருக்குப் போனதும் தொட்டிக்கு வா. இந்த முறை தேனெடுக்க பாங்காட்டுக்கு இவ அண்ணனுக

சோளகர் தொட்டி

89

போயிருக்காங்க. நிறையா தேன் எடுத்து வைக்கிறேன். போனமுறை நீ வந்தபோது குறைவான தேனேயிருந்தது" என்றாள்.

"எங்கப்பன் தொட்டியிலிருந்து தேன் வாங்கி வந்தா சத்தம் போடுறான்" என்று கூறி அமைதியானாள் மல்லி.

"அதனால் என்ன. நீங்க கறி சாப்பிடாதவங்க லிங்காயத்து. நாங்க கறி சாப்பிடற சோளகர். அதனால், சொல்லியிருப்பாங்க. ஆனா, நாமெல்லாம் ஒரே தாயோட பிள்ளைங்கன்னு சொல்வாங்க. அது ஒரு கதை" என்று மௌனமானாள்.

அந்தக் கதையைச் சொல்லச் சொல்லி ரதியும், மல்லியும் நச்சரித்து ஜோகம்மாளிடம் கேட்ட பின்பு சற்று பிகு செய்து சிரிப்புடன் அவள் சொல்லத் தொடங்கினாள். .

"ஒரு காலத்தில் கொத்தேசால் மலையில் காரையன், பிள்ளையன் என்ற இரண்டு சகோதரர்கள் இருந்தார்கள். இருவரும் தெய்வ சக்திமிக்கவர்கள். அதில் காரையன் மூத்தவன். பிள்ளையன் இளையவன். அவனை மாதேஸ்வரன் என்றும் கூப்பிட்டார்கள். அப்போது சாவண்ணா என்ற மிகப் பெரிய அரக்கன் மலையைப் போன்றவன் இந்த வனம் முழுவதையும் தனது பிடியில் வைத்திருந்தான். அவனது மந்திர சக்தியால் தேவர்களையெல்லாம் அடிமையாக்கினான். கடவுள்கள் கூட அவனிடம் அடிமை வேலை செய்ய வேண்டிய நிலை வந்தது.

காரையனும், பிள்ளையனான மாதேஸ்வரனும் அவனிடம் அடிமைகள் ஆக்கப்பட்டிருந்தார்கள். மூத்தவன் காரையன் அரக்கன் சாவண்ணாவின் சக்தியை அறிந்து சற்றுப் பொறுத்துத்தான் அவனிடம் மோத வேண்டுமென்று முடிவு செய்து அவனுக்குப் பணிவது போல நடந்து கொண்டான். சாவண்ணா, காரையனை மலையின் தென் பக்கம் வேலை செய்ய அனுப்பி விட்டான். ஆனால், இளையவன் மாதேஸ்வரன் அரக்கனிடம் அலட்சியமாகவே நடந்து கொண்டான். அரக்கன் இட்ட கட்டளைகளை மெதுவாக, தூங்குபவனைப் போலச் செய்து வந்தான்.

அதனால், கோபம் கொண்ட அரக்கன் சாவண்ணா, மாதேஸ்வரனை தூரத்திலிருந்து கூப்பிட்டு, கோபமுடன் உன் பெயரென்னடா? என்றான்.

"மாதேஸ்வரன்" என்று பதிலுரைத்தான். அது "மாதாரி" என அரக்கன் காதில் விழுந்தது.

அரக்கன் மாதேஸ்வரன் செருப்பு தைக்கும் தொழில் புரிபவன் என முடிவு செய்து, "என் கால்கள் வெப்பத்தில் வாடுகிறது. ஒரு ஜோடி செருப்புகளை எனக்குத் தைத்துக் குடுடா" என்றான். மாதேஸ்வரன் தயங்கவே, தனது கட்டளையை நிறைவேற்றத் தயங்குவதாகக் கருதி கோபமுற்றான் சாவண்ணா.

உடனே, மாதேஸ்வரன் சமாளித்து, "தங்களைப் போன்ற மகா ராஜாக்களுக்கு நேர்த்தியாக செருப்பு செய்ய காலமும், உழைப்பும் தேவை. எனவே, தற்காலிகமாக என்னை அடிமையிலிருந்து விடுவிக்க வேண்டும்" என்று பணிவுடன் கேட்டான்.

"உன் செருப்பு சிறப்பானதாக இருந்தால், தற்காலிகமென்ன, நிரந்தரமாகவே விடுதலை தருகிறேன். ஆனால், சரியில்லாததாக காலைக் கடித்தால், உன் தலையைச் சீவி விடுவேன்" என்று அவனை செருப்பைச் செய்ய வேண்டி விடுவித்தான்.

மாதேஸ்வரனுக்கு எப்படி செருப்பைச் செய்வது என்று தெரியவில்லை. அதே சமயம் கடவுள்களையே அடிமைப்படுத்திய சாவண்ணாவை அழிக்கவும் எண்ணினான். அப்போது அடிமைகளுடன் அடிமையாயிருந்த கிருஷ்ணனிடம் தனக்கு உதவுமாறு கேட்டான். சக அடிமைகளைக் கொண்டு அழகிய மெழுகினால் செய்த ஒரு ஜோடி செருப்பைச் செய்து மாதேஸ்வரனிடம் கொடுத்து, சாவண்ணாவை கெத்தேசால் மலைக்கு வடக்கேயுள்ள பெரிய வழுக்குப் பாறை மலைக்கு அவனைக் கூட்டி வரும்படியும், மற்றதைத்தான் கவனித்துக் கொள்வதாகவும் கூறி அனுப்பினான் கிருஷ்ணன்.

அதேபோல, மாதேஸ்வரன் ஒரு ஜோடி மெழுகிலான அழகிய பெரிய செருப்பை மாட்டு வண்டியில் வைத்து சாவண்ணா முன் கொண்டு வந்து நிறுத்தினான். சாவண்ணா வேலைப்பாடு மிக்க செருப்பில் மனதைப் பறிகொடுத்தான். அதனைப் போட்டுக் கொள்ளப் பிரியமானான். ஆனால், தனது செருப்பை அணிந்து கெத்தேசால் மலையின் வடக்கேயுள்ள வழுக்குப் பாறை மலையில் சாவண்ணா நடப்பதைப் பார்க்க வேண்டும் என்று பணிந்து வேண்டினான். சாவண்ணாவும், அவ்வாறே செய்வதாக ஒப்புக் கொண்டார்.

அப்போது கிருஷ்ணன் மற்ற தேவர்களின் உதவியுடன் வழுக்குப் பாறை மலை முழுவதையும் இலை, தழைகளை நிரப்பித் தீயிட்டு ஒன்றாகச் சூடேற்றி அதனை அனல் பிளம்பாக மாற்றி வைத்திருந்தான். இதனை அறியாத சாவண்ணா மெழுகுச் செருப்பை

அணிந்து தீ சுவாலை மிக்க பாறையில் நடந்தபோது மெழுகுச் செருப்பு உருகி சாவண்ணா மலையிலிருந்து கீழே உருண்டான். அப்போது மறைந்திருந்த தெய்வங்கள் கற்களை சாவண்ணாவின் மீது உருட்டி அவனைக் கொன்று சமாதியாக்கினார்கள்.

சாவண்ணாவைக் கொன்று தெய்வங்களை விடுவித்ததால், தெய்வங்கள் அனைத்தும் மாதேஸ்வரனுக்கு அருளாசி கூறியதால், மாதேஸ்வரனை மக்களும் வழிபடத் தொடங்கினார்கள். மாதேஸ்வரன் கத்திரி மலைப் பக்கம் போய்த் தங்கிக் கொண்டான்.

“காரையன் என்ன ஆனான்” என்றாள் மாதம்மா.

“பொறு, அதுதானே கதை” என்று ஜோகம்மாள் தொடர்ந்தாள்.

காரையன் கெத்தேசால் மலைக்குத் திரும்பி வந்தபோது, அவன் தம்பி மாதேஸ்வரனை மக்கள் தெய்வமாக வழிபடுவதையும், அவன் சாவண்ணாவைக் கொன்றதையும் கேட்டு ஆனந்தமடையாமல் இளையவனான மாதேஸ்வரன் இந்தச் செயல்களைப் புரிவதற்கு முன்பு, தன்னிடம் ஆலோசனையும், உதவியையும் பெற்றிருக்க வேண்டுமல்லவா? தனித்துப் புகழடைய சகோதரனான என்னையே நம்பாமல் அனைத்தையும் மறைத்து விட்டானே துரோகி. அவனை உயிருடன் விடமாட்டேன் என்று மிகப் பெரிய கத்தியை எடுத்துக் கொண்டு கத்திரிமலை நோக்கி கோபமாகப் பயணமானான் காரையன்.

காரையன் பெரிய கத்தியுடன் மாதேஸ்வரனைக் கொல்ல வரும் செய்தி மாதேஸ்வனுக்கு கத்திரி மலையில் எட்டியதும், அவன் கிருஷ்ணனிடம் மீண்டும் அபயம் தேடினான். அப்போது சூறாவளியைப் போல காரையன் கத்தரி மலையினை நெருங்கி விட்டிருந்தான். உடனடியாக, கிருஷ்ணன் மாதேஸ்வரனை தூக்கிக் கொண்டு ஒரே தாவில் கத்தரிமலையிலிருந்து உருகமலைக்குத் தாவினான். கிருஷ்ணனின் கால் வேகமாகப் பதிந்ததில் உருகமலை உருகிப் போனது. எனவே, கிருஷ்ணன், மாதேஸ்வரனை அடுத்த நொடியிலேயே தூக்கிக் கொண்டு ஏக்ரா மலைக்குத் தாவினான். காரையன் கத்தியைச் சுழட்டிக் கொண்டு அங்கும் பாய்ந்து வந்தான். எனவே, கிருஷ்ணன் மீண்டும் மாதேஸ்வரனை வனத்திற்கு தூக்கிப் போய் அங்கிருந்த ஒரு பாறைக் குகையில் ஒளித்து வைத்து மறைத்தான்.

ஆனால், காரையன் அந்தப் பாறையையே கத்தியால் இரண்டாகப் பிளந்தான். மாதேஸ்வரன் அங்கிருந்து வேறு வழியின்றி ஒரு

எலிப்பொந்தில் புகுந்து ஒளிந்து கொண்டான். காரையன் அங்கிருந்த மேய்ப்பர்களைக் கூப்பிட்டு கால்நடைகளால் எல்லா எலிப் பொந்துகளையும் அடைக்குமாறு உத்தரவிட்டான். அதனால், எலிப் பொந்தில் காற்றோட்டமின்றி வெப்பம் அதிகமாகவே, மாதேஸ்வரன் வெளியே வந்து காரையனிடம் அவனுக்கு மதிப்புத் தராமல், ஆலோசனை பெறாமல் நடந்ததற்காக மன்னிப்புக் கோரினான்.

காரையன் ஒரு நிபந்தனை விதித்தான். மாதேஸ்வரனுக்கு வழிபாடு செய்வதற்கு முன்பு மூத்தவனான காரையன் தன்னை வணங்க மக்களைக் கட்டளையிட வேண்டுமென்றான். மாதேஸ்வரனும் அதற்கு ஒப்புக் கொண்டான். அதன் பின்பே, காரையன் சாந்தமடைந்தான்.

“காரையன் வம்சம் யார்” என்றாள் ரதி.

“சோளகர்களான நாம்தான் காரையனின் வம்சம். மாதேஸ்வரன் வம்சத்தில் வந்தவர்கள் லிங்காயத்துகள். நமது வழியில் வந்த ஒருத்தன் கறி சாப்பிடப் பிரியப்பட்டு அவனின் கழுத்திலிருந்த லிங்கத்தைக் கழட்டி ஒரு லிங்காயத்திடம் கொடுத்தான். பின்னர், அதை வாங்கி அணிய மறந்தே போய் விட்டான். எனவேதான், லிங்காயத்துகள் லிங்கம் அணிகிறார்கள். சோளகர்கள் அணியவில்லை.”

ஜோகம்மாள் கதை சொல்லி முடித்திருந்தபோது அவளுக்கு மூச்சு வாங்கியது. தனது பையிலிருந்த சுரைக்காய் புருடையை எடுத்துக் கொஞ்சம் தண்ணீர் குடித்தாள். ரதி அவளிடமிருந்து வாங்கிக் குடித்தாள். மல்லி தண்ணீர் கேட்டாள். “நீ தான் லிங்காயத்து ஆச்சே” என்று கிண்டலாய்ச் சிரித்தாள் ரதி.

“நீ என் சகோதரி முறைதானே” என்று கூறி தண்ணீரைப் பருகிவிட்டு,

“இந்தா, காரையன் கொள்ளுப் பேத்தி” என்றாள் மல்லி. இருவரும் சிரித்தனர்.

கதையின் ஓட்டத்தில் சற்று தூரம் அலுப்பின்றி வந்ததை எண்ணி களைப்பைப் போக்க நினைத்தபோது, அங்கு ஓர் ஓடை குறுக்கிட்டது. அதில் தண்ணீர் ஓடிக் கொண்டிருந்தது. தண்ணீரின் சப்தமே இனிமையாக இருந்தது. சில கரும்பாறைகளை உரசி ஓடியது ஓடை. முகத்தை கழுவிக் கொண்டு தண்ணீரை அள்ளி ரதி ஒரு வாய் குடித்தாள். தண்ணீர் சுவையாக இருந்தது. ஜோகம்மாள் அவளின் சுரைப்புருடையில் மீண்டும் தண்ணீர் நிரப்பிக்

கொண்டாள். சென்ற வருடம் இங்கு வரும் போது இந்த ஓடை வறண்டிருந்தது. தற்போது தண்ணீர் ஓடும் அழகே தனிதான், என்று சிறிது நேரம் அதனை ரசிக்க அங்கிருந்த பாறையில் உட்கார்ந்தாள். ஓடையின் அருகில் குடைபோலப் படர்ந்திருந்த ஆலமரம் இருந்தது. இரண்டு செம்பூத்து பறவைகள் ஓடையின் கரையில் ஓடிற்று. காட்டுக் கோழிகளின் சப்தம் கேட்டுக் கொண்டிருக்கும்.

ஜோகம்மாள், சிவண்ணா ஒரு வயதுக் குழந்தையாக இருந்த சமயம் அவர்களின் சீர்காட்டில் என்றைக்கும் இல்லாத அளவு அபரிமிதமான விளைச்சலைக் கண்டார்கள். ராகிப்பயிர் அதன் தானியத்தின் பாரம் தாங்காமல் கீழே சாயும் அளவிற்கு விளைச்சல் தந்தது.

அதுவரை வெறும் தானியக்குதிரில் குடிசையினுள் தானியத்தைப் பாதுகாத்தவர்கள், தங்களின் குடிசைக்கு அருகில் ராகிக் குழி வெட்ட முடிவு செய்து குடிசை வாசல் மண்தரையில் கெட்டியான பகுதியில் மூன்றடிக்கு நீண்ட பள்ளத்தைத் தோண்டினார்கள். பின், ஆழம் செல்லச் செல்ல பள்ளத்தின் அகலத்தை அதிகரித்து ஒரு கிணறு போன்று தோண்டி மண்ணை எடுத்தார்கள். பதினைந்து அடிகளுக்கு மேல் பள்ளம் போன பின்பு, பள்ளத்தின் தரைப்பகுதி மண்ணை சதுர வடிவில் வெட்டி முழுதாக எடுத்தார்கள். முடிவில் அந்தப் பள்ளமானது தரையிலிருந்து பார்க்க கழுத்து சிறுத்து, சதுர வடிவில் பருத்த அடிப்பாகம் இருந்த ஒரு குடுவையைப் போல் இருந்தது. அந்தப் பள்ளத்தில் ஏணியின் மூலம் கீழே இறங்கி அதன் பக்க மண் எடுக்கப்பட்ட பகுதிகளில் நன்றாக செம்மண்ணைக் குழைத்து நாற்புறமும் பூசினார்கள். அதன் பின்பு, பேதனும், மற்றவர்களும் வனத்திலிருந்து பச்சை மரங்கள் மற்றும் காய்ந்த மரங்களின் இலை, தலைகள், விறகுகளைக் கொண்டு வந்து பள்ளத்தினை நிரப்பித் தீயிட்டனர். தீயின் வெப்பத்தில் மண் குழைத்து பூசப்பட்ட பள்ளத்தின் பக்கச் சுவர்கள் கெட்டிப்பட்டது. தொடர்ந்து மூன்று நாட்களுக்கு அந்த அனல் இருக்கும்படி பார்த்துக் கொண்டார்கள். பள்ளத்தை சுத்தம் செய்து சாணத்தினால் மெழுகினார்கள். அந்த ராகிக் குழியானது ஒரு வீட்டின் பாதாள அறையைப் போன்றிருந்தது.

அந்தக் குழியினுள் கொட்டப்படும் தானியங்கள் எவ்வளவு காலத்திற்கும் கெட்டுப் போகாமலும், முளை விடாமலும் ஒரே வெப்ப நிலையில் இருந்தது. பேதன் அந்த வருட விளைச்சலை முழுவதும் வாசலின் மண் தரையிலிருந்த ராகிக் குழியில் கொட்டினான். அதன் பின்பு, குழியின் மேல் வாயிலை மரக் கட்டையை வைத்து அடைத்து அதன் மீது மண்போட்டு மூடி வைத்திருந்தான். வெகு காலத்திற்கு அந்த ராகிக் குழியில்

தானியங்கள் பாதுகாக்கப்பட்டது. அந்த அபரிமிதமான விளைச்சல் கண்ட வருடம்தான் மாதேஸ்வரனுக்குப் படையல் இடுவதற்காக அரை மூட்டை ராகி தானியத்தை மூட்டை கட்டி ஜோகம்மாள் தலையில் சுமந்து வந்தாள். பேதனோ, சிவண்ணாவைத் தூக்கி தோள்களில் சுமந்து நடந்தான். அப்போது அவர்கள் செம்பூத்து பறவைகள் கூட்டமாக இருந்ததைக் கண்டார்கள். அது அரிதான காட்சி என்பதால், ஜோகம்மாள் கொண்டு வந்த படையலுக்கான ராகியைக் கொஞ்சம் கைகளில் எடுத்து அப்பறவைகள் பக்கம் வைத்தான் பேதன். சில நொடிகளில் அவை தானியத்தை கொத்தித் தின்று ஓடின. அதன் சப்தம் மாறுபட்டிருந்தது ஜோகம்மாளுக்கு ஞாபகத்திற்கு வந்து மறைந்தது. அவள் தற்போது தனக்கு வயதாகி வருகிறது என்று நினைத்தாள்.

குடிசையின் ராகிக் குழியைக் காணும்போது, உழவு பூமியைப் பார்க்கும்போது, வனத்திற்கு, கோயிலுக்குப் போகும் சமயம் என எல்லா நேரங்களிலும் பேதனின் நினைவுகள் அவளுக்கு வந்து கொண்டேயிருந்தன.

ஜோகம்மாள் நீரோடையிலிருந்து மேட்டுக்கு வந்த பின்பும் ரதியும், மல்லியும் தண்ணீரில் கால்களை நனைத்துக் கொண்டிருந் ததைக் கண்டு அவர்களை மேலே வரும்படி சொன்னாள். அப்போது அவர்களுக்குப் பின்னே, பின் தங்கி மெதுவாக வந்திருந்த சிக்கைய தம்பிடியும், தொட்டம்மாளும் அங்கு வந்து சேர்ந்தார்கள். சிக்கைய தம்பிடி தண்ணீரில் கைகால்களை கழுவிக் கொண்டு, அவனது கழுத்தில் தொங்கிய இரும்பிலான மும்முக லிங்கத்தின் கீழ்ப்பகுதி திருகாணியைத் திருப்பியபோது அந்த லிங்கம் இரண்டாகப் பிளந்தது. அதனுள் ஒரு கருப்புக்கல் சிறியது மொளு மொளுவென்றிருந்தது. அது மலை மாதேஸ்வரன் கோயிலில் நாற்பது நாள் பூஜையில் வைத்து எடுக்கப்பட்டது. லிங்காயத்தும் பூஜை செய்யக் கூடிய தகுதியைப் பெற்ற சிக்கைய தம்பிடி அதனைக் கையிலெடுத்து பயபக்தியுடன் ஓடிவந்த நீரினால் கழுவி மீண்டும் லிங்கக் கலசத்தில் வைத்துக் கொண்டார்கள். பின், கையில் தண்ணீரை அள்ளி எடுத்துப் பருகினான். தொட்டம்மாள் நடந்து வந்த களைப்பில் நீரோடையின் கரையிலிருந்த பாறையில் அமர்ந்து கொண்டாள்.

ஜோகம்மாள், "நிற்கவா, வர்றீங்களா?" என்று சிக்கைய தம்பிடியிடம் கேட்டாள். அவன் தன் மனைவி களைத்திருந்ததைப் பார்த்து, "சற்று நேரம் உட்கார்ந்து வருகிறோம். நீங்கள் வேண்டுமானால்

இவளைக் கூட்டிக் கொண்டு முன்னே போங்க" என்று மல்லியைக் காட்டினான்.

மீண்டும் நடக்கும்போது தொலைவில் கத்திரி மலை தெரிந்தது. அதனைச் சுட்டிக் காட்டினாள் ஜோகம்மா. "அங்கே போயிருக்கிறாயா?" என்று ரதி அவளிடம் கேட்டாள்.

"முப்பது மைல் தூரம் பாங்காட்டில் நடந்தால் போகலாம். ஆனால், நான் போனதில்லை. எங்க தாத்தா அங்கே இரண்டு பெரு நரிகளைக் கொன்றதாக என் அப்பன் சொன்னான்" என ஜோகம்மாள் பதிலளித்தாள்.

"பெரு நரின்னா?" மல்லிக்குப் புரியவில்லை.

"அதுதான் புலி" என ரதி விளக்கினாள்.

"அதைப் பார்த்திருக்கிறாயா?" என்று ஜோகம்மாளைப் பார்த்தாள் மல்லி.

"என்னோட கல்யாணத்திற்கு முன்னே கெட்டவாடி பக்கம் காடழிச்சி, விவசாயம் செய்ய வந்த கீழ்நாட்டு கவுண்டன் ஒருத்தனோட பூமியிலே ஒரு மாட்டை ஏதோ மிருகம் அடிச்சி புதர்லே பாதி சாப்பிட்டு விட்டுட்டுப் போயிருந்திருக்கு. அந்த செத்துப்போன மீதி மாட்டுலே பூச்சி மருந்தை ஊத்தி வெச்சிருந்திருக்காங்க. பசியிலே அங்கே வந்த பெரு நரி ஒன்று அதைச் சாப்பிட்டு விட்டு அங்கேயே செத்துக் கிடந்தது. என் அம்மாவுடன் நான் மூலிகை பறிக்கப் போனபோது அதைப் பார்த்தேன். நிறையப் பேரு பார்த்தாங்க. இதுதான் நான் பார்த்த பெருநரி. கீழ் நாட்டுக்காரங்க விவசாயம் பண்ண ஆரம்பிச்ச பின்னரே நிறைய பெருநரி விஷத்திலே முடிஞ்சு போச்சு. ஆனா, சிறுத்தையை வேணா நிறையப் பார்த்திருக்கேன்."

"அதுதான் பாங்காட்டிலே பூனை மாதிரித் திரியுதே. நானே பார்த்திருக்கேன். ஜடைசாமி கோயிலுக்குப் போகும்போது ஒரு தடவை ஆட்களைப் பார்த்து மரத்திலேருந்து குதிச்சி புதர்லே புகுந்து ஓடுச்சி" என்றாள் ரதி.

அப்போது சோளகணையிலிருந்து வந்து கொண்டிருந்தவர்கள், "வளைவில் யானை நிற்குது. பார்த்துப் போங்க" என்றார்கள். மல்லி பயந்து நின்று விட்டாள். ஜோகம்மாளும், ரதியும் அவளை தைரியப்படுத்திக் கூட்டி வந்தார்கள். அப்போது யானை நிற்பதாக வந்த செய்தியை அடுத்துத் தயங்கி நின்ற

நான்கு பேரும் அவர்களுடன் சேர்ந்து வந்தார்கள். குறிப்பிட்ட வளைவின் முன்னேயே யானையின் ரத்திகள் சூடாய்க் கிடந்தன. அருகில் எங்காவதுதான் யானைக் கூட்டம் நின்றிருக்க வேண்டும் என்று எண்ணி சுற்று முற்றும் பார்த்தனர். வழியிலிருந்து சிறிது விலகி மூங்கில் குருத்துகளை உடைத்து ஐந்து யானைகள் தின்று கொண்டிருந்தன. அதில் ஒன்று குட்டியானை. பெரிய யானை மூங்கிலை உடைத்துக் கீழே போட குட்டி யானை அதனை எடுத்துத் தின்று கொண்டிருந்தது.

ஜோகம்மாள் அனைவரையும் சப்தமின்றி வரச்சொல்லி சைகை செய்து விட்டு, பாதையின் ஓரமாகவே நடந்து சென்றாள். யானைகள் அவர்களைப் பற்றி அலட்சியம் செய்து நன்றாக மூங்கிலை ருசி பார்ப்பதில் மும்முரமாயிருந்தன.

ஜோகம்மாள், “மாலை பூஜைக்குக் கோயிலுக்குப் போய்விடலாம், நீதி வாக்கு வழிவிட்டு விட்டது” என்றாள். ஜோகம்மாளும், மற்றவர்களும் சோளகனையை, பின் மதியத்திற்குள்ளேயே அடைந்து விட்டனர். படகல் மாதேஸ்வரனின் கோயிலில் இரண்டு பாறைகளுக்கு இடையில் லிங்கம் போன்ற கல் வடிவமைந்திருந்தது. அந்தக் கோயிலிலிருந்து கீழே மலையானது முடிந்து பள்ளச் சரிவாகவே இருந்தது. ஜோகம்மாள் பூஜையை முடித்து விட்டு வெகுநேரம் கோயிலில் உட்கார்ந்திருந்த போதுதான் சிக்கைய தம்பிடியும், தொட்டம்மாவும் வந்து சேர்ந்தார்கள். வழியில் யானை நின்று கொண்டிருந்தது என்றான் சிக்கைய தம்பிடி.

அப்போது இருட்டத் தொடங்கிவிட்டது.

அன்றிரவு அங்கேயே தங்க வேண்டும். மாலைக்குப் பின்பு விலங்குகள் பாதை நெடுக வந்து போகும் என்பதால், வெகு அவசரமானவற்றிற்குத் தவிர யாரும் நடப்பதில்லை.

ஜோகம்மாளும், ரதியும் அங்கிருந்த அவர்களின் உறவினர்களின் தொட்டிக்குப் போய் காலையில் வருவதாகக் கூறிச் சென்றார்கள்.

லிங்காயத்துக்கள் வேறு சாதியினர் புழங்கிய பாத்திரங்களையோ, உணவையோ ஏற்பதில்லை என்பதால், அவர்களுக்கென தனியான மண் சட்டிகள் கோவிலில் வைக்கப்பட்டிருக்கும். ஆனால், அங்கு மண் சட்டிகள் இல்லாதது கண்டு கோவிலின் தெற்குப் புறமாய் கல் கட்டி அடுப்பில் நெருப்புப் பற்றவைக்க விறகை ஊதிக் கொண்டிருந்தவன், கழுத்தில் இரும்பு லிங்கம் தொங்கிக் கொண்டிருப்பதைப் பார்த்து மகிழ்ந்து, அவனிடம் சென்றான்

சிக்கயை தம்பிடி. அப்போதுதான், அடுப்பை எரிய விட்டு சட்டியில் சமைக்கத் தண்ணீரை ஊற்றியவன், தன் எதிரே சிக்கைய தம்பிடி கழுத்தில் லிங்கத்துடன் நிற்பதைக் கண்டு அவனும், தனது சாதியினன் என்பதை அறிந்து நின்றான்.

“சமைக்க சட்டி வேணும். இங்கே நம்ம ஆளுக புழங்கறது குறைவா இருக்கு” என்றான் சிக்கைய தம்பிடி.

“எனக்கே இவ்வளவு நேரம் தேடித்தான் ஒரு சட்டி கிடைத்தது. ராகி மாவும் எங்கிட்டே குறைவாக இருக்கிறது. எனக்கும் என் மனைவிக்கும்தான் வரும்” என்று தயங்கினான்.

“எங்கிட்ட ராகி மாவு இருக்கு. உனக்கு ஆட்சேபனை இல்லைன்னா இதிலேயே கூட கிளறிக்கலாமே...” என்றான் சிக்கைய தம்பிடி.

“சரி. நீ நம்ம ஆள். அதனால என்ன. ஆனா, சட்டியிலே உலை கொதிக்கிறதுக்குள்ளே மீண்டும் தண்ணீர் ஊத்தணும். நீ போய் அந்தக் கிணத்திலே தண்ணீர் கொண்டு வா. ஆனா, அதிலே சோளகன்தான் உருளையும், வாளியும் போட்டிருக்கான். நானே சாயந்திரம் கிணற்றுக்குள் இறங்கி தண்ணீர் எடுத்து வந்தேன்” எனத் தயங்கினான்.

“என்னப்பா செய்யறது” என்று இரண்டு விறகுகளை எரியும் அடுப்பில் செருகினான் சிக்கைய தம்பிடி. அப்போது அவன் மனைவியும், மகளும் அங்கு வந்து சேர்ந்தார்கள்.

“சரி. வா. நானும் வரேன்!” என்று கூறிவிட்டு தண்ணீர் எடுக்க ஒரு பெரிய குண்டாவை எடுத்துக் கொண்டு, அவன் மனைவியை அடுப்பைப் பார்க்கச் சொல்லிவிட்டு சிக்கைய தம்பிடியுடன் சற்று தூரத்திலிருந்த கிணற்றை நோக்கி நடந்தான். அப்போது சிக்கைய தம்பிடி அவன் கரை ஒந்தனையிலிருந்து வருவதையும், தன்னுடன் மனைவியும் மகள் மல்லியும் வந்திருப்பதாகக் கூறினான்.

மற்றவன், “நான் உச்சித்தம்படி. குன்றி மலையிலிருந்து வந்திருக்கிறேன். எனக்கு ஒரு மகன். பெயர் வீரபத்திரன். அவன் உழவு வேலையைப் பார்ப்பதால், இந்த வருடம் வரவில்லை” என்றான்.

குன்றி மலை என்றதும், “தனது அத்தை சின்னப்பியைத் தெரியுமா?” என்றான் சிக்கைய தம்பிடி. “அவள் தனக்கு நெருங்கிய உறவுக்காரி” என்றான் உச்சித்தம்பிடி. பின் இருவரும் உறவினர்கள். என்பதை உறவுகளைச் சொல்லி அறிந்துகொண்டே கிணற்றிற்கு வந்தனர்.

முழு நிலவின் பிரதிபலிப்பு கிணற்றின் நீரில் அசைந்தது. கிணறு பத்தடி ஆழமிருந்தது. ஆனால், தண்ணீர் தரையோடிருந்தது. கிணற்றுக்குள் இறங்குவதற்கு ஏதுவாக ஒரு நீண்ட, கணுக்கள் மிகுந்த மூங்கில் ஒன்று கிணற்றுக்குள் ஊன்றப்பட்டு அது கிணற்றில் கைப்பிடிச்சுவர் வரையிருந்தது. உச்சிதம்பிடி ஒரு கையில் மூங்கிலைப் பிடித்து அதன் நீண்டிருந்த கணுக்களில் கைகாலை வைத்து மற்ற கையில் பாத்திரத்தை எடுத்துக் கொண்டு கிணற்றில் இறங்கி தண்ணீரை மோண்டு அவனது தோள்களில் வைத்து அதனை மீண்டும் மூங்கிலின் கணுக்காலில் கால்களை வைத்து ஏணியைப் போல மேலே ஏறி வந்தான். சிக்கைய தம்பிடி அவனது தோள்களிலிருந்து பாத்திரத்தை வாங்கிக் கொண்டான். இருவரும் நடந்து கோவிலின் அருகில் அடுப்பு மூட்டப்பட்ட பகுதிக்கு வரும்போது, சிக்கைய தம்பிடியின் மனைவி தொட்டம்மாவும், உச்சிதம்பிடியின் மனைவியும் தங்களுக்குள் சொந்தங்களைப் பேசி அறிமுகமாயிருந்தனர். மீண்டும் சூடாகியிருந்த உலை நீரில் தண்ணீர் ஊற்றப்பட்டு, பின் கொதிக்கும்போது சிக்கைய தம்பிடி கொண்டு வந்திருந்த ராகி மாவு சேர்த்து சிறிது நேரத்திற்குள் சூடான களி தயாரிக்கப்பட்டு, தேக்கு இலைகளை இணைத்து மெல்லிய மூங்கில் கம்பால் தைக்கப்பட்ட ஜோட்டில் களியும், அவரைக் குழம்பும் தொட்டுக்கொண்டு உண்ணத் துவங்கினார்கள், தங்களின் உறவுகளைப் பேசிக் கொண்டே.

ஜோகம்மாள் தன் மகளுடன் சோளகனை தொட்டியில் கிழவன் ஒண்ணனின் குடிசைக்குப் போனபோது, அவர்களை ஒண்ணனின் மருமகள் கெஞ்சி, “வாங்க, வாங்க” என்று வரவேற்றாள். அது ஜோகம்மாவுக்கு சற்று ஆச்சர்யத்தைக் கொடுத்தது. ஒண்ணன், ஜோகம்மாளைப் பார்த்து “எப்போது வந்தாய்?” என்று கேட்டவாறே கட்டிலை எடுத்துப் போட்டான்.

ஒண்ணனின் குடிசையானது நான்கு குடிசைகள் சதுர வடிவில் உள்பக்கம் பார்த்து வாசல் வைத்துக் கட்டப்பட்டிருந்தது. அந்த இடம் வனத்துறையின் காப்புக் காட்டுப் பகுதியில் அமையப் பட்டது. அந்நிலத்தில் வனத்துறையின் அனுமதியின்றி எதுவும் செய்ய இயலாது. ஒண்ணனின் முன்னோர்களுக்கு செம்பு பட்டயத்தில் ஒரு காலத்தில் உரிமை வழங்கப்பட்டிருந்த நிலம், அவன் பதினெட்டு வயது இளைஞனாக இருந்தபோது, அரசாங்கம் அதனை ரத்து செய்து வனத்துறைக்கெனக் கையகப்படுத்திக் கொண்டது.

ஒண்ணனின் மருமகள், ஜோகம்மாளும் ரதியும் வந்த சிறிது நேரத்தில் கருப்புத் தேநீர் வைத்துக் கொடுத்தாள்.

ஜோகம்மாள் அவளது உபசரிப்பில் பூரித்துப் போய், "உனது பெயரென்ன தாயி?" என்றாள்.

"கெஞ்சி" என்று கூறிவிட்டு அவள் குடிசைக்குள் ரதியைக் கூட்டிக் கொண்டு, அடுப்பில் உணவு தயாரிக்கச் சென்று விட்டாள்.

"உனது மகனுக்கு எப்போது திருமணமானது, மருமகள் எந்த ஊர்?" என்றாள் ஜோகம்மாள்.

"இவள் குட்டையூரிலிருந்து பெஜ்ஜில்பாளையம் சித்தனுக்கு வாழ்க்கைப்பட்டு வந்தவள். இவளுக்கு ஏழு வயதில் பொண்ணும், நாலு வயசிலே ஒரு பையனும் இருக்குது. சித்தனுக்கும், இவளுக்கும் பெரிய தகராறாகவே இருந்தது. சோளகனை ஊருக்கு முன் புறமாக அவன் விவசாயம் செய்து வந்தான். இதற்கிடையே, என் மூத்தவன் நஞ்சன், சித்தனுக்கு விவசாயத்திலே உதவி செய்யப் போக இவங்க இரண்டு பேருக்கும் பழக்கமாயிடுச்சி. சித்தனோடு பிழைக்க முடியாதுன்னு இவ மறுத்துட்டாள். அதனாலே இவளுக்குப் பரிசத்தின்போது கொடுத்த ஆயிரம் ரூபாயை நஞ்சன் தரணும்னு ஊர்க்காரங்க சொல்லிட்டாங்க. என்ன செய்யிறதுன்னு இரண்டாயிரம் ரூபாய்க்குப் புளிய மரத்தை மூணு வருசத்திற்கு சத்தி வியாபாரிகிட்டே குத்தகைக்கு விட்டு, அதில் ஓர் ஆயிரத்தை சித்தனுக்குக் கொடுத்துவிட்டேன். சித்தன் இரண்டு குழந்தைகளையும் கூட்டிக் கிட்டுப் போயிட்டான். இப்போ இவ நஞ்சனுக்கு நாலு மாதம் கர்ப்பமாயிருக்கறா" என்றான்.

ஒண்ணன், ஜோகம்மாள் படுத்திருந்த கட்டிலின் அருகில் தரையிலிருந்த கருங்கல் பதிக்கப்பட்ட பகுதியில் விறகுகளை வைத்துத் தீயிட்டான். அந்தத் தீயிலிருந்து வந்த வெப்பமும், குளிருக்கு இதமாயிருந்தது. தவிரவும், மழைக் காலங்களில் வனத்திலிருந்து வந்து மொய்க்கும் கொசுக்களை விரட்ட புகையானது உதவியாகவுமிருந்தது.

"பரவாயில்லை. உறவுக்காரங்களை நல்லாவே வரவேற்கிறாள் உன் மருமகள்" என்று ஜோகம்மாள் கூறியதும்,

"அதெல்லாம் நல்லபடியா செய்வாள். அதுவுமில்லாம நாலு காசு சேர்க்கணுன்னு இவகிட்டே ஆர்வமிருக்குது. தாளவாடி சந்தையிலே டீத்தூள், சர்க்கரை, பருப்பு, தின்பண்டம் வாங்கி வந்து விற்கறா. தொட்டியிலே நிறையா வாங்கிக்கிறாங்க" என்றான்.

அப்போது குடிசையினுள் கெஞ்சி, ரதியுடன் சீக்கிரமே வெகு நாட்கள் பழகியவள் போல நெருக்கமாகிவிட்டாள். உரிமையோடு அவளைக் கைகளைப் பிடித்து அமர்த்திக்கொண்டு அவளைப் பற்றிக் கேட்டுத் தெரிந்து கொண்டே களியைக் கிளறினாள். சிறிது நேரத்தில் உணவு பறிமாறிவிட்டு, ரதியைக் குடிசையினுள் படுக்க வைத்து விட்டு, அவள் தனது பக்கத்து குடிசைக்குப் போகப் போனபோது, ரதி அவளை இங்கேயே படுத்துக் கொள்ளச் சொன்னபோது,

"தொட்டியிலே கல்யாணமான பெண்கள் ஒரு இரவுகூட ஆண்களைப் பிரிந்து படுக்கக்கூடாது" என்று அவளிடம் கூறி, கண் சிமிட்டிச் சிரித்து விட்டுப் போய்விட்டாள்.

இரவில் வனத்திலிருந்து யானையின் பிளிறல் கேட்டது. கூடவே சில விவசாய நிலங்களில் போடப்பட்ட பயிரைக் காக்க வேண்டி விலங்குகளை விரட்ட மூங்கில்களான கட்டுவாலை கயிற்றால் இழுத்து மரத்தில் மோதி சப்தம் எழுப்பும் ஒலியும் கேட்டுக் கொண்டிருந்தது. வானத்தில் நிலவு முழுமையாக இருந்ததால், நல்ல வெளிச்சமிருந்தது.

ஒண்ணன் ஒரு சுருட்டை ஜோகம்மாளுக்குக் கொடுத்து விட்டு, அவன் ஒன்றை குளிருக்குப் போட்ட நெருப்பில் பற்றவைத்து ஓர் இழுப்பு இழுத்தான். ஜோகம்மாளும் தீயைப் பற்ற வைக்க உதவினாள். ஒண்ணன் எதிர்த் திண்ணையில் கட்டிலிட்டு உட்கார்ந்து கொண்டான். மீண்டும், யானைியின் பிளிறல் கேட்டபோது, ஜோகம்மாளுக்கு வரும் வழியில் செத்துக்கிடந்த யானை ஞாபகத்துக்கு வந்து அது குறித்துக் கேட்டாள்.

"காட்டிலே எல்லாத்தையும் காசாக்குறதுக்கு அவனவன் வெடிக் கட்டையும் (துப்பாக்கி) கையுமா அலையறாங்க. எந்த உசிரும் மிஞ்சாது, தாயி. ஒரு காலத்திலே இந்தக் காட்டோட எல்லைக்குள்ள வரவே நம்மகிட்டே அனுமதி வாங்கினாங்க. எனக்குப் பதினாரு வயதிருக்கும் போது கல்யாணம் ஆச்சு. அந்தச் சமயத்திலே வெள்ளைக்காரங்க இங்கே வேட்டையாட வந்தாங்க. அப்போ எங்கப்பனைக் கூப்பிட்டு வேட்டையாடலாமான்னு கேட்டாங்க. அது ஒரு காலம். 'சோலையை ஆண்டவன்டா நாம் அது தான் சோளகன்னு' எங்கப்பன் சொல்லுவான். இதை எம் மகனுங்க கிட்டே பேசினா, எனக்குப் பைத்தியம்னு சிரிப்பானுக. எவனும் நம்ப மாட்டான். ஆனா ஒண்ணு. நிச்சயம் இந்தக் காட்டுக்குள்ளே சீக்கிரமே பிரச்சனை வரப்போகுது. அந்த யானை செத்துக் கிடந்தது எனக்கு நல்லதாப் படலை."

ஜோகம்மாள் புகையை இழுத்து ஊதி விட்டாள்.

“போன மாசம் பத்து ஆளுக வெடிக்கட்டையோட இராத்திரி வந்து, ஒரு படி ராகி மாவு கொடுன்னு வாங்கிக்கிட்டு இதே கோயில் கிட்டே சமைத்துச் சாப்பிட்டுப் போனாங்க. அவங்களை எதிர்த்துப் பேசினா, வம்பு வழக்கு வரும். நாம் இருக்கறது காட்டிலே. நாம் என்ன செய்யறது. நம்ம வாழ்க்கை முடிஞ்சு போச்சி. நாம ஏதாவது பேசி சின்னஞ்சிறுசுக்கு ஏதாவது ஆனா, என்ன செய்யறது. நீ யானையை அடிச்சாலும் சரி. மரத்தை அறுத்தாலும் சரின்னு நாம் அமைதியா இருந்திடறது நல்லது.”

“சரி. கடவுள் காட்டைப் பாத்துக்கும். கவலைப்படாதே. நீயே விரக்தியாப் பேசினா என்னாவது. நீ இந்த தொட்டியிலேயே மூத்தவன்” என்றாள் ஜோகம்மாள்.

"இந்தக்காடு ஒரு நாள் நம்ம மாதிரி குழந்தைகளைப் பறி கொடுத்து கதறப் போவுது. நம்ம ஆயுசுக்கு அதைப் பார்க்கலாமோ, என்னவோ?” என்றான்.

“அப்படிப் பேசாதே. இந்த வனத்தாயிக்கு அப்படி எதுவும் நடக்காது. நாம் அப்படிப் பேசக்கூடாது. எல்லாத்தையும் அவ காப்பாத்துவாள்” என்றாள்.

அதன் பின்பு, இருவரின் பேச்சுக்கிடையே இடைவெளி ஏற்பட்டது. சில நிமிடங்களில் ஜோகம்மாளின் குறட்டை சப்தம் கேட்டது.

விடிந்த பின்பும், ஜோகம்மாள் அடுப்பின் புகை மூக்கில் ஏறிய பின்பே கட்டிலிலிருந்து எழுந்து உட்கார்ந்தாள். அப்போது கெஞ்சி ஒரு குண்டாவில் சூடாக கருப்புத் தேநீரை வைத்து ஜோகம்மாளிடம் கொடுத்தாள். ஜோகம்மாள் முகத்தைக் கழுவிக் கொண்டு சூடான. தேநீரைப் பருகி உற்சாகமடைந்தாள். தன் கட்டிலுக்கு அருகிலிருந்த பாத்திரத்தை எடுக்கக் கெஞ்சி குனிந்தபோது ஜோகம்மாள் அவளது சுறுசுறுப்பான நடவடிக்கைகளைப் பார்த்து, கெஞ்சியின் தலையைத் தடவிக் கொடுத்தாள். அதில் கெஞ்சி வெட்கமடைந்து விட்டாள்.

சிறிது நேரத்தில் குளித்து வந்த ரதிக்கு அவள் தலைவாரிவிட்டாள். கெஞ்சியின் கைகள் ரதியின் தலையை வாரிய போது, புருபுருப்பான உணர்வை ரதி அடைந்தாள். இன்றைய சோளகப் பெண்கள் வெகுவாகவே மாறிவிட்டார்கள். ஜாக்கெட்டை அணிந்து கொள்கிறார்கள். தேநீர் பருகுகிறார்கள். தனது காலத்துச் சோளகத்திகளாக இன்றைய பெண்களில்லை என்று ஜோகம்மாள் எண்ணிக் கொண்டாள்.

"உன்னோட மகளோட அழகுக்கு முன் எந்தச் சோளகனும் நிற்க முடியாது" என்றாள் கெஞ்சி, ரதியின் கைகளைப் பிடித்துக்கொண்டு.

"உன் மாதிரி சிங்காரிச்சி விட்டா, பின்னே எப்படி?" என்றாள் ஜோகம்மாள்.

அன்று காலை மீண்டும் படகல் கோயிலுக்கு ஜோகம்மாளும், ரதியும் செல்லும் போது கெஞ்சியும் அவர்களுடன் வந்து சாமி கும்பிட்டாள். பின் அங்கிருந்து கிளம்பிச் செல்லும்போது அவளை மறக்கவே முடியாது என்று கூறிவிட்டுப் போனாள். புறப்பட்டு வரும்போது, சிக்கைய தம்பிடியும், உச்சித்தம்பிடியும் குடும்பத்தினருடன் திரும்பிக் கொண்டிருந்தனர். மல்லி, ரதியுடன் பேசிக்கொண்டு வந்தாள்.

சிக்கைய தம்பிடியிடம், உச்சிதம்பிடி எனது மகன் வீரபத்திரன் சிறந்த விவசாயி என்று கூறி அவனைப் புகழ்ந்து வந்தான். இறுதியில் "உங்க மகள் மல்லியை என் மகனுக்குப் பெண் கேட்டு வரலாமா?" என்றான்.

சிக்கைய தம்பிடி மகிழ்ந்து, "ஆகட்டும். நல்ல நாளாப் பார்த்து வாங்க" என்றான்.

"மாதேஸ்வரன் கோயிலுக்கு வந்தபோது, திருமணக் காரியம் கைகூடுவது நல்லதப்பா" என்றாள் ஜோகம்மாள்.

அதன்பின்பு, வரும் வழி நெடுக மல்லி அவளது திருமணம் பற்றிய நினைவுகளில் சிக்குண்டு ஜோகம்மாளிடம் கதை கேட்கும் ஆர்வமின்றி வந்தாள்.

ஜோகம்மாளும் ரதியும் அவர்களது தொட்டியை அடையும்போது இரவாகிவிட்டிருந்தது.

11

ஜோகம்மாள் இரவு வெகுநேரம் ஆகியும் தொட்டி திரும்பாததால், தொட்டியில் சிவண்ணாவும், ஜடையனும் அவள் வருவதை எதிர்பார்த்துக் காத்திருந்தனர்.

ஜோகம்மாளும் ரதியும் தொட்டி வந்து சேர்ந்தபோது, "இன்றிரவு நீ வராமல் போயிருந்தால் நாங்கள் கிளம்பி சோளகனை வந்திருப்போம்" என்றான் இளையவன் ஜடையன்.

ஜோகம்மாள் படகல் மாதேஸ்வரன் கோயிலிலிருந்து கொண்டு வந்திருந்த உருண்டையான சுண்ணாம்புக் கட்டிகளை தொட்டியில் மற்றவர்களுக்கு நெற்றியில் இட்டுக் கொள்ளக் கொடுத்தாள். சிவண்ணாவின் மகன் ரேசண் ஓடி வந்து தனக்கு பாட்டி என்ன கொண்டு வந்திருக்கிறாள் என்று ஆராய்ந்தான். ஜோகம்மாள் அவனுக்குக் கை நிறைய நெல்லிக்காய்களைக் கொடுத்ததும் அவன் மீண்டும் சிவண்ணா குடிசைக்கு ஓடிப் போய்விட்டான். கொத்தல்லி அப்போது தடியை தட்டிக் கொண்டு வந்து சேர்ந்தான். அவன் சோளகனையில் இருக்கும் ஒண்ணனைப் பற்றி விசாரித்தான். "கிழவன் இன்னமும் நடமாடுகிறானா?" என்றான்.

ஜோகம்மாள் மருமகளைப் பற்றி நிரம்ப பெருமையாகப் பேசினாள். அவள் கொண்டு வந்திருந்த விசயங்களைக் கேட்க, ஜோகம்மாளின் திண்ணையில் வந்து சிலர் உட்கார்ந்து கொண்டார்கள். சாப்பாட்டு நேரம் முடிந்த பின்பு, தூக்கம் பிடிக்கும் வரைக்கும் ஜோகம்மாளின் திண்ணை நிரம்பியிருந்தது.

கொத்தல்லிக் கிழவன் தன்னுடன் உட்கார்ந்திருந்த சில இளைஞர்கள் தூங்கி வழிவதைப் பார்த்து அவர்களைக் குடிசைக்குப் போய்த் தூங்கச் சொல்லிவிட்டு, அவனும் கிளம்பும் போது எதிரே தெரிந்த மலையின் சரிவில் அந்த இரவில் வெளிச்சக் கோடு போல தெரிந்ததைக் கண்டு "என்ன இது" என்று நின்றான்.

மற்றவர்களும் அதனை உற்று நோக்கினார்கள். வனத்தில் நெருப்பு பற்றி எரிவது தெரிந்தது. அந்நேரம் காற்று விசு விசுவென அடித்ததால், மலையில் பற்றிய அந்த நெருப்பு சீக்கிரத்தில் நீண்டு பரவிக் கொண்டிருந்தது. தொட்டியிலிருந்து அந்த நெருப்பு எரியும் தூரம் சில மைல்களிருக்கும்.

உக்கிரகோடை இல்லாத காலத்தில் வனத்தில் பற்றி எரியும் நெருப்பு தொட்டியினருக்கு வியப்பை அளித்தது. நெருப்பு

மடமடவென வளர்ந்தபோது வானத்திலிருந்து யானையின் பிளிறல் கேட்டது. இரண்டு காட்டெருமைகள் தொட்டிக்கு அப்பால் வனத்தையொட்டியிருந்த குட்டைக்கு வந்து நின்று கொண்டிருந்தன.

அன்று தொட்டியில் அனைவரும் வனத்தில் மத்தாப்பு போல வெளிச்சம் காட்டி எரிந்த நெருப்பையே வேடிக்கை பார்த்துக் கொண்டிருந்தார்கள். மலையில் நெருப்பு எரிந்ததாலும், சுற்றியிருந்த பல மைல்களுக்கு அப்பாலும் காட்டுத் தீயினைப் பலரும் பார்த்திருந்ததாலும், விடியும்போதே வனத்துறையினைச் சார்ந்த காவலர்களும், அதிகாரிகளும் தொட்டிக்கருகில் வந்திருந்தார்கள்.

கொத்தல்லியைப் பார்த்து, தீயை அணைக்க உதவ வேண்டினார்கள். தொட்டியிலிருந்த பெரும்பாலும் ஆண்களும், சில பெண்களும் கையில் அருவாள், கோடாரியை எடுத்துக் கொண்டு அவர்களுடன் தீ எரிந்து கொண்டிருக்கும் பகுதிக்குச் சென்றார்கள். சந்தன மரங்களும், மூலிகைச் செடிகளும் கரிகளாயிருந்தது. எரிந்த நெருப்பில் பல அடி நீளமாயிருந்த மலைப்பாம்பு ஒன்று கருகிக் கிடந்தது.

தொட்டியினர் நெருப்பு வளரும் பகுதியிலிருந்த புதர்களை வெட்டி அப்புறப்படுத்தினார்கள். சுற்றிலுமிருந்த உன்னிச் செடிகளை வெட்டுவது சிரமமாகவே இருந்தது. சிவண்ணா தொட்டியினர் செய்யும் வேலைகளுக்கு உற்சாகப்படுத்தி வழிகாட்டிக் கொண்டிருந்தான். காய்ந்திருந்த உன்னிச் செடிகள் நெருப்பைச் சுற்றிலும் அப்புறப்படுத்தப்பட்டதாலும், வளர்ந்த நெருப்பை இலை தலைகளால் அடித்து அணைக்கச் செய்ததாலும் நெருப்பு கட்டுப்படுத்தப்பட்டது. அதற்குள், அது செய்திருந்த சேதம் அதிகமாகவேயிருந்தது.

“இந்த நெருப்பு இயற்கையா பற்றிய நெருப்பில்லை. இங்கு யாரை தீயைக் கண்காணிக்கப் போட்டிருக்கிறீர்கள்?” என்று வன அதிகாரி, வனக்காவலரைக் கேட்க, அவன், “இந்தப் பகுதிக்கு இனிதான் பழங்குடி ஆளை நியமிக்க வேண்டும்” என்றான் வன அதிகாரி. அவர்களைத் திட்டிவிட்டு அங்கு உற்சாகமாக வேலை செய்து கொண்டிருந்த சிவண்ணாவைக் கூப்பிட்டான்.

சிவண்ணா வந்தபோது, “இந்தப் பகுதி வீட்டுக்கு நெருப்பு கங்காணியா வேலை செய்யறீயா?” என்றான்.

சிவண்ணா, “அதுக்கென்னங்க” என்று தலையசைத்தான்.

“காட்டிலே இனி ஒரு சின்ன தீக்கூட எரியாமப் பார்த்துக்கணும். தவிர, யாராவது மரம் வெட்டறாங்களா? விலங்குகளை வேட்டையாடறாங்களான்னு கவனிச்சுக்கணும், உன்

சொந்தக்காரங்களாயிருந்தாலும், எங்களுக்குத் தகவல் தர வேண்டும்” என்றான்.

சிவண்ணா மீண்டும் தலையசைத்தான்.

சிவண்ணாவைப் பற்றிய விபரங்களை எழுதிக்கொண்டு, மாதம் நூறு ரூபாய் பணம் தருவதாகவும் கூறிச் சென்றார்கள் வனத்துறையினர்.

அதன் பின்பு, சிவண்ணா தனக்கு வனத்துக்குள் புதிய அதிகாரம் கிடைத்தது போல உணர்ந்தான். தொட்டியினரும், தங்களுக்கும், வனத்திற்கும் இடையே ஒரு நெருக்கம் இருப்பதை உணர்ந்து பயமின்றி வனங்களுக்குச் சென்று வந்தார்கள். தொட்டியினர் வனத்தில் பூக்கள் பூத்திருக்கும் சமயங்களில் தேன் சேகரிக்க தைரியமாக வனத்தினுள் சென்றார்கள். வனக்காவலர்கள் வந்தால் சிவண்ணாவின் மூலமாக ஒரு பகுதித் தேனை மிரட்டலின்றி பேசிக் கொடுத்து விடும் முறை வந்திருந்தது.

சிவண்ணாவுடன், தேன் சேகரிப்புக்காக தொட்டியிலிருந்து அவன் தம்பி ஜடையன் உட்பட ஆறு பேர்கள் போயிருந்தார்கள். வனத்தில் கரடிப்பாவி என்ற பகுதியில் செங்குத்தான பாறையில் அடிப்பகுதியில் ஒரு மலைத்தேன் கூடு கட்டியிருந்தது. அந்தப் பாறையை ஒட்டியே பள்ளம் இருந்ததால், அந்தத் தேனை எடுக்காமலே இருந்தார்கள். அதனை எடுக்க வேண்டுமென்று சிவண்ணா முடிவு செய்திருந்தான்.

அன்று தேன் சேகரிக்கச் சென்றபோது, அதற்காகவே நீண்ட வலுவான இரண்டு கயிறுகளை ஜடையன் தோளில் சுமந்து கையில் இரண்டு கைப்பிடி போட்ட தகர டின்களைக் கொண்டு வந்திருந்தான். அந்தப் பாறையில் ஏற சற்று சரிவான பகுதியில் கைகளை ஊன்றி மேலே ஏறினார்கள். அதன் உச்சியில் சென்று பார்க்கும்போது, அதன் கீழே தெரிந்த பள்ளம் உடலைச் சிலிர்க்க வைக்கும். ஆனால், அதனைப் பற்றி யோசித்தால் கால்கள் நடுங்கி விடும் என்பதால், அதனைப் பார்த்துக் கொண்டே இருப்பதைத் தவிர்க்க வேண்டும் என்ற பாடம் மற்றவர்களுக்கும் தெரியும்.

அங்கு சிவண்ணா நீண்ட கயிற்றைத் தனது இரண்டு கால்களுக்குள்ளே விட்டு இடுப்பைச் சுற்றி இறுக்கமாகக் கட்டிக் கொண்டான். அப்போது ஜடையன் அவன் கையிலிருந்த ஞெலிக்கோல்களால் கடைந்தான். சில கடைசல்களில் நெருப்புக் கங்குகள் விழுந்தன. அதனை அங்கிருந்த காய்ந்த சருகில் வைத்து ஊத, அது தீப்பற்றிக் கொண்டது. அந்தத் தீயை, தகர டின்னிலிருந்த மூங்கிலில் துணி சுற்றிய பந்தத்தினைப் பற்ற வைத்தார்கள். பின்,

அது நன்றாகப் பிடித்து எரிய, ஒருவன் ஊதிக் கொண்டிருந்தான். மற்றவர்கள், சிவண்ணாவுடன் கட்டிய கயிற்றைப் பிடித்துக் கொண்டார்கள். சிவண்ணா மெல்ல பள்ளத்தில் கைகளை ஊன்றி இறங்கினான். கயிற்றை மெதுவாக விட்டார்கள். சிவண்ணாவின் உடல் முழுவதும் அந்தரத்தில் தொங்கியபோது கயிற்றின் எடை ஐவரும் திணறும் அளவு கூடியிருந்தது. சிவண்ணாவின் கால்களுக்குக் கீழே அதள பாதளமிருந்தது. மெதுவாகக் கயிறு கீழே இறங்க இறங்க, தேன்கூடு தென்பட்டது. செங்குத்தான பள்ள பாறையின் வளைவில் அது கூடு கட்டியிருந்தது. சிவண்ணா "போதும்" என்று சப்தமிட்டபோது அவனின் சப்தத்தைக் கேட்டு, கயிற்றை இழுத்துப் பிடித்துக் கொண்டார்கள்.

பின், ஜடையன் மற்றொரு கயிற்றில் தகர டின்னைக் கட்டி, மற்றொருவன் ஊதி நன்றாக எரிய வைத்திருந்த பந்தத்தைத் தகர டின்னில் வைத்து சிவண்ணாவின் கயிற்றை ஒட்டியே பள்ளத்தில் இறக்கினார்கள். அந்தத் தகர டின் எரியும் பந்தத்துடன் சிவண்ணா அருகில் வந்ததும், அவன் மீண்டும் "போதும்" என்று சப்தமிட்டான். அந்தக் கயிறு அதோடு நிறுத்தப்பட்டது. சிவண்ணா ஒரு கையில் இடுப்பில் கட்டிய கயிறைப் பிடித்தவாறு மற்றொரு கையில் தகர டின்னிலிருந்து பந்தத்தை எடுத்து, தேன் கூட்டின் அருகில் நெருப்புக் காட்டினான். அந்த வெப்பத்தில் குளவி போன்ற தேன் பூச்சிகள் தேனடையிலிருந்து பறந்தது. சிவண்ணா தேன் அடையை அடுத்த வருடத்திற்காகப் பாதி வைத்து, பாதி பிய்த்துக் கயிற்றில் தொங்கிக் கொண்டிருந்த தகர டின்னில் வைத்தான். அந்தத் தகர டின் முழுவதும் தேனடையால் நிரம்பியது. பின் கயிற்றை மேலே எடுக்கச் சொன்னான். முதலில் தேன் நிரப்பிய தகர டின்னை மேலே இழுத்து எடுத்து வைத்த பின், சிவண்ணாவை மெல்ல இழுத்து மேலே எடுத்தார்கள்.

ஒரே அடையில் பெரிய அளவு மலைத்தேன் கிடைத்ததில் ஜடையனும், மற்றவர்களும் மகிழ்ந்தார்கள். சிவண்ணா பாறையின் விளிம்பில் நின்று பள்ளத்தைப் பார்த்தான். பெரிய மரங்களெல்லாம் வெகு சிறியதாய் தெரியுமளவு பள்ளத்தின் ஆழமிருந்தது. கண்களைச் சிமிட்டி 'உஸ்' என்று மூச்சை இழுத்து வெளியே விட்டுக் கொண்டான்.

பின் தேனடையைச் சிறிது பிய்த்து மண் தரையில் வைத்து சிவண்ணா மற்றவர்களுடன் சாமிக்கு நன்றி சொல்லிக் கும்பிட்டான். எறும்புகள் கண நேரத்தில் அந்தத் தேனடையைச் சூழ்ந்து கொண்டன.

மலையிலிருந்து கீழே இறங்கி வனத்தில் நடந்து வரும்போது ஜவனன் மற்றொரு தொட்டிக்காரனிடம் சொன்னான். "இன்றிரவு உக்கடத்தீ மூட்டி ஆட்டம் போட வேண்டும் போலிருக்குது." மற்றவர்கள் சிரித்துக் கொண்டார்கள். அவர்கள் வனத்தின் எல்லையை நெருங்கும்போது இரண்டு வனக்காவலர்கள் வந்து நின்றார்கள்.

சிவண்ணாவைப் பார்த்து, "நல்ல காரியம் செய்தாயப்பா, தேன் எடுக்கத்தான் உன்னைக் கூட்டிப்போக வந்தோம். வெளியூரிலிருந்து அதிகாரிக வந்திருக்காங்க. தேன் வேணும். வந்து எடுத்துக் கொடுத்துட்டு வந்திருங்க" என்றார்கள்.

"தொட்டிக்குப் போயி இதைக் குடுத்துட்டு சொல்லிட்டு வந்திடறோம்."

"இல்லே. இந்தத் தேன் முழுக்க வேணும். மேலும் கூடுதலாகத் தேவைப்படுகிறது. தொட்டி போய் வர நேரமில்லே. வாங்கய்யா வந்து விட்டிடறோம். எல்லாத்தையும் கூட்டி வா" என்று ஆறு பேரையும் ஜீப்பில் கூட்டிக் கொண்டு தலமலைக்கு அருகில் வனத்திற்குக் கூட்டிச் சென்றார்கள்.

அங்கு ஏற்கெனவே, இரண்டு நபர்களிருந்தார்கள். அவனைக் காட்டி, "இவனும் தீ கங்காணிதான். இவன் தலைமலைக்காரன். அரப்புலி. இவனோட உள்ளே போயி தேன் எடுத்தாங்க" என்று ஒரு வனக்காவலாளியுடன் அனுப்பி வைத்து சிவண்ணா எடுத்து வந்த மலைத்தேனை வாங்கிக் கொண்டார்கள் வனக்காவலர்கள். சிவண்ணாவுடன் வந்திருந்தவர்கள் தங்களிடம் இருந்து பறி போய்க் கொண்டிருக்கும் தேனைப் பார்த்தார்கள். அப்போதுதான் கயிற்றை இழுத்ததில் வலி கண்டு கை எரிவதை உணர்ந்தார்கள். யாருக்கும் பேச்சு வரவில்லை. மலைத்தேன் இருந்த தகர டின் வனக்காவலர்களின் கைகளில் போய்க் கொண்டிருக்கும்போது தங்களின் குழந்தைகள் முகங்கள் நினைவுக்கு வந்தன.

அரப்புலியைத் தவிர, சிவண்ணாவுக்கும் மற்றவர்களுக்கும் அந்த வனப்பகுதி புதியதாய் இருந்ததால், தேன் இருக்குமிடத்தைத் தேட வேண்டியிருந்தது.

இரண்டு நாட்கள் வனத்திலேயே தேனெடுக்கும் பணியில் கிடந்தார்கள். சரியான உணவோ, நல்ல தண்ணீரோ கிடைக்கவில்லை. தேனைக் கொஞ்சம் குடித்துக் கொண்டார்கள். அரப்புலி வனத்தில் ஒரு பகுதியில் சில கஞ்சாச் செடிகள் மண்டிக் கிடந்த புதரைக் காட்டினான். அங்கு காய்ந்து கிடந்த சில கதிர்களை

எடுத்து ஒரு இலையைப் பறித்துப் புகைத்து விட்டு, ஐந்து தகர டின் தேனடைகளுடன் திரும்பினார்கள்.

வனக்காவலர்கள் மீண்டும் அனைத்தையும் வாங்கிக் கொண்டு போய்விட்டனர்.

பசிக்களைப்பில் பத்துக்கும் மேற்பட்ட மைல்கள் நடந்து தொட்டிக்கு வெறுங்கையுடன் வரும்போது தொட்டியில் வனத்திற்குள் சென்ற தங்கள் குடும்பத்தாருக்கு என்ன ஆயிற்றோ? என்று குடும்பத்தார்கள் அழுது புலம்பிக் கொண்டிருந்ததைப் பார்த்தார்கள். நடந்த விபரம் அறிந்து வனக்காவலர்களை சபித்தார்கள் தொட்டியினர்.

ஆனால், சிவண்ணா வன அதிகாரிகள் அறிமுகமும், அவர்கள் எதிர்பார்ப்பது எவ்வளவு என்ற விவரமும் தெரிந்து கொண்டதிலும் இப்பகுதி வனத்தில் தன்னை அவர்கள் நாடுவதையும் எண்ணி மகிழ்ந்தான். தனது கட்டுப்பாட்டில் இந்த வனம் வந்து விட்டது போலவே மனதுக்குள் பூரித்துக் கொண்டான்.

12

சிவண்ணாவிற்குத் தீயைக் கண்காணிக்க வரையறுக்கப்பட்ட வனத்து எல்லையானது, தொட்டியிலிருந்து பத்துக்கும் மேற்பட்ட மைல்கள் நீண்டிருந்தது. பாலப்படுகை வரை அவன் வனத்திற்குள் சென்று கண்காணிக்க வேண்டியிருந்தது. அவன் கண்காணிக்கிறானா இல்லையா என்பதை யாரும் பெரிதாகக் கண்டு கொள்ளவில்லை என்றாலும், சிவண்ணா வலியவே வனத்திற்குள் சுற்றித் திரிந்தான். அச்சமயங்களில் அவனது குடிசையில் வெகுகாலம் பயன்படுத்தாதிருந்த வில்லையும், இரும்பு முனை கொண்ட மர அம்புகள் மூன்றையும் எடுத்துச் சென்று வந்து கொண்டிருந்தான்.

பாலப்படுகைக்கு புட்டனிருப்பதால், அங்கு அவன் அடிக்கடி சென்று தங்கி வந்தான். அந்தத் தொட்டியினருக்குத் தங்களது சோளகன் வனத்தைக் கண்காணிப்பதில் அவர்களுக்கும் மகிழ்ச்சியே. மற்றவனாயிருந்தால் மூச்சுவிட்டால்கூட வனக் காவலர்களிடம் வத்தி வைத்து விடுவார்கள். ஆனால், சிவண்ணா அப்படிப்பட்டவனல்ல என்று அவர்கள் அறிந்திருந்தார்கள்.

சிவண்ணாவின் உயரமான பரந்த நெஞ்சுக் குழியின் தோற்றமும் அவன் மீது நல்ல மரியாதையை பாலப்படுகை தொட்டியிலும் பெற்றுத் தந்திருந்தது.

புட்டனுடன் சேர்ந்து சிவண்ணா பாலப்படுகை தொட்டியினை ஒட்டிய வனத்தில் போகும்போது ஒரு மானை எதிர்கொண்டான். இருவரையும் பார்த்தபோது, அது ஓடி புதரில் மறைந்து கொண்டது. சிவண்ணா அவன் கையிலிருந்த வில்லையும் அம்பையும் வைத்துக் கொண்டு புதரில் பதுங்கிக் கொண்டான். புட்டனும் புதரில் படுத்துக் கொண்டான். சிவண்ணா அவனது உருவத்தை மானுக்குக் காட்டாமலே செடிகளூடே நகர்ந்து வந்து மானை நோக்கி வில்லின் நாணை இழுத்து அம்பை எய்தான். மானின் உடலில் அம்பு தைத்ததும் மான் வனத்திற்குள் புகுந்து ஓடி மறைந்தது.

அம்பு ஆழமாய் அதன் உடலில் புகுந்திருந்ததால், மான் நின்றிருந்த புதரில் இரத்தம் சிந்தியிருந்தது. அது ஓடி மறைந்த பாதையை சில செடிகளில் படிந்திருந்த இரத்தத்துளிகள் காட்டின. அதை அடையாளமாக வைத்து சில தூரம் இருவரும் போனபோது மான் ஓரிடத்தில் கிடந்தது. அந்நேரம் அது இறக்கும் தருவாயிலே இருந்தது. சிவண்ணா அது விழுந்து கிடந்த இடத்தில் ஒரு பிடி மண்ணெடுத்து மானைச் சுற்றிலும் கடவுளை எண்ணித் தூவினான்.

பின்னர், மானை புட்டன் கொண்டு வந்திருந்த கூரான கத்தியால் வெட்டி அதன் உடலிலிருந்து தோலை உரித்து, சதைகளைக் கயிறு போல நீளமாக வெட்டி எடுத்துக் கொண்டான். தேவையற்ற எலும்புகளை விட்டு விட்டு, மானின் கால் எலும்பை இரண்டாகப் பிளந்தான். அதில், அதன் ஊன் விலாங்கு மீனைப்போல இருந்தது. அதனை அங்கிருந்த தேக்கு இலையில் கட்டிக் கொண்டான். பின், தசைகளை மட்டும் மானின் தோளில் இட்டு அதன் தோலை பையைப் போல மடித்து இரண்டு புறமும் இறுக்கிக் கட்டி சிவண்ணா தனது முதுகில் தொங்கவிட்டு பாலப்படுகை வந்தான். புட்டன் வில் அம்பையும், அருவாளையும் தூக்கிக் கொண்டான். அப்போது தொட்டியில் மாலை வெளிச்சம் இறங்கியிருந்தது.

புட்டனின் குடிசைக்கு மானின் கறியைக் கொண்டு வந்தபோது, புட்டனின் மனைவி கௌரி பூஜைக்குத் தான் தயாராகி வருவதால் தனது வீட்டில் கறி சமைக்க முடியாது என்றும், புட்டனும் அதனைச் சாப்பிடக்கூடாது என்றும் அவள் கூறி விட்டாள்.

சிவண்ணா அதனைச் சமைக்காமல் நேரம் கடத்தினால் கறி திரண்டு போய் புல்லின் வாடை அடிக்கும் என்பதனால், புட்டனின் குடிசைக்கு இரண்டு குடிசைகள் தள்ளியிருந்த மாதியிடம் அதனைக் கொடுப்பது என்று முடிவு செய்து அவளிடம் கொடுத்தான்.

மாதி, சிவண்ணாவின் தாய் வழியில் உறவுப் பெண் என்றாலும், அவளுடன் அதிகம் பேசும் சூழல்கள் அவனுக்கு ஏற்பட்டதேயில்லை. அவளது கணவன் ஜவனன் எந்நேரமும் கஞ்சாவைப் புகைத்து ஜடாமுடியை வளர்த்து பாலப்படுகையில் தொட்டியின் நுழைவிலிருந்த அரச மரத்தினடியிலேயே படுத்துக் கிடந்தான். மாதி மட்டுமே குடும்பத்தின் சுமையைத் தாங்கி, வனத்தில் விறகுகளைச் சேகரித்து விற்றும், எப்போதேனும் கிடைக்கும் வேலைகளைச் செய்தும் மகள் சித்தியைக் காப்பாற்றி வந்தாள். மாதி உயரமான, திடமானவள்; சற்று உருண்டை முகம் கொண்டவள். அவளது கண்களில் எப்போதும் ஒரு அமைதி இருக்கும். கருத்தவள். அவளது பற்கள் வெந்நிறமாய் எடுப்பானவை. அவளது தலையின் முன் முடிகள் சுருண்டிருக்கும். நீண்ட கூந்தல் புட்டத்தைத் தொடும் அளவுடையது. அவள் எல்லோரிடமும் சிரித்தவாறே பேசுவாள். தனது சுமைகளை அடுத்தவர்களிடம் தெரிவிக்க அவள் எப்போதும் விரும்பியதில்லை.

சிவண்ணா, மாதி பற்றி முன்பே அறிந்து வைத்திருந்ததால், சிவண்ணா மான் கறியினை மாதியிடம் கொடுக்க வேண்டிய சூழல்களைக் கூறியதும், அவள் மறுக்காமல் சமைத்து

சிவண்ணாவிற்குப் பரிமாறினாள். சித்தி அந்த சமயம் பத்து வயது நிறைந்த பெண்ணாக இருந்தாள். அதுவே, சிவண்ணா, மாதியிடம் ஏற்படுத்திக் கொண்ட சந்திப்பின் அடிப்படையாகும். அதன் பின், சிவண்ணா பாலப்படுகைக்குப் போகும் சமயங்களில் மாதியினைக் காணச் சென்றான். போகும் வழியில் பெண் குழந்தைகள் விரும்பும் பொருட்களையும் அவன் வாங்கிக் கொடுத்தான். சிவண்ணா, சித்தியின் மீது அன்பைக் காட்டினான். அந்த அன்பு கபடமற்றது என்பதை மாதியும் உறுதி செய்து கொண்டாள்.

வனத்தில் பலமுறை மாதிக்கு உதவியாக அவனும் விறகுகளைச் சேகரித்து கட்டிக்கொண்டு வந்து தந்தும், சில சமயம் அவனே அவளுக்கு விறகு விற்றும் உதவி செய்து வந்தான். அவன் மாதியின் வீட்டிற்குச் சென்ற சமயங்களில் ஒருமுறை கூட ஜவனனைப் பார்த்ததில்லை. ஒருமுறை அதைக் கேட்டும் விட்டான்.

அவன் பைத்தியத்தைப் போல மோனத்திலேயே கஞ்சாவைப் புகைத்துக் கிடப்பதால் அவன் வீட்டிலேயே தங்குவதில்லை. நானும் அதைப் பெரிதாக எடுத்துக் கொள்ளவில்லை என்றாள். மாதியின் மனதில் எதை ஒரு ஆடவனிடமிருந்து எதிர்பார்த்தாளோ, அந்தப் பண்புகள் முழுவதும் சிவண்ணாவிடமிருந்தது. சிவண்ணாவிற்கும் மாதியின் மீது மிகுந்த பிரியமும் அவளுடன் இருக்க வேண்டுமென்ற தாகமுமிருந்தது. சித்திக்கும் சிவண்ணாவை தந்தையிடத்தில் வைத்துப் பார்க்குமளவு இருந்ததால், சில நாட்களிலேயே மாதி, சிவண்ணாவை அவளுடையவனாக ஏற்று அவனை, அவளின் குடிசையிலேயே தங்க அனுமதித்தாள்.

சிவண்ணா, அதன் பின் பல நாட்கள் பாலப்படுகையிலேயே கழித்தான். அவனை, அவன் தொட்டியில் அவன் மனைவி சின்னதாயி காண்பதே அருகி வந்தது. சிவண்ணாவின் நடவடிக்கையால் ஐயமுற்றிருந்த சின்னத்தாயி அவனைக் கண்டபோதெல்லாம், எங்கு சென்று வருகிறான் என்பதை நச்சரித்துக் கேட்டு திட்டி வந்திருந்தாள். ஆனால், சிவண்ணாவோ அவற்றிற்கெல்லாம், அமைதியாகப் புன்னகைத்து விட்டே போனான். சின்னத்தாயி, அவன் மாமியார் ஜோகம்மாளிடம் முறையிட்டும் சிவண்ணாவிடம் எந்த மாற்றமும் ஏற்படவில்லை.

இந்நிலையில் தொட்டிக்கு பாலப்படுகையிலிருந்து வந்த புட்டனின் மனைவி ஈரம்மா, சிவண்ணா, மாதியின் வீட்டியிலேயே அவளுடன் தங்கி விட்டதையும், அவர்கள் உறவு ஆழமானதாய் மாறிவிட்டது என்பது குறித்தும் அவள் பல கதைகளைச் சொல்லி விளக்கினாள். அது சில மணி நேரத்திற்குள் தொட்டி

முழுவதும் பரவிவிட்டது. சின்னதாயியும், தனது சிவண்ணா அவளுக்குத் திரும்பக் கிடைப்பான் என்பதில் நம்பிக்கையற்றவளாக இருந்தாள். எனவே, குடிசையிலிருந்த அவளது துணி மற்றும் மகன் ரேசன், துணிகளையும் எடுத்துக் கொண்டு தொட்டியினர் தடுத்ததையும் கேட்காமல் தன் பிறந்த ஊரான உருளிக்குட்டை போக இருந்தாள். ஜோகம்மாள் அவளைத் தடுத்தபோது, சிவண்ணா மீதிருந்த கோபத்தை ஜோகம்மாளைத் திட்டியதன் மூலம் தீர்த்துக் கொண்டாள்.

கொத்தல்லிக் கிழவன் வெகுநேரம் அவளைச் சமாதானம் செய்தும் பலனற்றுப் போனதால், இறுதியில் "அவன் வழியை அவன் தேர்ந்தெடுத்துக் கொண்டான். முடிந்தால் நீ உன் வழியைத் தேர்வு செய்து கொள்" என்று மட்டும் கூறினான்.

ஜோகம்மாள், அவளின் பேரன் ரேசன் தொட்டியிலிருந்து போனதில் மிகுந்த மனச் சங்கடமடைந்து அழுதே விட்டாள். கொத்தல்லி, "சிவண்ணா வந்தால் சமாதானம் செய்து அழைத்து வரலாம்" என்று அவளை ஆறுதல் படுத்தினான்.

பாலப்படுகை தொட்டியில் மாதியுடன் சிவண்ணா தங்கிவிட்டது எல்லோருக்கும் தெரிந்த நிகழ்வாகியிருந்தது. ஆனாலும், ஜவனன் அக்கறையற்றே அரசமரத்தின் கீழே கஞ்சா புகைத்துக் கிடந்தான். தொட்டியில் சிலர் அவனை உசுப்பிவிட, அவன் பாலப்படுகைக் கொத்தல்லியிடம் அவனது மனைவி நடத்தை பிடிக்கவில்லை. அவள் வேறு ஆடவனுடன் சேர்ந்து விட்டாள். எனவே, பரிசப்பணம் ரூபாய் ஐநூறும், தாலியும் வேண்டுமென்று நியாயம் வைத்து விட்டான்.

அந்த தொட்டியில் நியாயத்தைப் பேச தொட்டியினர் வந்திருந்த சமயம் மாதி எவ்விதத் தயக்கமுமின்றி அவளது தாலியைக் கழட்டி ஒரு வெற்றிலையில் வைத்து அவள் கணவன் ஜவணனிடம் கொடுத்து விடும்படி பட்டக்காரனிடம் ஒப்படைத்தாள்.

ஜவணன் பரிசப்பணம் வேண்டுமென்றபோது, அவனைத் திருமண நாளிலிருந்து பராமரித்து வந்ததால் அதனைத் தர இயலாது என்று கூறினாள். அதையும் அந்த பட்டக்காரன் ஏற்றுக்கொண்டு சிவண்ணாவிடம், "மாதியையும், அவள் மகள் சித்தியையும் வைத்துக் காப்பாற்றுவாயா?" எனக் கேட்டான். சிவண்ணா அந்த தொட்டியின் மண் மீது அடித்துச் சத்தியம் செய்தான்.

அத்துடன் தொட்டியின் கூட்டம் முடிவுக்கு வந்தது.

அடுத்த நாள் மதிய வேளையில் சிவண்ணா, மாதி, சித்தி இருவருடனும், மாதி மூட்டை கட்டி வைத்திருந்த சில வீட்டுச் சாமான்களுடனும் தன் சோளக தொட்டிக்கு வந்து சேர்ந்தான். உடனடியாக தொட்டியின் கொத்தல்லிக் கிழவனைப் போய்ப் பார்த்தான். அந்த தொட்டியில் சிவண்ணாவுடன் மாதியும், சித்தியும் வாழ ஒரு படியில் ராகியை வைத்துக்கொண்டு அனுமதி கோரினான்.

கொத்தல்லி பிரச்சனை ஒரு நிலைக்கு மேல் ஓடிக் கொண்டிருப்பதைக் கண்டு வேறு எதுவும் பேசாமல்,

"உன் மனைவி சின்னதாயியும், மகன் ரேசண் வந்தால் என்ன சொல்வது? அதற்கு ஒரு வழி செய்திருக்கலாம்" என்றான்.

"இவளையும் இவள் மகளையும் பாலப்படுகையிலிருந்து அழைத்து வந்து விட்டேன். இவர்களுக்கு இனி என்னை விட்டால் வேறு யாருமில்லை. எனக்கும் கூட அப்படித்தான். ஒரு வேளை இங்கே வந்து, சின்னதாயி இவளுடன் ஒற்றுமையாக வாழ நினைத்தால், எனக்குத் தடையில்லை. வேறு எதுவும் என்னால் முடியாது" என்றான் சிவண்ணா. .

"உன் தாய் ஜோகம்மாளிடமாவது ஒரு வார்த்தை கேட்டிருக்கலாம். அவள் என்ன நினைக்கின்றாள்..." என்று கொத்தல்லி இழுத்தான்.

"அவளுக்கு இதில் தலையிட எதுவுமில்லை. எனக்கு வேறு வழியுமில்லை. எங்களுக்கு அனுமதி கொடுங்கள்" என்றான். கொத்தல்லி படி ராகியைப் பெற்றுக்கொண்டு, "யார் விருப்பத்தையும் யாரும் தடுக்க முடியாதப்பா. ஆனா, ஊருக்கு ஒரு நாள் நீங்க விருந்து வச்சிடுங்க" எனக்கூறி சம்மதித்தான்.

சிவண்ணா, மாதியையும் சித்தியையும் அழைத்துக் கொண்டு அவனது குடிசைக்குச் சென்றான். தொட்டியின் மற்றவர்கள் அவர்களைப் பார்த்தார்கள். யாரும் உடனடியாக வந்து பேசவில்லை.

சிவண்ணாவின் குடிசையானது வெறிச்சோடியிருந்தது. சின்னதாயி சேர்த்து வைத்திருந்த சாமான்களை எடுத்துக்கொண்டு போயிருந்தாள். மாதி அந்த வீட்டைப் பெருக்கிச் சுத்தம் செய்தாள். குடிசைக்குள் இருந்த தானியக்குதிரினை எட்டிப் பார்த்தாள். அது சுத்தமாக துடைக்கப்பட்டிருந்தது. ஒரு பொட்டுதானியம் கூட அதில் இல்லை.

இப்படியா தானியக் குதிரினை வைத்திருப்பாய் என்று சிவண்ணாவைத் திட்டினாள்.

சிவண்ணா சிரித்துக்கொண்டு, "உன் மூத்தவள் நீ வரும் கோபத்தில் சுத்தமாய் தானியத்தை தானம் செய்து துடைத்து விட்டுப் போயிருப்பாள்" என்றான்.

மாதி அவள் கொண்டு வந்திருந்த மூட்டையைப் பிரித்து, அதிலிருந்த ராகி தானியப் பையை எடுத்து, அதில் ஒரு கை தானியத்தை எடுத்துக் கடவுளை எண்ணிவேண்டிக் கொண்டு, பை தானியத்தைக் குதிரில் கொட்டினாள். பின் இரண்டு கைகளிலும் ராகியை எடுத்து வாசலில் வந்து நின்று அதனை விசிறினாள். தொட்டியில் பலர் அதனை வேடிக்கை பார்த்தார்கள். அந்த தானியத்தை சில நொடிகளில் சிட்டுக்குருவிகள் பறந்து வந்து, கீச்சிட்டு முட்டி மோதி கொத்தித் தின்று இறக்கைகளை ஆட்டிக் கொண்டு பறந்து சென்றன.

13

மாதியை தொட்டிக்கு சிவண்ணா அழைத்து வந்து நான்கு மாதத்திற்கு மேல் ஆகியும், ஜோகம்மாள் அவளுடன் ஒரு வார்த்தை கூடப் பேசாமலிருந்து வந்தாள். சிவண்ணாவின் குடிசைப்பக்கம் வருவதையே அவள் தவிர்த்து விட்டாள். சிவண்ணா, ஜோகம்மாள் குடிசைக்குப் போன சமயங்களில் அவள் அடக்க முடியாத ஆத்திரத்தை வசைகளாய்ப் பொழிந்து சிவண்ணாவை விரட்டி விட்டதால் மாதி கூட ஜோகம்மாளிடம் பேசத் துணிவு அற்றவளாயிருந்தாள்.

ஆனால், மாதி தாளவாடியிலிருந்து வாங்கி வந்திருந்த சினைப்பசு கன்று ஈன்ற சமயம் சீம்பால் காய்ச்சி கட்டி செய்து கெம்பம்மாவிடம் வழியக் கொடுத்தபோது அவளுடன் பேசத் துவங்கினாள். சீக்கிரத்தில் அவள் தொட்டியிலிருந்த பெண்களிடம் பழகி விட்டிருந்தாள். தொட்டியில் பசுவின்பால் முழுவதையும் கன்றையே குடிக்க அனுமதித்து வந்ததால், தொட்டியில் குழந்தைகள் கூட பால் குடிக்கும் பழக்கத்தைச் சில மாதங்களிலேயே மறக்கடிக்கப்பட்ட நிலையில் தொட்டியில் சிறு குழந்தைகளுக்கு அவளது பசுவிலிருந்து பாலைக் கறந்து குடிக்கக் கொடுத்தும் வந்தாள். தொட்டியில் உச்சீரானின் மருமகள் கர்ப்பமடைந்த சமயம், உடல் மெலிந்து நடக்கக் கூட சக்தியற்றவளாய் இருந்தபோது, மாதி தினமும் காலையும், மாலையும் அவளை வற்புறுத்தி பசுவின் பாலைக் குடிக்கக் கொடுத்தாள். எனவே, வெகு சீக்கிரத்தில் மாதி தொட்டியின் ஒரு சோளகத்தியாக மாறிப் போனாள்.

ஆனால், ஜோகம்மாளுக்கு அவளது பேரன் ரேசன் ஞாபகம் அடிக்கடி வந்ததால், அவன் பிரிந்து போனதற்கு மாதியே காரணமென்று மாதியை வெறுப்பது போலக்காட்டி வந்தாள். ஆனாலும், தொட்டியின் பெண்கள் மாதியைப் பாராட்டிப் பேசும் சமயங்களில் மனதளவில் சிவண்ணா கூட்டி வந்தவளும் நல்லவள்தானே என்று சற்று ஆறுதலுமடைந்தாள்.

ஆடி மாதத்தில் மணிராசன் கோவில் திருவிழாவில் இறந்தவர்களின் ஆவிகளைப் பூசாரி கோல்காரனின் மூலம் அழைத்து அருள் வாக்குக் கேட்கும் நிகழ்வன்று ஜோகம்மாள், சிவண்ணாவை பேதனின் புதைகுழி அருகில் படைப்பு போட்டு, உணவு அருந்திவிட்டு வர அழைக்காமல் அவளது இளைய மகன் ஜடையனை மட்டுமே அழைத்துப் போனாள்.

ச. பாலமுருகன்

கொத்தல்லிக் கிழவன் ஜோகம்மாளிடம், “சிவண்ணா இல்லாத படையலை உன் கணவன் பேதன் ஏற்க மாட்டான். எனவே, அவனையும், மாதியையும் கூட்டிக்கொண்டு போ” என்று கூறிய போதும், ஜோகம்மாள் அதற்குச் சம்மதிக்கவில்லை.

அன்று சூரியன் மறைந்த பின்பு, ஆரம்பமாகும் நீதி கேட்கும் நிகழ்வுக்காகக் கோயிலின் மூதாதையர் எலும்புக் குழிக்கு முன்பு மத்தளத்தின் வாத்தியமும், பீனாச்சியின் கீதமும், கொம்பின் முழக்கமும் தொட்டியில் கேட்டபோதும் கூட, சிவண்ணா கோயிலுக்குப் போவதில் அக்கறை காட்டாமல் இருந்தான். அன்று மதியம் தந்தை பேதனின் படையலுக்குத் தன்னை ஜோகம்மாள் அழைக்காததால், மிகுந்த வேதனையடைந்திருந்தான். எனவே, இரண்டு முறை கஞ்சாவைப் புகைத்து, கருப்பட்டியையும் கடித்துக் கொண்டு சற்று கிறுகிறுப்பிலிருந்தான்.

ஆனால், தொட்டியில் தான் வந்த பின்பு நடக்கும் கோயில் விழாவைப் பார்க்க ஆர்வத்துடன் மாதி, சித்தியை அழைத்துக் கொண்டு போனாள். மணிராசன் கோயிலில் எலும்புக் குழிக்கு முன் எரிந்து கொண்டிருந்த நெருப்பில் சாம்பிராணி பிசின்களைக் கொட்டியதால், அந்தப் பகுதி முழுவதும் மணமிக்க புகை சூழ்ந்திருந்தது. வாத்தியத்தின் தாளம் உச்சத்தை அடைந்தபோது, கோல்காரன் கரியன் அருள்வாக்குச் சொல்ல உடலைச் சிலிர்த்து, குதித்து ஆட்டமிடத் துவங்கினான். தொட்டியினர் அவர்களின் மூதாதையரை அழைத்து கோல்காரனிடம் அருள் வாக்குப் பெற்றார்கள். ஜோகம்மாள் முறை வந்தபோது அவள் பேதனை அழைத்தாள். கோல்காரனோ கையில் வைத்திருந்த பிரம்பைத் தலைக்கு மேல் தூக்கிப் பிடித்து ம்... எனக் கத்தினான். ஆனால், அருள்வாக்கு தராமல் அமைதியாகி உடலை முறுக்கி அசைத்துக் கொண்டிருந்தான்.

கூட்டத்தின் முன் வரிசையில் தன் மகள் சித்தியுடன் நின்ற மாதி தன்னை சிவண்ணா திருமணம் செய்து கொண்டது பற்றி ஏதேனும் வாக்கு வெளிப்படுமோ என்று ஆர்வமாயிருந்தாள். ஆனால் ம்... என்ற முறுகல் மட்டுமே கோல்காரனிடம் வெளிப்பட்டது. அவனது தோள் வரை தொங்கிய மயிரை ஒரு சிலிர்ப்பு சிலிர்த்துக் கொண்டான்.

“சீக்கிரம் வரணும் சாமி” என்று மன்றாடினாள் ஜோகம்மாள்.

“சீக்கிரம் வா, என்ன குற்றம்?” என்று கூட்டத்தினர் கூறினர்.

“உன் படப்பு எனக்குத் தேவையில்லை” எனக் கண்களை அகலத் திறந்து கூறிவிட்டு நாக்கைக் கடித்துக் கொண்டான் கோல்காரன்.

"ஏன்? என்ன குற்றம்? ஏன் வரத் தயங்குகிறாய்?"

"ஏய்! உன் படைப்பு வேண்டாம். எனக்குப் பிடிக்கவில்லை" என்று கூறி கால்களை அழுத்தி மேலே குதித்து, ஹேய் என்று கோல்காரன் ஆக்ரோஷமாய் கத்தி பூமியில் படுத்துக் கொண்டான். அவனது தோற்றத்தைக் கண்டு வேடிக்கைப் பார்த்த சித்தி உடல் நடுக்கம் கண்டு கத்திக்கொண்டு மாதியை இறுகக் கட்டி அழுதாள். மாதி அங்கிருந்து அவளைக் கூட்டிக்கொண்டு குடிசைக்கு வேகமாக வந்தாள்.

ஜோகம்மாளுக்கோ அவளது கணவன் பேதன் படைப்பைக்கூட ஏற்றுக்கொள்ள மறுத்ததால் அதிர்ச்சியும் அவமானமும் அடைந்திருந்தாள்.

"முன்பே நான் சொன்னதை நீ கேட்கவில்லை. சிவண்ணாவையும் நீ கூட்டி வந்திருக்க வேண்டும்" என்றான் கொத்தல்லி அவளிடம்.

மாதி குடிசைக்கு வந்து சித்திக்கு தண்ணீர் கொடுத்துப் படுக்க வைத்தபோது அவளது உடல் சற்று சூடாகவே இருந்தது. அவள் அதிகமாகப் பயந்து விட்டிருந்தாள். அவளது அருகிலேயே மாதி உட்கார்ந்து கொண்டாள். சிவண்ணாவைப் பார்த்தாள். அவன் நன்றாக புகை போதையில் உறங்கிக் கொண்டிருந்தான். அவனை அவள் உலுக்கியும் அவன் எழுந்திருப்பதாகத் தெரியவில்லை. சித்தி சிறிது நேரத்தில் உறங்கிவிட்டாள். அவள் அடிக்கடி உறக்கத்தில் உளறினாள். உடல் சூடு அதிகரித்தது. காய்ச்சல் அவளுக்கு வந்திருந்ததை உணர்ந்து ஈரமான துணியை அவளின் நெற்றியில் வைத்தாள். சிறிது நேரத்தில் அது காய்ந்து போயிருந்தது.

திடீரென சித்தியின் உளறல் அதிகரிக்கவே, சிவண்ணாவை வேகமாகத் தட்டி எழுப்பினாள். அவனிடம் மணிராசன் கோவிலில் நடந்ததைச் சொன்னாள். தனது தந்தை அருள்வாக்குத் தர வராததை எண்ணிக் கண் கலங்கினான். பின், கெம்பம்மாவின் குடிசைக்குச் சென்று அப்போதுதான் கோயிலிலிருந்து வந்த அவளைக் குடிசைக்குக் கூட்டி வந்தான். அப்போது சித்தி சன்னி கண்டு அவள் கைகால்களை இழுத்துக் கொண்டிருந்தாள். மாதி, சித்தியின் நிலையைப் பார்த்துக் கதறினாள்.

"உன் தாய் ஜோகம்மாளைக் கூட்டி வா. அவள் வந்து பாடமிட்டால் சரியாகி விடும்" என்று பதறினாள் கெம்பம்மா.

"நான் போனால் அவள் வராமல் சண்டையிடுவாள்" என்று தயங்கி நின்றான் சிவண்ணா. இதனைக் கவனித்த மாதி குடிசையிலிருந்து எழுந்து தொட்டியில் ஓடி ஜோகம்மாளின் குடிசையின் முன்

நின்றாள். அப்போதுதான் ஜோகம்மாள் குடிசைக்கு வந்து சிறிது நேரமாகியிருந்தது. அவளைப் பார்த்ததும் மாதி கதறினாள்.

“என் மகளைக் காப்பாத்து அத்தை” என்று சப்தமிட்டாள்.

ஜோகம்மாள் விபரீதம் நடந்து விட்டது என்பதை அறிந்து அவளை சாந்தப்படுத்தும் போதே, தொட்டியினர் மாதியின் சப்தத்தால் ஜோகம்மாளின் குடிசையை நோக்கி வரத் துவங்கினார்கள்.

ஜோகம்மாள், மாதியை அழைத்துக்கொண்டு சிவண்ணாவின் குடிசைக்குப் போனாள். அப்போது கெம்பம்மாவும், சிவண்ணாவும் சன்னி கண்டு இழுத்துக் கொண்டிருந்த சித்தியின் கைகால்களைப் பிடித்து இறுக்கிக் கொண்டிருந்தார்கள். ஜோகம்மாள் சித்தியின் கை கால்களைப் பிடித்துக் கொண்டு நெற்றியை அழுத்திப் பிடித்தவாறே அவளது வாயில் மந்திரங்களை முணுமுணுக்கத் தொடங்கினாள். சிறிது நேரத்திற்குப் பின் சித்தி அமைதியடைந்தாள். பின் கசாயம் காய்ச்ச அடுப்பைப் பற்ற வைக்கக் கூறிவிட்டு சிவண்ணாவும் மற்ற ஏழு நபர்களுடன் மூங்கில் தப்பைகளில் தீப்பற்றிக்கொண்டு, அதன் வெளிச்சத்தில் வனத்தின் எல்லைப் பகுதிக்குச் சென்றார்கள். பின் சிறிது நேரங்களுக்குப் பின் வனத்தின் எல்லையிலிருந்த அந்த பந்தத்தின் நெருப்பு வெளிப்பட்டு தொட்டியினை நோக்கி வந்தது. அவர்கள் சிவண்ணாவின் குடிசையை அடையும் போது, வந்தவர்களின் கைகளில் மரப்பட்டைகளும் கத்தையாய் மூலிகைச் செடிகளும் இருந்தது. கொண்டு வந்திருந்த மரப்பட்டைகளையும், செடிகளையும் தட்டி எரிந்து கொண்டிருந்த அடுப்பின் மீதிருந்த பானைத் தண்ணீரில் போட்டார்கள். பானையின் தண்ணீர் கால் பகுதியாகும்வரை கொதிக்கச் செய்தார்கள். இறுதியில் கசாயத்தின் மனம் வெளிப்பட்ட போது, அதனை இறக்கி ஆற்றி, சித்தியைத் தூக்கி மாதி அவளது மடியில் வைத்துக்கொண்டு அதனை சித்தி குடிக்கும்படிச் செய்தாள். அதன் பின்னர் சித்தி அமைதியாக உறங்கினாள்.

ஜோகம்மாளின் கைகள் சித்தியின் கைகளைப் பிடித்து விட்டு எடுத்தபோதும்கூட, உள்ளங்கை வெப்பமாக இருப்பதை உணரும் அளவு சித்தியின் உடல் சூடிருந்தது. மாதியின் கண்களில் வழிந்த கண்ணீர் ஜோகம்மாளின் கைளில் பட்டபோது ஜோகம்மாள் மாதியின் கண்களைத் துடைத்து விட்டாள்.

“பயப்படாதே! நான்தான் பூஜைக்கு உன்னையும் சிவண்ணாவையும் கூப்பிடாமப் போயித் தப்பு பண்ணி விட்டேன். பேதனுக்கு சிவண்ணா மேலே அவ்வளவு பாசம். அவன் இல்லாம நான் படைப்புப் போட்டதாலேதான் உன் மகளை அது பாதித்து விட்டது.

நான் தான் தப்பு பண்ணிட்டேன். என்னோட கோபம்தான் இதுக்குக் காரணம்" என்றாள்.

சிவண்ணா விளக்கின் வெளிச்சத்தினை உற்றுப் பார்த்தபோது தனது மூத்த மனைவி சின்னதாயி ஏதேனும் செய்வினை செய்திருப்பாளோ என்று கணநேரம் எண்ணினான். ஆனால், அடுத்த வினாடியிலேயே தான் அவ்வாறு எண்ணியது எவ்வளவு அபத்தம். அவள் யாருக்கும் மனதளவில் கூடக் கெடுதல் நினைக்காதவள் என்று கூறிக் கொண்டான். பின் ஜோகம்மாளைப் பார்த்தபோது, அவன் கண்களில் கண்ணீர் பெருகியது. அவளது கையைப் பிடித்துக்கொண்டு, "என்னை வெறுக்காதே தாயி. நீ வெறுத்தா, நான் வீணாகிப் போய்விடுவேன்" என்று அழுது அவளின் மடியில் தலையைச் சாய்த்துக் கொண்டான். சிவண்ணா அழுவதைப் பார்த்து தொட்டிப் பெண்களும் கண் கலங்கினார்கள். ஜோகம்மாள் அவன் தலையைக் கோதினாள். சிவண்ணாவின் கண்ணீர் அவளது கால் தொடையை நனைத்திருந்தது.

அன்றிரவு கொத்தல்லியும், கோல்காரனும், கெம்பம்மாவும் தொட்டி பெண்களும் அதிகாலை வரை சிவண்ணாவின் குடிசையிலேயே இருந்தார்கள்.

அடுத்த நாள் காலையில் சித்தி கண் விழித்தபோது, அவளது காய்ச்சல் குறைந்திருந்தது. தொட்டியினர் வந்து அவளது உடல் நிலையை விசாரித்து ஆறுதலடைந்து போனார்கள்.

ஜோகம்மாள் அங்கேயே இருந்து கசாயம் மட்டும் மூன்று வேளைக்குக் காய்ச்சிக் கொடுத்தாள். அன்று மாலையில் சித்திக்கு நன்றாக வியர்த்து உடலில் சூடு சீராக மாறி காய்ச்சல் விட்டிருந்தது. எனினும், அவள் உடல் களைப்பினால் குடிசையினுள் படுத்துக் கொண்டாள்.

வாசலில் நிலவொளி பளிச்சென்றிருந்தது. ஜோகம்மாளும், மாதியும் வாசலில் உட்கார்ந்து வெற்றிலையைப் போட்டுக் கொண்டு பேசிக் கொண்டிருந்தார்கள். அப்போது ஜோகம்மாள் ஒரு சுருட்டைப் பற்ற வைத்துக் கொண்டு புகை பிடித்தாள்.

அந்நேரம் எட்டிப் பார்த்த கெம்பம்மா,

"யாரு மாமியாரும் மருமகளுமா?" எனக் கிண்டலாகக் கேட்டு விட்டு, அவளும் வந்து உட்கார்ந்து வெற்றிலையை எடுத்து வாயில் போட்டுக் கொண்டு பேசத் துவங்கினாள். அப்போது காற்று தொட்டியில் இதமாக வீசிக் கொண்டிருந்தது.

14

ராஜுவின் சீர்காட்டில் மஞ்சள் அறுவடை நடந்து கொண்டிருந்தது. வெளியூரிலிருந்து லிங்காயத்துக்களும், மற்றவர்களும் அறுவடை வேலைக்கு வந்திருந்தார்கள். தொட்டியினரின் ராகி அறுவடை இரண்டு மாதங்களுக்கு முன்பே முடிந்து சின்ன வேட்டைகளைச் செய்து கொண்டு தொட்டியில்தான் எல்லோருமே இருந்தார்களென்றாலும், யாரும் சீர்காட்டில் வேலைக்குப் போகத் தயாராகவிருக்கவில்லை. அது வெகு நாட்களுக்கு முன்பே பழக்கமாகவும் மாறிவிட்டிருந்தது.

ஜோகம்மாள் அவளது குடிசை முன் அமர்ந்து மூங்கில் சிம்புகளால் முறம் பின்னிக் கொண்டிருந்தாள். அந்த முறம் முக்கால் பாகம் முடிவுற்றிருந்தது. அப்போதுதான், சிக்கைய தம்பிடியின் மகள் மல்லி வந்தாள். அவளுக்குக் குன்றி மலையிலிருந்த உச்சித் தம்பிடி மகன் வீரபத்திரனுக்கும் திருமணம் முடிந்திருந்தது. திருமணத்திற்குப் பின்பு மல்லி சற்று சதைப்பிடித்தமானவளாய் மாறியிருந்தாள். அவள் அணிந்திருந்த மேலாடைகள் இறுக்கமாயிருந்தது. கன்னங்கள் கூடச் சற்று பூசியது போல சதையிருந்தது.

ரதியைப் பார்க்க வந்திருந்தாள். ஜோகம்மாள் அவளை வரவேற்று, நலம் விசாரித்தாள். அவளைக் குடிசையினுள் அழைத்தாள். ஆனால், மல்லி வெளியிலேயே நின்று கொண்டு ரதியைக் கேட்டாள்.

"அவள் முறம் செய்ய மூங்கில் வெட்டப் போயிருக்கிறாள். இன்னும் கொஞ்ச நேரத்தில் வந்துடுவா. உன்னுடன் உன் கணவன் வரவில்லையா?" என்றாள். .

"அவன் சீரகநல்லி வரை போயிருக்கிறான். நான் அப்பன் வீட்டிற்கு வந்து நாலு நாளாச்சி. சும்மா வீட்டிலே இருந்ததாலே மஞ்சள் அறுவடைக்கு இங்கே வந்தேன். கொஞ்ச நேரத்திலே ரதியைப் பார்த்திட்டு வந்திடலான்னு வந்தேன்" என்றாள்.

அப்போது ரதி இரண்டு பச்சை மூங்கில்களைத் தலையில் சுமந்து வந்தாள். மல்லியைப் பார்த்ததும் மூங்கில்களைக் கீழே இறக்கி வைத்து விட்டு வந்து அவளது கைகளைப் பிடித்துக் கொண்டாள்.

அவளை, "தேன் குடிக்கிறாயா" என்று கேட்டாள்.

மல்லி வேண்டாமென்றதும், ரதி குடிசைக்குள் சென்று மர உழக்கில் கொஞ்சம் உப்பை எடுத்துக் கொண்டுவந்து, மல்லியை தொட்டியிலிருந்த ஆலமரம் பக்கம் கூட்டிப் போனாள்.

ஜோகம்மாளோ, மல்லியிடம் இரண்டு வார்த்தை அவளது கணவன் வீட்டைப் பற்றிக் கேட்கலாம் என்ற ஆர்வத்தில்,

"இங்கேயே பேசுங்களேன்" என்றாள்.

பின் ஆனால், ரதி அவளது வார்த்தையைக் கேட்கவில்லை.

தொட்டியில் அரசமரத்தடியில் குளுமையான காற்று எப் போதும் வீசிக் கொண்டும், பறவைகளின் கீச்சிடும் சப்தங்கள் கேட்டுக் கொண்டுமிருக்கும். அந்த அரச மரத்தில் ஊஞ்சலாட்டத்திற்காக ஒரு நீண்ட கயிறு தொங்கிக் கொண்டிருந்தது.

மல்லியும், ரதியும் அங்கு அமர்ந்த போது ரதி அவளின் சேலை மடியினைப் பிரித்து அதிலிருந்த நெல்லிக்காய்களைக் கீழே வைத்தாள். இருவரும் நெல்லிக் காய்களைக் கடித்து மர உலக்கிலிருந்த உப்பில் தொட்டு புளிப்பில் கண்கள் கூச ருசி பார்த்தார்கள். ரதி, மல்லியிடம்,

"நீ கல்யாணத்திற்குப் பிறகு கொஞ்சம் ஊறிவிட்டே. உன் கன்னம், கை, மாரு" என்றதும், அவளது தொடையில் மல்லி ஒரு அடி கொடுத்தாள்.

நெல்லிக் காய் புளிப்பில் வாயிலூறிய எச்சிலை விழுங்கிக் கொண்டு,

"உன் புருஷனைக் கூட்டி வந்திருக்கலாமில்லே. நாங்க பார்த்திருப்போமே" என்றாள்.

"அவங்க ஆளுக பார்க்கறதெல்லாம் தப்புமபாங்க. நாம் பழகறதுக்குக்கூட பல கேள்வி கேட்பாங்க. அவங்க வராததே நல்லதுதான்" என்றாள். அவள் பேச்சில் சின்ன சங்கடம் இருந்ததைத் தவிர்க்க ரதி, "இங்கே வராட்டிப் பரவாயில்லே. உன் கூட இருக்கலாமில்லே" என்று கூறி அவளைக் கயிற்று ஊஞ்சலுக்குக் கூட்டிப் போனாள். இருவரும் அந்த ஊஞ்சலில் உட்கார்ந்து கால்களை உந்தி ஆடினார்கள்.

அந்நேரம் சீர்காட்டிலிருந்து சிக்கைய தம்பிடி தனது மகள் மல்லியைக் கேட்டு ஜோகம்மாளின் குடிசைக்கு முன் வந்து நின்றான்.

"வேலைக்குக் கூப்பிடறாங்க. என் மகள் மல்லி வந்தாளா?" என்றான்.

"இங்கே அரச மரத்தடியே போயிருக்காங்க" என ஜோகம்மாள் கை காட்டினாள்.

சிக்கைய தம்பிடி அங்கே போகும் போது சிவண்ணா அவன் குடிசைக்கு முன்னே ஒரு பெரிய மரத்துண்டை ஏர்கலப்பை செய்ய வாச்சியால் செதுக்கிக் கொண்டிருந்தான். அது அவனது வாச்சி வெட்டுக்கு விலகிப் போய்க் கொண்டிருந்தது. அவன் ஒரு காலில் அழுத்தி வெட்டியபோது அது வாச்சியின் ஈட்டுக்கு ஏது வாய் சிக்கவில்லை.

“யாரையாவது கட்டையைப் பிடிக்கச் சொல்லிட்டு வெட்டு. கால்லே பட்டறப் போவுது” என்றான் சிக்கயை தம்பிடி.

“வா... வா... கொஞ்சம் நீதான் பிடியேன்” என சிவண்ணா அவனைக் கூப்பிட்டான்.

“கொஞ்சம் பொறு. என் மகளை வேலைக்காட்டுக்கு அனுப்பி வைச்சிட்டு வந்திடறேன்” என்று அரச மரத்தினருகில் சென்றான். அவன் அங்கு போகும் போது அரச மரத்தின் பிசினில் கால்கள் மாட்டிக் கொண்ட ஒரு கௌதாரியை ரதி அந்த மரத்தின் மீது ஏறி அதனைக் கைகளில் அழுத்திப் பிடித்துக் கொண்டு மரத்தின் வேர் புடைப்புகளில் கால்களை வைத்துக் கீழே இறங்க முயன்றாள். அப்போது ரதி அவள் கையிலிருந்த கௌதாரியை மல்லியிடம் கொடுக்கக் கை நீட்டினாள். ஆனால், கௌதாரி மல்லியின் கையை தன் அலகால் கடித்ததும், அவள் கையை விலக்கிக் கொண்டாள். ரதி அவளது பிடியை இறுக்கிக் கொண்டு அது பறக்காத வண்ணம் கீழே கொண்டு வர தன் சேலையில் சுருட்டி மடியில் இறுக்கிக் கட்டிக் கொண்டு கீழே இறங்கி வந்தாள்.

மல்லி அவள் கையில் லேசாக தோல் பிய்ந்து போயிருந்ததைப் பார்த்துக் கொண்டிருந்தாள். அதனைப் பார்த்த சிக்கைய தம்பிடி, “நமக்கு ஆகாததை ஏன் கையிலே தொட்டே” என்றான்.

“ஏன் இங்கே வந்தே என்றாள்” மல்லி.

“வேலை செய்ய வந்துட்டு, இங்கே வந்திருந்தா கூலி தர்றவங்க சும்மாயிருப்பாங்களா. கூப்பிடறாங்க போ!” என்றான்.

ரதியின் மடியிலிருந்து கௌதாரி கத்திக் கொண்டிருந்தது.

மல்லி, ரதியிடம், “இன்னொரு முறை வரும்போது பார்க்கலாம்” என்று கூறிவிட்டு சீர்காட்டை நோக்கி நடந்தாள்.

ரதி ஒரு கையில் கொண்டு வந்த மர உழக்கினை எடுத்துக் கொண்டு மற்றொரு கையில் கௌதாரியை வயிற்றோடு அமுக்கிப் பிடித்தபடி குடிசைக்குச் சென்றாள்.

சிக்கைய தம்பிடி, சிவண்ணா குடிசைக்கு முன் வரும்போது சிவண்ணாவின் வாச்சி ஈட்டிலிருந்து மீண்டும் நழுவிப் போனது.

"என்ன கலப்பை செதுக்குகிறாயா?" என்று கேட்டுக் கீழே உட்கார்ந்து மரத்தை வாட்டமாகத் திருப்பி வைத்து அது நகர முடியாமல், அதன் ஓரத்தைப் பிடித்துக் கொண்டான் சிக்கைய தம்பிடி. மரத்தின் சிராய்கள் கீழே விழுந்தன. ஒரு பக்கம் முனை கூர்மையானது. அடுத்த பக்கத்தைத் திருப்பி வைத்துப் பிடித்துக் கொண்டான் சிக்கைய தம்பிடி. வெகு சீக்கிரத்தில் அந்த மரத்துண்டு கலப்பையாக உருவெடுத்தது.

தன் முகத்திலிருந்த வியர்வையைத் துடைத்துக் கொண்டே "ஏன் கருப்புக்கல் வெட்ட வேலைக்குப் போகலையா?" என்று கேட்டான் சிவண்ணா.

"என்ன வேலையப்பா அது" என்று சிக்கைய தம்பிடி அலுத்துக் கொண்டான் அதன் பின்பு, சிவண்ணா கலப்பை செதுக்குவதை நிறுத்தி, பக்கத்திலிருந்த வில்வ மரத்தில் சாய்ந்து உட்கார்ந்து சிக்கைய தம்பிடியிடம் ஒரு பீடியை வாங்கிப் பற்ற வைத்துக் கொண்டு புகையை இழுத்து விட்டான். சிக்கைய தம்பிடியும் புகைத்தான். இப்போது சிக்கைய தம்பிடி மலையிலிருந்த பாண்டுரங்கனின் கருப்புக்கல் வெட்டி எடுக்கும் கல் குவாரியில் மேஸ்திரியாக வேலை பார்த்து வந்தாலும், முன்பு அவன் கிணறு வெட்டும் வேலைக்குத்தான் சென்று கொண்டிருந்தான். ஆனால், பாண்டுரங்கன் உகினியம் அருகிலிருந்த பந்தைய சோளகனின் வயல் காட்டில் நீட்டிக் கொண்டிருந்த பாறைக்குன்றைப் பார்த்து அந்தப் பாறையை மாதிரிக்கு எடுத்து சோதனை செய்து, அதில் கருப்புக்கல் சுரங்கம் இருப்பதை அறிந்து கொண்டான். பின், பந்தைய சோளகனிடம் விவசாயத்திற்கு வயல் தேவைப்படுவதாகக் கூறி விலைக்குக் கேட்டான். பந்தைய சோளகனுக்குப் பூமியை விற்கும் நெருக்கடி எதுவுமில்லாததாலும், மேலும், அந்த பூமியிலிருந்த பாறைக்குன்றில் மினிக் கோயில் வைத்திருந்ததாலும் அவன் தயங்கினான்.

ஆனால், பாண்டுரங்கன் சீமைச்சாராயத்தையும், பிரியாணிப் பொட்டலங்களையும் சில ரூபாய் பணங்களையும் செலவு செய்து அவனது நட்பைப் பெற்று அக்கம் பக்கமிருந்த பெரிய மனுசன்களை வைத்து அவனைக் கரைத்து அவனது இரண்டு ஏக்கர் பூமியை மூவாயிரத்துக்குக் கிரயம் பெற்றான். அதன் பின்பு, அந்த பூமியில் கருங்கல் வெட்டி எடுத்து பாண்டுரங்கன் மிகப் பெரிய செல்வந்தனாகியிருந்தான். பந்தைய சோளகன் அவனது பூமியிலேயே

கல் வெட்டும் தினக்கூலி வேலையும் கூடச் செய்தான். பின்பு, மனம் வேதனையடைந்து பெஜ்ஜில்பாளையம் பக்கம் அவன் குடும்பத்தைக் கூட்டிக் கொண்டு போய் விட்டான்.

கிணறு வெட்டுதல், விவசாயக்கூலி வேலைகள் கிடைப்பதே சிரமமாகியிருந்த சூழலில் பாண்டுரங்கனின் கல் குவாரி வேலைக்கு ஆட்கள் வந்தார்கள். அந்தப் பணி சற்று சிரமமாகயிருந்தாலும் சம்பளம் வாரா வாரம் கையில் கிடைத்து விடுவதால் சந்தை நாளுக்குக் காசு கொடுத்து மனைவிகளை சந்தைக்கு அனுப்புவதைக் கணக்கில் கொண்டு வேலையில் ஈடுபட்டார்கள். சிக்கைய தம்பிடி சீக்கிரத்திலேயே பாண்டுரங்கனின் குவாரியில் மேஸ்திரியாக உயர்ந்திருந்தான். பாண்டுரங்கனுக்குப் பல வியாபாரங்கள் உள்ளதால் குவாரி பக்கம் வருவது அரிதாகியிருந்தது. அதனால், வேண்டிய தகவல்களை கல் ஏற்ற வரும் லாரியில் சொல்லிவிட்டுக் கொண்டு கல்குவாரி வேலை தடையின்றி நடந்தது. இந்நிலையிலேயே சிக்கைய தம்பிடி இப்போது எதற்காக சீர்காட்டில் விவசாய வேலைக்கு வந்தான் என்பதைத் தெரிந்துகொள்ள சிவண்ணா ஆர்வம் காட்டினான். பீடி முழுவதும் சிறுத்தபோது மீண்டும் சிக்கைய தம்பிடியிடம் பேச்சை ஆரம்பித்தான்.

“எதுவுமே முன்னே மாதிரியில்லை. காட்டுலே எந்நேரம் எது நடக்குமோன்னு இருக்குது. உனக்குத் தெரியுமில்லே, போன வருஷத்திற்கு முந்தின வருஷம் காட்டு அதிகாரியைச் சந்தனக் கட்டைக் கடத்தல்காரங்க சுட்டுப் போட்டது.”

சிவண்ணா தலையசைத்தான். காட்டு அதிகாரிகள் அவனுக்கு சந்தனக் கட்டை வெட்ட துப்பாக்கியோடு திரிபவர்களைப் பற்றியும் தங்களுக்குத் தகவல் தர வேண்டுமென்று அவனிடம் கூறியிருப்பதை நினைத்துக் கொண்டான்.

“எல்லாம் உயரமான ஆளுங்க. ஆளுக்கொரு துப்பாக்கியும் கையுமா வர்றாங்க. அவங்க வைக்கறதுதான் சட்டம். ராத்திரியின்னு இல்லே, பகல்னு இல்லே வந்து திடும்னு பத்து, பதினைஞ்சு பேர் நிக்கறாங்க. அவங்க கேக்கறதை நாம் தந்திடணும். அவங்களை சரிக் கட்டினாத்தான் அங்க கல் குவாரி நடக்கும். அவங்களுக்கு மீறி நடந்துகிட்டா தலை தப்பிக்காதப்பா” என்று கூறி சிவண்ணாவின் காதோரமாய் வந்து “வீரப்பன் ஆளுங்க” என்றான் சிக்கைய தம்பிடி.

“நீ வெளிப்படையாப் பேசினதாலே சொல்லறேன். போன மாசம் பாங்காட்டிலே தோனிமடுவு பக்கம் புளியமரத்திலே உச்சிக் கொம்பிலே தேனடை எடுக்க நான் மரத்திலே ஏறினேன். அப்போ மலை சரிவிலே எட்டு, பத்து பேர் துப்பாக்கியைத் தூக்கிக்கிட்டுப்

போறதைப் பார்த்தேன். அவங்க சரிவுலே இறங்கிட்டாங்க. யாரையும் சரியாப் பார்க்க முடியலை. நான் சப்தம் போடாம மரத்திலேயே கொஞ்சம் நேரம் இருந்துட்டு, அப்பாலே இறங்கி வந்தேன். எனக்கே கொஞ்சம் ஆச்சரியமாகத்தானிருந்திச்சி'' என்றான் சிவண்ணா.

“அதே பயந்தான் எனக்கும். முதலாளிகிட்டே சொன்னா, என்ன பண்றது. நீயே சமாளி. தொழில் மட்டும் நிக்கக் கூடாதுங்கறாரு. போன இரண்டு வாரத்துக்கு முன்னே நடு மதியம் குவாரி ஆளுங்க கல்லை வெட்டிக் கிட்டிருக்கும் போது வீரப்பன் வந்துட்டான். எங்கே முதலாளின்னான். சாமி ஊருலே இருக்காருன்னேன். போய்க் கூட்டி வா. பணம் தேவைப்படுதுன்னான். எனக்குக் கைகால் நடுங்கிடுச்சி. கூட வந்த ஆளுங்க எல்லாமே முரட்டு ஆளுங்க. மீசை வெச்சுக்கிட்டு. நான் கல்லு ஏத்த வந்த லாரியிலே ஏறிக்கிட்டு கீழே போனேன். நல்லவேளையா முதலாளி அன்னிக்குத்தான் வெளியூர் போய்விட்டு வந்திருந்தாரு. நிலைமையைச் சொன்னதும் தயங்கினார். பின்னாடி அவரே ஜீப்பை எடுத்துக்கிட்டு வந்தாரு. அப்புறம், முதலாளி வந்ததும் தனியாக் கூட்டிட்டுப் போயிப் பேசிக்கிட்டாங்க. என்ன நடந்ததுன்னு தெரியாது. ஆனா, காசு வாங்காம போயிருக்க மாட்டான். எல்லா நாளுமே ஒரே மாதிரியிருக்காது. ஏதாவது ஏடா கூடமா நடந்திடுமோன்னு பயப்படறேன். சீக்கிரம் இந்த வேலையை விட்டுட்டுப் பயமில்லாமல் கூலி வேலை செய்தாவது பிழைச்சிக்கலாம்ன்னு நெனைக்கிறேன். அதுதான் மகளும், மருமகனும் வந்ததைச் சொல்லி ஒரு வாரம் வேலைக்குப் போகல்லே. ஆனா, முதலாளி இரண்டு தடவை ஆள் அனுப்பிட்டாரு. உடம்பு சரியில்லைன்னு சொல்லி அனுப்பியிருக்கிறேன். நீயும், கொஞ்சம் எச்சரிக்கையா இருப்பா. தனியாக் காட்டுலே சுத்தற. இரண்டு மாசத்திற்கு முன்னாடி பேகூர் பக்கம் வனக்காவலர்கள் மூணு பேரு காணாமப் போயி, கடைசியிலே உடம்புதான் கிடைச்சது. அதுவும் பாதி மிருகம் தின்னது போக மீதிதான்...''

சிக்கைய தம்பிடி அவனது பேச்சைப் பாதியில் நிறுத்திக்கொண்டு சிவண்ணா கரிசனத்துடன் கேட்கிறானா? எனப் பார்த்தான். சிவண்ணா கூர்ந்து பார்த்துக் கொண்டிருந்தான். பீடிக்கட்டை சிவண்ணாவிடம் நீட்டினான். பின், தானும் ஒன்றை பற்றிக் கொண்டபோது,

“பாங்காட்டிலே சோத்துக்கு என்ன பண்ணுவாங்க?'' என்றான் சிவண்ணா.

“நோட்டை நீட்டினா மூட்டை, மூட்டையா அரிசி, பருப்பைத் தர்றதுக்கு எத்தனை பேரு. ஏன் உங்க சொந்தக்காரன் பாலப்படுகை புட்டன் கூட அன்னிக்கு ஒரு சாக்கிலே எதையோ தூக்கிக்கிட்டு பாங்காட்டிலே போனானப்பா. எதுக்குன்னு தெரியலை.”

புட்டன், சமீபத்தில் யாரோ வெட்டி எடுத்துப்போன சந்தன மரத்தின் அடி வேரைப் பறித்து அதனை ஒருவனிடம் விற்று காசு வாங்கி வருவதை அறிந்திருந்தான். ஒருமுறை எதேச்சையாக சிவண்ணா அவன் கட்டை பறிக்கும் போது பார்த்தான். சிவண்ணாவை உதவச் சொல்லிக் கேட்டான். சிவண்ணா கொஞ்சம் குழி தோண்டிக் கொடுத்து வேரை அசைத்துக் கொடுத்த சமயம் வனக்காவலர்கள் அறிந்திடப் போகிறார்கள் என்று எச்சரித்தபோது,

“மரத்தை வெட்டி விற்பவர்களே சுதந்திரமாகத் திரிகின்றார்கள். நான் யாரோ வெட்டி எடுத்த மரத்தின் வேரைத்தானே பறிக்கின்றேன். எதுவாயிருந்தாலும், இங்கே உங்ககிட்டேதானே விசாரிக்க ஆட்கள் வருவார்கள்” என்றான்.

இரண்டு முறை ஒரு மூட்டை சந்தன சிராய்களை இருநூறு ரூபாய்க்கு காசிமிடம் விற்று, அந்தப் பணத்தை புட்டன் வாங்கிக் கொண்டது சிவண்ணாவுக்கே தெரியும். எனவே, சிக்கைய தம்பிடியிடம்,

“மரச்சிராய் கட்டி வந்திருப்பான் புட்டன்” என்றான்.

“எந்த மரச்சிராய்? அரிசி, பருப்பு சாமான் வாங்கிப் போனான். இதெல்லாம் அவனுக்கு எதுக்குப் பாங்காட்டிலே? நிச்சயம் அவன் வீட்டிற்காக அரிசி வாங்கியிருக்க மாட்டான்.”

“ஏதாவது இங்கே கொண்டு வந்தானா? என்னன்னு தெரியலையே” என்றான் சிவண்ணா.

“என்னவோப்பா’ என்று கூறினான். பின், குரலை இறக்கி சீர்காட்டைக் காட்டி, இந்த ராஜுகிட்டே ஜாக்கிரதையா தொட்டிக்காரங்க இருங்க. உங்க ஆளுகளை ஏதாவது பிரச்சனையிலே மாட்டிவிட அவன் எதையும் செய்வான்” என்றான் சிக்கைய தம்பிடி. அவன் எழுந்த போது, சிவண்ணா அவனை,

“ஏன் எழுந்துகிட்டே? கலப்பையை இன்னும் இரண்டு அடிக்குப் பிடியப்பா” என்றான்.

“ராஜு கூலி தரமாட்டான். நேரமாச்சி” என்றான் சிக்கைய தம்பிடி.

“ரெண்டே அடிதான்” என்றபடி கோடாரியை எடுத்து கட்டையை செதுக்க ஆயத்தமானபோது சிக்கயை தம்பிடி மீண்டும் அசையாது பிடித்தான் பின் கலப்பை முழு வடிவம் பெற்றது.

சிக்கயை தம்பிடி கிளம்பும்போது அவனை நிறுத்தி, “சிவபானம் வேண்டுமா” என்றான் சிவண்ணா. சிக்கைய தம்பிடி சிரித்தவாறு வேண்டுமென்று தலையாட்டினான்.

இரண்டு பீடிகளுக்கு போடுமளவு தனது வேட்டியில் முடி போட்டிருந்த கஞ்சாவை அவிழ்த்துக் கொடுத்தான்.

“பாங்காட்டிலே முத்தின செடியிலே பறித்தது. நல்ல காரம்” என்றான்.

சிக்கைய தம்பிடி அதனை வாங்கி வேட்டியின் மடியில் செருகிக் கொண்டு, “நாம பேசினது நமக்குள்ளேயே இருக்கட்டும். எது அரணை, எது பாம்புன்னு அடையாளம் காண முடியலை” என்று நடையைக் கட்டினான்.

சிவண்ணாவுக்கு சிக்கைய தம்பிடியின் உருவம் சீர்காட்டிற்குள் போய் மறையும் வரை புட்டனை நினைத்துக் கொண்டான். புட்டன் தனக்குத் தெரியாமல் எதையோ செய்துகொண்டு வீண் வம்புகளில் மாட்டப் போகிறான். அவனை எச்சரிக்கை செய்ய வேண்டுமென்று முடிவு செய்தான். கலப்பையின் நடுவில் துளையிட பக்கத்திலிருந்த உளியைக் கூர்மை செய்ய கல்லில் வைத்து தீட்டிக் கொண்டே இந்நேரம் புட்டன் எங்கேயிருப்பான் என்று நினைத்துக் கொண்டான்.

15

அன்று வனத்திலிருந்த பனிக்காற்று புகையைப் போல தொட்டியின் மீது வீசிக் கொண்டிருந்தது. மேகங்களோ தொட்டியின் மேல் சுழன்று ஓடியது. சிவண்ணா அவனது குடிசையில் தனக்குப் பிடித்த யானைப் பூண் போட்ட தாத்தனின் துப்பாக்கிக்குக் எண்ணெயிட்டு அதன் விசையை அழுத்தி சரிபார்த்தான், பின், அதன் குழாயில் கரி மருந்தை நிரப்பி ஈயக்குண்டையிட்டு, அதன் வாயிலை மெல்லிய துணியினை வைத்து அடைத்தான். துப்பாக்கியின் மேல் பூரணியில் மருந்திட்டு எடுத்துக் கொண்டு வனத்திற்குள் துப்பாக்கியைச் சுழற்றிக் கொண்டு போனான். அப்போது பேதன் சீர்காட்டில் உழவு ஓட்டிக் கொண்டிருந்தான். ராஜுவின் வீட்டின் மாடியிலிருந்து சாந்தாவும் மணியகாரனும் பார்த்துக் கொண்டிருந்தார்கள்.

வனத்தில் எங்கு பார்த்தாலும் கால் பதித்த இடங்களில் எல்லாம் ஈரம் பூத்திருந்தது. நீரோடைகள் சலசலத்து ஓடிக் கொண்டிருந்தது. தேன் கூட்டிலிருந்து தேன் நிரம்பி சொட்டுச் சொட்டாய் மண்ணில் விழுந்தது. மரங்களும், செடிகளும் மலர்களைப் பூத்திருந்தன. காற்றில் ஆடும் மரங்கள் அதன் கைகளை அசைத்து சிவண்ணாவை அழைத்தன.

சிவண்ணாவைக் கண்டதும் சில புள்ளிமான்கள் புதரினுள் ஓடி மறைந்தன. சிவண்ணா செல்லும் பாதையின் எதிரில் கிளைகளைப் போல கொம்புகளை உடைய கடமான் கம்பிரமாய் நின்று கொண்டிருந்தது. அவன் துப்பாக்கியை தூக்கிப் பிடிக்கும் சமயம் அது ஓட்டமெடுத்து செடிகளையும், மரங்களினுள்ளேயும் புகுந்து ஓடியது. சிவண்ணா பறப்பது போல ஓடினான். மானை சில நொடிகளில் நெருங்கும் அளவு அவனின் ஓட்டமிருந்தது. மான் கால்களை இழுத்துக்கொண்டு திடீரென நின்றது. அது நின்ற இடம் ஒரு மலையின் முகடு. அதற்கப்பால் மிகப் பெரிய பள்ளம். அது வழியின்றி நின்றது. “சுடுடா” என்று கொத்தல்லிக் கிழவன் பின்னே நின்று வெறிகொண்டு கத்தினான். அதன் நெற்றியைத்தான் சிவண்ணா குறி பார்த்தான். அதன் வாயிலிருந்து எச்சில் நுரைகள் செடிகளை நனைத்தன.

சிவண்ணா அவனது துப்பாக்கியின் விசையை அழுத்துவதற்குள் அந்த மான் குண்டடிபட்டு கீழே விழுந்து துடிதுடித்தது.

அவன் குண்டு வந்த திசையைப் பார்த்தான்.

புதிரிலிருந்து நான்கு முரட்டு உருவங்கள் வெளிப்பட்டன. அன்றொரு நாள் தேனெடுத்த சமயம் தோனிமடுவுப் பக்கம் இறங்கியவர்களைப் போன்ற உடைகளை உடுத்தியிருந்தார்கள்.

சிவண்ணா துப்பாக்கியை இன்னமும் தூக்கியே பிடித்திருந்தான். வந்தவன், "துப்பாக்கியை இறக்குடா. எங்களோட வேட்டை" என மீசையைத் தடவிக் கொண்டு மானின் அருகில் சென்றான்.

"நான்தான் இதைத் துரத்தி வந்தேன். என் வேட்டை மானை நீ சுட்டது தவறு" என்றான் சிவண்ணா.

வந்தவர்கள் கேலியாக சிரித்து மானைத் தூக்கப் போனார்கள்.

"நிறுத்து. என் காட்டில் எனக்காக வளர்ந்தது இந்த மான். என் இரையைத் தொடாதே!" என்ற சிவண்ணாவின் கண்களில் கோபமிருந்தது.

"உன் காடா, உங்கப்பனின் காடா?"

"ஆமாம். எங்க அப்பனின் காடுதான்" என்று அவர்களை நோக்கி துப்பாக்கியை விறைத்துப் பிடித்தான். அவர்கள் அச்சத்துடன் பின் வாங்கினார்கள்.

"மானே! எழுந்து ஓடு!" என்றான். அது உயிர் பெற்று எழுந்து ஓடி மறைந்தது. வானம் கருத்தது. நின்று கொண்டிருந்தவன் சிவண்ணாவின் துப்பாக்கியைப் பிடுங்க முயன்றான். சிவண்ணா போராடினான். அந்நேரம் புதரிலிருந்து ராஜுவும், அவன் அப்பன் துரையனும் வந்தார்கள். அவர்களும், அவனது துப்பாக்கியைப் பிடுங்க முயன்றார்கள்.

கொத்தல்லி தூரத்தில் உட்கார்ந்து புகைத்துக் கொண்டிருந்தான். சிவண்ணாவின் கையிலிருந்த துப்பாக்கியைப் பிடுங்கிக் கொண்டு, அவனைப் பள்ளத்தில் தள்ளினார்கள். அவனது கைகால்கள் அசைந்து அவன் கீழே விழுந்து கொண்டிருந்தான். கீழே பள்ளத்தில் வெகு தூரத்தில் சிறியதாய் மரங்கள் தெரிந்தன. 'ஏய்!' என்ற சப்தத்தினைத் தொடர்ந்து அவன் கன்னங்களைத் தட்டினார்கள்.

சிவண்ணா கண் விழித்தான். அவனது அருகில் மாதி உட்கார்ந்திருந்தாள்.

"ஏன், கெட்ட கனவு கண்டாயா? அப்படி உளறினே. நான் பயந்தே போயிட்டேன்" என்று அவனது முகத்திலும், நெஞ்சிலும் இருந்த வியர்வைகளை அவள் சேலை முந்தானையை எடுத்துத் துடைத்து விட்டாள்.

அவன் கதவைத் திறந்து வெளியே வந்தான். ஈரக்காற்றை உணர்ந்தான். மாதி தண்ணீரை எடுத்துக் கொடுத்தாள். அவன் அதனைப் பருகிய பின்பு,

"என்ன கனவு கண்டாய்?" என அவன் முகத்தைப் பார்த்தாள்.

"பள்ளத்திலிருந்து விழுகிற மாதிரி" என்று மட்டும் சொன்னான்.

"நேரம் என்ன இருக்கும்?" என்றான் மாதியிடம்.

மாதி வாசலில் வந்து வானத்தைப் பார்த்தாள். மூணாம் ஜாமமிருக்கும். "விடிய இன்னும் நேரமிருக்குது" என்று கூறினாள். சிவண்ணா திண்ணையில் உட்கார்ந்து கொண்டு "ஒரு பீடி இருந்தா எடுத்துக் கொண்டா" என்று கேட்டான்.

மாதி தேடிப்பார்த்த சமயம் ஜோகம்மாள் புகைத்து அணைத்த சுருட்டு மட்டுமே கிடைத்தது. அதனைக் குடிசையினுள் தரை நடுவில் குளிருக்கு எரியும் நெருப்பில் பற்ற வைத்து அவனிடம் நீட்டினாள். அவன் வேகமாக தீ அணையாமலிருக்க இரண்டு இழுப்புகள் இழுத்து புகை விட்டான்.

மாதி குடிசைக்குப் பின்புறம் சென்று வந்து, அவனை "உள்ளே வந்து படு" என்று அழைத்தாள். அவன் தூக்கம் வரவில்லை என்று அவளை படுக்கச் சொன்னான். மாதி சற்று நின்று தோளைத் தொட்டு அவனைப் பார்த்து விட்டு மீண்டும் கொட்டாவி விட்டுக் கொண்டு குடிசையில் படுக்கச் சென்றாள். சித்தி நன்றாக உறங்கிக் கொண்டிருந்தாள். சிவண்ணா குடிசைக் கதவை வெளியே இருந்து சாத்திக் கொண்டான்.

தூரத்தில் சீர்காட்டு வனத்தின் எல்லைப் பகுதியில் சில விளக்குகள் ஓடுவது போலிருந்தது. மானின் கண்கள் அவை என்பதை ஊகித்தான். மீண்டும் கனவை நினைத்துக் கொண்டான். எதைக் கண்டேனும் நான் பயந்து கொண்டேனா? அவர்கள் வைத்திருந்த துப்பாக்கியைப் பார்த்தா? என்னிடமும்தானே துப்பாக்கி இருந்தது. என் காடு, இது என் மலை, என்னுடைய விலங்கு, நான் யாரையும் இதில் அனுமதிக்க மாட்டேன் என்ற வார்த்தை அவனுள் ஓடியது. சுருட்டின் புகை நாக்கில் கசப்பைக் கூட்டியதால் எச்சிலைத் துப்பிக் கொண்டான். வானத்தில் பூத்திருந்த விண்மீன்கள் மேற்கே மெல்ல சரிந்தது. அந்த விண்மீன்கள் அவனுக்கு நன்கு அறிமுகமானவை. தனது தந்தை பேதனுடன் சீர்காட்டில் இரவில் பயிரை விலங்குகளிடமிருந்து காக்க சீர்காட்டில் பரண் கட்டி உட்கார்ந்து கொண்டு அவன் தந்தையுடன் பார்த்துப் பழகிய நட்சத்திரங்கள், அந்த அடைபட்ட கரிய இரவுகளில் நட்சத்திரங்கள்தான் ஜன்னலாயிருக்கும்.

பேதன் ஒவ்வொரு நட்சத்திரக் கூட்டத்திற்கும் ஒரு கதை சொல்வான். விலங்குகளை விரட்ட கட்டுவால் கயிற்றை இழுத்து மரத்தில் மோதவிட்டு ஒலியெழுப்ப வைத்தபடியே சிவண்ணாவின் தலையை பேதன் விரல்களால் புருபுரு என்று செய்வான். அந்த சுகத்திலும் இடை விடாது எழும் கட்டுவாலின் சப்தத்தினையும் கேட்டு அவன் உறங்கிப் போவான். பயிர் முளைத்த காலங்களில் இரவுகளில் தூக்கமென்பது பேதனுக்கு இருந்ததேயில்லை. இரவில் சிவண்ணாவுக்கு உறக்கம் கலைந்து பார்க்கும் போதும் பேதன் விழித்துக் கொண்டே இருப்பான். சிவண்ணா அவனை மீண்டும் தலையில் புரு புரு செய்ய நச்சரிப்பான். பேதனை நினைத்து சிவண்ணாவுக்குக் கண்ணீர் பெருகியது.

"மணிராசன் கோவிலில் ஜோகம்மாள் அழைக்காததால், நான் வந்து நிற்கவில்லை என்பதற்காக கோபித்துக் கொள்ளாதே அப்பா. நீ இல்லாவிட்டால் நான் ஏது" என மனதில் உருகினான். வனத்திலிருந்து கூகையொன்று இடைவிடாது சப்தம் செய்து கொண்டிருந்தது. அந்த சப்தம் அவனுக்குப் பழக்கமானதாகவே இருந்தது. முகத்தில் வழிந்த கண்ணீரை துடைத்துக் கொண்டு ஜோகம்மாளின் குடிசைக்குப் போய் அவளது மடியில் குழந்தையைப் போல படுத்துக் கொள்ளலாமா? என்று ஆசைப்பட்டான். இந்நேரம் சென்றால், அவள் அவனுக்கு என்னவோ ஆகிவிட்டது எனப் பயப்பட்டு விடுவாள் என அமைதியாகச் சுருட்டை மீண்டும் ஒரு இழு இழுத்தான்.

சிவண்ணா தூக்கமின்றி அங்கேயே உட்கார்ந்திருந்தான். குளிர் அவனது வெற்றுடம்பை பாதிக்கவில்லை. வானத்தில் வெளிர் மஞ்சள் கலந்த சிகப்பு நிறம் கிழக்கில் ஏற்பட்ட சமயம் பறவைகளின் கீச்சிடும் சப்தம் அதிகரித்து, காட்டுச் சேவல்களின் கொக்கரிப்பை அடுத்து அவன் அந்த அதிகாலையில் வனத்தின் எல்லை வரை நடந்தான். காலைக்கடன்களை முடித்துக் கொண்டு, பள்ளத்தில் வாய் கொப்பளிக்கும் போதும் முழுதாக விடியாமல் இருட்டியிருந்தது. அந்த இருட்டினூடே வனத்திலிருந்து ஒருவன் வந்து கொண்டிருப்பது தெரிந்தது. அவன் கையில் பையிருந்தது. அந்த நிழல் போன்ற உருவத்தினை உற்று நோக்கிய போது அவன் புட்டன் என்பதைப் புரிந்து கொண்டான். அந்நேரம் அவன் சிவண்ணாவை அங்கு சந்திப்பதில் ஆச்சரியமடைந்தான்.

"இந்நேரத்திலே எங்கிருந்து வர்ரே" என்றான் சிவண்ணா.

"பாங்காட்டிலிருந்து."

"அங்கென்ன வேலை ராத்திரியிலே?"

"ம்... அதான் வேர் வெட்டினேன் சிவண்ணா."

சிவண்ணாவுக்குக் கோபம் வந்தது. "டேய்! எங்கிட்டேயே மறைக்கிறாயா? உன்னை வேறு இடத்திலே பார்த்ததா எனக்குத் தகவல் வந்துச்சி. உண்மையைப் பேசுடா" என்றான்.

"வெட்டின சந்தன மரத்தைத் தூக்க வரச் சொன்னாங்க. பாங்காட்டிலே பத்து மைல் தூக்கிப் போயி லாரியிலே ஏத்தணும். மூணு நாளா வேலை செஞ்சேன். முந்நூறு ரூபாய் பணம் கிடைச்சுது. வாங்கிட்டு வந்துட்டேன்" என்று அவன் கூறும்போது முகத்தில் பதட்டமிருந்தது.

"நான் ராத்திரிகூட எங்கப்பனை நினைச்சுக்கிட்டேன். தவறாப் போயி ஒரு காசு சேர்க்க நினைச்சா, பத்து காசு காணாமப் போயிடும்னு எங்கப்பன் எனக்கு அடிக்கடி சொல்லுவான். எப்பவோ ஒரு தடவை செய்யறது வேற. ஆனா, நீ இதையே தொழிலாக்க முடிவு செய்து விட்டாயா? நாம் பார்க்காத சந்தன மரமா? ஆனா, அதை வச்சி ஒரு சந்தனப் பொட்டாவது வைக்கற பழக்கம் நம்மகிட்டேயிருக்கா? இந்த வேலை நமக்கு ஆகாது. விட்டுவிடு."

"வருஷம் முழுக்க பாடுபட்டாலும் இந்தக் காசு வருமாப்பா. நிறையப் பேர் வேலை செய்யறாங்க. மூச்சுக்குழிப் பக்கம் எல்லாரும் தங்கியிருக்காங்க. வந்து பார்" என்றான்.

"உன்னாலே உன் சொந்த பந்தத்துக்கும், தொட்டிக்கும் ஆபத்தைக் கொண்டு வந்து விடாதே. ஆகாது" என்றான் கோபத்தோடு சிவண்ணா.

அந்நேரம் விடிந்திருந்தது. இருவரும் தொட்டியினை நோக்கி வரும்போது சீர்காட்டில் ராஜு பல் துலக்கிக் கொண்டு, அவனது வயலைப் பார்த்துக் கொண்டிருந்தவன் சிவண்ணாவையும் புட்டனையும் உற்றுப் பார்த்தான். சிவண்ணா, ராஜுவை முறைத்துப் பார்க்க அவன் வேறு பக்கம் பார்வையைத் திருப்பிக் கொண்டான்.

தொட்டியை அடைந்தபோது சிவண்ணா இராத்திரியில் கனவு கண்டு தூக்கமின்றிக் கிடந்ததை மாதி, ஜோகம்மாளிடமும், கொத்தல்லியிடமும் சொல்லி வைத்திருந்தாள்.

கொத்தல்லி சிவண்ணாவைப் பார்த்ததும், "என்ன கனவு கண்டாய்?" என்றான்.

சிவண்ணா அவனது கனவை விவரித்தான். கொத்தல்லி தன் கையிலிருந்த ஊன்று கோலால் தரையில் கோடு போட்டவாறே,

"குண்டடிபட்ட மிருகம் எழுந்து ஓடறது சரியில்லை. ஆனா அதை உன் கையால் சுடலைங்கற. அதே சமயம் இறந்தவங்க வர்றதும்,

பிடிக்கறதும் ஆகாது. ஆனா, நீதான் கீழே விழுந்திட்டியே. நீ அதைப் பற்றிக் கவலைப்படாதே. உன் அப்பன் பேதன் எப்பவும் உங்கூடவே இருக்கறான். அவனை மட்டும் மறந்திடாதே" என்றான். அப்போது, மாதி சூடாக ராகிக் கூழ் வைத்து கொத்தல்லிக்கும், சிவண்ணாவுக்கும் கொடுத்தாள்.

"காட்டுலே வெளி ஆளுக நடமாட்டம் அதிகமாயிடுச்சி. நம்ம ஆளுங்களே சில பேரு அவங்களுக்குத் துணை போறாங்க. மத்தவங்களுக்குப் பார்க்கற எல்லாத்தையும் காசு பண்ணப் பார்க்க நினைக்கலாம். அவங்களுக்கு மலையும், வனமும், மரமும் சாமியில்லை. ஆனா, நமக்கு அதுதான் சாமி. மத்த குழந்தைகளோட சேர்ந்து நம்ம குழந்தை தப்பு செய்தா, நாம் நம்ம குழந்தைகளைத் தானே கண்டிப்போம். அப்படித்தான் சோளகனான நம்மையும் சாமி தண்டிப்பாரு. நம்ம குழந்தையை அது பாதிக்கும்" என்றான் கொத்தல்லி.

அப்போது மாதி பாத்திரத்தில் சூடாக ராகிக் கூழினை புட்டனிடம் நீட்டினாள். அவன் அதனை வாங்காமல் வேண்டாம் எனக் கூறி விட்டு, அவனது மாமியார் துட்டம்மாளின் வீட்டை நோக்கிப் போனான். போகும்போது, அவன் கண்களில் கண்ணீர் கோடிட்டிருந்தது. தான் தவறு செய்வதாகவே அவன் கருதினான். தன் குழந்தையை நினைத்துக் கொண்டான்.

அன்று மாலை உச்சீரானின் மருமகளுக்குக் குழந்தை பிறந்ததற்காக உச்சீரான் அவனது குடிசையில் தொட்டியினரை அழைத்து ஒரு எளிய விருந்து வைத்தான். பனிக்காலம் என்பதால், உக்கடத் தீ போடப்பட்டது. கோல்காரன் கரியன் பீனாச்சியை வாசித்ததும், மத்தளக்காரர்கள் வாத்தியங்களை வாசித்தார்கள். ஆடவர்கள் கஞ்சா புகைத்தார்கள். சிறுவர்கள் மட்டுமே நெருப்பைச் சுற்றி ஆடிக் குதித்தார்கள். கோல்காரன் கரியன் அவர்களை விரட்டி விட்டுப் பெண்களை ஆட அழைத்தான். உடனடியாக, யாரும் ஆட முன் வராதபோது, மாதி வந்து ஆடினாள். கையை முதுகுப்புறமாக வைத்து இடுப்பை வளைத்து அவள் ஆடிய ஆட்டம் பாலப்படுகைத் தொட்டிக்குச் சொந்தமானதாகும். அந்த ஆட்டம் இந்தத் தொட்டியில் பெரிய ஈர்ப்பை ஏற்படுத்தியது. அதன் பின்பு, கெம்பம்மா வந்து ஆடினாள். பின் மற்ற பெண்கள் இணைந்து கும்மியடிப்பது போல ஆடினார்கள். மற்ற பெண்கள் மாதியின் ஆட்டத்தைப் பார்த்து அதைப் போலவே அவளுடன் ஆடினார்கள். ஒரு வித்தியாசமான ஆட்டத்தை ஆடுவதால், தங்களுக்குள் சிரித்துக் கொண்டார்கள். மற்றவர்களும் பெண்கள் புது ஆட்டம் ஆடுவதைப் பார்த்துச் சிரித்தார்கள்.

"போக வேண்டாம்! போக வேண்டாம்! மாமனே!
போனால் உன்னை விடமாட்டேன் மாமனே!
செத்தாலும் உன்னோடுதான் நான்
பிழைத்தாலும் உன்னோடுதான்"

என்று மாதி பாட மற்ற பெண்கள் பாடினர்.

தொட்டியில் மகிழ்ச்சி பரவியிருந்தது. உக்கடத் தீ சடசடத்து எரிந்தபோது, சிறு சலசலப்பு எழுந்தது. ஆடுபவர்களை கவனிக்காமல் ஒரு சில சிறுவர்கள் இரவில் மலைமுகடுகளைப் பெரியவர்களுக்குக் காட்டிக் கொண்டிருந்தார்கள். ஆரம்பத்திலிருந்த சிறு கூட்டம், பெரிய கூட்டமாக மலை முகட்டைப் பார்த்துக் கொண்டு பேசாமல் உறைந்து போய் நின்று கொண்டிருந்தார்கள்.

ஆடிக் கொண்டிருந்த பெண்கள் தங்களை உற்சாகப்படுத்தும் கூட்டம் சிதறியதால் அவர்களும் ஆட்டத்தை நிறுத்தி, ஆட்ட வளையத்தை விட்டு வெளியே வந்தனர். இதனால், கோல்காரன் பீனாச்சியும், மத்தளமும் நிறுத்தப்பட்டன.

"என்ன அங்கே?" என்றான் கொத்தல்லி.

எல்லோரும் மலைமுகட்டைக் கைகாட்டினார்கள். சிவண்ணாவும் அதைப் பார்த்தான்.

கரிய இருள் சூழ்ந்த மலைமுகட்டில் நட்சத்திரங்களுக்குக் கீழே ஐந்தாறு நட்சத்திரங்கள் நகர்வது போல் விளக்கின் வெளிச்சம் நகர்ந்து கொண்டிருந்தது.

"மலையில் யாரோ விளக்குப் பிடிச்சுக்கிட்டுப் போறாங்க."

புட்டன், சிவண்ணாவிடம் மெல்ல, "கட்டைக்காரங்க கட்டை எடுக்கப் போறாங்க" என்றான். அதனை அருகிலிருந்த கொத்தல்லியும் கேட்டு,

"பாங்காட்டிலே மிருகம் நடக்கற நேரத்திலே இப்படியா, அட சாமி!" என்றான்.

வெகு நேரம் அந்த வெளிச்சம் நகர்ந்து பின் சரிவாக இறங்கி மறைந்தது. தொட்டியில் ஆட்டம் அத்தோடு முடிவுக்கு வந்தது. இரவில் வெகு நேரம் அதைப்பற்றியே பேசிக் கொண்டிருந்தனர். குழந்தைகளைக் குடிசையிலிட்டுக் கதவையும் சிலர் சாத்திக் கொண்டார்கள்.

முதல் முறையாக அந்த வனமும், மலையும், இரவும் அன்று தொட்டியினருக்கு அச்சத்தைத் தருவதாக இருந்தது. அப்போது உச்சீரான் மகனின் பிறந்த குழந்தை வீறிட்டு அழுது கொண்டிருப்பது கேட்டது.

16

தொட்டியில் அடுத்த நாள் காலையிலும், இரவு பார்த்த விளக்குகளின் வெளிச்சத்தினைப் பற்றிய பேச்சும் எந்தப் பாதையில் அவர்கள் சென்றிருப்பார்கள் என்பதைப் பற்றிய உரையாடல்களும் நடைபெற்றுக் கொண்டிருந்த வேளையில், துட்டம்மாவின் வீட்டிலிருந்து புட்டன் அவன் மனைவி ஈரம்மாவுடன் குழந்தையை எடுத்துக்கொண்டு வந்தான்.

சிவண்ணாவின் குடிசை முன் வந்து அவன் பாலப்படுகை போவதைச் சொன்னான். பின், சிவண்ணாவைக் கூட்டிக் கொண்டு தொட்டி அரச மரத்தினடியில் சென்று,

“இந்த கட்டை தூக்கப் போயி, நான் பெருசா பணத்தைச் சம்பாதிச்சுட்டதா நினைச்சுக்காதே. ஒரு ஐநூறு, அறுநூறு ரூபாய் கிடைத்திருக்கும். ஆனா, நம்ம சாமிக்கு தொட்டிக்கு ஆகாததை இனிச் செய்ய மாட்டேன். இந்த பட்டம் ராகி விதைச்சு வயலைப் பார்த்துக்கிறேன். நீ பாலப்படுகை வரும்போது பார்க்கலாம். மனசிலே என்னைத் தவறா நினைக்காதே” என்று மட்டும் கூறி விட்டுச் சென்றான்.

புட்டன், அவன் மனைவி, குழந்தையுடன் நடந்து புள்ளியாய் மறையும்வரை அவனையே பார்த்துக் கொண்டிருந்தான் சிவண்ணா.

அதன் பின்பு, அவன் அரச மரத்தின் நிழலில் உட்கார்ந்து கொண்டான். அப்போது கோல்காரன் கரியன் மூங்கில் படல் ஒன்றைப் பின்ன சில மூங்கில் சிம்புகளைத் தூக்கி வந்து மரத்தின் நிழலில் வைத்து, சிவண்ணாவை உதவி புரிய அழைத்தான். சிவண்ணா, கரியனுடன் சேர்ந்து மூங்கில் படலைப் பின்னினான். மீண்டும் அவர்கள் வேலையினூடே இரவுபார்த்த விசயங்களையே பேசினார்கள்.

மீண்டும் மழை பொழிந்த பின்பு, தொட்டியினர் கையில் கொத்துக்களுடன் தங்களின் நிலத்தை உழத் தயாரானார்கள். பூமியில் விதைக்கென காணாம் புல்லில் செய்த குதிரில் தூங்கிக் கொண்டிருந்த ராகி மண்ணில் விழுந்து உயிர் பெற்று பூமியை முட்டித் துளைத்துப் பயிராகி நின்றது. காலத்தின் ஓட்டத்தினுள் இரவுகளில் மலைமுகடுகளில் வெளிச்சம் நகர்வது இயல்பாகி வந்தது.

பயிர்கள் அறுவடைக்குத் தயாரான காலங்களில் சீர்காட்டில் பணப்பயிரின் அறுவடைக்கு வந்த ஆட்களின் மூலமாய் வீரப்பனின் செய்திகளை, பத்திரிகையில் வந்த கதைகளை அறிந்து கொண்டனர் தொட்டியினர். வன அதிகாரியின் தலையை வெட்டி எடுத்து விட்டான் என்றும் ஒரு செய்தியும் கேள்விப்பட்டிருந்தனர்.

தங்களின் தொட்டியினருக்கு எந்த ஆபத்தும் வந்து விடக்கூடாது என்பதற்காக அவர்களின் கோவில்களில் வேண்டிக் கொண்டனர்.

தொட்டியினருக்கு அச்சம் கலந்த வாழ்க்கை புதிதாக அறிமுகம் ஆகியிருந்தது. தேவைக்காக வனத்திற்குள் செல்வதைக்கூடக் குறைத்துக் கொண்டார்கள். அதனால், தொட்டியின் உக்கடத் தீ ஏற்றப்படும் சமயங்களில் முற்றிய கஞ்சாவின் கருகிய வாடை அரிதாகவே வெளிப்பட்டது. பெண்கள்கூட இருளைக்கிழங்கு, பூமி சர்க்கரைக் கிழங்கு தோண்டச் செல்லத் தயங்கினார்கள். ஆனாலும், வேறு வழியில்லாததால், ஜடைசாமியைக் கும்பிட்டு வனத்திற்குள் போய் வந்தார்கள். பின் அது அவர்களுக்குப் பழக்கமாகியிருந்தது.

தொட்டியில் அறுவடை முடிந்து குத்தாரியில் கதிர்களை அடுக்கி வைக்கப்பட்டதற்குப் பின், ஒரு வெள்ளிக்கிழமை மாதியின் மகள் சித்தி அவளது பதிமூன்றாம் வயதில் பூப்பெய்தினாள்.

அன்றிரவு சித்தியைக் குளிக்க வைத்து, சிவண்ணாவின் குடிசையை ஒட்டிய ராகிக் குழியிருந்த கொட்டகையில் உட்கார வைத்திருந்தார்கள். மாதி தனது மகளைக் குடிசை கட்டி அழைக்க அவளது அண்ணன் கெஞ்சன் வரவேண்டும் என்று விரும்பினாள். அதனை சிவண்ணாவிடம் கூறினாள். கர்நாடகத்தின் தொட்டமாராவில் கெஞ்சன் அவன் மகன் ஜுருண்டையுடன் இருந்து வந்தான். கெஞ்சனின் தாய் அவளுக்கு எட்டு வயதாயிருக்கும்போது நெல்லிக் காய் உலுக்கச் சென்றபோது, பாங்காட்டில் யானை மிதித்து இறந்து போனாள். அதன் பின்பு, அவளது அப்பன் இரண்டாவது மணம் புரிந்த பின், மாதி பிறந்தாள். மாதியின் தாய் கெஞ்சனின் மீது மிகுந்த பாசம் வைத்திருந்தாள். மாதியைக்கூட அவள் மிரட்டியிருப்பாள். ஆனால், கெஞ்சனை அவள் கோபமாகக்கூடப் பார்க்காமல் அன்பு காட்டி வந்தாள்.

கெஞ்சனும், அதே அன்பை மாதியிடம் செலுத்தி வந்தான். ஒரு சமயம் பாலப்படுகை தொட்டியில் மாதியிடம் முரட்டுத்தனமாக நடந்து கொண்ட ஐவணனிடம் சண்டையிட்டுப் பாலப்படுகை பட்டக்காரனிடம் முறையிட்டு விட்டுப் போனவன், அதன் பின்பு,

அந்த தொட்டிக்கு மாதியைப் பார்க்கக்கூட வராமலிருந்து வந்தான். இவைகளெல்லாம் ஏழு ஆண்டுகளுக்கு முன்பு நடந்தவைகள்.

சிவண்ணா கெஞ்சனை அழைத்து வர, மறு வார்த்தை பேசாமல் போக சம்மதித்ததில் மகிழ்ந்திருந்தாள் மாதி.

விடிந்ததும், சிவண்ணா தண்ணீர் நிரப்பிய சுரைக்குடுவையையும், களியையும் ஒரு சின்ன அரிவாளுமிருந்த பையை எடுத்துக் கொண்டு வனத்திலே இருபது மைல்கள் குறுக்குப் பாதையில் நடந்தே தொட்டமாரா போய் வரப் புறப்பட்டான். அவனை வனத்தில் மறையும் வரை பார்த்துக்கொண்டே இருந்தாள் மாதி.

அன்றிரவு கெம்பம்மாளிடம் பேசும் போது அவளுக்கு, அவள் பூப்பெய்திய நாட்கள் நினைவுக்கு வந்தது. தொட்டமாரா தொட்டியில் அவள் பூப்பெய்திய சமயம் பதினைந்து நாட்களுக்குக் குடிசையில் இருக்க வைத்து, அவள் பூப்பெய்திய சமயம் அணிந்திருந்த ஆடைகளை ஊரின் முன்பிருந்த அரசமரத்தில் கட்டி வைத்திருந்தார்கள். பள்ளத்திலிருந்து எடுத்து வந்த தண்ணீரை வீடு முழுவதும் தெளித்து பின், அவளைக் குடிசையினுள் கொண்டு வந்து உட்கார்த்தியபோது மாதி மிகவும் வெட்கமடைந்தது நினைவுக்கு வந்திருந்தது.

இந்த தொட்டியில் பூப்பெய்வதற்கு என்ன மாதிரியான சடங்கு செய்வார்கள் என அவள் கேட்டுக் கொண்டிருந்தாள். சிவண்ணா அவளது அண்ணன் கெஞ்சனை அழைத்து வருவானா? அல்லது தான் சிவண்ணாவுடன் வாழ்வதால் கோபம் கொண்டிருப்பானோ என்றும் குழம்பிப் போயிருந்தாள்.

அடுத்த நாள் மாலையில் சிவண்ணா, கெஞ்சனை அழைத்துக் கொண்டு தொட்டி வந்து சேர்ந்தான். மாதியைப் பார்த்ததும் கெஞ்சன் கண்கலங்கி விட்டான். சிறிது நேரம் இரண்டு பேரும் கண்கலங்கினர். பின், கெஞ்சனைக் குடிசையினுள் அழைத்துச் சென்றாள் மாதி, சித்தி பெரிய ஆளாக வளர்ந்திருப்பதைக் கண்டு கெஞ்சன் ஆச்சரியமடைந்திருந்தான். அன்று கோழி சமைத்து அண்ணனுக்குப் பரிமாறினாள் மாதி. உணவின் ருசியில் மகிழ்ந்த கெஞ்சன், கறி சாப்பிட்டே நாட்களாகி விட்டது. மகன் ஜுருண்டை தொட்டி மாதேஸ்வரன் கோயிலில் பூஜை செய்வதால், கறி சமைப்பதேயில்லை” என்றான்.

ஜுருண்டை திருமண வயதில் இருப்பான். அவனைத் தனது மகள் சித்திக்கும் திருமணம் செய்து வைத்துவிட்டால், தனது

அண்ணனிடம் சொந்தம் தழைக்குமே என்று விரும்பினாள். ஜுருண்டையைப் பற்றித் தொடர்ந்து அதிகம் விசாரித்தாள்.

சாப்பாட்டை முடிக்கும்போது கெஞ்சன், "நான் உன் மகள் சித்தியை, ஜுருண்டைக்காக சீக்கிரம் விதை ஆரியம் கேட்டு வருவேன். உனக்குச் சம்மதமா?" என்றான்.

எதை அவள் வெளிப்படுத்த விரும்பினாளோ, அது கெஞ்சனின் வாயிலிருந்து வந்ததில் ஆனந்தமடைந்து கண்ணீர் வடித்தாள். சிவண்ணாவிடமும் கேட்டான்.

மாதி முகம் மகிழ்ந்து இருப்பதைக் கண்ட சிவண்ணா,

"மாதியின் விருப்பம் போல நல்லதே நடக்கட்டும்" என்றான்.

சித்தி பூப்பெய்திய ஐந்தாம் நாளில் குடிசையை சாணத்தால் மெழுகி, கெஞ்சன் கட்டிய கானாம் புல் குடிசையிலிருந்து அழைத்து வந்துக் குளியலிட்டு புத்தாடையணியச் செய்து, தொட்டிப் பெண்கள் பாடல்களைப் பாடி அவளைக் குடிசைக்குள் அழைத்து வந்தனர். அப்போது குடிசையின் வாயிலில் பசு சாணத்தில் ஒரு துளியை அவளது வாயில் வைத்து அழைத்தார்கள். அன்று சிவண்ணா தொட்டியினருக்கு விருந்து வைத்திருந்தான். வனத்திலிருந்த வரும் போது பறித்து வந்த சில கஞ்சாக் கதிர்களைப் புகைப்பானில் நிரப்பி தொட்டியினர் புகைத்தார்கள். அந்தக் கொண்டாட்டம் முடிய இரண்டாம் ஜாமம் ஆனது. ஜோகம்மாள், சித்தியை அவளது குடிசைக்குக் கூட்டிப் போயிருந்தாள். கெஞ்சன், கொத்தல்லியுடன் பேச அவனுடன் சென்று விட்டான்.

அன்றிரவு மாதியின் மனம் பறவையின் சிறகைப் போல லேசான தாய் இருந்தது. சிவண்ணாவின் மீது அளப்பறிய அன்பு அவளது உள்ளத்தில் சுரந்தது. மாதி அவனது மார்பில் சாய்ந்த போதுதான் கஞ்சாவைப் பற்ற வைத்து புகையை இழுத்தான். மாதி அவனது பரந்த நெஞ்சிலிருந்த ரோமங்களை அவளின் நாக்கினால் வருடினாள். அவன், தன் கையிலிருந்த கஞ்சாவை அவளிடம் சிரித்தவாறே நீட்டினான். மாதி அதனை மறுப்பேதுமின்றி வாங்கி, இரண்டு முறை புகைத்து ஊதினாள். சிவண்ணா சிரிக்க, அவளும் சிரித்தாள். அவன், அவளின் தலையை வருடி நெற்றியில் முத்தமிட்டபோது, களி மண்ணின் நுரை பொங்க குளியலிட்டிருந்த அவளது கூந்தல் மிருதுவாகி அவனது விரல்களில் தவழ்ந்தது. அவளது கூந்தல் அவிழ்ந்து அவளது இடுப்பிற்குக் கீழே கிடந்தது. உன்னை நான் அளவுக்கு அதிகமாகவே நேசிக்கின்றேன்.

இந்த உலகில் உனக்கு ஈடு இணை எதுவுமில்லை. அதற்கு என்னை முழுதாய் எடுத்துக்கொள் என்பது போல அவள், அவனிடம் சரணடைந்திருந்தாள். சிவண்ணா அவளைப் பலம் கொண்ட மட்டும் அணைத்துக் கொண்டான். மாதியின் கரங்களும் வலுவானவை என்பதை சிவண்ணாவும் உணர்ந்தான். வெளியில் பனி பொழிந்தாலும் உள்ளுக்குள் வெப்பம் சுட்டெரிக்கக் கண்டார்கள் விடியும்வரை.

காலையில் கெஞ்சன் விருந்தை உண்டபின், தொட்டமாரா கிளம்ப வேண்டுமென்று அடம் பிடித்துக் கிளம்பினான். மாதி இன்னமும் இரண்டு நாட்கள் தங்க வேண்டி அவனது பையைப் பிடுங்கியபோது கூட, "தொட்டமாராவில் ஜவருண்டை தனியே விதைப்புக் காலத்தில் சிரமப்படுவான். அறுவடை முடிந்ததும், நான் அவனை அழைத்து வந்து நிற்பேன். சித்தியைத் தயாராக வைத்திரு" என்று கூறிவிட்டு விடைபெற்றுச் சென்றான்.

சிவண்ணாவுக்கு, மைத்துனன் கெஞ்சனை நிரம்பவே பிடித்திருந்தது. கெஞ்சனும் மாதியைப் போலவே, பாசமிக்க மனிதன் என்று அவன் புரிந்திருந்தான்.

சிவண்ணாவின் வீட்டில் கொண்டாட்டம் முடிந்த இரண்டாம் நாள் காலையில் சிவண்ணாவை, அவனது குடிசைக்கு முன்னேயிருந்து கூப்பிட்ட குரல்கள் அவனுக்கு அந்நியமான குரலாயிருந்ததால், அவன் எழுந்து வேறு பக்கம் கிடந்த அவனது வேட்டியைக் கட்டிக் கொண்டு வெளியே வந்தபோது வனக்காவலர்கள் இரண்டு பேர் நின்று கொண்டிருந்தனர்.

"ரேஞ்சர் ஐயா வந்திருக்காரு. உள்ளே போகணும்னு சொல்றாரு. புறப்பட்டு வா. அந்தத் தோட்டத்திலே இருக்கிறாரு" என சீர்காட்டைக் கைகாட்டினார்கள். வனத்துறை ரேஞ்சர் ராஜாவின் வீட்டில் உட்கார்ந்திருந்தான்.

சிவண்ணா "அங்கே வரமுடியாது. நான் கொஞ்ச நேரத்தில் தயாராகி வனத்தின் எல்லையருகே பள்ளத்திற்கு வருகின்றேன்" எனக்கூறி விட்டு, பின்,

"என்னத்துக்கு ஐயா காட்டுக்குள்ளே போறாரு" என்றான்.

"மரங்களைப் பார்க்கணுமாம்" எனப் பதிலுரைத்து விட்டு அவர்கள் போய் விட்டனர். சிவண்ணா தயாராகியபோது, மாதி சூடான ராகிக்கூழ் வைத்திருந்தாள். அதனைக் குடித்துவிட்டு ஒரு சுரை புருடையில் தண்ணீரை எடுத்துக்கொண்டு ஒரு அருவாளையும்

எடுத்து இரண்டையும் பையில் வைத்துக்கொண்டு வனத்தின் எல்லையருகில் நின்றபோது, வனத்துறை அதிகாரி ரேஞ்சர் வந்தான். அவனது இடுப்பில் கைத்துப்பாக்கியைச் செருகியிருந்தான். சிவண்ணா அவனுக்கு வணக்கம் சொன்னபோது,

"காடு எப்படியிருக்குது?" என்றான்.

"போனவாரம் எல்லையோரமிருந்த இரண்டு சந்தன மரங்களை அறுத்து எடுத்துக்கிட்டுப் போயிட்டாங்க. வெளி ஆளுங்க நடமாட்டம் அதிகமாயிடுச்சி" என்று எல்லைக்கு அப்பால் மரம் அறுத்து எடுக்கப்பட்டிருந்த இடத்தைக் காட்டினான். மரத்தின் அடிச் சுற்றளவை அளந்து எழுதிக் கொண்ட பின்,

"சந்தன மரம் வேறு எங்கே அதிகமாயிருக்கு?" என்றான் அதிகாரி.

"தோனிமடுவுப் பக்கம்."

"அங்கே போகலாம், வா."

"ஐயா, நீங்க அங்கே போகணுமா? கேள்விப்படற செய்தி நல்லாயில்லே, அது தூரம்" எனத் தயங்கினான்.

அதிகாரி "நட!" என்று முன்னே சென்றான். வனத்தில் மேடு அதிகமாக இருந்ததால், பச்சை மூங்கில் வெட்டி ஒன்றை அதிகாரியிடமும், மற்ற இரண்டை வனக்காவலர்களிடமும் கொடுத்து, அதனை ஊன்றி நடந்து வரச் சொன்னான். அவர்கள் வனத்தில் ஆறு மைல்கள் நடந்து போனபோது, தூரத்தில் சீமார் புல்வெளி தெரிந்தது.

"எனக்குச் சம்பளம் ஏதாவது சேர்த்துத் தருவீங்களா?"

"அடுத்த மாசமிருந்து உன் வேலையை எடுக்கப் போறோம்" என்றான் ரேஞ்சர்.

சிவண்ணாவுக்கு அது அதிர்ச்சியாக இருந்தது. ராஜு தன்னைப் பற்றி ஏதாவது சொல்லிவிட்டானோ என்று எண்ணினான்.

"என் மேலே ஏதாவது தப்புங்களா?"

"இல்லைப்பா. அந்தத் திட்டம் முடிஞ்சி போச்சு. அடுத்த ஆறு மாசத்திலே மீண்டும் ஆள் போடுவோம். உன்னையே அப்போ போட்டுக்கலாம்" என்றான்.

தனக்குப் பணி முடிந்ததால், தனது வனத்தின் மீதான ஆளுகை சிதைந்து விடுமே என்று வருந்தினான் சிவண்ணா.

அப்போது சீமாற்று புல்வெளியை அடைந்திருந்தார்கள். ஒரு ஆள் போனால், மறைந்து போகும் அளவு அங்கு பெரிய புற்கள் முளைத்திருந்தன. அந்த இடத்தை போளி என்று சிவண்ணா அழைத்தான். அதில் போகும்போது தரையில் மூங்கிலை வீசிப் புற்களின் நடுவே நடந்து வரச் சொன்னான். அந்த புல்வெளியில் சிறிது தூரம் போன பின்பு, ஒரு மேடு தென்பட்டது. அதற்கப்பால் தோனிமடுவு என்றான். நீண்ட தூரம் நடந்ததில் அதிகாரியும், வனக் காவலர்களும் களைத்திருந்தனர்.

அவர்களை நிற்க வைத்து விட்டு, சிவண்ணா பள்ளத்திற்குள் மெதுவாக எட்டிப் பார்த்தவன் அதிர்ந்து போனான். அவன் மறைந்து பார்ப்பதைக் கண்ட ரேஞ்சர், "என்ன?" என்றதும், அவன் சப்தமிட வேண்டாம் எனச் சைகை காட்டி அவனை அழைத்தான். அதிகாரியும், வனக்காவலர்களும் எட்டிப் பார்த்தபோது, பதினைந்துக்கும் மேற்பட்டவர்கள் சந்தன மரத்தை அறுத்துக் கொண்டிருந்தார்கள். ஐந்தாறு பேர்கள் துப்பாக்கியுடன் நின்று கொண்டிருந்தனர். ஒருவன் முதுகைக்காட்டி நீளத் துப்பாக்கியைக் கீழே வைத்து - அதன் நுனியைப் பிடித்து நின்று கொண்டிருந்தான்.

ஏதோ பேச வாயெடுத்தான் ரேஞ்சர். அவனது முகம் வியர்த்திருந்தது. கை நடுங்கியது. சிவண்ணா அவனைப் பேசாமலிருக்கச் சொன்னான். பேயறைந்தது போல் ஆகியிருந்தார்கள். சிவண்ணா சப்தமின்றி குனிந்து, பின்னே நகர்ந்து வந்தான். மற்ற மூவரும் அப்படியே செய்தார்கள். சீமாற்று புல் போளியில் புகுந்து குனிந்தபடியே வெகுதூரம் ஓடிவந்தார்கள். சீமாற்றுபுல் போளியைத் தாண்டி வந்த பின்புதான், அனைவரும் நின்றனர். ஓடி வந்ததில் மூச்சு முட்டியது. நாக்கு வறண்டு போய் விட்டது. ஒரு வனக்காவலன் சீமாற்று போளியில் ஓடி வரும்போதே தண்ணீர் கொண்டு வந்திருந்த அவனது பையைத் தவறவிட்டு விட்டு வந்திருந்தான். அவர்களுக்கு சிவண்ணா தனது சொரை புருடையிலிருந்து தண்ணீரைக் கொடுத்தான். மூவரும் குடித்து முடித்த பின்பு, சிவண்ணாவிடம் அது வெற்று சுரைப்புருடையாய் வந்தது.

பயந்து ஓடிவந்ததாக மற்றவர்கள் நினைக்கக்கூடாது என்பதற்காக,

"நான் சுட்டிருப்பேன். நீங்கதான் ஓடி வந்திட்டீங்க" என்று மற்றவர்களைப் பார்த்துச் சொன்னான் ரேஞ்சர். அவனது உடல் இன்னமும் நடுங்கிக் கொண்டிருந்தது.

"ஐயா, நாம நாலு பேருங்க. அவங்க இருபது பேர் இருப்பாங்க. சத்தம் போட்டிருந்தா தலை தப்பியிருக்காது" என்றான் சிவண்ணா.

“நம்ம ஆளுங்க, போலீஸ்காரங்க யாராயிருந்தாலும் விபரீதமாயிடும் ஐயா. மேட்டூர்க் காட்டிலே வனஅதிகாரி தலை போயிருக்கில்லே” என்றான் ஒரு காவலன்.

“இன்னும் நாம் கொஞ்சம் நம்ம ஆட்களைக் கூட்டிட்டு வந்திருக்கணும்” என்றான் அதிகாரி. அப்போது சீமாற்று புல் போலியிலிருந்து சரசரவென யாரோ வருவது போலச் சப்தம் கேட்டதும், பீதியடைந்து மரங்களுக்குப் பின்னே ஒளிந்து கொண்டார்கள். பொலியிலிருந்து காட்டெருமை ஒன்று வெளிப்பட்டு ஓடியது. பின் சிவண்ணா மற்றவர்களை யாருமில்லை என அழைத்தான்.

“ஐயா வேற வழியா நாம் ஊர் போய்ச் சேரலாம். ஆளுங்க எந்நேரமும் வரலாம். அப்புறம் நல்லதாயிருக்காது” என்று கூறி முன்னே நடந்தான். மறு பேச்சின்றி அவனைப் பின் தொடர்ந்தனர் அதிகாரியும் வனக்காவலர்களும். அவர்களைத் தொட்டியினருகில் கூட்டி வந்திருந்தான். போகும்போது அதிகாரி, “சீக்கிரத்திலேயே உயர் அதிகாரிகளிடம் பேசி பெரிய படையையே கூட்டி வருகிறேன். தயாராக இரு” எனக்கூறிவிட்டுப் போனார்கள்.

அதன் பின்பு, ஒரு மாதத்திற்குப் பின், சிவண்ணாவின் தீக் கங்காணி வேலை போனது. பல மாதங்கள் ஓடி விட்டன. சிவண்ணா வயலில் பயிர்கள் வளர்ந்ததால், அதனைக் காக்கும் வேலை இடை விடாது இருந்தது. அவன் அதிகாரி படையுடன் வருவார் என்று கூறிவிட்டுப் போனதை மறந்தே போனான்.

ஆனால், தொட்டியில் வனத்தில் நடப்பது குறித்து வந்த செய்திகள் கரிய இருளைப் போன்று அச்சத்தைக் கொடுத்து கவ்வியிருந்தது.

- கர்நாடகா பகுதியில் காவல்துறை அதிகாரி இறந்தார்.
- வீரப்பனின் ஆட்களைச் சுட்டுக் கொன்றார்கள்.
- இராணுவம் வீரப்பனைப் பிடிக்க வந்திருக்கிறது.
- வீரப்பன் யாரையோ கடத்தி விட்டானாம்.

எனப் பல செய்திகள் வந்தபோதெல்லாம், தொட்டியில் எதைப் பேசுவது என்று புரியாமல் தங்களின் வீடுகளுக்குள் நேரமே சென்று படுத்துக் கொண்டார்கள். அங்கு உக்கடத் தீ மூட்டி, பீனாச்சி கீதம் கேட்டது வெகு நாட்களுக்கு முன்பு நிகழ்ந்த நிகழ்வாகயிருந்தது.

மாதி, தனது அண்ணன் கெஞ்சன் சீக்கிரம் அவனது மகன் ஜருண்டைக்குத் தன் மகள் சித்தியை “விதை ராகி தயாரா” எனப்

பெண் கேட்டு வருவான் என்று காத்திருந்தாள். சிவண்ணாவிடம் அவள் ஜாடையாக கெஞ்சனைப் போய்ப் பார்த்து வர முடியுமா? என்றாள்.

தனது தங்கை ரதி இன்னமும் மணம் முடிக்காத நிலையில் சித்திக்கு திருமண ஏற்பாட்டைத் துரிதப்படுத்துவது முறையாக இருக்காது என்ற மனதில் கருதிக்கொண்டு,

"வரட்டும், பொறுமையாயிரு. நாம் வலியப் போக வேண்டாம்" என்று மட்டும் கூறி வந்தான்.

அந்தப் பட்டம் மழை பொய்த்துப் போனதால், தொட்டியில் ராகிக் குழியிலிருந்த தானியங்கள் தீர்ந்து போய், அடுத்த வேளை உணவுக்காக வனத்தினுள் சென்று வள்ளிக் கிழங்கு, இருளைக் கிழங்கு மற்றும் பூமி சர்க்கரைக் கிழங்கு தோண்ட தொட்டியின் பெண்கள் வனத்திற்குள் போக, கையில் கொத்துக்களை எடுத்துக் கொண்டு போக தயாராகிக் கொண்டிருந்தபோது, புழுதி மண்ணைக் கிளப்பிக் கொண்டு ஒரு போலீஸ் ஜீப் வந்து நின்றது. அதிலிருந்து மூன்று போலீசார் கீழே இறங்கினார்கள். அவர்களின் கையில் நவீன ரகமான துப்பாக்கிகள் இருந்தன. அவர்களது உடைகள் காக்கி வண்ணமின்றி இலைதழைப் பச்சை நிறமாயிருந்தது. அவர்கள் தொட்டி மண்ணில் இறங்கியதும் அவர்களைப் பார்க்கக்கூட்டம் கூடியது. போலீஸ்காரர் ஒருவன் கொத்தல்லியைக் கூட்டிவரச் சொன்னான். அதற்குள் அங்கு தொட்டியில் இருந்த எல்லோருமே கூடியிருந்தனர்.

கொத்தல்லி வந்ததும், போலீஸ்காரர்களை வணங்கினான்.

"வீரப்பன் சமீபத்தில் கூடப் போலீஸ் அதிகாரியைச் சுட்டிருக்கின்றான். அதனால், தமிழ்நாடு கர்நாடக போலீஸ் கூட்டு அதிரடிப் படை அமைச்சிருக்கு. போலீஸ் சொல்றதை இனிமே நீங்க கேட்கணும். எங்களுக்கு இந்த கிராமங்களிலிருந்து வீரப்பனுக்கு உதவி போறதாத் தெரிய வருது. அப்படி நடந்தா நிலைமை விபரீதமாயிடும். யாராவது வீரப்பனுக்கு உதவினா, வீரப்பனையும், அவனுக்கு உதவுபவர்களையும் நாங்க சுட்டுக் கொல்வோம். வீரப்பன் நடமாட்டம் ஏதாவது தெரிஞ்சா, தலைமலை முகாம்லே வந்து தகவல் கொடுக்கணும், தெரிஞ்சுதா?" என்றான்.

"எங்களுக்குத் தெரிஞ்சா வந்து சொல்லறோம்" என்றான் கொத்தல்லி.

அப்போது மற்றொரு போலீஸ்காரன், "நீங்க இனிமே யாரும் வனத்துக்குள்ளே போகக்கூடாது. நாங்க வீரப்பனைத்

தேடிக்கிட்டிருக்கிறோம். யாரு வனத்திற்குள் போனாலும் சுட்டுவிடுவோம். ஆடுமாடு கூட மேய்க்கப் போகக்கூடாது" என்றான்.

பின், அவர்கள் ஜீப்பில் ஏறிக் கிளம்பிச் சென்றார்கள். புழுதியைக் கிளப்பியவாறு அந்த ஜீப் போகும்போது, தொட்டியின் சிறுவர்கள் அதன்பின்னே கத்திக் கொண்டு ஓடினார்கள். ஜீப் போன பின்பும் அது ஏற்படுத்திய மண் புழுதி தொட்டியில் வெகு நேரம் இருந்தது.

கையில் கொத்தையும், மரக்கூடையையும் எடுத்துக் கிழங்கு தோண்டத் தயாராக இருந்தவர்கள், அவற்றைத் திண்ணையில் போட்டுவிட்டுச் சோகமாக உட்கார்ந்து விட்டனர். கொத்தல்லி வானத்தைப் பார்த்தான். வெளிச்சம் அவன் கண்ணிலும் மூக்கிலும் ஏறி தும்மி விட்டான். மழை சூல் பிடிக்கும் வாய்ப்பு இப்போதைக்கு இல்லை என்று உறுதி செய்து கொண்டான்.

"நாம் இது சீக்கிரமா வரும் என்று எதிர்பார்த்துத்தானே இருந்தோம்" என்று கொத்தல்லி, கோல்காரனிடமும், சிவண்ணாவிடமும் கூறினான்.

ஜோகம்மாளுக்கு ஜீப்பின் தடம் வேறு கசப்பான பழைய நினைவுகளைக் கிளறியது.

தொட்டியில் இன்னமும் உயர்ந்திருந்த மண் புழுதியின் மணம் மூக்கில் ஏறியது. அது தொட்டியின் மேல் மெல்லப் படிந்து கொண்டிருந்தது.

பாகம் 2

17

வனத்தில் தொட்டியினர் நுழையக்கூடாது என போலீஸ்காரர்கள் விதித்த தடைக்குப் பின் தொட்டி அதன் அனைத்துப் பொலிவுகளையும் இழந்து சிதிலமாகி வருவதற்கு தொட்டியினருகிலிருந்த மணிராசன் கோயிலே சாட்சியாக இருந்தது. கௌரி பூஜை சமயங்களில் பூ பூத்த பச்சை மூங்கில்களை வெட்டி வந்து பந்தல் அமைத்து, நாக இலைகளை மேலே பரப்பி வைத்து, கோயில் சுவர்களில் செம்மண் பூசி பொலிவோடு விளங்கும் கோயில் இப்போதெல்லாம் கவனிப்பாரற்றுக் கிடந்தது. கோயிலுக்கு யாரும் அதிகமாக வராததால், அதைச்சுற்றிலும் உன்னிச் செடிகள் புதர்போல வளர்ந்திருந்தது. அதன் அருகில் செல்லும்போது, இலை சருகுகளில் பாம்புகள் சரசரத்துப் போவது வாடிக்கையாகியிருந்தது.

கோல்காரன் கரியன் சில சமயம் தனியே கோவிலுக்குச் சென்று, மணிராசன் முன்னால் நின்று, அவனை உற்றுப் பார்ப்பான். பின், கோபம் தலைக்கேறி மணிராசனைத் திட்ட ஆரம்பிப்பான். "டே! என்னடா பார்க்கிறே! சாமியாடா நீ? உன்னோட தொட்டிக்காரனுங்களைக் கட்டிப் போட்டுட்டு, பொட்டில்லாமல், பூவில்லாமல் கிடக்கிற சாமி, எங்கே பூஜை செய்யச் சொல்லிக் கூட்டியாடா, ஒரு சாம்பிராணி புகையைக் கூடக் காட்ட முடியலை. தொட்டிக்காரனுங்க வனத்திற்குப் போகாம கட்டிப் போட்டு போலீஸ்காரங்களுக்கு இடம் கொடுத்து, எட்டுக்கும் மேற்பட்ட குடும்பம் தொட்டியிலிருந்து பண்ணைக்கு அடிமையாப் போயாச்சி. உன்னோட மக்களைத் துரத்தி விட்டுட்டு இப்படி வாடிக் கிடக்கிறாயே!" என்று ஆவேசமாகப் பேசுவான்.

மணிராசனின் மரச்சிற்பத்தைப் பார்த்து, வாடா சண்டைக்கு என்பதைப் போலவே, அவன் சண்டையிட்டு வந்தான். கோயிலுக்குத் தொட்டியினர் எதுவும் செய்யாமல் முடங்கிப் போனதால், கோல்காரனுக்கு எப்போதும் அதே நினைவுதான்.

சென்ற வருடத்தில் கௌரி பூஜையின்போது, ஊரிலிருந்து கெட்ட வாடி போகும் பாதையிலிருந்த மேட்டுப்பகுதியில் துணி கூடாரங்களைக் கட்டி சுற்றிலும் மணல் மூட்டைகளை அடுக்கி கர்நாடகப் போலீஸ் முகாமை நிறுவியிருந்தது. கர்நாடகப் போலீஸ்காரர்கள் பத்துப் பேர் அதில் தங்கியிருந்தனர். அவர்களிடம் நவீனமான துப்பாக்கிகளிலிருந்தது. தொட்டியினரை அவர்கள் கண்காணித்து வந்தார்கள் என்பது அப்போது தெரியாது.

இந்த வருடமும் திருவிழாவின்போது பாலப்படுகை சோளகர்கள், மணிராசன் கோயிலுக்குப் பீனாச்சி, மத்தளத்துடன் கொம்புகளை ஊதிக்கொண்டு திருவிழாவிற்கு வந்தபோது, கர்நாடகப் போலீஸ்காரர்கள் வாத்தியம் ஊதிக்கொண்டு வந்தவர்களைத் தடியால் அடித்து விரட்டிக் கொம்புகளையும் பீனாச்சியையும் உடைத்துத் தூக்கியெறிந்து, "எங்கேடா திருவிழா?" என விரட்டினார்கள். சிக்கிக் கொண்ட சிலருக்கு அடிவிழுவது, தொட்டியினர் ஓடிவந்து கெஞ்சிய பின்பே நிறுத்தப்பட்டது. தங்களின் முன்னே தனது உறவுக்காரர்கள் அடிபடுவதைப் பார்த்து, அந்த சமயத்திலிருந்தே திருவிழாவைக் கைவிட்டு விட்டார்கள்.

அதன் பின், அந்தப் பகுதியிலிருந்த போலீஸ்காரர்களைப் பார்க்கும்போதே இனம் புரியாத நடுக்கமும், நா வரளும் அளவுக்கு உள்ளத்தில் திகில் ஏற்படுவதையும் உணர்ந்தார்கள்.

இந்தக் கர்நாடகப் போலீஸ் முகாமுக்குப் புதிதாய் வந்திருந்த அதிகாரி ஒசியூரப்பா. அவருக்குக் கீழே ஒன்பது போலீஸ்காரர்கள் இருந்தனர். காலையில் இருந்து மாலைவரை சில போலீஸ்காரர்கள் வனத்தின் ஓரப்பகுதியில் சுற்றி வந்து, பின்னர், சமைத்துச் சாப்பிட்டு விட்டு முகாம்களில் படுத்துக் கொண்டு வந்தார்கள். ஒசியூரப்பா அந்த முகாமுக்கு வந்த முதல் மாதத்திலேயே தொட்டிக்காரர்களின் மீது தன் கெடுபிடியை ஆரம்பித்தான்.

வனத்தின் எல்லைக்கு அப்பால் இரவுகளில் சில ஆட்கள் நடமாடுவதாக அவனுக்குத் தகவல் கிடைத்ததையடுத்து அவன் மிகவும் பீதியடைந்தான். எனவே, அவன் அடுத்தநாள் காலையில் போலீஸ்காரர்களை அனுப்பி தொட்டியிலிருந்தவர்களைக் கூட்டிவரச் சொன்னான்.

தொட்டியிலிருந்த ஆண்கள் அவனது முகாமுக்கு வந்தபோது, முன்னே நின்றிருந்த கொத்தல்லியைப் பார்த்து, "உனக்கு வீரப்பனைத் தெரியுமா?" என்றவாறு ஓங்கி அறைந்தான். கொத்தல்லி நிலை தடுமாறி பின்னே நின்ற தொட்டியினர் மீது சாய்ந்து விழுந்து நின்றான். கொத்தல்லியின் முகத்தில் ஒசியூரப்பாவின் கை பதித்த கன்றிய தடமிருந்தது. எல்லோர் முகத்திலும் அடி விழுந்திருந்தால் கூட அவ்வளவு அவமானத்தை தொட்டியினர் உணர்ந்திருக்க மாட்டார்கள். அவர்களின் உடல்கள் நடுக்கம் எடுத்தன. அந்த இன்ஸ்பெக்டர் வேண்டுமென்றே கொத்தல்லியைக் குறி வைத்திருந்தான். கொத்தல்லியை அடிப்பதன் மூலமே தொட்டியினரை அச்சுறுத்த முடியும் என்பதை அவன் அறிந்திருந்தான். தொட்டியினர் இனிமேல் இரவில் தன்னுடைய முகாமுக்கு தவறாமல் வரவேண்டுமென்று உத்தரவிட்டான். "வராவிட்டால், உங்களை நான் எது செய்தாலும், கேட்க யாரும் வர மாட்டார்கள்" என சப்தமிட்டான்.

தொட்டிக்கு திரும்பியபோது அனைவரின் முகத்திலும் உயிர்ப்பு அற்றுப் போய்விட்டது. கொத்தல்லி அவனது வாழ்நாளில் அப்படிப் பட்ட அவமரியாதையை முதல்முறையாக தன் தொட்டியினர் முன்பு எதிர் கொண்டிருந்ததால், பேச்சற்றுப் போயிருந்தான். அவனுக்குள் அழுகை பொங்கி வந்தாலும், அவன் இத்தருணத்தில் தான் அழுதால் அது தொட்டியினரை உலுக்கி விடும் என அமைதியாயிருந்தான். தொட்டியினர் வழக்கம் போல மணிராசனையும் ஜடைசாமியையும் திட்டித் தீர்த்தார்கள்.

அன்று இருளத் துவங்கிய நேரத்தில் தொட்டி ஆண்கள் அனைவரும், அவர்களின் விடலைப் பையன்களையும் கூட்டிக் கொண்டு அந்த முகாமிற்கு வந்து நின்றார்கள். அப்போது எல்லோரும் வந்து விட்டார்களா எனப் பார்த்த ஒசியூரப்பா, கொத்தல்லியைப் பார்த்து, "மனசிலே வச்சுக்காதே! நீங்க சரியா நடந்துக்கிட்டா நாங்களும் சரியா நடந்துக்குவோம்" என்றான். கொத்தல்லி அமைதியாக நின்றான்.

பின், அங்கிருந்த மூங்கில் தடியைக்காட்டி எல்லோரையும்,

"ஆளுக்கொரு மூங்கில் தடியைக் கையில் எடுத்துக்கொண்டு இரவு முழுவதும் நிலத்தைத் தட்டிக் கொண்டே கெட்டவாடி சாலையிலிருந்து தொட்டிக்குப் போகும் சாலை வரை முகாமை வட்டமாகச் சுற்றி வர வேண்டும். நீங்கள் தடியைத் தட்டும் சப்தத்தை நான் கேட்க வேண்டும். வீரப்பன் பற்றித் தகவல் தெரிஞ்சா எழுப்புங்க. என்னை ஏமாற்ற நினைச்சா அப்புறம் என்ன

சோளகர் தொட்டி 151

நடக்குன்னு தெரியுமில்லே" எனக் கூறி வந்தவர்களின் பெயர்களை ஒரு நோட்டில் எழுதிக் கொண்டான்.

அன்று, நன்றாகப் பனி பொழிந்து கொண்டிருந்ததால், தலைக்குத் துணியைக் கட்டிக் கொண்டு, தடியால் நிலத்தைத் தட்டிக் கொண்டு தனித்தனியே இரவில் சுற்றி வந்தார்கள் தொட்டியைச் சேர்ந்த ஆண்கள். அவர்களின் தடிகள் எழுப்பும் சப்தத்தைக் கேட்டு, வீரப்பனின் பயமின்றி தனது முகாமில் நிம்மதியாக தூங்கப் போனான் ஒசியூரப்பா.

சுற்றி வந்த தொட்டியினருக்கு பனியால் உடலில் நடுக்கம் கண்டதால் குளிர்காய்வதற்காகச் சுள்ளிகளைப் போட்டு நெகிடித்தீ பற்ற வைத்தான். கொஞ்சம் ஆட்கள் சுற்றி வர மற்றவர்கள் குளிர் காய்ந்தார்கள். கொத்தல்லி நெருப்பை உற்றுப் பார்த்தவன்,

"நாம் எதிர் நோக்கிய கேடு வந்து விட்டது. மாதேஸ்வரன்தான் நமக்கு உதவ வேண்டும். ராத்திரி பகலுன்னு இல்லாம இந்தக் கொடுமை செய்யறானுங்க" என்றான். சிவண்ணா, கொத்தல்லியின் தோள்களைப் பிடித்து ஆறுதல்படுத்தினான். பின், மற்றவர்கள் குளிர் காய நெருப்பு அருகில் வந்தபோது, அதுவரை குளிர் காய்ந்தவர்கள் தடிகளைத் தட்டிக் கொண்டு நடக்க ஆரம்பித்தார்கள். இரவு முழுவதும் நடந்த நடையிலும், களைப்பிலும் சோர்ந்திருந்த சமயத்தில் விடிந்தது.

தூங்கி முடிந்து வெளியே வந்த ஒசியூரப்பா, "சுத்துனீங்களா, சரி இன்றைக்கு இரவு ஏழு மணிக்கு இதே மாதிரி வந்திருங்க" என்றான்.

தொட்டியினருக்கு அது அதிர்ச்சியைத் தந்தது.

"இன்னிக்குமா?" என்றான் கொத்தல்லி.

"தினமும் இதே மாதிரி வரணும் தெரிஞ்சுதா" எனக் கத்தினான் ஒசியூரப்பா.

"தொட்டியிலே குழந்தை குட்டிகளுக்கு சாப்பிடறதுக்கு ஒண்ணுமில்லே. நீங்க காட்டுக்குள்ளேயும் போகக்கூடாதுங்கறீங்க. எதாவது வேலை செய்துதான் சாப்பிடணும். தினமும் ராத்திரி முழுக்க தூங்காட்டி எப்படிங்க?" எனக் கையெடுத்துக் கும்பிட்டான் கொத்தல்லி.

ஒசியூரப்பா அவனிடம் பேசுவதையே தனக்கு ஏற்பட்ட அவமரியாதையைப் போல் பற்களைக் கடித்துக் கொண்டான்.

“வீரப்பன் கிட்டே பணம் வாங்கும் போது நல்லாயிருந்திச்சா. ராத்திரிக்கு வாங்க, போங்கடா, யாராவது வராட்டி நான் பேச மாட்டேன். லத்திதான் பேசும்” என்றான்.

தயங்கி நின்ற தொட்டியினரை நோக்கி மூன்று போலீஸ்காரர்கள் “போங்கடா” என தடிகளை ஓங்கி விரட்டினார்கள்.

தொட்டியினை ஆண்கள் நெருங்கும் சமயம் பெரும்பாலான பெண்கள் முகாமிற்குப்போன தங்களின் ஆண்களுக்கு என்ன நடந்ததோ என்ற பயத்தில் தூங்காது காத்திருந்தனர். நடந்த விபரங்களை அறிந்து பெண்கள் கண் கலங்கினார்கள். மாதி, சிவண்ணாவிடம் தொட்டியினை விட்டு விட்டு அவளது அண்ணன் கெஞ்சனின் ஊரான கர்நாடகத்தின் தொட்டமாரா போய்விடலாம் என்றாள். அதைக் கேட்டதும், கோபமுற்ற சிவண்ணா, மாதியை வசைமாரி பொழிந்தான். “ஓடுகாலிதானே நீ! உனக்கு அந்தப் புத்திதானே வரும்” என்றான். ஒரு போதும் அது போல சிவண்ணா அவளைத் திட்டியதில்லை. மாதி அதைக் கேட்டு ஒப்பாரித்து அழுதாள். அதன் பின்பு, சிவண்ணாவுக்கு தூங்க வேண்டுமென்ற உணர்வே எழாமல் ஒரு கஞ்சா புகைபிடிக்க விரும்பினான். பாங்காட்டிற்கு முன்பு போலப் போக முடியாததால், செடிகளைப் பறிக்க வழியின்றி எங்காவது இரவல் கிடைக்குமா என்று தொட்டியில் அரச மரத்தினடியில் சென்றான். அங்கு கோல்காரன் கரியன் உட்கார்ந்திருந்தான்.

“சிவபானம் இருக்கிறதா?” என்றான்.

கொஞ்சம் கடைசியா இருக்கிறது என்று கூறிக் கொண்டே, வேட்டியின் மடிப்பினை அவிழ்த்துக் கொஞ்சம் கஞ்சாவையும் மண் சிம்ளியையும் எடுத்துக் கொடுத்தான்.

சிவண்ணா சிம்ளியில் கஞ்சாவை நிரப்பி அரசமரத்தின் ஓரத்தில் இருந்த ஞெலிக்கோல்களை எடுத்து வைத்துப் பக்கத்திலிருந்த சருகுகளைக் கூட்டி வைத்து அதனைக் கடைந்தான். சில தீக்கங்குகள் சருகுகளில் விழுந்து புகைந்ததை எடுத்து சிம்ளியில் இட்டுப் புகையை இழுத்தான். தீப்பற்றிக் கொண்டு புகை வெளிப்பட்டது. “சிவசிவா” என புகையைக் கட்டிக் கொண்டு சில நிமிடம் கண்களை மூடிக் கொண்டு, பின்பு கரியனிடம் சிம்ளியை நீட்டினான். அவனும் வாங்கி புகையை இழுத்துக் கொண்டு,

“பாங்காட்டுக்குள்ளே போனா சில செடிகள் கிடைக்கும். இந்த நாய்ங்க வந்து உட்கார்ந்துகிட்டு நம்மை வாழவும் விட மாட்டேங்குறானுக, சாகவும் விடமாட்டேனுங்கறானுக. தொட்டியை அழிச்சிடுவானுங்கப்பா” என்றான்.

“பாங்காட்டிற்குள்ளே போகாதேன்னு நமக்கு சாமி கட்டளையிட்டாக் கூட நான் மதிக்க மாட்டேன். தண்ணிக்கும் மீனுக்கும் என்ன உறவோ, அது மாதிரி நமக்கும், காட்டுக்கும்னு அவனுங்களுக்கு எங்கே தெரியும்? அவனுங்களும், அவனுங்க மீசையும், துப்பாக்கியும், தூ!” என்று துப்பினான் சிவண்ணா.

“கெம்பம்மாவிற்கு இரண்டு நாளாவே காய்ச்சல் அதிகமாகிப் படுத்துக் கிடக்கிறா. ராத்திரி நேரத்திலே கூடவே இருக்கச் சொல்றா. இந்த நேரத்திலே இன்னிக்கு ராத்திரிக்கும் காவலுக்குப் போகணும்னா நான் என்ன செய்யறது?” என்று தயங்கினான் கரியன்.

“நீ வேண்ணா தொட்டியிலே இருந்துக்க. நாங்கதான் போகிறோம் இல்லே, தனித்தனியாவா பார்க்கப் போறான்.”

“எப்பாடியோ சமாளிச்சுடுங்க. நான் கெம்பம்மாவுக்கு உதவியா இருக்கணும்” என்று கூறிவிட்டு, கோல்கார கரியன் அவன் குடிசையை நோக்கி நடந்தான்.

இருளத் தொடங்கியது. வீட்டிலிருந்த மூங்கில் தடிகளை எடுத்துக் கொண்டு பொலிவற்ற முகங்களுடன் போலீஸ் முகாமில் சென்று நின்றனர். ஒசியூரப்பா வந்தவர்களின் பெயர்களை அவன் நோட்டில் குறித்து வைத்திருந்த பெயர்களுடன் ஒப்பிட்டு, அவர்களைத் தனியே நிற்க வைத்தான். பின் இறுதியாக,

“கரியன் எங்கேடா?” என்றான்.

“அவன் மனைவிக்கு உடம்பு சுகமில்லை. அதுக்காக வீட்டிலேயே இருந்துக்கிட்டான்” என்றான் சிவண்ணா.

அப்போது ஒசியூரப்பா மற்றொரு போலீஸ்காரனை அழைத்து, அவன் காதில் எதோ சொன்னான். பின்,

“சரி. சுத்துங்க. தடியை வேகமா தட்டுங்க. தடி சப்தம் கேட்கணும்” என்றான்.

அன்றிரவு முழுவதும் தடியைத் தட்டியவாறே சிறிது நேரம் நெருப்பேற்றி குளிர் காய்ந்து கொண்டு, சுற்றி வந்து, விடிந்த சமயம் முகாமிற்கு தொட்டியினர் போகும் போது, அங்கே கோல்காரன் கரியனைக் கையை அவனின் முதுகுப்புறமாகக்கட்டி உட்கார வைத்திருந்தார்கள். கரியன் கோவணம் மட்டும் கட்டியிருந்தான். அப்போது ஒசியூரப்பா எழுந்து வெளியே வந்தான்.

“இவன் தான் கரியனா? இவன் கட்டை அவிழ்த்து விடுங்க” என்றான். ஒரு போலீஸ்காரன் அவிழ்த்து விட்டான்.

"சாமி. பெண்டாட்டிக்கு உடம்பு சரியில்லை என்று கும்பிட்டான்" கரியன்.

ஒசியூரப்பா தடியை எடுத்து ஓங்கி கரியனின் கையில் அடித்தான். பின், அவனது வயிற்றில் நேரே குத்தினான். அதன் பின்பு, மூன்று போலீஸ்காரர்கள் அவனைச் சுற்றி நின்று மூங்கில் தடிகள் உடைபடும் அளவு அடித்தார்கள்.

"அய்யோ!" என தொட்டியினர் பதறும் சப்தம் கேட்டதும் அவர்கள் பக்கம் வீசிப்போனது தடிகள். சிறிது நேரத்திற்குப் பின் தலையிலும் வயிற்றிலும் இரத்தம் வழிய அனத்திக் கொண்டு கிடந்தான் கரியன். அவனது கண்களின் கருவிழி மேலே ஏறியிருந்தது.

நீதி நாளன்று தொட்டியின் மணிராசனின் அடக்க முடியாத மத யானையின் பலம் கொண்ட ஆவியைத் தாங்கி நிற்கும் கோல்காரன் தொட்டியினரின் முன்னேயே இழிவானவனாய் அடிபட்டுக் கிடந்தான்.

தான் சொல்லித்தான் கோல்காரன் நின்று விட்டானோ என பதைத்துக் கொண்ட சிவண்ணா தனது தாத்தன் துப்பாக்கியை எடுத்து வந்து இந்த ஒசியூரப்பாவைச் சுட்டு விட்டு வனத்திற்குள் ஓடி விடலாமா என கணநேரம் வெறி கொண்டு அமைதியடைந்தான். பின், அடிபட்டாலும் பரவாயில்லை என முடிவு செய்து,

"இவங்க, எங்க குலத்தோட முக்கிய மனுசங்க. எங்கள் மாதிரி ஆளுங்களை அடிச்சாக்கூடப் பரவாயில்லை. இவங்க மாதிரி ஆட்களை அடிச்சா சரியில்லைங்க, பாவங்க" என்று சிவண்ணா முடிக்கு முன்பே மூங்கில் தடி அவனின் முதுகைப் பதம் பார்த்தது. அவன் சுதாரித்து நின்றான். மீண்டும் அடிக்க ஒரு போலீஸ்காரன் ஓங்கியபோது ஒசியூரப்பா அவனை வேண்டாமென்று சைகை செய்தான்.

"உன் பேரென்ன?"

"சிவண்ணா. நான் பழைய தீ கங்காணி. எனக்கு இந்தக் காடு அத்துப்படி. எங்க தொட்டி மனுசங்களை விட்டுடுங்க. நான் உங்ககூட வர்றேன். எவ்வளவு நாளானாலும், எங்க வேணாலும்" என்றான்.

"உன்னைப் பத்திச் சொல்லியிருக்காங்க. நீதானா அது. மத்தவனுக்காக வக்கீல் வேலை பார்க்காதே. அடிபட்டுச் சாவே போங்கடா" என்று அனுப்பினான்.

கோல்காரன் கரியனை கைத்தாங்கலாக தூக்கிக்கொண்டு தொட்டி வரும்போது, அவன் மயங்கிய நிலையிலேயே இருந்தான்.

சோளகர் தொட்டி

தொட்டியில் எல்லோரும் கூடிவிட்டிருந்தார்கள். கெம்பம்மா, கரியனைப் பார்த்துத் தலையில் அடித்துக் கொண்டு, "ஊ... ஊ..." என அழுதாள். அவள் சிறிது நேரத்திலேயே மிகவும் களைப்படைந்து மயங்கிச் சரிந்தாள். அவளுக்கு முகத்தினைக் கழுவிவிட்டு, அவளது கைகால்களைச் சூடேற்றிய பின், அவள் கண்விழித்துக் கதறியதைப் பார்த்த தொட்டியின் பெண்களும் ஆண்களும் கண்கலங்கினர்.

தங்களின் பெரியவர்கள் கண்கலங்க வேதனையடைவதை மிரண்ட பார்வையுடன் அவர்கள் மீது சாய்ந்து அவர்களின் முகத்தை அண்ணாந்து உற்றுப் பார்த்துக் கொண்டிருந்தார்கள் சிறுசுகள்.

அரிதாய் தொட்டியை கவ்விக் கொள்ளும் அச்சம் தரும் இருள் அன்று தொட்டியினை மூடியிருந்தது. தொட்டியின் ஆண்கள் நிலத்தில் தட்டி இரவில் போலீஸ் முகாமைச் சுற்றிவரச் சென்ற பின்பு, குடிசையில் பெண்களும், குழந்தைகளும் தங்களின் நெஞ்சுக் கூட்டுக்குள் திக், திக் என்ற அச்சத்தை உணர்ந்து கண்களை விரித்துக் கொண்டு படுத்துக் கிடந்தார்கள். ஜோகம்மாளுக்கு, போலீஸ்காரரர்கள் பேதனையும், சிவண்ணாவையும் அடித்துப் போட்ட நாட்கள் மனதில் வந்து போய்க் கொண்டிருந்தன. அவளுக்குள், அந்த பாறாங் கல்லின் சுமையை இன்னும் உணர்ந்து கிடந்தாள். மணிராசனுக்கு பண்டிகைகளில்லை. காட்டுக்குள் கூட சோளகன் திருடனைப் போலப் போய்வர வேண்டும். எப்போது யார் அடிபடுவார்களோ எதுவும் நடக்கும் என்று அவள் எண்ணிக்கொண்டு படுத்திருந்த சமயம், அவளை வாசலில் கூப்பிடும் சப்தம் கேட்டு வெளியே வந்தாள். கெம்பம்மா அங்கு நின்று கொண்டிருந்தாள்.

"கரியன் வலியிலே புரண்டு கிடக்கிறான். மருந்து பத்துப் போடணும். மதியமே தழை பறிச்சி வச்சிருக்கேன்" என்றாள்.

"அதுக்கு யாருகிட்டேயாவது சொல்லி விட்டிருக்கலாமில்லே. உடம்பு சரியில்லாத நீ ஏன் வந்தே? அவனுக்கு நல்லாயிடும். கவலைப்படாதே!" என்று சொல்லிக் கொண்டே கெம்பம்மாவின் குடிசைக்குக் கிளம்பினாள் ஜோகம்மாள்.

தூக்கமின்றிக் கிடந்த தொட்டி பெண்கள் ஜோகம்மாள், கோல்காரனின் வீட்டிற்குப் போவதைப் பார்த்து, அவர்களும் குழந்தைகளைக் கூட்டிக்கொண்டு அங்கு சென்று, மருந்து அரைத்துக் கொடுத்து உதவினர். குழந்தைகளை கோல்காரனின் குடிசையிலே படுக்கவைத்து சுற்றிலும் உட்கார்ந்துகொண்டு புலம்பிக் கொண்டிருந்தார்கள்.

ஜோகம்மாள், கோல்காரனின் வயிற்றில் சதை கன்றிப் போயிருப்பதைக் கண்டு அதன்மீது மருந்தரைத்த பத்தினையிட்டாள்.

தலையிலிருந்த காயத்திற்கும் மருந்து வைத்துக் கட்டினாள். பின், கசாயம் காய்ச்சி அதனைக் கோல்காரனுக்குக் கொடுத்த பின், அவன் முனகாமல் உறங்கிப் போனான்.

அந்நேரம், வனத்திலிருந்து ஒற்றை யானையின் பிளிறல் கேட்டது.

"வா சாமி! வந்து இந்தப் போலீஸ்காரனுங்களை தூக்கிப் போட்டு மிதிச்சி போப்பா, உன் மக்களைக் காப்பாத்து" என்றாள் ஜோகம்மா. அதன் பின், நீடித்த அமைதியில் தரையில் தடிகளைத் தட்டும் சப்தம் மெல்லக் கேட்டது.

இரவுக் காவலுக்கு வந்த தொட்டியினரிடம் ஒசியூரப்பாவும், பிற போலீசாரும் "கரியன் ஏன் வரவில்லை? இருக்கிறானா? செத்து விட்டானா?" எனக் கேட்டுச் சிரித்ததைத் தொட்டி ஆண்கள் தங்களுக்குள் சுமந்து கொண்டு தடிகளைத் தட்டிச் சுற்றி வருவது, அப்போது தொட்டிப் பெண்களுக்குத் தெரியாது.

சோளகர் தொட்டி

18

இப்போதெல்லாம் தொட்டியினர் திம்பம் சந்தைக்குப் போய் வருவது மிகவும் குறைந்து விட்டது. திங்கள்கிழமை சந்தைக்கு ஞாயிற்றுக்கிழமை இரவே சென்று திம்பத்தில் தங்கி காலையில் பொருட்களை வாங்கிக்கொண்டு தங்களின் குழந்தைகளுக்காக பொரி, முறுக்கு போன்ற தின்பண்டங்களுடன் தொட்டி திரும்புவார்கள். திங்கட்கிழமை கிடைக்கும் பொரிக்காகக் காத்துக் கிடப்பர் தொட்டி சிறார்கள்.

ஆனால், இரவில் ஒசியூரப்பாவின் முகாமைச் சுற்றி வரவேண்டியிருப்பதால், தூக்கமின்றி காலையிலேயே கிளம்பி சில பொருட்களை மட்டும் வாங்கிக்கொண்டு, கொஞ்சம் பொரியை தங்களின் குழந்தைகளுக்காக வாங்கிப் பைகளில் போட்டுக்கொண்டு தொட்டிக்கு வந்தபோது, திம்பத்தில் தமிழ்நாடு போலீஸ்காரர்கள் வழி மறித்து சோதனை போட்டனர். பையிலிருக்கும் பொருட்களைப் பிரித்துக் காட்டச் சொன்னார்கள். அப்போது சந்தையிலிருந்து முன்னதாகவே கிளம்பி வந்த தொட்டியின் உச்சீரன் போலீஸ் ஜீப் அருகில் குத்த வைத்து உட்கார வைக்கப்பட்டிருந்தான். தொட்டியின் சிலரை உச்சீரனுடன் உட்காரச் சொன்னான் அந்த சப்-இன்ஸ்பெக்டர். அவனைச் சுற்றி துப்பாக்கியுடன் போலீசார் இருந்தார்கள். சிலர் தடிகளையும் வைத்திருந்தனர். உச்சீரன் அந்தத் தடி தன் மீது விழுந்து விடுமோ என பயந்து "சாமி... சாமி..." என கெஞ்சிக் கொண்டிருந்தான்.

"என்ன, இந்த மளிகைச் சாமான்களெல்லாம் வீரப்பனுக்கா?" என்றான் சிவண்ணாவிடம் சப்-இன்ஸ்பெக்டர்.

என்ன நடக்குமோ என்ற பீதியுடனிருந்த சமயம் சிவண்ணா சற்று தைரியத்தை வரவழைத்துக்கொண்டு, அந்த சப்- இன்ஸ்பெக்டரிடம்,

"நாங்க சோளகருங்க, மலையையும், காட்டையும் நம்பி வாழறவங்க. நாங்க வீரப்பனுக்கும், அவன் ஆளுங்களுக்கும் எந்தப் பொருளையும் தர மாட்டோம். இது எங்க வீட்டுக்கு வாங்கிட்டுப் போறோம். நாங்க கொடுத்தாலும், வீரப்பன் எங்ககிட்டேயிருந்தெல்லாம் வாங்க மாட்டானுங்க" என்றான்.

"அப்போ அவனைக் காட்டிக் குடுங்கடா."

"நான் பழைய தீக்கங்காணியா காட்டிலே இருந்தேங்க. போளி பக்கம் ஒரு தடவை மரம் வெட்டினதை ரேஞ்சரைக் கூட்டிக்கிட்டுப்

போயிக் காட்டினேன். அவங்க வர்றேன்னுட்டுப் போனாங்க. வரவேயில்லை. நீங்க காட்டைக் காட்டச் சொன்னா, நான் காட்டறேன். எனக்கு இந்தக் காட்டிலே மலை, மடுவு எல்லாமே தெரியும். ஆனாங்க. இப்போ எங்க தொட்டிப் பக்கம் கர்நாடகப் போலீஸ்காரங்க கேம்ப் போட்டுக்கிட்டு, ராத்திரியெல்லாம் தூங்காம கேம்பை எங்க ஆளுக சுத்தி வரணும்னு சொல்லி அடிக்கிறாங்க. இப்படிச் செய்தா எப்படி சாமி'' என்றான்.

"கர்நாடக போலீஸ் உங்களை ராத்திரி சுத்தச் சொல்றாங்களா?'' என்று கேட்டுவிட்டுப் பக்கத்திலிருந்த போலீசிடம் விசாரித்தான்.

"இருக்கறாங்க. ஒசியூரப்பான்னு கர்நாடகா இன்ஸ்பெக்டர். அந்த ஆளக்கு இதுதான் வேலை. எங்கேயும் கேம்ப்பை விட்டு வெளியே போகமாட்டான்'' என்றான்.

"உங்களுக்குக் காடு முழுதும் சுற்றிக் காட்டறேன். நீங்கதான் அந்த கர்நாடகா போலீஸ்காரங்ககிட்டேச் சொல்லணும்'' என்று கும்பிட்டான் சிவண்ணா. .

சப்-இன்ஸ்பெக்டர் "சரி. நாளைக்கு அங்கே ஊருக்கு வர்றேன்'' எனக் கூறிவிட்டு, ஜீப்பிலிருந்த வயர்லெசில் ஏதோ பேசிவிட்டு சிவண்ணாவின் பெயரை எழுதிக்கொண்டு, உட்கார வைத்தவர்களை எழுந்து போகச் சொன்னான். சிவண்ணா பேசியதால் தங்களுக்கு வந்த ஆபத்து போய்விட்டதாக நினைத்துக்கொண்டு எழுந்து போனார்கள் உச்சீரனும் மற்றவர்களும்.

அடுத்த நாள் காலை தொட்டியினர் இரவு முகாமைச் சுற்றி முடித்து தொட்டி திரும்பிய சிறிது நேரத்திற்கெல்லாம், தமிழ்நாடு போலீஸ் இருவர் தொட்டிக்கு வந்து, தொட்டியினரை ஒசியூரப்பா முகாமிற்கு வரச் சொன்னார்கள். தொட்டியினர் அங்கு சென்றபோது, ஒசியூரப்பாவுக்கும் நேற்றுப் பார்த்த சப்-இன்ஸ்பெக்டருக்குமிடையே ஏதோ காரசாரமான வாக்குவாதம் நடந்து கொண்டிருந்தது.

அவர்களது பேச்சை முழுமையாகக் கேட்கமுடியாவிட்டாலும், அதன் சாராம்சத்தை தொட்டியினர் யூகித்துக் கொண்டார்கள்.

அது, இதுதான், 'கர்நாடகப் போலீசார் வந்து தங்களின் போலீஸ் எல்லைக்குள் முகாம் அமைத்து அதிகாரம் செய்து வந்தால், தங்களுக்கு மதிப்பில்லாமல் போய்விடும். நாளைக்கு ஏதேனும் நல்லது, கெட்டது ஏதேனும் நடந்து விட்டால் அதற்குத் தமிழ்நாடு போலீசின் தலைமை முகாம்தான் பதில் சொல்ல வேண்டி வரும். மேலும், கர்நாடகப் போலீசின் தற்காலிக முகாம் அதிக நாட்கள்

இங்கு இருக்கக்கூடாது என்றும், தங்களின் உயர் அதிகாரி இங்கு சீக்கிரம் ஆய்வுக்கு வர இருப்பதால் உடனடியாக முகாமைக் காலி செய்துவிட்டுப் போகும்படி வந்திருந்த தலமலை தமிழக சப்-இன்ஸ்பெக்டர் கூறினான்.'

அப்போது அந்த சப்-இன்ஸ்பெக்டர், ஓசியூரப்பா முன்னாலேயே தொட்டியினரைப் பார்த்து, "இனிமே ராத்திரி நீங்க சுத்த வேண்டாம். ஏதாச்சும் தகவல்னா எங்களுக்குத் தலமலை முகாமிற்கு வந்து தகவல் கொடுங்க" என்றான்.

அதற்கு அடுத்த நாளே, ஓசியூரப்பா அவனது முகாமைக் காலி செய்து சுருட்டிக்கொண்டு போய்விட்டிருந்தான். அதனால், தொட்டியினர் நிம்மதியடைந்திருந்தார்கள். அதற்கு அடுத்த இரண்டாம் நாளன்று, தலமலை போலீஸ் முகாமிலிருந்து வந்த இரண்டு போலீஸ்காரர்கள், "நாளைக்கு பெரிய போலீஸ் அதிகாரி தலமலைக்கு வர்றாரு. உங்களைப் பார்த்துப் பேசணுமாம். கறி விருந்தும் இருக்குது. நீங்க கட்டாயமா காலையே வந்திடணும்" என்று சொல்லிவிட்டு, பாலப்படுகை, அல்லபுரம் தொட்டி, ராமரணையிலும் சொல்லியிருப்பதாகவும், அந்த ஊர்களிலிருந்தும் மக்கள் வருவார்கள் என்றும் கூறிச் சென்றனர்.

"பெரிய போலீஸ் அதிகாரியைச் சந்தித்து நம்ம வேதனைகளை எடுத்துச் சொல்லலாம். மீண்டும், கர்நாடக போலீஸ்காரங்ககிட்டே சிரமப்படாம இருக்கணுமே" என்று கொத்தல்லி கூறினான்.

மேலும், போலீஸ்காரங்க உத்தரவை மீறினால் என்ன நிகழும் என்பதற்குச் சாட்சி கரியன்தான். உடல் முழுதும் காயம்பட்டு படுக்கையிலேயே மூத்திரமும் மலமும் கழித்துக் கொண்டிருப்பது தொட்டியில் அனைவரும் அறிந்த ஒன்றே.

அடுத்த நாளில் தலமலை போலீஸ் முகாமுக்கு கொத்தல்லி, சிவண்ணாவையும் சேர்த்து தொட்டியில் பத்துப் பேர்கள் போய்ச் சேர்ந்தார்கள். அப்போது நேரம் காலை பன்னிரெண்டு மணியிருக்கும். தலமலையில் பழைய வனத்துறை பங்களாவை போலீஸ் முகாமாக மாற்றியிருந்தனர். அந்த பங்களா ஆறு அறைகளைக் கொண்டதாயிருந்தது. அதன் நுழைவாயிலினைச் சுற்றிலும் மணல் மூட்டைகள் அடுக்கப்பட்டு துப்பாக்கி ஏந்திய போலீசார் உட்கார்ந்திருந்தார்கள். அந்தப் பகுதிக்குள் நுழையும் போதே அடி வயிற்றை யாரோ பிசைவது போன்ற பய உணர்வு எழச் செய்வதாயிருந்தது. முகாமின் வாசலில் தயங்கியபடியே ஒருவரை மற்றொருவர் இடித்துக்கொண்டு நின்றனர். கால்களில் நடுக்கம் எழுவதை அவர்களால் தடுக்க முடியவில்லை. வந்திருந்தவர்களில்

கோல்காரன் கரியன் மட்டுமே படுக்கையில் கிடப்பதால் தொட்டியின் முக்கியஸ்தர்களில் அவன் மட்டுமே வரவில்லை. மற்றவர்கள் அனைவரும் வந்திருந்தனர். அவர்கள் தயங்கி நிற்பதைப் பார்த்து வாசலில் நின்ற போலீஸ்காரன் "என்ன?" என்று விசாரித்தான்.

"நாங்க சோளகர் தொட்டியிலிருந்து வர்றோம். இன்று எங்களை வரச் சொல்லியிருந்தாங்க" என்றான் சிவண்ணா எச்சிலை விழுங்கிக் கொண்டே.

அதைக் கேட்ட போலீஸ்காரன் முகாமுக்குள் சென்று திரும்பி வந்து உள்ளே போகச் சொன்னான். அவனை தொட்டியினர் கும்பிட்டு விட்டு முகாமுக்குள் சென்றபோது, யார் முன்னே செல்வது என்ற தயக்கமிருந்தது. சிவண்ணா முன்னே சென்றான். அங்கேயிருந்த வேப்பமரத்தின் கீழே பாலப்படுகை தொட்டியைச் சேர்ந்த ஒன்பது பேர் இருந்தனர். தொட்டி பட்டக்காரன், மாதியின் பழைய கணவன் ஜவணன் மற்றும் சிவண்ணாவுக்கு அறிமுகமான முகங்கள் தென்பட்டன. புட்டனைத் தேடினான். அவன் வரவில்லை. சிவண்ணாவுக்கு, ஜவணனைப் பார்க்கச் சற்றுத் தயக்கமாயிருந்தது. ஆனால், அந்த முகாமில் தனக்கு ஏற்கெனவே அறிமுகமான சிவண்ணா இருந்ததைக் கண்டு முகம் மலர்ந்து அவனுடன் பேசும் நோக்கத்துடன் நெருங்கிச் சென்றான் ஜவணன். தொட்டியினர் பாலப்படுகை ஆட்களின் அருகில் சென்று நெருங்கி உட்கார்ந்து கொண்டார்கள்.

கொத்தல்லி பாலப்படுகை பட்டக்காரனிடம், "எப்போது வந்தீர்கள்?" என்றான்.

"காலையிலேயே வந்துட்டோம்" என்றான் பட்டக்காரன்.

அப்போது ஜவணன், சிவண்ணாவின் கையைப் பிடித்தான். அது சிவண்ணாவுக்கு ஆச்சரியமாக இருந்தது. மாதியைத் தன்னிடம் எடுத்துக்கொண்ட சிவண்ணாவிடம் அவன் பகைமை காட்டாமல் இருந்தது சிவண்ணாவுக்கு ஆச்சரியமாக இருந்தது. ஆனால், ஜவணனுக்கோ அறிமுகமான ஒரு மனிதனிடம் அப்போது பேச வேண்டும் என்ற உணர்வு மட்டுமேயிருந்தது.

"எப்படி இருக்கிறே?" என்றான் சிவண்ணா. அப்போது ஜவணன், சிவண்ணாவின் காதருகில், "கேர்மாளத்து டீக்கடை வைத்திருந்த லிங்காயத்து தொட்ட பந்தையனையும், அவன் மகன் பசுவராஜுவையும் இங்கே கூட்டி வந்திருக்காங்களாம். அவன் சம்சாரம் வெளியே நின்னுக்கிட்டிருந்தா. ஏதாவது தகவல் தெரிஞ்சு

சொல்லுன்னு அழுதா. ஆனா, எனக்கு யாரைத் தெரியும். நீதான் தீக் கங்காணியா இருந்தவனாச்சே. கேட்டுச் சொல்லேன்” என்றான். சிவண்ணாவுக்கு வியர்த்தது.

“உன் மாதிரிதான் நானும். வாயைத் திறந்தால் வம்பு வந்திடும். அமைதியா இரு” என்றான்.

அப்போது தலமலை சப்-இன்ஸ்பெக்டர் வந்தான்.

“என்னய்யா! கல்யாண வீடு மாதிரி பேசிக்கிட்டு. சோளகர் தொட்டிக்காரங்க அந்த மரத்துப் பக்கம் உட்காருங்க. உங்களுக்குக் கறிக்குழம்பு வெந்துக்கிட்டிருக்கு” என்றான்.

தூரத்தில் முகாமின் மதில் சுவர் ஓரமாய் அடுப்பு எரிந்து கறிக் குழம்பின் மசாலா மணம் மூக்கில் ஏறி எச்சிலை ஊறச் செய்தது. ஒரு முழுக் கிடாயாக இருக்க வேண்டும். பக்கத்தில் உரித்த ஆட்டுத் தோல் கிடந்தது.

மசாலாக்களைப் பக்குவமாகச் சேர்த்து எந்த தொட்டிக்காரன் கறி சமைக்கப் பழகியிருக்கின்றான். வெறுமனே கறியை வேகவைத்து அதில் மிளகாய், காய்கறிகளை உப்புடன் சேர்த்து வதக்கிச் சமைத்ததை உண்டு பழகியவர்களுக்கு மசாலாவின் கிராம்பு மணம் இதமாயிருந்தது. ஆனால், அடுத்த நொடியில் தாங்கள் இருப்பது போலீஸ் முகாம் என்பதை நினைத்தவுடன் வாசனை மறந்து பயம் கவ்விக் கொண்டது.

முகாமுக்குள் சிவப்பு விளக்குகள் சுழல இரண்டு கார்கள் வந்து நின்றன. அதைக் கண்ட போலீசார் துள்ளி எழுந்து விறைப்பாக நின்று காரிலிருந்த இறங்கிய உயர் அதிகாரிக்கு சல்யூட் செய்தனர். உயர் அதிகாரியைச் சுற்றி பல அதிகாரிகள் பவ்வியமாக நின்றனர். அப்போது, தொட்டிக்காரர்கள் மரத்தடியில் உட்கார்ந்திருப்பதைப் பார்த்து, “டேய் எழுந்து நில்லுங்கடா” என்று கத்தினான் ஒரு போலீஸ்காரன். மிரண்டு போய் எழுந்து நின்றார்கள். அப்போது தூரத்தில் வறண்ட முகத்துடன் மீசையை வைத்திருந்த உயர் அதிகாரியிடம் தொட்டி ஆட்களைக் காட்டி, எதையோ கூறினான் தலமலை சப்-இன்ஸ்பெக்டர். அந்த அதிகாரி தொட்டி ஆட்களை ஒரு பார்வை பார்த்துவிட்டு அறைக்குள் சென்று விட்டான். பின், பரபரப்பு சற்றுக் குறைந்தது. சில போலீஸ்காரர்கள் அந்த அறையைச் சுற்றிப் போய் வந்து கொண்டிருந்தனர். சில போலீசார் துப்பாக்கியைப் பிடித்தபடி அறையின் வாசலில் நின்றனர்.

பாலப்படுகை தொட்டிக்காரர்களைப் பார்த்து, “டேய்! இங்கே நிக்காதீங்கடா” என்று ஒரு போலீஸ் கத்தினான். அவர்கள்,

சிவண்ணாவும் கொத்தல்லியும் இருந்த மரத்தின் பக்கமாக வந்து நின்றார்கள். அவர்களின் முகங்களில் பீதி தென்பட்டது. தாகமெடுப்பதை அனைவரும் உணர்ந்தனர். மார்பு படபடவென அடித்துக் கொண்டது. தண்ணீர் கேட்டால், வேறு ஏதாவது நிகழலாம் என அமைதியாக இருந்தார்கள். அப்போது உயர் அதிகாரியின் அறைக்குள் உணவு போய்க் கொண்டிருந்தது. அதன் பின், வெளியே இருக்கைகள் போடப்பட்டு போலீஸ்காரர்கள் அமர்ந்து சாப்பிட்டனர். ஒரு மணி நேரத்திற்கு மேல் விருந்து பரிமாற்றம் நடந்தது. அதெல்லாம் முடிந்தபின் உயர் அதிகாரி வெளியே வந்தார். மீண்டும் பரபரப்படைந்து போலீஸ்காரர்கள் விறைப்பாக நின்றார்கள். உயர் அதிகாரி தொட்டியினரைத் தலையசைத்துக் கூப்பிட்டான். தொட்டி ஆட்கள் அச்சத்தில் வந்து வணக்கம் செலுத்தினர். உடல் நடுங்கியது.

"வீரப்பனையோ அவன் ஆட்களையோ பார்த்தாலோ தகவல் கிடைச்சாலோ உடனே போலீஸ்காரங்ககிட்டே சொல்லணும். தெரிஞ்சுதா. சரி சாப்பிடுங்க" என்றான் உயர் அதிகாரி.

"ஆகட்டுங்க சாமி" என்று கூறினார்கள். தரையில் இலைகள் போடப்பட்டன. அதில் உட்கார்ந்தார்கள். இலைகளில் கறி ஒரு குட்டானும், அரிசிச் சோறும் வைத்தார்கள். குழம்பு ஊற்றும்போது, அவர்கள் உட்கார்ந்திருந்ததற்கு முன்னேயிருந்த அறையின் கதவு திறந்ததும், "அய்யோ, அப்பா, சாமி" என்ற அலறல் சப்தம் வந்தது. ஜவணன் சொன்ன கேர்மாளத்து லிங்காயத்தாக இருக்க வேண்டும் என யூகித்தார்கள். இரண்டு போலீஸ்காரர்கள் தடியால் அப்பனையும் மகனையும் முதுகு, கைகால்களில் தொடர்ச்சியாக அடித்தனர். சாப்பாட்டு பந்திக்கு முன்னே அறையில் நடக்கும் நிகழ்வையும், அலறலையும் கேட்டு, சாப்பாட்டில் பதிந்த கைகள் வாய்க்குப் போகாமல் அதிர்ச்சியில் அதையே பார்த்துக் கொண்டிருந்தனர் தொட்டியினர்.

வராண்டாவில் போடப்பட்டிருந்த நாற்காலியில் அமர்ந்து அதைப் பார்த்துக் கொண்டிருந்த உயர் அதிகாரி, பக்கத்திலிருந்த போலீசைக் கூப்பிட்டு எதையோ சொன்னான். அந்தப் போலீஸ்காரன் வேகமாக வந்து தொட்டியினரைப் பார்த்து,

"டேய்! சாப்பிடுங்கடா சீக்கிரம்" என்றான் கோபமாக. தொட்டியினர் மிரண்டு போய் இலையிலிருந்த சாப்பாட்டை வாய்க்குள் பீதியுடன் திணித்துக் கொண்டனர். எதிரில், அடிபட்டுக் கொண்டிருந்தவர்களின் அலறல் சப்தம், தடியின் வேகம் அதிகரிக்க மேலும் உக்கிரமடைந்தது.

“மகனை விட்டுடுங்கய்யா” என்றான் தொட்ட பந்தையன். அவனை, அடிப்பவர்களின் காதில் விழுந்ததாகவே தெரியவில்லை.

தொட்டியினர் தங்களின் வாயில் ருசியும் மணமும் மிக்க கறி விருந்து இறங்குவதற்குப் பதிலாக, அருவருப்பான எதையோ தின்பது போல வேகமும், பயமும் கூடி முகத்தில் உணவை அப்பிக்கொண்டு தின்றார்கள். ஜவணன் வேகமாக விழுங்கியதில் புரையேறி மூச்சுத்திணறி கண்களில் நீர் முட்டி கடைசியாக வாந்தி எடுத்தான்.

அவனது தலையில் ஒரு அடி கொடுத்தான் ஒரு போலீஸ். அவன் கைகளை நிலத்தில் வைத்து சற்று ஒதுங்கி உட்கார்ந்து கொண்டான். அவன் முகமெல்லாம் சோற்றுப் பருக்கையும் வாந்தியும் அப்பியிருந்தது.

எதிரில் அடிவாங்கிய தொட்ட பந்தையன், போலீஸ்காரன் காலைக் கட்டிக் கொண்டான்.

“சொல்லுடா! வீரப்பனுக்கு அரிசி கொடுத்தியா?”

அடித்தவனின் கை வலி கண்டதால், தடியின் வேகம் குறைந்திருப்பதைக் கண்ட உயர் அதிகாரி அடிப்பதை நிறுத்துமாறு கை காட்டினான். அடிபட்ட இருவரும் சுருண்டு விழுந்து கிடந்தனர். உடல் முழுவதும் ஆங்காங்கே ரத்தம் வழிந்தது. இப்போது சாப்பிட்டுக் கொண்டிருந்த தொட்டியினரைச் சுற்றிலும் போலீஸ் நோட்டமிட்டனர். சாப்பிடாமல் யார் இருக்கிறார்கள்? என்று பார்த்தனர். தொட்டி ஆட்கள் வேகவேகமாகச் சாப்பிட்டனர்.

அப்போது உயர் அதிகாரியிடம் கேட்டு வந்த போலீஸ்காரன் விழுந்து கிடந்த இருவரையும் எழுந்து நிற்கச் சொன்னான். தட்டுத் தடுமாறி எழுந்து நின்றனர். கால்கள் தள்ளாடின. அப்போது மகன் பசுவராஜுவின் வாயில் ரத்தம் வழிந்து தரையில் ஊத்தியது. அவனிடம் “தடியைப் பிடிடா” என்றான் போலீஸ்காரன்.

“உங்கப்பனை அடி. நீ அடிக்கற அடி மெதுவா விழுந்தா உனக்கு அடி விழும்” என்றான்.

அவனது முன்னேயிருந்த தொட்டபந்தையன் கண்ணீருடன் மகனைப் பார்த்தான். பசுவராஜு அமைதியாக நின்றபோது, அவனது முதுகில் அடி விழுந்தது. அவன் முன்னே நகர்ந்தான். மீண்டும் அடி விழுந்தது. அடுத்த நொடியில் அவன் கையில் வைத்திருந்த தடியை அப்பனின் மீது வீசினான். அந்த அடி வேகமில்லாததாகக் கருதி, இன்னமும் “வேகமா அடிடா” என்றான் போலீஸ்காரன்.

வேகமாக அடித்தான்.

“அட சாமி, அய்யோ! காப்பாத்துங்க சாமி” என்று மனதில் வலி கண்டு கதறினான் தொட்ட பந்தையன்.

‘வீர். . ர்’ என தடி காற்றைக் கிழித்து சதையில் பட்டு ஓய்ந்தது.

அப்போது உயர் அதிகாரி போதும் எனப் போலீசைப் பார்த்துக் கைகாட்டினான். மகனிடமிருந்து தடியை வாங்கிக்கொண்ட போலீஸ் அதை தொட்ட பந்தையனிடம் கொடுத்து மகன் பசுவராஜுவை அடிக்கச் சொன்னான்.

தொட்டபந்தையன் கையெடுத்துக் கும்பிட்டு,

“வேண்டாம், என்னைக் கொன்னு போட்டிருங்க” எனப் போலீசின் காலில் விழுந்தான்.

அப்போது அந்தப் போலீஸ்காரன் அவன் கையிலிருந்த தடியால் தொட்டபந்தையன் முதுகிலும் புட்டத்திலும் அடித்தான். தடுமாறி எழுந்தவனை அடிக்கச் சொல்லித் தடியை ஓங்கினான்.

தொட்ட பந்தையன், பசுவராஜுவை அடித்தான். வேகமில்லாத அடியாக இருந்ததால் மீண்டும் தொட்ட பந்தையனுக்கு அடி விழுந்தது. மீண்டும் வேகமாகத் தடியை வீசினான்.

“அப்பனே, அப்பா” என்றான் பசுவராஜு. மீண்டும் அடி. ‘யே...’ எனக்கத்தி மயங்கிக் கீழே விழுந்தான் பசுவராஜு. அப்போது உயர் அதிகாரி போதும் எனச் சைகை செய்தான். போலீஸ்காரன் தடியைத் தொட்ட பந்தையனிடமிருந்து வாங்கிக் கொண்டான். தொட்ட பந்தையன் கீழே மயங்கிக் கிடந்த அவன் மகனைத் தூக்கி மடியில் வைத்துக் கொண்டு, அவனது உடலில் ரத்தம் தடித்திருந்த கோடுகளைத் தடவி அழுதான்.

“என் மகனை நான் அடிக்கணுமா, என்ன பாவம் செய்தேன் சாமி” என்றான்.

அப்போது பந்தியில் சாப்பிட்டுக் கொண்டிருந்த தொட்டியினர், பீதியுடன் அவசர அவசரமாக இலைகளை மடக்கி தூரத்திலிருந்த குப்பை மேட்டில் போட்டுவிட்டு, கையைக் கழுவியும் கழுவாமலும் நின்றபோது, ஊரின் முக்கிய ஆள் யார்? எனக் கேட்டுவிட்டுப் பின் “கொத்தல்லி” என்றான் உயர் அதிகாரி. முன்வந்து நின்றான் கொத்தல்லி. பாலப்படுகை பட்டக்காரனையும் கூப்பிட்டார்கள்.

“என்ன விருந்து போதுமா?” என்று சிரித்தான். பின் முகத்தைக் கடுகடுப்பாகிக்கொண்டு,

“உங்க ஊர்லே நீங்க நாட்டுத் துப்பாக்கியை வச்சுட்டு வீரப்பனுக்கு உதவுவதாகவும் தகவல் வந்திருக்கு, உன்னையும்தான்” என்றான், பாலப்படுகைப் பட்டக்காரனையும் பார்த்து.

“சாமி அப்படியெல்லாம் ஒண்ணுமில்லைங்க.”

“ஒண்ணுமில்லையா கொத்தல்லி” என்றான் கோபமாக உயர் அதிகாரி.

“ஏதாவது தாத்தன் காலத்து வெடிக்கட்டை ஒண்ணு, ரெண்டு கிடக்கும். அதுவும் கூட வெடிக்காது. மத்தபடி எங்ககிட்டே வெடிக் கட்டையில்லே. வீரப்பனையும் எங்களுக்குத் தெரியாது” என்றான் கொத்தல்லி.

“நாங்க வீரப்பனுக்கு உதவினதில்லைங்க சாமி” என்றான் பட்டக்காரன்.

“நேரா ஊருக்குப் போயி, உடனே உங்காளுங்ககிட்ட இருக்கற துப்பாக்கிகளை ஊர் பொது இடத்திலே கொண்டுவந்து போடச் சொல்லி, அதை வாங்கி எங்ககிட்டே ஒப்படைக்கணும். அப்புறம் நாங்க கண்டுபிடிச்சா விருந்துதான். நாளைக்குக் காலையே உங்க ஊருக்கெல்லாம் போலீஸ்காரங்க வருவாங்க” என்றான்.

“சரிங்க சாமி” என்றான் கொத்தல்லி.

“மலையோரமா இருக்கற எல்லா ஊரிலேயும் ஒரு நாட்டுத் துப்பாக்கி இல்லாம் எடுத்திடணும். எவனாவது மறைச்சி வச்சிருந்தா நல்லா விருந்து கொடுங்க” என்று உயர் அதிகாரி மற்ற போலீஸ்காரர்களிடம் சொன்னான். அவர்கள் சல்யூட் அடித்தனர்.

“சரி. போங்கய்யா. போலீஸ் சொல்றபடி நடந்துக்குங்க” என்று அனுப்பினான். உயர் அதிகாரிக்குக் கும்பிடு போட்டுவிட்டு, முகாமிலிருந்து வெளியே வந்தார்கள்.

முகாமுக்கு வெளியே மரத்தடியில் நின்று கொண்டிருந்த தொட்ட பந்தையனின் மனைவி ஜவணனிடம் வந்து, “என் புருசனையும், மகனையும் பார்த்தியா, எப்போ விடு வாங்க” என்றாள். அவள் கண்களில் கண்ணீர் ததும்பியிருந்தது.

“சீக்கிரம் விட்டுடுவாங்க” என்றான் சிவண்ணா.

“நல்லாயிருக்காங்களா?” என்று பதைபதைத்தாள் அந்தப் பெண்.

சிவண்ணாவுக்குப் பதிலேதும் பேச முடியாமல் நகர்ந்தான். வந்தவர்கள் ஒருவருக்கொருவர் பேசிக்கொள்ளாமல் வெகுதூரம் வந்தார்கள்.

பாலப்படுகை பட்டக்காரன், “இந்த நாசத்தைப் பார்க்கவா நான் இன்னும் உயிரோடிருக்கிறேன்” என்றான்.

“என் ஆயுசுக்கும் இப்படிப் பார்க்கலையே” என்றான் கொத்தல்லி. அப்போது தூரத்தில் ஒரு பேருந்து வந்ததும், அதில் ஏறிக் கொண்டார்கள். பேருந்தில் ஏறும் வரை தங்களை யாரும் கூப்பிடாததையே ஆறுதலாகக் கருதிக்கொண்டு, பின் அந்தப் பேருந்து “எங்கே போகிறது?” என்று கேட்டார்கள்.

கொத்தல்லியும், சிவண்ணாவும், மற்றவர்களும் தொட்டியை அடைந்தபோது இருட்டியிருந்தது. வந்தவர்களிடம் துப்பாக்கிகளைக் கொண்டுவந்து விடிவதற்குள் தனது குடிசைத் திண்ணையில் போட்டுவிடச் சொல்லி கொத்தல்லி சொல்லியனுப்பினான். சிவண்ணா அவனது குடிசையை அடைந்து, திண்ணைச் சுவரில் சாய்ந்து உட்கார்ந்தான். மாதி அவனிடம் சிரித்துக் கொண்டே,

“கறி விருந்து நிறையச் சாப்பிட்டு விட்டாயா? நடக்க முடியாம நடந்து வர்றியே” என்றாள்.

சிவண்ணாவிற்குக் கோபம் தலைக்கேறி அவளை எட்டி வயிற்றின் மீது உதைத்தான். அவள் கீழே விழுந்து “பேய் பிடித்தவனே” எனத் திட்டினாள். சிவண்ணா முகாமில் நடந்ததைச் சொன்னான். மாதி அமைதியாகி அவன் முகத்தையே பார்த்தபடி இருந்தாள். சிவண்ணா எதையோ நினைத்தவனாகத் தனது குடிசையின் பரணில் வைத்திருந்த தன் தாத்தனின் யானைத் தந்த பூண் போட்டிருந்த துப்பாக்கியை எடுத்து விளக்கு வெளிச்சத்தில் வெகு நேரம் பார்த்தான். அதிலிருந்த தூசுகளைத் துடைத்து எண்ணெயிட்டுத் துடைத்தான். பின் மழைக்காலத்தில் வனத்தில் போகும்போது, மழையில் நனையாதிருக்க வைத்திருந்த பாலீதின் காகிதத்தைச் சுருட்டி எடுத்துக் கொண்டான்.

சிவண்ணா அவனது மூதாதையரின் துப்பாக்கியைப் பிரிவதை எண்ணி வேதனையடைவதை உணர்ந்த மாதி,

“போனாப் போகட்டும் விடு, இந்தத் துப்பாக்கியை வெச்சி என்னத்த ஆகப்போவுது. வேதனைப்படாதே” என்றாள்.

சிவண்ணா, துப்பாக்கியையும், மழைக்காகிதத்தையும் எடுத்துக் கொண்டு தொட்டியின் இருளில் நடந்து மறைந்து, வெகு நேரம் கழித்து அவனது குடிசைக்குத் திரும்பினான். அப்போது மாதியும் சித்தியும் தூங்கியிருந்தனர்.

விடிந்த பின்பு, போலீஸ்காரர்கள் வந்தனர். கொத்தல்லியின் குடிசைத் திண்ணையில் ஏழு நாட்டுத் துப்பாக்கிகள் இருந்தன. அவற்றில்

பல துரு ஏறி உபயோகப்படுத்த இயலாதவை. அதில் அந்த தொட்டியினருக்கு நன்கு அறிமுகம் ஆகியிருந்த கெம்பம்மாளின் மூத்த கணவன் சிக்குமாதாவின் பூணிட்ட துப்பாக்கியும் ஒன்று.

துப்பாக்கியைப் போலீசார் எடுத்துப் போவதைப் பார்க்க தொட்டிப் பெண்கள் கூடியிருந்தார்கள். அவர்கள் எடுத்துப்போன துப்பாக்கிகளில், தனது கணவன் இரவில் எடுத்து வந்த துப்பாக்கியைத் தேடினாள் மாதி. அதைப் போன்ற ஒன்றை அவளால் காண இயலவில்லை. போலீசார் அவற்றை எடுத்து ஜீப்பில் போட்டுவிட்டு,

"இனிமேல் எவனாவது துப்பாக்கி மறைச்சி வெச்சிருந்தா, மவனுங்களா அப்புறம் விருந்துதான்" என்று கூறிவிட்டு, இன்னும் இரண்டு நாட்களில் இங்கு வீரப்பனைத் தேட வரவிருப்பதாகவும், தொட்டி ஆட்கள் காட்டில் வழிகாட்ட வேண்டும் என்றும் கூறி விட்டுப் போய்விட்டனர்.

தொட்டியிலிருந்த கடைசி ஏழு துப்பாக்கிகளையும் போலீசார் வாங்கிச் சென்ற பின், கொத்தல்லிக்கு இருபத்தைந்து ஆண்டுகளுக்கு முன் இதேபோல ஓர் அறிவிப்பு தரப்பட்டது நினைவுக்கு வந்தது. தொட்டிக்காரர்களிடமிருந்த நாட்டுத் துப்பாக்கிகளைத் திம்பம் வாகனச் சோதனைச் சாவடியில் கொண்டு வந்து போட்டு விட்டுப் போகவேண்டும் என்றும், இல்லாவிட்டால் போலீஸ்காரர்களும் வனத்துறை ஆட்களும் வழக்குப் போட்டுச் சிறையில் அடைத்து விடுவார்கள் என்றும் அப்போது சொன்னார்கள். இந்திரா காந்தி ஆட்சி செய்த காலம். சர்வாதிகாரம் கொண்டவர் என்று கூறிக் கொண்டு மணியகாரர்களும், வருவாய்த் துறை ஆட்களும் தொட்டியில் வந்து சொல்லியதால், இருபதுக்கும் மேற்பட்ட நாட்டுத் துப்பாக்கிகளைத் தலைச்சுமையாய்க் கொண்டுபோய் இரவில் திம்பத்தின் வனச் சோதனைச் சாவடியில் போட்டதை மற்றவர்களிடம் கொத்தல்லி நினைவுபடுத்திக் கூறினான்.

கெம்பம்மா அவளது குடிசையில் கோல்காரன் கரியனுக்கு உதவி செய்து வந்தாள். கரியன் இன்னமும் எழுந்து நடக்கவில்லை. அவளது மகன் தம்மய்யா மட்டும் மருந்துச் செடிகளைப் பறித்து வந்து கொடுத்து வந்தான். சிக்குமாதா மிகவும் நேசித்த அவனது பூண் போட்ட கரிய மரங்களைக் கொண்டு கடைந்து செய்த நீண்ட துப்பாக்கி அந்தக் குடிசையை விட்டுப் போனது, கெம்பம்மாவுக்கு சிக்குமாதாவை ஞாபகப்படுத்தியது. கரியன் எழுந்திருக்கக்கூட இயலாமல் கிடப்பதால், அவளது வேதனைகள் மேலும் அதிகமாகி

எவருடனும் பேசாமல் கண்ணீர் விட்டு அமைதியாக இருந்து வந்தாள்.

தொட்டியின் அருகே ஜீப், லாரி போன்ற வாகனங்களின் சத்தம் கேட்டாலே, தொட்டி ஆட்கள் அச்சஉணர்வால் அடிவயிற்றைப் புரட்டிப் போட்டாற்போல உணர்ந்தனர்.

தொட்டியைச் சார்ந்தவர்கள் வனத்தையொட்டி இருப்பதைத் தவிர, அவர்கள் வேறு எந்தப் பாவமும் அறியாதவர்கள் என்பதைப் போலீசார் எப்போதும் நம்பத் தயாராக இல்லை.

தொட்டி போன்ற வனத்தை ஒட்டிய கிராமங்களிலிருந்தே வீரப்பனுக்கும் அவனது ஆட்களுக்கும் உணவும் பிற உதவிகளும் செல்கிறது. எனவே, இந்த கிராமவாசிகளை எந்த அளவு அச்சப்படுத்த முடிகிறதோ அந்த அளவுக்கு வீரப்பனுக்குப் போகும் உதவிகள் நின்று போய் விடும். எனவே, எதை வேண்டுமானாலும் போலீசார் செய்து, கிராமவாசிகளை அச்சத்துடன் வைத்திருக்க நடவடிக்கை எடுக்கவேண்டி உயர் அதிகாரி எல்லா வழிகளிலும், அவரது ஆட்களுக்கு உற்சாகப்படுத்தி வந்தான். எனவே, அந்த உயர் அதிகாரி மீது மற்ற போலீசாரும் நல்ல மதிப்பை வைத்திருந்தார்கள்.

தொட்டியின் அருகில் இரண்டாம் நாள் காலை விடிந்த சமயத்தில் இரண்டு வேன்களில் போலீஸ்காரர்கள் வந்து இறங்கினர். அதில் நடுத்தரமான உடல்வாகு கொண்டவன் வந்திருந்தான். அவன் தான் அந்தப் பகுதிக்கு இன்ஸ்பெக்டர் என்றார்கள். அவன் வேனை விட்டு இறங்கி சீர்காட்டு வயல் பக்கமாகச் சென்றான். துணைக்குப் பதினைந்து போலீஸ்காரர்களும் உடன் சென்றிருந்தனர். அவர்கள் அங்கு வருவதைக் கண்ட ராஜு அவனது வீட்டிலிருந்து வெளியே வந்தான். ராஜு அவர்களிடம் அளவுக்கதிகமாகக் குழைந்து பணிந்து நடந்து கொண்டான். இன்ஸ்பெக்டர் ஏதேனும் தகவல்கள் தெரிந்தால் அவன் உடனே தலமலை முகாமிற்குத் தகவல் தெரிவிக்க வேண்டுமென்றான். நல்ல பிள்ளையாக நடந்து கொள்ள வேண்டுமென்று கூறிவிட்டு, பின்,

“உனக்கு சிக்கைய தம்பிடின்னு ஒருத்தனைத் தெரியுமா?”

“கல் குவாரியிலே இருந்தவன்தானே, கரைஒந்தனக்காரன், லிங்காயத்து.”

“ஆமாம். அவன் குடும்பத்திலே யாரும் கரை ஒந்தனையிலே இல்லை. அவனை விசாரிக்கணும். அவனைப்பத்தி தெரியுமா?” என்றான் இன்ஸ்பெக்டர்.

ராஜு சற்று யோசித்து விட்டு,

"தொட்டியிலே சிவண்ணான்னு ஒரு சோளகன் இருக்கறான். அவனை விசாரிச்சாத் தெரியும். அவனும் அந்த லிங்காயத்தும் சிநேகிதனுங்க" என்றான்.

ராஜுவுடன் போலீசார்கள் தொட்டிக்கு வந்தார்கள். சிவண்ணாவைக் கை காட்டினான் ராஜு.

"சிக்கைய தம்பிடியை உனக்குத் தெரியுமில்லே? அவன் எங்கே?" எனக் கடுமையான குரலில் கேட்டான் இன்ஸ்பெக்டர். சிவண்ணா, ராஜுவைப் பார்த்து முறைத்தான். பின்,

"நான் அவனை நாலு மாசத்துக்கு முன்னாடிப் பார்த்தேன். அதுக்கப்புறம் பார்க்கலைங்க. இவங்க காட்டுக்குத்தான் வேலைக்கு வருவாரு" என்றான் சிவண்ணா.

"அவன் மகள் குன்றியிலே இருக்கறா. அங்கே போனாலும் போயிருப்பான்" என்றான் ராஜு.

"அவளது பெயர் தெரியுமா?"

"தெரியாது" என்றனர்.

இன்ஸ்பெக்டர் எதையோ நோட்டில் எழுதிக் கொண்டான். "அவன் வெடிமருந்தை கல் குவாரியிலிருந்து எடுத்து வீரப்பனுக்குக் கொடுத்திருந்தான். வீரப்பன் வெச்ச வெடியெல்லாம் அவன் கொடுத்த மருந்திலேதான். அவனைப் பத்தித் தகவல் சொல்லணும்" என்றான்.

தொட்டியினர், ராஜு தங்கள் ஆட்களை வேண்டுமென்றே போலீசில் சிக்க வைக்க முயற்சிப்பதை அறிந்து, அந்த நேரத்தில் தங்களின் கோபத்தை வெளிப்படுத்தாமலிருந்தார்கள்.

அப்போது இன்ஸ்பெக்டர் தொட்டியிலிருந்த ஆண்களின் பெயர்களை ஒரு நோட்டில் எழுதினான். முதலில் கொத்தல்லி, பின் சிவண்ணா, அவன் தம்பி ஜடையன், கோல்காரன் கரியன் மகன் தம்மய்யாவையும் சேர்த்து பன்னிரெண்டு பேர்களை எழுதிக்கொண்டு, "சரி அந்த வேனிலிருக்கிற மூட்டைகளையும், உணவுப் பொட்டலம், தண்ணீர்க் கேன்களையும் தூக்கிக் கொண்டு வனத்துக்குள் வழி காட்டச் சொன்னார்கள். மறு பேச்சின்றி, மூட்டைகளைத் தூக்கி முதுகில் வைத்துக்கொண்டு முன்னே வனத்துக்குள் கூட்டிச் சென்றார்கள். அவர்களின் பின்னே, துப்பாக்கியைப் பிடித்துக்கொண்டு போலீஸ்காரர்கள் வந்தனர். வனத்திற்குள் நடக்கும்போது மூட்டையின் கனத்தினால் கொத்தல்லிக் கிழவன் தடுமாறிச் சரிந்தான். சிவண்ணா

அவனிடமிருந்து ஒரு மூட்டையை வாங்கிக் கொண்டான். சிவண்ணா சுமந்த மூட்டையினுள் கூடாரம் அமைக்கும் துணிகளும், இரும்புக் குழாய்களும் இருந்தன. அன்று அவர்கள் தண்ணீர்ச் சுனையை அடைந்தபோது, இருளத் துவங்கியதும் அங்கேயே கூடாரம் அமைத்துத் தங்கினார்கள். கூடாரத்தைச் சுற்றிலும் தொட்டி ஆட்கள் விழிப்புடன் காவல் காத்தனர். விடிந்ததும் மீண்டும் கொஞ்ச தூரம் உள்ளே நடந்து விட்டு, சாப்பிட்டு விட்டுப் பின் தொட்டிக்கு மாலை நேரத்தில் தொட்டி அருகில் வனத்திலிருந்து வெளியே வந்தார்கள்.

அடுத்த முறை கூறும்போது மீண்டும் வரவேண்டும் என்று மிரட்டும் தொனியில் கூறிவிட்டுப் போனார்கள். தொட்டிக்குத் திரும்பியபோது வயதானவர்கள் மிகவும் பலவீனமாகிப் போய்ப் படுத்துக் கொண்டார்கள். கொத்தல்லி ஓயாமல் இருமிக்கொண்டேயிருந்தான். அவனது வயது மூப்புக்கு அவ்வளவு கனமான மூட்டையை அவன் தூக்கியிருக்கக் கூடாது என்பது அவனுக்கும் கூடத் தெரியும்தான்.

19

குன்றியின் லிங்காயத்து வளவில் அந்த இருண்ட அதிகாலை மூன்று மணி சுமாருக்கு போலீசின் பூட்ஸ் சப்தங்களைத் தொடர்ந்து நாய் குரைப்பு சப்தம் அங்கிருந்தவர்களின் தூக்கத்தைக் கலைத்தது. அங்கிருந்த வீடுகளில் மல்லியின் குடிசையைத் தேடிப்பிடித்து ஒரு தட்டுத் தட்டினார்கள். பின், கதவை ஒரு உதை கொடுத்துத் திறந்த போலீசார் உள்ளே சென்று சிக்கைய தம்பிடியைத் தேடினார்கள். மல்லி கலவரமடைந்து கலைந்து கிடந்த சேலையைச் சுருட்டி எழுந்து நின்றாள் பீதியுடன். அப்போது அந்தப் போலீஸ்காரன் அவளது முடியைப் பிடித்து வீட்டிலிருந்து வெளியே இழுத்து வந்தான். அவளின் பின்னே மல்லியின் கணவன் வீரபத்திரன் வந்தான்.

"உங்க அப்பன் தானே சிக்கைய தம்பிடி?"

மல்லி அமைதியாகத் தலையாட்டினாள்.

"எங்கே அவன்?" என்றான் சிங்கப்பன் இன்ஸ்பெக்டர்.

"எங்கப்பனை நான் கடைசியாகப் பார்த்து மூணு மாசமிருக்கும். அதுக்குப் பின்னாடி அவங்க எங்கேன்னு சத்தியமாத் தெரியாது" எனக் கையெடுத்துக் கும்பிட்டாள்.

மல்லியின் தொடையில் ஒரு உதை கொடுத்தான் இன்ஸ்பெக்டர். கீழே விழுந்த அவளை வீரபத்திரன் தூக்கி நிறுத்தினான்.

"எங்கேடி ஒளிச்சு வெச்சுக்கிட்டு நாடகம் போடுகிறாய்?" என்று மீண்டும் அவளது முடியைப் பிடித்து இழுத்து அவளை நின்று கொண்டிருந்த ஜீப்பின் அருகில் கொண்டு நிறுத்தினான். அப்போது அந்த வளவிலிருந்த எல்லோரும் கூட்டமாகக் கூடியிருந்தனர்.

மல்லியின் மாமியார் இன்ஸ்பெக்டரிடம் கையெடுத்துக் கும்பிட்டு, "சாமி மூணு மாசத்துக்கு முன்னாடி சிக்கைய தம்பிடி மருமகனை நோம்பிக்குக் கூப்பிட வந்து சண்டை வந்திருச்சி. அதுக்கப்புறம் அவனை யாரும் பார்க்கலை" என்றாள். அதற்குள் மாதம்மாளின் குடிசையிலிருந்த தானிய மூட்டைகள், சாமான்களைக் கலைத்து அலங்கோலப்படுத்தி விட்டு, மற்ற வீடுகளிலும் அவ்வாறு செய்து விட்டு, ஜீப்பின் அருகில் வந்து சேர்ந்தார்கள் மற்ற போலீசார்.

“உங்கப்பன் உன்னை வந்து பார்த்துட்டுப் போறான். அவன் இருக்கற இடம் உனக்குத் தெரியும். சொல்லுடி” என்றபடி அவளது புட்டத்தில் லத்தியால் அடித்தான் இன்ஸ்பெக்டர்.

கூடியிருந்த கூட்டம் அவளையே பார்த்துக் கொண்டிருந்தது. அவள் அவமானத்தால் கதறினாள்.

“டேய் உனக்குத் தெரியாதா உன் மாமனார் எங்கேன்னு?” என்று வீரபத்திரன் முதுகில் ஓர் அடி கொடுத்தான்.

“உங்ககிட்டே கேட்க வேண்டிய முறையில் கேட்டா உண்மை வரும்” எனக்கூறி மல்லியையும், வீரபத்திரனையும் ஜீப்பில் ஏற்றினான். கூடியிருந்தவர்கள் வேண்டாம் என்று மன்றாடினார்கள். மகளும் மருமகனும் வேணும்னா அவன் வரணும் எனக்கூறி விட்டு ஜீப்பைக் கிளப்பினான். அதன் பின்னே போலீஸ் வேனும் கிளம்பியது. அந்த வளவில் வீரபத்திரன் தாயும், மற்றவர்களும் சிறிது தூரம் வேனின் பின்னே ஓடி வந்தனர். வேன் வேகம் பிடித்து இருளில் மறையும் போது நின்று கொண்டார்கள்.

ஜீப் போய்க் கொண்டிருந்தபோது இன்னமும் இருட்டு அதிகமாக வேயிருந்தது. வாகனத்தின் முன் இருக்கையில் உட்கார்ந்திருந்த இன்ஸ்பெக்டர் பின்னே உட்கார்ந்திருந்த மல்லியின் மார்பைக் கையை நீட்டிப் பிடித்தான். அவளது ஜாக்கெட்டுகள் கிழிந்து அவள் வலி தாள முடியாமல் கதறினாள்.

தனது கண்ணேதிரே மனைவியின் மாரைப் பிடித்துக் கொண்டிருந்த இன்ஸ்பெக்டரின் கைகளைப் பிடித்துக் கண்கலங்கியவாறே, “வேண்டாங்கய்யா” என்று இன்ஸ்பெக்டரின் கைகளைப் பிடித்து விடுவிக்கப் பார்த்தான் வீரபத்திரன். அப்போது பக்கத்திலிருந்த போலீஸ்காரன், இன்ஸ்பெக்டரின் கையைத் தொட்டு விட்டதால், கோபம் கொண்டு வீரபத்திரனின் முகத்தில் குத்தினான். அவன் முகத்தைப் பிடித்துக் கொண்டு தலையைக் கீழே குனிந்த வெகுநேரம் கழித்தே சிங்கப்பன் பிடியை அவளின் மாரிலிருந்து தளர்த்தினான்.

மல்லி, வீரபத்திரனின் மூக்கில் வழிந்த ரத்தத்தைத் தன் சேலை முந்தியில் துடைத்து விட்டு, தலையில் கையை வைத்து அழுதபடியே வந்தாள்.

ஜீப் பண்ணாரி முகாமுக்கு வந்தடைந்த சமயம், அதிகாலையில் மெல்ல கீழ்வானம் வெளிறியிருந்தது. பண்ணாரி கோயிலுக்கு அருகிலிருந்த பயணிகள் தங்கும் விடுதி போலீஸ் முகாமாக மாற்றப்பட்டிருந்தது. அந்நேரம் அதிகாலை பூஜைக்கான மணியோசை கோயிலில் ஒலித்தது. சிங்கப்பன் இன்ஸ்பெக்டர்

மல்லியையும் வீரபத்திரனையும் அறையில் அடைத்து வைக்கச் சொல்லிவிட்டுப் போய்விட்டான். ஒரு போலீஸ்காரன் இருவரையும் அங்கிருந்த சின்ன அறையில் தள்ளிக் கதவைச் சாத்திவிட்டுப் போனான். அப்போது, அங்கு சிலர் படுத்திருப்பது அதன் பின் தான் தெரிந்தது. அறையின் ஒரு மூலையில் மூன்று ஆண்கள் படுத்திருந்தார்கள். அவர்கள் வெறும் கோவணம் மட்டுமே அணிந்திருந்தனர். மற்றொரு மூலையில் ஒரு பெண் படுத்திருந்தாள். அவள் நிறைமாத கர்ப்பிணியாக இருந்தாள். வெறும் பாவாடையும் மாராப்புக்காக ஒரு சிறு துண்டையும் கட்டியிருந்தாள். கதவு திறந்து சாத்தும் கேட்டு போலீஸ் போனபின், ஆண்கள் தலையைத் தூக்கிப் பார்த்தார்கள். அவர்களின் முகங்கள் வீங்கியிருந்தன. மல்லியும், வீரபத்திரனும் தாங்கள் நின்ற இடத்தில் ஈரத்தை உணர்ந்து நகர்ந்தனர். அங்கு ஒரு ஈரமான சணல் பையில் மூத்திரம் ஊறி நாற்றமடித்துக் கிடந்தது.

அந்த கர்ப்பிணிப் பெண் எழுந்து அவர்களைப் பார்க்கவில்லை. ஆனால், அவள் முனகத் துவங்கினாள். பின்னர் வலிக்குது என்றாள். மல்லி அவள் பக்கத்தில் தள்ளி உட்கார்ந்தாள். கர்ப்பிணி அவள் வயிற்றைப் பிடித்துக்கொண்டு, சிறிது நேரத்திற்குப் பின் வலிக்குது என சற்றுத் துடித்தாள். அவளின் கால் தொடைகளில் வழிந்த இரத்தப் பசையான திரவத்தால் அங்கு ஈரமும் கவிச்சியும் ஏற்பட்டது. மூன்று ஆண்கள் எழுந்து உட்கார்ந்து கொண்டார்கள். வீரபத்திரனிடம் மல்லி, "இவளுக்குப் பிரசவ வலி கண்டிருக்கு. யாரையாவது கூப்பிடச் சொல்லுங்க" என்றாள். அவன் செய்வதறியாது நின்றான். மற்ற ஆண்களும் அப்படியே இருந்தார்கள். மீண்டும் அவள் கால்களில் இரத்தப் பசைதிரவம் வழிந்தது. பனிக்குடம் உடைந்து விட்டது என்று அவள் எழுந்து சென்று பூட்டியிருந்த கதவைத் தட்டினாள். அப்போது வீரபத்திரன் அவளைக் கட்டுப்படுத்த நினைத்தான்.

ஒரு போலீஸ்காரன் தடியை ஓங்கியபடியே கதவைத்திறந்து "என்னாடி" என்றான்.

"இந்த பொம்பளைக்குப் பிரசவம் ஆகப் போவுது" என்று அவள் கூறிய பின்னர், கதவைச் சாத்திவிட்டு அனுமதி வாங்கச் சென்று, மீண்டும் அவன் கதவைத் திறக்கும்போது மூன்று போலீஸ்காரர்கள் துப்பாக்கியுடன் நின்றார்கள்.

"டேய், ஆம்பளைங்க வெளியே வாங்கடா" என்றார்கள். அவர்கள் வந்த பின்பு, "நீயே இவளுக்குப் பிரசவம் பாரு. இங்கே யாருமில்லே" என்றார்கள்.

அந்தப் பெண் கதறிக் கொண்டிருந்தாள். அந்த அறை முழுவதும் ஈரமாகி இருந்தது. மல்லி கதவைச் சாத்தி விட்டு வந்து அவளின் கால்களை மடக்கி வைக்கும்போது, அவளுக்குள் பெரும் படபடப்பு ஏற்பட்டது. உடலை அந்த பெண் அங்குமிங்கும் அசைத்தாள். பின், அவளின் கையை எடுத்து வாயில் வலிக்காக வைத்துக் கடித்துக் கொண்டாள். மல்லி அவளது கையை வாயிலிருந்து விலக்கிப் பிடித்துக் கொண்டபோது, அவளது கால்களுக்கிடையிலிருந்து சிசுவின் தலை வெளிப்பட்டது. பிரசவப் பெண் சக்தியற்றவளாயிருந்தாள். வேகமாக அவள் சிசுவை வெளியே தள்ள சிரமப்பட்டாள். மல்லி வெளியே வரும் சிசுவின் முன் மண்டியிட்டு உட்கார்ந்தாள். அவள் முழுதாய் பிசுபிசுப்பில் நனைந்திருந்தாள். சில நொடிகளில் சருக்கிக் கொண்டு வெளியே வந்த சிசுவை இலாவகமாய்க் கையில் ஏந்திக் கொண்டாள். அதன் பின், நஞ்சு வெளிப்பட்டு விழுந்தது. தொப்புள் கொடியை அறுக்க ஏதாவது கேட்கலாமா என்று நினைத்தால், வெளியே நிற்கும் போலீஸ்காரர்கள் முகம் விகாரமாகத் தெரியவே, பற்களால் கடித்து தொப்புள் கொடியை அறுத்துக் குழந்தையைப் பிரித்தாள்.

"தண்ணீர் வேண்டும்" எனக் கத்தினாள்.

அப்போது கோவணம் கட்டியிருந்த ஒருவன், ஒரு பக்கெட்டில் தண்ணீரைக் கொண்டு வந்து கதவைத் திறந்து வைத்துப் பிள்ளை பெற்றவள் கிடப்பதைப் பார்த்து அதிர்ந்து கதவைச்சாத்திச் சென்றான். ஒரு பக்கெட் தண்ணீரில் குழந்தையைக் கழுவி, சிசுவின் தாய் மாராப்புக்காகக் கட்டியிருந்த துண்டில் அதனைத் துடைத்து எடுத்து, அந்த சிசுவின் தாயைச் சுத்தம் செய்யப் போகும் சமயம், அந்தப் பெண் மயக்கமாகியிருந்தாள். அவளது பாவாடை முழுவதும் இரத்தச் சேறாகியிருந்தது. மீண்டும் துண்டினை நனைத்து, அவளைத் துடைத்து விட்டு, அவளை ஈரமில்லா பகுதியில் படுக்க வைத்தாள். அவள் நிர்வாணமாகக் கிடந்தாள். குழந்தையை அவள் பக்கத்தில் கிடத்தியபோது, அது மாரை தேடிப்பிடித்துப் பால் குடித்தது.

தண்ணீரை அந்த இடத்தில் ஊற்றிவிட்டு, குழந்தையை எடுத்து வெளியே வந்தாள். அப்போது விடிந்திருந்தது. மல்லியின் துணி முழுவதும் ரத்தப்பசையாக இருந்தது. அவள் மீது கவிச்சியடித்தது. அப்போது சில போலீஸ்காரர்கள் அங்கு வந்தார்கள். குழந்தையைப் பார்த்தபோது, ஒரு போலீஸ்காரன், "இது வீரப்பன் ஜாடையா யிருக்குது" என்று சிரித்தான். அப்போது சிங்கப்பன் இன்ஸ்பெக்டர் வந்தான். அறையை எட்டிப் பார்த்து விட்டு, "இவ இத வேற பெத்து எடுத்து விட்டாளா?" என்றான். குழந்தையை வாங்கிக்கொள்ள கோவணத்துடன் நின்ற ஒருவனைப்

சோளகர் தொட்டி 175

பார்த்துக்கூறிவிட்டு தண்ணீரை ஊற்றி அறையை மல்லியைக் கழுவிவிடச் சொன்னான். போலீஸ்காரன் தண்ணீர்த் தொட்டியைக் காட்டினான். அதிலிருந்து ஒரு வாளி தண்ணீரை எடுத்துக்கொண்டு அந்த அறைக்குச் சென்று காலை வெளிச்சத்தில் அந்த அறையைத் தண்ணீர் ஊற்றிக் கழுவியபோது, அந்த அறையில் மூத்திரமும், காய்ந்த மலமும் இரத்தப்பசையுடன் பெண்ணின் நஞ்சும் மிதந்தது. மல்லிக்கு அருவருப்பில் வாந்தி வருவது போல் இருந்தது. அவள் அறையிலிருந்து வெளியே வந்த சமயம், அவள் கண்கள் இருண்டு அடிவயிற்றைப் பிடித்துக்கொண்டு வாந்தி எடுத்தாள். அவள் தள்ளாடியபோது வீரபத்திரன் அவளது தலையைப் பிடித்து விட்டான்.

அப்போது வேறு ஒருவனை அறையைச் சுத்தம் செய்யச் சொன்னார்கள். அவன் அறையைச் சுத்தம் செய்து வெளியே வரும் போது அவன் முகம் இருளடைந்திருந்தது. நிர்வாணமாய்க் கிடந்தவளைப் பார்த்துப் போனார்கள். சிறிது நேரம் கழித்தே ஒரு அழுக்கு வேட்டியைத் தூக்கி அவள் மீது வீசினார்கள். சற்று நேரத்திற்குப் பின் மயக்கம் தெளிந்து அதனை எடுத்துச் சுற்றிக் கொண்டு குழந்தையைத் தேடினாள்.

மிகுந்த வாந்தி எடுத்துக் களைத்திருந்த மல்லி, தண்ணீர்த் தொட்டியின் அருகில் சரிந்து உட்கார்ந்திருந்தாள். அப்போது சிங்கப்பன் இன்ஸ்பெக்டர் அவளை நோக்கி, “எழுந்து புறப்படு, உங்கப்பனைக் காட்டு” என்றான்.

“உடம்பு முழுக்க ரத்த வாடையடிக்குது, கழுவிக்கிறேன்” என்றாள். .

“அங்கேயே கழுவிக்கிட்டு, சீக்கிரம் வாடி” என்று கூறிச் சென்றான் அவன். மல்லி கைகால்களைக் கழுவும்போது அங்கே சில போலீஸ்காரர்கள் நின்று கொண்டிருந்தனர். பின்னர், அவளை, அவள் பிரசவம் பார்த்த அறைக்குப் போகச் சொன்னார்கள். அறையில் இன்னமும் ரத்தக் கவிச்சியடித்தது. அந்தப் பெண் தன் குழந்தைக்குப் பால் கொடுத்துக் கொண்டிருந்தாள். மல்லியைப் பார்த்ததும் கண் கலங்கினாள். .

“நல்லா இரு தாயி. என் குழந்தையை உசிரோட எனக்குக் கொடுத்திட்டே” என்றாள்.

அவள் கொளத்தூர்ப்பக்கம் சின்னதண்டாவைச் சார்ந்தவள் என்றும், சில மாதங்களுக்கு முன்பு காட்டில் அவள் கணவனுடன் விறகு வெட்டும் வேலை செய்து வந்ததாகவும், இவள் கணவனையும், இவளையும் இரண்டு மாதத்திற்கு முன்பு இங்கே கொண்டு

வரப்பட்டதாகவும் தெரிவித்தாள். அவளது கணவனை இருபது நாட்களுக்கு முன்பு பிரித்து காட்டுக்குள் கொண்டு சென்று சுட்டுக் கொன்று விட்டதாகவும், பேப்பரில்கூட அது வந்திருந்ததைக் காட்டினார்கள் என்றும் கூறி அழுதாள். மல்லிக்கு அச்சத்தால் உடம்பு நடுக்கம் கண்டது.

அப்போது அறையின் கதவு திறக்கப்பட்டது. சிங்கப்பன் இன்ஸ்பெக்டர் நின்று கொண்டிருந்தான்.

"வாடி வெளியே, உங்கப்பனைக் காட்டு" என்றான். மல்லி எழுந்து நிற்கும் சமயம், குழந்தைக்குப் பால் ஊட்டிக் கொண்டிருப்பவளைப் பார்த்து,

"வீரப்பனுக்கு ஆம்பளைக் குழந்தை பொறந்ததைச் சொல்லி அனுப்பியிருக்கிறோம்" என்றான். அந்தப் பெண் மீண்டும் அழுதபோது அவளைக் கோபமுடன் பார்த்துப் பற்களைக் கடித்து, "மூடுடி" என மிரட்டி அமைதியாக்கிவிட்டு, மல்லியை வெளியே கூட்டி வந்தான். சிங்கப்பன் மற்ற போலீசிடம் தனியே அழைத்து, குழந்தை பெற்றவளைக் காட்டி எதையோ பேசிவிட்டு, மல்லியையும் வீரபத்திரனையும் வேனில் ஏற்றிக்கொண்டு அவன் முன்னே ஏறி உட்கார்ந்து கொண்டான். வண்டி கிளம்பிய போது சிங்கப்பன் வண்டியிலிருந்த ஒயர்லெஸ் கருவியில் பேசிக் கொண்டே வந்தான்.

வீரபத்திரன், மல்லியை லிங்காயத்து முறைக்கு எதிராய் வேற்று பெண்ணின் அசிங்கத்தைத் தொட்டதற்காகக் கடிந்துகொள்ள நினைத்தான். ஆனால், அடுத்து போலீசில் தனக்கு என்னவெல்லாம் நடக்கப்போகிறதோ என நினைத்து அமைதியாகி விட்டான். ஆனாலும், கடுப்பான பார்வையால் மல்லியைப் பார்த்தான். எல்லாவற்றிற்கும் இவள்தான் காரணம். இவள் அப்பன் சிக்கைய தம்பிடி செய்த வேலைகளுக்குத்தானே இப்போது நான் அனுபவித்து வருகின்றேன் என முணுமுணுத்துக் கொண்டான். அவனது பக்கத்திலிருந்த போலீஸ்காரன் "என்னடா முனகுகிறே" என்றான்.

"இல்லைங்க, இல்லைங்க" எனச் சமாளித்தான்.

"நீ எந்த ஊரு, இவ உன் பெண்டாட்டியா?" என்றான் புதிய போலீஸ்காரன்.

இரண்டு மணி நேரத்திற்கு வண்டி நிற்காமல் போய்க் கொண்டிருந்தது. அதற்குள் தனது மாமனார் சிக்கைய தம்பிடி, மனைவி மல்லியையும் போலீஸ்காரனிடம் திட்டித் தீர்த்து முடித்தான் வீரபத்திரன். ஆனாலும், மல்லி அமைதியாகவே

வந்தாள். அப்போது வண்டி சாலையிலிருந்து இறங்கி மண்பாதையில் போனது. அங்கு கரும்பு வயல்கள் இருந்தன. கரும்பு வெட்டு நடந்து கொண்டிருந்தது. வேன் நின்றதும், சிங்கப்பன் இறங்கி, மல்லியையும் வீரபத்திரனையும் கீழே இறங்க உத்தரவிட்டான். அங்கு போலீஸ் வேன் நிற்பதைப் பார்த்த கரும்பு வெட்டுபவர்கள் அதிர்ச்சியில் வேலையை நிறுத்தி விட்டு வேன் பக்கம் வந்தார்கள்.

"இங்கே உன் அப்பன், அம்மா இருக்கிறாங்களான்னு பாருடீ" என்றான்.

மல்லி சுற்றியிருந்தவர்களைப் பார்த்துவிட்டு, "இல்லைங்கய்யா" என்றாள்.

இன்ஸ்பெக்டர் சிங்கப்பன் அங்கிருந்த கிராமத்துக்காரர்களிடம், கழுத்திலே லிங்கம் போட்டிருப்பான். பேரு சிக்கைய தம்பிடி. கரை ஒந்தனை மலைக்காரன். யாராச்சும் வேலைக்கு வந்தாங்களா? என்று விசாரித்த பின், ஏதாவது தெரிந்தால் தனக்குத் தகவல் தரச் சொல்லி விட்டு மல்லியையும் வீரபத்திரனையும் வண்டியில் ஏற்றிக் கொண்டார்கள். வேன் வந்த வழியே திரும்பிச் சிறிது தூரம் வந்ததும் கரும்புக்காட்டின் ஓரமாய் வண்டியை நிறுத்தச் சொல்லிவிட்டு, மல்லியை மட்டும் வேனிலிருந்து இறங்கச் சொன்னான் இன்ஸ்பெக்டர். அவன் முகத்தில் படபடப்பிருந்தது. அவன், அவளது தலைமுடியைப் பிடித்து ஆட்டி முகத்தில் ஓங்கி அறைந்தான்.

"எங்கேடி மறைச்சி வெச்சிருக்கே சொல்லு" என்றான். "எனக்குச் சத்தியமாத் தெரியாதுங்க" என அவள் சொல்லியபோது, மீண்டும் ஓர் அறை விட்டான்.

வண்டிக்குள்ளிருந்து வீரபத்திரன் "விட்டுடுங்கய்யா" எனக் கத்தியதும், பக்கத்திலிருந்த போலீஸ்காரன் அவனுக்கு ஒரு அடி கொடுத்தான். பின், வீரபத்திரன் அமைதியாகிவிட்டான். மல்லியை இன்ஸ்பெக்டர் சிங்கப்பன் கரும்புக் காட்டிற்குள் இழுத்தான். "டேய் யாரையும் இறக்காதே" என மற்ற போலீஸ்காரர்களுக்கு உத்தரவிட்டான்.

"உண்மையை எப்படி வாங்கறதுன்னு எனக்குத் தெரியும்" எனப் பற்களைக் கடித்துக்கொண்டு வேனிலிருந்தவர்களின் பார்வையிலிருந்து மறைந்து போகுமளவு அவளைக் கரும்புக் காட்டிற்குள் இழுத்துச் சென்றான். பின்னர், சுற்றிலும் நோட்டமிட்டான். மல்லி தனக்கு ஏதோ நிகழப்போகிறது என

யூகித்து அவனிடம் கையெடுத்துக் கும்பிட்டாள். அந்த வயல் நிலம் நீர் பாய்ந்து ஈரமாகியிருந்தது. "படுடீ" என அவளைக் கீழே தள்ளினான். அவள் முதுகுப் பகுதி முழுவதும் மண் சகதி ஒட்டிக் கொண்டது. அவன், கண நேரத்தில் தன்னை அரைகுறை அம்மணமாக்கி, அவள் மீது பாய்ந்தான். அவளுக்குள் பேரிடி இறங்கி வாழ்வு சூன்யமாவதை உணர்ந்தாள்.

எழுந்து நின்று கொண்டு அவன், அவனது உடுப்பில் ஒட்டியிருந்த சகதியைத் துடைத்துக்கொண்டு மல்லியின் முதுகில் ஒட்டியிருந்த சகதியை அவனது கைக்குட்டையால் துடைக்க முயன்றான். அவள் விலகிப் போகவே,

"இதை வெளியே சொன்னே, அப்புறம் நல்லாயிருக்காது தெரிஞ்சுதா" என்றான்.

மல்லி வெடித்து அழுதாள்.

"மூடுடி வாயை, தேவடியா" எனக் கூறி, நாக்கைக் கடித்துக் கொண்டு அவளைக் குத்த கையை ஓங்கினான். அவள் அமைதியானதும், அவன் முகத்தைத் துடைத்துக்கொண்டு காட்டிலிருந்த வெளியே அவளை அழைத்து வந்தான். "ஏருடி கழுதை" எனக் கூறி விட்டு வேனின் முன்பகுதியில் போய் உட்கார்ந்து கொண்டான்.

வேன் புறப்பட்டதும், உள்ளேயிருந்த போலீஸ்காரர்கள் இன்ஸ்பெக்டரைப் பார்த்து நமட்டுச் சிரிப்புச் சிரித்துக்கொண்டு, மல்லியை நோட்டமிட்டார்கள். மல்லிக்கு அருவருப்புப் பிடுங்கியது. யாரையும் பார்க்காமல் தலையைக் கவிழ்த்துக் கொண்டாள். அவள் கண்களிலிருந்து கண்ணீர் பெருகி வழிந்தது. போலீஸ்காரர்களின் பேச்சை வைத்து வீரபத்திரன் ஒன்றை மட்டும் அவன் மனைவியைப் பற்றி அனுமானித்துக்கொண்டு, வெறுப்போடு அவளைப் பார்த்தான். அவளுக்கு அழுவதைத் தவிர வேறு எதுவும் அப்போது தெரியவில்லை.

வாகனத்தில் வேறு இடங்களுக்குச் சுற்றிவிட்டு, பண்ணாரி முகாமுக்கு வரும்போது இருட்டி விட்டிருந்தது. மல்லியையும் வீரபத்திரனையும் அன்று அதிகாலையில் அடைத்து வைத்திருந்த அதே அறையிலேயே தள்ளிச் சாத்தினர். அப்போது, காலையில் குழந்தையைப் பெற்ற பெண் ஒப்பாரித்து தலையில் அடித்துக் கொண்டு அழுது கொண்டிருந்தாள். கை மார்பில் பட்டபோது அவளின் மார்பிலிருந்து பால் சுரந்து வழிந்து தரையில் சில துளிகள் சிந்தின. அங்கு வெளியில் காவலுக்கு நின்றிருந்த போலீஸ்காரன் "ஏய்! அழுதே உன்னைச் சுட்டுத் தூக்கியெறிஞ்சுடுவோம்"

என்றான். அப்போதும் அந்தப் பெண் அழுகையை நிறுத்தவில்லை. மல்லியைப் பார்த்ததும் அவளைக் கட்டிக்கொண்டு அழுதாள். மல்லி அந்தப் பெண்ணிடம் என்ன நடந்தது என்று கேட்டாள். காலை பத்து மணிக்கு குழந்தையைப் பார்த்துவிட்டுத் தருவதாக வாங்கிச் சென்ற போலீஸ்காரர்கள் கொஞ்ச நேரம் கழித்து குழந்தை பேச்சு மூச்சில்லாமல் இருப்பதாகக் கொண்டுவந்து கொடுத்ததாகவும், அதற்குச் சற்று நேரத்திற்குப் பின் குழந்தை இறந்து போய் விட்டதாகவும் கூறினாள். குழந்தையின் உடம்பு முழுதும் நீலம் பூத்துக் கிடந்ததால் விஷ ஊசி போட்டு போலீஸ்காரங்க கொன்னுட்டு மத்தியானமே குழந்தையைப் புதைச்சுட்டாங்க" என அவள் கதறிய கதறலில் மல்லியின் அழுகையும் கரைந்து போயிருந்தது. அந்தப் பெண் வெகு நேரம் போலீஸ்காரர்களுக்குச் சாபம் கொடுத்தாள். இடையிடையே பண்ணாரி சாமியை கூப்பிட்டாள். தன் கணவனுடன் பலமுறை வந்து குண்டம் மிதித்ததை நினைத்து சாமியை அழைத்தாள்.

அப்போது மீண்டும் போலீஸ்காரர்கள் அவளை மிரட்டினார்கள்.

"புருஷனைக் கொன்னீங்க. புள்ளையையும் கொன்னுட்டீங்க. நானும் சாகத் தயார்" என்று அழுதாள்.

வீரபத்திரன் பிரம்மை பிடித்தவனாய் உறைந்து நின்ற சிறிது நேரத்திற்குள் அந்த அறையின் கதவு திறந்து கொண்டது. வெளியே சிங்கப்பன் இன்ஸ்பெக்டரும், வேறு ஒருவனும் நின்றிருந்தனர். பக்கத்திலிருந்தவனிடம் அவன் எதையோ சொல்லிவிட்டு, மல்லியையும் வீரபத்திரனையும் கூப்பிட்டான்.

"இந்த இன்ஸ்பெக்டர் விசாரிப்பாரு. உண்மையைச் சொல்லுங்க" என்றான் சிங்கப்பன்.

சற்று தூரத்திலிருந்த கோவிலில் பயணிகள் தங்கும் விடுதிக்கு அவர்கள் இருவரையும் ஒரு போலீஸ்காரன் கூட்டிப் போனான். அவர்களை ஒரு அறையின் முன்னே நிறுத்தினான். அப்போது அங்கேயும் குழந்தையைப் பறி கொடுத்தவளின் அழுகை கேட்டது.

அப்போது அந்த இன்ஸ்பெக்டர் வந்து அவனது அறையைத் திறந்தான். வெளியே அவர்களைக் கூட்டி வந்த போலீசை முகாமுக்குப் போகச் சொல்லி அனுப்பிவிட்டான்.

பின் "நீதான் மல்லியா? இவன் உன் புருஷனா?" என்று கேட்டுக் கொண்டே அறை விளக்கைப் போட்டான்.

அதன் பின், "நாங்களும் நல்லவங்கதான். எங்களுக்கு உண்மை தெரியணும். அதனாலதான் விசாரணை" என்றான்.

அப்போது வீரபத்திரன், "மூணு மாசத்திற்கு முன்னாடி என் மாமனாரைப் பார்த்தது. வேற எதுவும் தெரியாது" என்றான்.

"டேய்! சும்மா இரு. தனித்தனியா விசாரிக்கணும்" என்று அந்த அறைக்குள் சென்று இன்ஸ்பெக்டர் அவனது உடுப்புகளைக் களைந்து லுங்கி, பனியனுடன் ஒரு சிகரெட் பற்ற வைத்துக் கொண்டு அறையை விட்டு வெளியே வந்தான். அங்கே நின்று கொண்டிருந்த மல்லியை அறையின் முன்னே இருந்த பெஞ்சில் உட்கார வைத்துவிட்டு, வீரபத்திரனை அறைக்குள் அழைத்தான். அந்த அறையில் ஒரு படுக்கையும், இரண்டு இருக்கைகளும் இருந்தன. வீரபத்திரனிடம் அவனது பெயரையும், அவனது அப்பனின் பெயரையும் கேட்டு விட்டு, வீரபத்திரன் தனது மாமனாரைப் பற்றித் தெரியாது என்ற சொல்லிக் கண்ணீர் வடித்ததும்,

"சரி. அழாதே! உன் சம்சாரத்தை அனுப்பு. அவளிடமும் விசாரித்து அனுப்பிடறேன்" எனக்கூறி அனுப்பினான்.

மீண்டும் ஒரு சிகரெட்டைப் பற்ற வைத்துக்கொண்டு வெளியே வந்து வீரபத்திரனை பெஞ்சில் உட்காரச் சொல்லிவிட்டு, மல்லியை அறைக்குள்ளே கூப்பிட்டான். வீரபத்திரன் இருக்கையில் நுனியில் உட்கார்ந்து கொண்டான். மல்லி உள்ளே சென்றதும் கதவை மெல்ல சாத்தினான். இருந்தும், அறையின் விளக்கு வெளிச்சம் கோடாய் வெளியே வாசலில் தெரிந்தது. உனது பெயர் மல்லியா? என்று கேட்டது அவனது காதில் விழுந்தது. சில நிமிடங்கள் பேச்சுக்குப் பின், அறையின் வெளிச்சம் கதவு சாத்தப்பட்டதால் மறைந்து போனது. விளக்கும் அணைந்தது. மல்லி அழுவது கேட்டது. அதன் பின்பு, நிசப்தம் நிலவியது. வீரபத்திரனின் மனம் இருண்டு போய் கண்களில் கண்ணீர் கொட்டியது. தலையில் அடித்துக் கொண்டான்.

குழந்தையைப் பறி கொடுத்த தாயின் ஒப்பாரி இருளைக் கிழித்துக் கொண்டு வந்தது. நடு சாமத்தின்போது இருண்ட அறையின் கதவைத் திறந்து மல்லி வெளியே தலைமுடி கலைந்து, உடைகளைச் சுருட்டி வந்தாள். அவளைப் பார்த்த சில நொடிகளில் வீரபத்திரன் விம்மினான். அவளும் அழுதாள். அப்போது அந்த இன்ஸ்பெக்டர் வெளியே வந்து,

"சத்தம் என்னடா? கொன்னு போடுவேன் ஜாக்கிரதை" என மிரட்டிக் கதவைச் சாத்தினான். இருவரும் சப்தத்தை அடக்கிக் கொண்டனர்.

பண்ணாரி கோயில் முதல் பூஜை மணி ஐந்து மணிக்கு அடித்த போது, அந்த இன்ஸ்பெக்டர் அறையிலிருந்து வெளியே வந்து,

சிங்கப்பன் இன்ஸ்பெக்டரின் அறைக்குச் சென்று அவனிடம் பேசிவிட்டு வந்து இருவரையும் பார்த்து,

"சரி. நீங்க ரெண்டு பேரும் ஊருக்குப் போங்க. சிக்கைய தம்பிடி பற்றி தகவலிருந்தாச் சொல்லணும்" என்றான்.

அந்நேரம் முகாமுக்கு முன்னேயிருந்த வனச்சாவடியின் அருகில் ஒரு பேருந்து வந்து நின்று கொண்டிருந்தது. அந்த இன்ஸ்பெக்டர் "ஊர் போகக் காசிருக்கா?" என்றான். இருவரும் அமைதியாக இருந்ததால், அவன் பாக்கெட்டில் கையைவிட்டு நூறு ரூபாய் பணத்தை எடுத்து வாங்கிக் கொள்ளச் சொன்னான். மல்லி அந்தப் பணத்தை ஏறிட்டுப் பார்க்க மறுத்தாள்.

"டேய்! காசில்லாம எவண்டா பஸ்சிலே ஏத்துவான்? அதிக நேரம் முகாமிலே நின்னா, அப்புறம் வேற யாராவது வந்தா கேஸ் போட்டு உள்ளே தள்ளிடுவாங்க" என்றான்.

ஆனாலும், வீரபத்திரன் அந்தப் பணத்தை வாங்காமல் நின்றான். பின், இன்ஸ்பெக்டர் அங்கிருந்த மூன்று போலீஸ்காரர்களைக் கூப்பிட்டு, அவர்களிடம் வீரபத்திரனையும் மல்லியையும் குன்றியில் விட்டுவிட்டு வரும்படி கூறினான்.

போலீஸ்காரர்கள் இருவரையும் ஜீப்பில் ஏற்றிக்கொண்டு குன்றியில் லிங்காயத்து வளவை அடைந்த சமயம் விடிந்து போயிருந்தது. இருவரையும் இறக்கிவிட்டு வளவில் சொல்லிவிட்டு ஜீப்பைக் கிளம்பிக் கொண்டு போய் விட்டார்கள்.

ஜீப் வந்ததும், வாசலில் காத்துக் கிடந்தவர்கள் கூட்டமாகச் சேர்ந்து கொண்டார்கள். மல்லியையும் வீரபத்திரனையும் அடித்து விட்டார்களா? என விசாரித்தார்கள். மல்லி விம்மி அழுதாள். வீரபத்திரனும் அழுதான். என்ன ஆனது எனக் கேட்டனர். போலீஸ்காரர்களைப்பற்றிப் பேசினார்கள் உறவுக்காரர்கள். மல்லியின் மாமியார், தனது சம்மந்தி சிக்கைய தம்பிடியினாலே தனது மகனுக்கு அவமரியாதையும், வேதனையும் வந்ததாகக்கூறி மல்லியின் குடும்பத்தினரைத் திட்டித் தீர்த்தாள். அப்போது அங்கு வந்த வளவின் கொத்துக்காரன், "எதுவாயிருந்தாலும் பின்னே பேசிக்கலாம். முதல்லே, இரண்டு பேரையும் வீட்டிற்குள்ளே கூட்டிக்கிட்டுப் போயிப் பேசுங்க" என்று அறிவுரை கூறி அனுப்பினான். மல்லி அவளது குடிசைக்குள் காலெடுத்து வைக்கும் போது, வாசலில் வீரபத்திரன், "அவள் வீட்டிற்குள் நுழையக்கூடாது. மாதேஸ்வரனுக்கு ஆகாது அவள் சாதி கெட்டுப் போய் விட்டாள்

சாமி, சாதி கெட்டுப் போய்விட்டாள். லிங்காயத்துக்கு ஆகாது" என மண்ணில் புரண்டு கத்தினான்.

அவனது சப்தம் லிங்காயத்து வளவு முழுவதும் எதிரொலித்தது.

மல்லியின் இதயம் கணநேரம் உறைந்துபோய், பின் துடித்தது. வீரபத்திரன் கரிய இருளில் நடந்ததை பகலில் ஊருக்கு முன் போட்டுடைத்து ஆர்ப்பரித்துக் கொண்டிருந்தான்.

வெளியில் பேசிக்கொண்டது கிணற்றுக்குள் விழுந்து கிடக்கும்போது கேட்கும் சப்தங்களைப்போல திண்ணையின் சுவரில் சாய்ந்து மண்தரையில் சரிந்து உட்கார்ந்திருந்த மல்லிக்குக் கேட்டது. அவளது பெற்றோரையும், தம்பியையும் எண்ணிக் கலங்கியபோது அவளுக்கு வெளிச்சப்தங்கள் வெவ்வேறு பேச்சுக்கள் எதிரொலியாய் கேட்டது.

- "இவளைத் தள்ளி வைக்க வேண்டும்."

- "அப்பா, அம்மா இல்லாதபோது எப்படித் தள்ளி வைக்கிறது?"

- "கரை ஒந்தனை கொத்துக்காரனுக்குச் சொல்லி அனுப்பலாம்."

- "அட சாமி, இப்படியா இவ வாழ்க்கை மாறணும்."

- "விதி யாரை விட்டது."

- "எதுக்கும் கொஞ்சம் பொறுத்து முடிவு செய்யலாம்."

- "கிராமத்துக்கு ஆகாது."

- "சாதிக்கு ஆகாது."

- "பேசி முடிவு செய்யலாம்."

- "இவ தூக்குப் போட்டுச் சாகட்டும்."

20

இப்பொழுது தொட்டியில் வாகனங்களின் சப்தங்களைக் கேட்ட போதெல்லாம், குழந்தைகள் தங்களின் பெற்றோர்களுக்குப் பின்னே பதுங்கிக் கொண்டனர். பெரியவர்களும் குடிசையை விட்டுக் கூடுமானவரை வெளியே வருவதைத் தவிர்த்தார்கள். கொத்தல்லியோ சிவண்ணாவோ வந்தவர்களிடம் பேசிச் சமாளித்து வந்தார்கள்.

அன்று காலை ஜீப் வந்தபோது, சிவண்ணாதான் போலீஸ்காரர்களிடம் பேசினான்.

"உயர் அதிகாரி காட்டுக்குள் வீரப்பனைப் பிடிக்கப் போக வேண்டியிருப்பதால் வழி காட்டக் கூட்டி வரச் சொன்னார்கள்" என்று கூறி சிவண்ணாவைத் தலமலைக்குக் கூட்டிப் போனார்கள். அவன் மாதியிடம்கூட போய்வருவதைக் கூறக்கூட அவர்கள் விடவில்லை.

முகாமுக்குள் நுழைந்தபோது மதியமாகியிருந்தது. உயர் அதிகாரி முகாமில் இருப்பதற்கான பரபரப்பு அங்கு தென்பட்டது. அன்று முகாமில் விருந்து கொடுத்த போலீசார்களையும், உயர் அதிகாரியையும் நினைக்கும்போது, சிவண்ணா வேதனையும் அச்சமும் அடைந்திருந்தான். பெரும்பாலும் இங்கு வருவதைத் தவிர்த்து விடுவதைத்தான் அவனும் விரும்பினான். ஆனால், தொட்டியில் உள்ளே சோளகர்களை எண்ணிக்கொண்டு வந்திருந்தான்.

அப்போது ராமரணை தொட்டியிலிருந்து சில சோளகர்களை போலீஸ்காரர்கள் கூட்டி வந்திருந்தனர். இந்த முறை இவர்கள் மூட்டை தூக்கி வருவார்கள் என்பதை அவன் யூகித்துக் கொண்டான். வந்திருந்த சோளகர்கள் பாலப்படுகை பக்கமிருந்து ஒருத்தனைக் கூட்டி வந்திருக்காங்க. அவனை விசாரித்துவிட்டுத்தான் காட்டுக்குக் கூட்டிப் போவார்கள் என்று பேசிக் கொண்டது அவன் காதுகளில் விழுந்தது. "பாலப்படுகை பக்கமிருந்து யார்?" என்று கேட்டான்.

மற்றவர்களுக்கு முழு விபரம் தெரியவில்லை.

அப்போது, அவன் உயர் அதிகாரியின் அறையில் ஏதேனும் தென்படுகிறதா என வெளியே மதில் சுவர் ஓரமாய் நின்று பார்த்தான். போலீசார் கூட்டமாக நின்றதால் தெரியவில்லை.

அப்போது ஒரு போலீஸ்காரன் சிவண்ணாவை உயர் அதிகாரி அறையிலிருந்து வந்து கூப்பிட்டான். சிவண்ணா அங்கு போனபோது, அவனுக்கு அதிர்ச்சியில் உடல் சில்லிட்டுப் போனது. உயர் அதிகாரி முன்பு பாலப்படுகை புட்டனை நிறுத்தியிருந்தனர்.

"வீரப்பன் இப்போ எங்கேடா இருப்பான்?" என்றான் உயர் அதிகாரி. அவனது கையிலிருந்த தடியைத் தட்டிக்கொண்டே. அப்போது பக்கத்தில் இருந்த இரண்டு போலீஸ்காரர்கள் தங்களின் கையிலிருந்த தடியை புட்டனின் மீது வீசத் தயாராக உயர்த்தினார்கள். ஒரு கணம் புட்டன் தடியை உற்றுப் பார்த்துவிட்டு, எதையேனும் சொன்னால்தான் அடி விழாமல் தப்பிக்க இயலும் எனப் புரிந்து,

"நாளைக்கு ராகி மாவு கொண்டுக்கிட்டு திருகல்வனம் வரச் சொன்னானுங்க. அநேகமா குன்றி பக்கம் திருகல்வனத்திலேதான் இருப்பான்" என்றான்.

"உண்மையாவா?" என்றான் உயர் அதிகாரி.

புட்டன் தடியைப் பார்த்துக்கொண்டே தலையாட்டினான். "சரி. எல்லோரையும் கிளம்பச் சொல்லுங்க" என்று உத்தரவிட்டான் உயர் அதிகாரி.

அப்போது தல மலை முகாமின் போலீஸ் இன்ஸ்பெக்டர் சிவண்ணாவைக் கூப்பிட்டு புட்டனின் முன் நிறுத்தி, "இவனைத் தெரியுமா?" என்றான்.

புட்டனின் கண்கள் லேசாகக் கலங்கியது. பின், தெரியாது என்று தலையசைத்தான், சிவண்ணாவைப் "போ" என்று அனுப்பி விட்டார்கள்.

சற்று நேரத்திற்கெல்லாம் மூன்று வாகனங்களில் சுமார் முப்பதுக்கும் மேற்பட்ட போலீஸ்காரர்கள் துப்பாக்கிகளையும் எடுத்துக் கொண்டு வண்டியில் ஏறிக் கொண்டனர். துப்பாக்கிகளையும் மளிகைச்சாமான்களையும் வண்டியில் ஏற்றியிருந்தனர். அதில் சிவண்ணாவையும் பிற ஆட்களையும் ஏறுமாறு உத்தரவிட்டனர். குன்றி மலைப்பக்கமாக வண்டியைக் கிளப்பிக் கொண்டு சென்றார்கள். சிவண்ணாவும், புட்டனும், மற்ற மூட்டை தூக்கும் ஆட்களும் முன்னே செல்ல, அதன் பின், துப்பாக்கிகளை ஏந்திய போலீஸ்காரர்கள் வந்தார்கள். உயர் அதிகாரி அவர்களுக்கு நடுவில் வந்தான். அவனுக்குப் பின்னேயும் மற்ற போலீஸ்காரர்களும் வந்தார்கள். சிவண்ணா, புட்டனை அவ்வப்போது பார்த்தான். அவனது நெஞ்சில் தூக்கி வரும் மூட்டையின் பாரத்தை விட அதிகமான சுமையை உணர்ந்தான்.

சோளகர் தொட்டி

மாலை நேரத்தில் திருகல் வனத்தை அடைந்தனர். அங்கு ஓர் ஓடை ஓடிக் கொண்டிருந்தது. அதனை ஒட்டி மணற்பாங்கான பகுதியிருந்தது. அங்கே நின்ற புட்டன் சுற்றிலும் பார்த்தான். போலீசாரும் நின்று விட்டனர். அங்கே புதிதாக மூத்திரத் தாரையோ, மனித மலமோ தென்படுகிறதோ எனப் பார்த்தார்கள். சில அடி தூரத்தில் காய்ந்த மலங்கள் கிடந்தன. அங்கே புதிதாக கால் தாரைகளோ வேறு மனித நடமாட்டத்தின் சுவடுகளோ இல்லை. மீண்டும் புட்டனை உயர் அதிகாரி முன்பு நிறுத்தினார்கள்.

"எங்கேடா வீரப்பன்" என்றான் உயர் அதிகாரி. அவனது முகத்தில் இந்த வயதில் பத்து மைல்கள் நடந்து வந்த கோபமும் களைப்பும் இருந்தது.

புட்டன் தலைகுனிந்து நின்றான். உயர் அதிகாரி கையிலிருந்த துப்பாக்கியை புட்டனின் முன்பு நீட்ட முயன்றான். அப்போது புட்டன்,

"சாமி, ஒரு வேளை அவன் கேர்மாளம் பக்கமிருக்கிற கரடி மடுவிலே தங்கியிருப்பான். போனா, அதிகாலையிலே புடிச்சிடலாம்" என்றான். உயர் அதிகாரி சற்று யோசித்து விட்டு, கைத்துப்பாக்கியைக் கீழே இறக்கிக் கொண்டான். மீண்டும், திரும்பி நடந்து வரும்போது, சிவண்ணா, புட்டனை எண்ணிப் பெருமூச்செறிந்தான். தன்னைத் தெரியும் என்று புட்டன் சொல்லியிருந்தால் தன்னையும் அவனைப் போலவே நடத்தியிருப்பார்கள். அவன் அவ்வாறு சொல்லாதது சற்று ஆறுதலாக இருந்தது. அவர்கள் குன்றியை வந்தடையும் போது நன்றாக இருட்டியிருந்தது. அவர்கள் அங்கு நிறுத்தப்பட்டிருந்த வேனில் ஏறி கேர்மாளத்துப்பக்கம் போகும் போது, வானம் இடி இடித்து கிழ மூலையில் மின்னல் வெட்டி காற்றுடன் மழை கொட்டியது. பாதி வழியிலேயே வாகனத்தை நிறுத்தச் சொல்லி உயர் அதிகாரிகள் வாகனத்திலிருந்து உத்தரவு வரவே, வண்டியைச் சாலை ஓரமாய் நிறுத்தி அங்கேயே இரவு உணவைப் போலீஸ்காரர்கள் சாப்பிட்டனர். சிவண்ணாவிற்கும் கொஞ்சம் கொடுத்தார்கள். மழை முற்றிலுமாய் விடும்போது இரவு இரண்டு மணிக்கு மேலாகியிருந்தது. வனத்திலிருந்து யானையின் பிளிறல் சப்தம் கேட்டது. முன்னே சென்ற வாகனத்தில் அதன் முகப்பு விளக்கை அணைத்துக் கொண்டார்கள். மூன்று யானைகள் சாலையின் ஓரமிருந்த உன்னிப் புதரில் முகத்தை நுழைத்து அசையாமல் அமைதியாக நின்று கொண்டிருந்தன. சற்று நேரப் பயணத்திற்குப் பின் கேர்மாளம் வந்தது.

போலீசார் வண்டியிலிருந்து இறங்கி, கேர்மாளம் தொட்டிக்குச் சென்று அப்பகுதி வனத்தை வழிகாட்ட மூன்று நபர்களைக் கூட்டி வந்தனர். கரடி மடுவு வனத்திற்குள் செல்ல வேண்டும் என்பதாலும், அதிகாலை நேரத்தில் அங்கு செல்ல வேண்டியிருப்பதாலும் அதை அறிந்தவர்கள் உதவி வேண்டியிருந்தது. கேர்மாளத்து தொட்டி ஆட்கள் வழிகாட்ட, வனத்திற்குள் பேட்டரி விளக்குகளை அடித்துக் கொண்டு உடனே புறப்பட்டு விட்டனர். கற்களும் சகதியும் நிறைந்த பகுதியாயிருந்தது. விடியும்போது வனத்தின் கரடி மடுவினை அடைந்தனர். அந்தப் பகுதியில் நன்றாகத் தேடினர். அங்கு யாரும் தென்படவில்லை. புட்டன் பாறைக்குழியில் தண்ணீர் தேங்கியிருந்த பாலியில் நோட்டமிட்டுத் தலையைக் குனிந்து நின்றான்.

உயர் அதிகாரி அவனைக் கூப்பிட்டான்.

புட்டன் "ஐயா..." என இழுத்தான்.

"நீ பேசாதே, நான் பேசிக்கிறேன்" உயர் அதிகாரி கோபத்தின் உச்சியிலிருந்தான். அவன் சிவண்ணாவைக் கூப்பிட்டு,

"இவனுக்கு என்ன சாப்பிடப் பிரியப்படறானோ, அதைக் குடுடா" என்றான். சிவண்ணா அவன் எதிரே நின்று "என்ன வேண்டும்?" என்றான்.

"டீ வேணும்" புட்டனின் கண்களிலிருந்து கண்ணீர் வழிந்தது. தூக்கி வந்த மூட்டையைப் பிரித்து, அதிலிருந்த குவளையை எடுத்தான். கொண்டு வந்திருந்த தண்ணீரில் சிறிது ஊற்றி அடுப்புக் கூட்டிப் பற்ற வைத்து, பாத்திரத்தில் தேனீர் தயாரித்தான். அப்போது புட்டன் நடுங்கிக் கொண்டிருந்தான். சிவண்ணா ஒரு டம்ளர் தேனீரை உயர் அதிகாரி முன் நீட்டினான். அதனை வாங்கிக்கொண்டு,

அவனை முதலில் கவனி என்றான் உயர் அதிகாரி. அடுத்த டம்ளர் தேனீர் புட்டனிடம் நீட்டியபோது, அவன் நடுக்கத்துடன் அதனை உறிஞ்சினான்.

"ரொட்டி திங்கரையா?" என்றான் உயர் அதிகாரி.

தலையாட்டினான் புட்டன்.

அதிகாரி தனது பையிலிருந்த ரொட்டியை எடுத்து வரச் சொல்லி, புட்டனுக்குக் கொடுத்தான். புட்டன் அதைத் தலைகுனிந்தபடியே தின்றான். அவன் மெதுவாகத் தின்று ரொட்டி குறையும்போது, புட்டனின் முகம் கலவரமடைந்தது. சிவண்ணாவின் நெஞ்சு படபடக்க அவனது தலை சுற்றியது. புட்டனுடன் இருந்த நாட்களை நினைத்துக் கொண்டான். தூரத்தில் போலீசார்

சுற்றிலும் நின்றுகொண்டு, எதையோ வேடிக்கை பார்க்க ஆயத்தமாகியிருந்தார்கள். ரொட்டியின் கடைசித் துண்டு புட்டனின் வாயினுள் சென்றதும், உயர் அதிகாரி, சிவண்ணாவிடம், புட்டனின் கையைப் பின்புறமாக மடக்கிக் கட்ட உத்தரவிட்டான்.

சிவண்ணா நடுக்கத்துடன் சென்று புட்டனின் வேட்டியின் கீழ்ப்பகுதியைக் கிழித்து அவனது கையைப் பின்னே மடக்கிக் கட்டினான். பின் கண்களையும் கட்ட உத்தரவிட்டான் உயர் அதிகாரி. புட்டனின் கண்களும் கட்டப்பட்டு, மரத்தின் முன்னே நிறுத்தி துப்பாக்கியுடன் நின்ற ஒரு போலீஸ்காரனைக் கூப்பிட்டு, அவன் எதிரே நிறுத்தினான்.

சிவண்ணாவின் கண்முன்னே சில நொடிகளுக்குள் புட்டன் முடியப் போகின்றான். தனது தொட்டிக்காரியின் கணவனைக் காப்பாற்ற எந்த முயற்சியும் செய்யாமல் சிவண்ணா மரமென நின்றான் என்று தொட்டியில் செய்தி சென்றால் அவனைத் தங்களின் குலத்தவனாக இல்லாவிட்டாலும் ஒரு மனிதனாகக்கூட மதிப்பாளா அவனது மனைவி என்று கலங்கி, “ஐயா” எனக் கத்தினான் சிவண்ணா.

உயர் அதிகாரி அவனைப் பார்த்துத் திரும்பியதும்,

“தப்பா எடுத்துக்காதீங்க. ஓடறவனைச் சுடலாம். ஆனா கூட வந்தவனைச் சுடறது பாவம்னு எங்க தொட்டிக்காரங்க சொல்வாங்க. கொஞ்சம் தேடினா வேற இடத்திலேகூட வீரப்பன் அகப்படுவான்” என்று நடுக்கத்துடன் இழுத்தான் சிவண்ணா.

“சுட வேண்டாங்கறையா” என்றான் உயர் அதிகாரி.

“நீங்க பெரியவங்க. ஏதோ எனக்குத் தெரிஞ்சதைச் சொன்னேன். உங்களை நம்பி வந்தவனைச் சுடணுங்களா?”

“நீ இவனுக்கு ஏதாவது உறவா?”

“அவனும் சோளகன். நானும் சோளகன். ஆனா, அதுக்காகச் சொல்லலீங்க. உங்களுக்குத் தெரியாததில்லை” என்று இழுத்தான்.

“இப்போ என்ன பண்ணலாங்கிறே” என்றான் உயர் அதிகாரி.

விடிந்த பொழுதில் சிவண்ணா மலையிலிருந்து கீழே பார்த்தான். வெகு சில மைல்களுக்கு அப்பால் தூரத்தில் பச்சையான மரங்களடர்ந்த வனத்திலிருந்து வெந்நிறமாய் புகை எழுந்து கோடாய் வந்து கொண்டிருந்தது. அதனைக் காட்டி,

“ஐயா அங்கிருக்கிறான் வீரப்பன்” என்றான்.

அவன் சுட்டிக் காட்டிய திசையில் புகை வந்து கொண்டிருந்த பகுதி அடுத்த மலையிலிருந்தது. உயர் அதிகாரி பரபரப்புடன் புட்டனை விட்டுவிடச் சொல்லிவிட்டு மற்றவர்களை அந்தப் பகுதிக்குக் கிளம்பிப்போக உத்தரவிட்டான். சிவண்ணா ஓடிச்சென்று புட்டனின் கண் மற்றும் கைகால்கட்டுக்களை அவிழ்த்து விட்டான். புட்டன் இறுக்கமாக மூடியிருந்த கண்களை மெதுவாகத் திறந்து பார்த்தான்.

சிவண்ணா எதிரில் நிற்பதைப் பார்த்துக் கண்ணீர் வடித்தான். ஒரு மணி நேரத்திற்குப் பின் நடந்து வந்து வாகனத்தில் ஏறிப் புகை வந்த மலையினை அடையப் போகும்போது, போலீசார் தங்களிடமிருந்த வயர்லெஸ் கருவியில் புகை வரும் இடத்தினை மற்ற போலீசார்களும் நெருங்க உத்தரவிட்ட சமயம், சத்தியமங்கலம் போலீஸ் அதிகாரி தான்தான் மற்ற போலீசாருடன் வீரப்பனைத் தேடி அங்கு முகாமிட்டு சமைத்துக் கொண்டிருப்பதாகக் கூறினான்.

உயர் அதிகாரிக்கு முகம் சுருங்கிப் போய் வாகனத்தை மீண்டும் தலமலை முகாமை நோக்கித் திருப்ப உத்தரவிட்டான்.

சில மணி நேரத்திற்குப் பின், முகாமை வந்தடைந்தார்கள். கோபமுடன் முகாமுக்குள் வந்த உயர் அதிகாரி சிவண்ணாவைக் கூப்பிட்டான். அவன் அதிகாரியின் எதிரே நின்ற சமயம்,

"எப்படியோ, எதையோ பொய் பேசி அவனைக் காப்பாத்திட்டே."

"இல்லைங்கய்யா புகையைப் பார்த்து நான் வீரப்பன்னு..." என இழுத்தான் சிவண்ணா. உயர் அதிகாரி அவனைப் பேசாமலிருக்கச் சொல்லிவிட்டு,

"நீயும் வீரப்பன் ஆளா, உனக்கு வீரப்பனைத் தெரியுமில்லே. இவன் உனக்கு உறவுக்காரனா?" என்றான் புட்டனைக் காட்டி.

அதிர்ந்து போன சிவண்ணா, "ஐயா நானும் சோளகன், அவனும் சோளகன். அதைத்தவிர, ஒண்ணுமில்லேங்க. கூட வர்றவனைச் சுடறது பாவன்னு மனசுலே பட்டதைச் சொன்னேங்க. மத்தபடி வீரப்பனை நான் இதுவரைக்கும் கண்ணிலே பார்த்ததே கிடையாது. உங்களுக்கு வழிகாட்டக்கூட காட்டுலே நான்தான் முன்னுக்குப் போறேன். ஏதாச்சு ஆனா எனக்குத்தான் முதல் அடி விழும். நான் வீரப்பனோட ஆளாயிருந்தா, நான் எதுக்குங்க முன்னாடி போறேன். வீரப்பனாலே எங்க மலைக்காரனுகளுக்குச் சிரமம்தான் அதிகம். என்னை நம்பாமப் பேசாதீங்கய்யா" என்றான்.

உயர் அதிகாரி சிவண்ணாவைப் போகச் சொல்லிக் கைகாட்டிவிட்டு, தலமலை இன்ஸ்பெக்டரை அழைத்து சிவண்ணாவையும் கண்காணிக்குமாறு கூறினான். புட்டனைக் கவனிக்கும்

விதத்தில் கவனித்து உண்மையை வாங்கச் சொல்லிவிட்டு சற்று நேரத்திற்கெல்லாம் முகாமை விட்டுப் போய்விட்டான்.

முகாமில் சிவண்ணாவிற்கு சமையலுக்கு விறகுகளை உடைத்துக் கொடுக்கும் வேலையைச் செய்யச் சொல்லியிருந்தனர். புட்டன் முகாமிலிருந்த அறையில் அடைக்கப்பட்டிருந்தான். அந்த அறையிலிருந்து அவ்வப்போது புட்டனின் அலறல் சப்தம் முகாமுக்கு வெளிவரை கேட்கும். அன்றிரவு புட்டனின் அறைக்குத் தண்ணீர் கொண்டு வரும்படி இன்ஸ்பெக்டர், சிவண்ணாவிடம் கூறியதால், தண்ணீரை ஒரு வாளியில் தூக்கிக் கொண்டு புட்டன் அடைக்கப்பட்ட அறைக்குள் சென்றான். அந்த அறை இருண்டிருந்தது. தரைகளில் பிசுபிசுப்பான ஈரமிருந்தது. புட்டன் நிர்வாணமாய் பின்னால் கைகள் கட்டப்பட்டு அறையின் விட்டத்திலிருந்த உருளையில் கட்டிக் கிணற்றில் தண்ணீர் இறைப்பது போல அந்தரத்தில் தலைகீழாய்த் தொங்கிக் கொண்டிருந்தான். சிவண்ணா ஒரு கணம் உயிர் வலி கண்டு உறைந்து நின்றான். அப்போது ஒரு போலீஸ்காரன் அவனது கையிலிருந்த கயிற்றைக் கீழே இறக்கிய போது தரையில் வந்து புட்டன் இறங்கினான். அவன் மயங்கிப் போயிருந்தான். அவனுக்குத் தண்ணீர் கொடுத்து மயக்கத்தைத் தெளிவாக்கித் தங்களைக் கூப்பிடக் கூறிவிட்டு அந்த அறையிலிருந்து இன்ஸ்பெக்டரும், மற்ற நான்கு போலீசாரும் சென்று விட்டனர். புட்டனின் கைகளின் தோள்கள் வீங்கிப் போயிருந்தன. பின்னங்கை களைக் கட்டி கயிற்றினால் அந்தரத்தில் தூக்கும்போது தோள் மணிக் கட்டுக்களில் ஏற்படும் வலியால் அவன் மயங்கியிருப்பான் என்று கருதினான் சிவண்ணா. மெதுவாக புட்டனின் முகத்தைத் தண்ணீரால் துடைத்து விட்டான். பின், மெதுவாக புட்டனிடமிருந்து விசும்பல் வந்தபோது, அவனைத் தனது மடியில் சாய்த்துத் தண்ணீர் கொடுத்தான். நான்கு மிடர்க் குடித்து விட்டு புட்டன் சிவன்ணாவைப் பார்த்தான்.

“ஒரு வழிப்பாதையிலே மாட்டிகிட்டேன். இனி பிழைக்க வழியில்லே சிவண்ணா” என்றான் புட்டன். சிவண்ணா அவனது முகத்தைத் துடைத்து விட்டான்.

“எனக்குத் தெரிஞ்சதைச் சொல்லிட்டேன். எனக்குத் தெரியாததைச் சொல்லுன்னு அடிச்சுச் சித்திரவதை செய்வதைவிட, ஒரே அடியிலே கொன்னுட்டா நிம்மதியாயிருக்கும். என்னாலே முடியலே சாமி. என்னோட காட்டுக்குள்ளே வந்த சோளகனைச் சொல்லுங்கறாங்க. என் சிரமம் என்னோட மடியட்டும். என் ஈரம்மாவை ஆறு மாச கர்ப்பிணியா விட்டுட்டு வந்துட்டேன். அவகிட்டேச் சொல்லிடு சிவண்ணா. நான் திரும்ப வரமாட்டேன்னு. எனக்காகக் காத்திருக்க

வேண்டான்னு. எனக்கு என் குழந்தை முகம் கண்ணுக்குள்ளே வருது. அவனை வளர்க்க முடியாதவனா ஆயிட்டேன்" என்று கூறிய போது அவன் கண்களிலிருந்து கண்ணீர் பெருகி நெஞ்சில் வழிந்தது.

சிவண்ணா, புட்டனுக்கு அறையின் மூலையில் கிடந்த அவனது வேட்டியை எடுத்து உடலில் சுற்றி விட்டான்.

"இங்கேயிருந்து போயிடு சிவண்ணா. உன் முன்னாடி நான் அடிபட்டுச் சாகறது எனக்கு அவமானமாயிருக்கு" எனக்கூறி எழுந்து நிற்க முயன்றான். ஆனால், அவனது கால்கள் வீங்கியிருந்ததால், தடுமாறியவனைத் தனது நெஞ்சோடு அணைத்துக் கொண்டான் சிவண்ணா. அப்போது உடலில் வலி கண்டு நெளிந்தான் புட்டன்.

சிவண்ணா அவனது தலையைப் புட்டனின் முகத்தில் பதித்துப் பொங்கி வந்த வேதனையையும், பீறிட்ட அழுகையையும் அழுத்தி சாந்தமாக்கிக் கொள்ள முயற்சி செய்தான்.

"என்னாலே எந்த வகையிலாவது உன்னைக் காப்பாத்த முடியுமான்னு பார்க்கறேன் புட்டா, கொஞ்சம் பொறுத்துக்க" என்றான். புட்டனின் கண்களில் அந்த வார்த்தை எந்த நம்பிக்கையையும் உருவாக்குவதாகக் காணவில்லை. அதற்குள் அங்கு தண்ணீரை மோண்டு வந்த புட்டனிடம் குடிக்கக் கொடுத்தான். அப்போது அந்தப் போலீஸ்காரன்,

"தண்ணியா கொடுக்கறே, மூத்திரத்தைப் பிடிச்சிக் கொடு. வாயைத் திறக்க மாட்டேங்கறான். உங்கிட்டே ஏதாவது சொன்னானாடா?" என்றான்.

"இல்லைங்க" என்று தலையசைத்து விட்டு, அந்த அறையிலிருந்து வெளியே வந்தான் சிவண்ணா. அப்போது கட்டுக்கம்பி என்ற மெல்லிய இரும்புக் கம்பியை எடுத்துக் கொண்டு தலை வழுக்கையான போலீஸ்காரன் புட்டன் கிடந்த அறைக்குள் நுழைந்தான்.

சிவண்ணாவுக்கு இந்த இரும்புக் கம்பியை வைத்து என்ன செய்யப் போகிறார்கள் என்ற பதட்டத்துடன் அறையை எட்டிப் பார்த்தான். அறையினுள் இரண்டு போலீஸ்காரர்கள் புட்டன் கட்டியிருந்த வேட்டியை அவிழ்த்து வீசிவிட்டு அவனை நிர்வாணமாகக் குந்த வைத்து உட்காரச் சொன்னார்கள். வீங்கியருந்த அவனது கால் மூட்டுக்கள் அவ்வாறு உட்காரும் போது வலியினால் நடுங்கிற்று. மீண்டும், போலீஸ்காரர்கள் புட்டனிடம் வீரப்பனின் இருப்பிடத்தைக் கேட்டார்கள். அவனது கூட்டாளிகள் யார் என்று வினவினார்கள். உண்மையிலேயே புட்டனுக்கு அது பற்றி எதுவும் தெரியாது. சில சந்தர்ப்பங்களில், சில நூறு ரூபாய்க்காகச் சில சமயம்

சர்க்கரையையும், அரிசி பருப்பையும் மட்டுமே அவன் வாங்கிக் கொடுத்திருக்கின்றான். அதுவும் கூட வீரப்பனிடம் நேரிடையாக அல்ல. அவனது ஆட்களிடம், அந்த ஆட்களின் பெயர்கள் கூட போலீசாருக்குத் தெரிந்த பெயர்களே. அதைத்தவிர அவனை என்ன சித்தரவதை செய்து கொடுமைப்படுத்திய போதும் அதிலிருந்து தப்பிக்க "வீரப்பனைத் தெரியும். அவன் திருகல்வனம் பக்கம் வந்தான்" என்று கூறிவந்தான். அந்தச் சமயங்களில் அவனிடம் வரும் பதிலுக்காக சில நிமிடங்கள் அடி விழுவது நிறுத்தப்படுவதே அவனின் புண்பட்ட உடலுக்கு ஆறுதலாக இருந்தது. இறுதியில் போலீசார் தங்களின் சித்தரவதையைத் தொடர்ந்தனர். இதுவே நேற்றிலிருந்து தொடர்ந்து மாறி, மாறி புட்டனின் அலறலில் வெளிப்பட்டு வந்தது.

அப்போது வழுக்கைத் தலைப் போலீஸ்காரான் கோபம் கொண்டு புட்டனின் கையை நீட்டச் சொன்னான். புட்டன் அவனிடம் இடது கையை நீட்ட முயன்றான். அது வீங்கியிருந்தது. போலீஸ்காரன் 'வலக்கை' எனச் சைகை செய்தான்.

வலக்கையை சிரமப்பட்டு நீட்டினான். போலீஸ்காரன் புட்டனின் பெரு விரலைப் பிடித்தான். புட்டன் கையை இழுத்துக்கொள்ள முயன்றான். ஆனால், போலீஸ்காரன் பார்வையிலேயே மிரட்டியதால் குரல் வளையைச் சிறுத்தையிடம் ஒப்படைத்த கேளைஆடு போல அமைதியாக நீட்டினான். அது முறியப் போகிறாதா? என்று எண்ணினான். வழுக்கை போலீஸ்காரன் அவனின் கை விரலைக் கெட்டியாகப் பிடித்துக் கொண்டதும், மற்றொரு போலீஸ்காரன் அந்தப் பெருவிரலில் இரத்தம் உறையும் அளவு இறுக்கமாக இரும்புக் கம்பியைச் சுற்றினான். பின்னர், அதனைப் பின்புறமாக மடக்கினான்.

புட்டன் வலியில் கூப்பிடாத சாமிகளையெல்லாம் கூப்பிட்டான். அவனது பெருவிரலை கை மணிக்கட்டுடன் சேர்த்துப் பின்னர் மீதி இரும்புக் கம்பியினால் மணிக்கட்டையும் பெருவிரலையும் சேர்த்துக் கட்டினார்கள். ஒவ்வொரு கணமும் வலி புட்டனைக் கொன்றது. அவன் அலறலில் சிவண்ணாவின் கண்களில் கண்ணீர் பெருகியது. டேய் சாமிகளே என்னடா செய்யறீங்க என்று மனதுக்குள் கத்தினான். புட்டன் வலியினால் மயக்கமுற்றவன் போலக் கிடந்தான். அப்போது வழுக்கைப் போலீஸ்காரன் அவனது முகத்தைப் பிடித்து,

"இன்னும் மூணு நாளைக்க இப்படியே கிடக்கணும். அவிழ்க்க முயற்சித்தீனா காட்டுக்குள்ளே தூக்கிப் போய் உன் வாயிலே சுட்டுத் தூக்கி எறிஞ்சிடுவேன்" என்றான்.

பின்பு, அவனை இழுத்து அறையின் ஜன்னலில் பிணைக்கப்பட்டிருந்த சங்கிலியில் கட்டிவிட்டு அறையைச் சாத்திவிட்டு வெளியே போகும்போது, வெளியே நின்ற சிவண்ணாவிடம்,

"உள்ளே போயி தண்ணீ கொடுக்காதே" என்று மிரட்டும் தொனியில் கூறிவிட்டுப் போனான் வழுக்கை போலீஸ்காரன்.

சிவண்ணாவுக்கு அவன் மீதே வெறுப்பாகவும், அவமரியாதையாகவுமிருந்தது. இந்தக் கோலத்திற்கு தான் ஏன் சாட்சியாக நிற்க வேண்டும். தனது குலத்தான், தன்னுடைய மகிழ்வான நாட்களில் துணையிருந்தவன் மெல்ல சாகடிக்கப்படுவதைத் திருடனைப் போலப் பார்த்ததை நான் எப்படி தொட்டியில் சொல்வேன்? என வேதனையில் வாடினான். முதலில் இங்கிருந்து தொட்டிக்கு ஓட வேண்டும் என்று உணர்ந்தான். அவன் இன்ஸ்பெக்டரின் அறைக்குச் சென்று தனது ஊர் போய்வர அனுமதி கோரினான். எதற்கு? என்று கேட்டான் இன்ஸ்பெக்டர்.

"வரும்போது பொண்ணுக்கு உடம்பு சரியில்லை. பார்த்துட்டு வரணும்" என்றான்.

"போய் உட்கார். மீண்டும் காட்டுக்குள்ளே போகணுமான்னு கேட்டு, பின்னாடி சொல்றேன்" என்று அவனை அனுப்பினான். சிவண்ணா, இன்ஸ்பெக்டரிடமிருந்து பதிலை எதிர்பார்த்து முகாமின் வேப்பமரத்தின் கீழ் உட்கார்ந்திருந்தான். அப்போது முகாமுக்குள் வர வெளியே சீர்காட்டு ராஜு நின்று கொண்டிருப்பதைப் பார்த்தான். உடனே, சிவண்ணா மரத்துக்குப் பின்னே நின்று கொண்டான். அப்போது உள்ளே வந்த ராஜு, இன்ஸ்பெக்டரிடம் வணக்கமிட்டு விட்டு எதையோ பேசினான். பின், இன்ஸ்பெக்டர் அவனை புட்டன் அடைக்கப்பட்ட அறைக்குக் கூட்டிச் சென்று புட்டனைக் காட்டினான். புட்டன் அந்நேரம் பாதி மயக்கதில் இருந்தான். எழுந்து உட்கார முயன்றான்.

சிவண்ணாவுக்கு ஒரு பொறி தட்டியது. ராஜு உளவு சொல்ல அங்கு வந்திருக்கிறான் என்பதும் புட்டன் அடைக்கப்பட்டு விசாரிக்கப்பட்டு வருவதற்கும், இந்த ராஜுவுக்கும் ஏதோ தொடர்பிருக்கிறது. இந்த நாய் ஆள்காட்டி வேலையையும் செய்கிறான் என்று தீர்க்கமாய் முடிவு செய்தான். திடீரென உச்சந்தலையிலிருந்து உள்ளங்கால் வரை பதறுவது போல உணர்ந்தான். பல நாட்களாய் எரிந்து கொண்டிருக்கும் நெருப்புதான் அது என அவன் நினைக்கவில்லை. விடு விடுவென முகாமை விட்டு வெளியே வந்தான். வெகுதூரம் நடந்து வந்திருந்ததை ஒரு மணி

நேரத்திற்குப் பின்பே உணர்ந்தான். அப்போதுதான், அவன் தந்தை பேதனின் நினைவுகளிலிருந்து விடுபட்டான்.

சிவண்ணா தொட்டிக்கு இரவு வந்து சேர்ந்தான். அப்போது அவன் நன்றாக நாட்டுச் சாராயம் குடித்திருந்தான்.

சிவண்ணா தொட்டிக்கு வந்தவன் அவனது குடிசைக்குப் போவதற்குப் பதிலாக சீர்காட்டை நோக்கி நடந்தான். அவன் ராஜுவின் வீட்டை நெருங்கும்போது அவன் வீட்டில் விளக்கு எரிந்து கொண்டிருந்தது. அப்போதுதான் ராஜு ஊர் திரும்பி, சாப்பிட கையை நனைத்திருந்தான். நாயின் குரைப்பு அதிகமாகவே அவன் எழுந்து வந்து வாசலில் நின்றான். சிவண்ணா நாயின் மீது ஒரு பெரிய கல்லைத் தூக்கி வீசினான். நாய் விலகி ஓடியதால் உயிர் தப்பியது.

சிவண்ணாவைத் திட்டிக் கொண்டே ராஜு அவன் முன்னே வந்தான். சிவண்ணா நாயை அடிக்க வீசிய கல்லை இரண்டு கைகளிலும் தூக்கி ராஜுவின் மீது வீசி எறிந்தான். ராஜு வீட்டிற்குள் ஓடித் தப்பித்தான். கல் கம்பி போட்ட இரும்புக் கதவில் பட்டதால் அதன் அடிப்பாகம் வளைந்து போயிற்று. ராஜுவின் மனைவியும், அவனது ஆள்காரர்களும் சப்தமிட்டார்கள். ஆனால், ஒருவருக்கும் சிவண்ணாவின் அருகே வரத் துணியவில்லை. ஒரு ஆள்காரன் சிவண்ணாவின் அருகில் வந்தபோது, அவனை சிவண்ணா உதைத்து விரட்டினான். சிவண்ணா, ராஜுவின் ஆள்காட்டித்தனத்தை மனதில் வைத்துக் கொண்டு அவனைத் தாக்க முயன்றான். ஆனால், ராஜு வீட்டிலிருந்து வெளியே வரவில்லை. அவன் மனைவி கதவை உள்புறமாகத் தாழிட்டு நின்று கொண்டாள்.

"போலீஸ்காரனுக்கு ஆள்காட்டி வேலை செய்யறதுக்குப் பதிலா உங்கம்மாவை உங்கப்பன் உட்டுக் கொடுத்த மாதிரி நீ உன் பொண்டாட்டியை கேம்பிற்கு அனுப்பி வைச்சுடுடா" என்றான்.

ராஜு வீட்டிலிருந்து சப்தமிட்டான்.

"சோளகன் எவனுக்காவது இனி உன்னாலே இடையூறு வந்தா அடுத்த நாளே உனக்குச் சாவுதான். எங்கப்பன் காட்டை விட்டு வெளியே போடா" என்றான்.

இந்த ஆர்ப்பாட்டத்தில் தொட்டியிலிருந்தவர்கள் சப்தம் கேட்டு ஓடிவந்து சிவண்ணாவைக் கூட்டிச் சென்றார்கள். அப்போது அவனுக்கு நன்றாக போதை ஏறியிருந்தது.

கொத்தல்லி அப்போது ஜோகம்மாளிடம்,

"இவனுக்குள்ளிருந்த பிசாசு மீண்டும் வெளியே வந்து ஆடி தொட்டிக்கு சங்கடத்தை ஏற்படுத்தி விட்டது" என்றான். மாதியும், சிவண்ணாவைத் திட்டிக் கொண்டே குடிசைக்குள் வந்து, அவனைப் படுக்க வைத்தாள். சிவண்ணா நடு சாமத்தில் எழுந்து உட்கார்ந்து கொண்டான். தனது பக்கத்தில் மாதி நன்றாகத் தூங்கிக் கொண்டிருப்பதைப் பார்த்தான். குடிசைக்குள்ளிருந்து எழுந்து வெளியே வந்தான். புட்டனின் ஞாபகம் அவனுக்கு வந்து வேதனையும், அவமானமும் பாரமாக அவனை அழுத்தியது. அவன் நடந்து ஜோகம்மாளின் குடிசைக்குப் போய் நின்று கதவைத் தட்டினான். ஜோகம்மாள் வெளியே வந்தாள். சிவண்ணாவை அந்நேரத்தில் பார்த்து சற்று அதிர்ச்சியடைந்தாள். ஆனாலும், அவனைத் திட்ட முயன்றாள். சிவண்ணா குடிசைக்குள் வந்தவன் தன் தாயின் மடி மீது தலை வைத்து முகாமில் புட்டனுக்கு நிகழ்ந்து கொண்டிருப்பதையெல்லாம் சொல்லி அழுதான்.

அச்சமயம் மாதி, சிவண்ணா குடிசையில் இல்லாமலிருப்பதைக் கண்டு பயந்து கொத்தல்லி குடிசைக்குச் சென்று விசாரித்து விட்டு ஜோகம்மாளின் குடிசைக்கு வந்தாள். சிறிது நேரத்தில் மாரம்மாளின் மருமகன் புட்டனின் கதியை எண்ணி தொட்டியினர் தூக்கத்தை துறந்து வேதனைப்படத் துவங்கினார்கள். மாரம்மாள் அவளது மருமகனை எண்ணி ஒப்பாரித்தது இரவில் வெகுதூரம் கேட்டது.

தொட்டியில் சோகத்தில் இருள் போர்த்தியிருந்தபோது மாதி, சிவண்ணாவை எண்ணி வேதனை அடைந்தாள். ராஜுவிடம் சிவண்ணா சண்டையிட்டதற்காக வம்பு வந்து சேருமோ என்று அஞ்சினாள். ஆனால், சிவண்ணா எனக்கும் போலீஸ்காரர்களைத் தெரியும். பிரச்சனை வந்தால் சமாளித்துக் கொள்கிறேன் என்றான்.

மாதி இந்த மாதிரியான தருணங்களில் தனது மகள் சித்திக்குத் திருமணம் ஆகியிருந்தால் பரவாயில்லையே என நினைத்துக் கொள்வாள். அவளுக்கு அது கவலைக்கு மேல் கவலையை அதிகப்படுத்தி விடும்.

அன்று முழுவதும் போலீசார் வருவார்களோ என அச்சத்தோடு இருந்தான். அன்று முழுவதும் போலீசார் யாரும் வரவில்லை. இப்பிரச்சனை அத்தோடு முடிந்து விட்டது என மாதி நிம்மதியடைந்திருந்தாள்.

ஆனால், மூன்றாம் நாள் காலையில் போலீஸ் ஜீப் தொட்டியில் வந்து நின்றது. தலமலை முகாமின் இன்ஸ்பெக்டர் வந்திருந்தான்.

சிவண்ணாவைக் கூப்பிட்டு, அவனிடம் விசாரிக்க வேண்டும் என்றான். வனத்தில் இருக்கும் ஜடைசாமி கோயிலைக் காட்டச் சொன்னான். சிவண்ணா தனக்கு மீண்டும் வழிகாட்டும் வேலை வந்து விட்டதா? எனப் புலம்பிக்கொண்டே வனத்தின் எல்லைக்கு அப்பாலிருந்த கோயிலைக் காட்டினான். அப்போது கோயிலின் பின்புறம் மண்மேடுகளை காலால் தட்டினார்கள் போலீஸ்காரர்கள். ஒரு பகுதியில் பொலபொலவென கால் மண் உள்ளே பதிந்தது. அந்த இடத்தில் மண்ணை விலக்கிப் பார்த்தார்கள். மண்ணில் ஒரு சின்ன மூட்டை பொன்னி அரிசிப் பையும், சர்க்கரை, டீத்தூள், பீடிகள் மற்றொரு பையிலும் வைத்துக் கட்டப்பட்டிருந்தது.

உடனே இன்ஸ்பெக்டர் "நீ எங்கிட்டேயும் வந்துகிட்டு, வீரப்பனுக்கும் பொருள்களைக் கொடுத்துவிட்டு முகாமிலே நடக்கிறதை உளவு சொல்லிக்கிட்டு இருக்கிறயா?" என்றான்.

அதைக் கேட்டு சிவண்ணா அதிர்ந்தான்.

"நீங்க சொல்றது உண்மையில்லே" என்றான்.

"உன்னை முன்னேயே சந்தேகப்பட்டேன். அது சரியாப் போயிடுச்சி." இன்ஸ்பெக்டர் கோபமாகப் பேசினான்.

"இல்லைங்க" என சிவண்ணா சொல்ல முயன்றபோது,

"புட்டன் உனக்குச் சொந்தக்காரன்தானே?" என்று சிவண்ணாவை முறைத்தான். சிவண்ணா அமைதியாக நின்றான்.

"நீயும், அவனும் சேர்ந்து காட்டுக்குள்ளே வேட்டைக்குப் போயிருக்கீங்க, சந்தன மரம் வெட்டியிருக்கீங்க" என்றான்.

"அது, ஒருமுறை மரத்தோட. வேரை பறிச்சோம்" என்றான்.

"இதையெல்லாம் அந்த புட்டனும் நீயும் சேர்ந்து மறைச்சிட்டீங்க. இப்போ வீரப்பனுக்கு நீ அரிசி, பருப்பு தந்ததை மட்டும் ஒத்துக்கவா போறே" என்று இன்ஸ்பெக்டர் கோபத்துடன் கூறினான். அவை அங்கு வந்த விபரம் தனக்குத் தெரியாது என்று சொல்ல எவ்வளவோ முயன்றான். ஆனால் அதை எதையும் காதில் போட்டுக் கொள்ளாமல் போலீசார் அவனைப் பிடறியைப் பிடித்து தரதரவென்று இழுத்துச் சென்று வேனில் ஏற்றினார்கள்.

அதைக் கண்டு அதிர்ந்த தொட்டியினரும், மாதியும் சிவண்ணாவுக்காக மன்றாடி வேனின் பின்னேயே கத்திக்கொண்டு ஓடி வந்த சப்தம் சீர்காட்டு வளைவு வரை கேட்டு கரைந்து போனது.

21

சிவண்ணா, வேதனையுடன் அந்த இருள் சூழ்ந்த மாலையில் கண் விழித்தபோது, அவன் நிர்வாணமாய் அந்தத் தரையில் படுத்துக் கிடப்பதை உணர்ந்தான். உடம்பு முழுவதும் தடிகள் தசைகளைப் பதம் பார்த்த தடயங்களிருந்தது. நான்கு போலீசார் வட்டமாக அவனைச் சுற்றி நின்று, அவன் மயக்கமடையும் வரை அவனைத் தாக்கியது நினைவுக்கு வந்தது. தான் எதற்காகத் தாக்கப்பட்டோம்? வீரப்பன் எப்படி இருப்பான் - என்று அவனுக்குள் வினாவிக் கொண்டான். முன்பு, அவன் தன் தந்தை பேதனுடன் ஆசனூர் காவலர்களால் தாக்கப்பட்ட நாட்களை நினைவுபடுத்தியது அந்த இரவு.

ராஜுவின் மீது கடுமையான கோபம் சிவண்ணாவிற்கு வந்தது. அந்த வேசி மகன் தன்னைத் திட்டமிட்டுப் பழி வாங்கிவிட்டான் என உணர்ந்தான். இந்தப் போலீஸ்காரர்களிடம் எப்போதும் நட்புடனிருப்பது எதிரியாயிருப்பதை விட ஆபத்தானது எனத் தனக்குள் கூறிக் கொண்டான். தான் இங்கே இழுத்து வரப்பட்டதில், தனது தொட்டியினர் மிகுந்த வேதனையடைந்திருப்பார்கள் என்று எண்ணிக் கொண்டு, எழுந்து உட்கார முயன்றான். தடுமாறி முழங்காலுக்கிடையே தலையை வைத்துக் கொண்டான். இந்தத் தலமலை இன்ஸ்பெக்டர் தன்னை எந்நேரமும் சந்தேகக் கண் கொண்டே பார்த்து சரியான நேரத்தில் வேலையைக் காட்டி விட்டான் என்று மனதுக்குள் எண்ணினான்.

அப்போது, அந்த அறையின் கதவைத்திறந்து வழுக்கைத் தலை போலீஸ்காரன் தலையை நீட்டி,

“டேய்! கஞ்சி தர்றாங்க வாடா” என்றான். சிவண்ணா மெல்ல எழுந்து நிற்க முயற்சித்தான். அவனது கால்களில் வீக்கம் கண்டு வலி உச்சந்தலையை இழுத்தது. தடிகளால் அடிபட்டதால் பாதங்கள் கன்றிப் போயிருந்தது. ஒவ்வோர் அடி எடுத்து வைக்கும் போதும், மீண்டும் தடியால் தாக்கப்படுவதைப் போல உணர்ந்தான். தடுமாறினான். அப்போதுதான், தான் ஆடையின்றிக் கிடப்பதை உணர்ந்து பக்கத்தில் கிடந்த வேட்டியை எடுத்துக் கட்டிக் கொண்டு வெளியே வர முயன்றான். தான் வலி அனுபவிக்கத்தான் தன்னை வெளியே வரச் சொல்கிறார்கள் எனவும் நினைத்தான். அப்போது பக்கத்து அறையிலிருந்து புட்டனை அழைத்து வந்தார்கள். அவன் நொண்டி, நொண்டி வெளியே வந்தான். சிவண்ணாவைப்

பார்த்ததும், ஓ.. வென்று கத்தினான். புட்டனின் பிடறியில் ஒரு அடி கொடுத்தான் ஒரு போலீஸ்காரன். புட்டன் பின் அமைதியானான்.

"சொந்தக்கார பாசமா?" என்று கேலியாகச் சிரித்தான் வழுக்கைத் தலை போலீஸ். பின்,

"இந்த குண்டாவை எடுத்துக்கிட்டுப் போயி கஞ்சி வாங்கிக்க" என்று ஒரு அலுமினியக் குவளையைக் கீழே வைத்தான். புட்டன் அந்தக் குவளையை அவனது வலது கையின் ஆள்காட்டி விரல், பெருவிரலால் தூக்க முயன்றான். ஆனால் ஆள்காட்டி விரலும், பெருவிரலும் ஒன்றையொன்று தொடாமல் போகவே குவளை வழுக்கிக் கீழே விழுந்தது. வழுக்கைத்தலை போலீஸ்,

"டேய்! தூக்குடா குண்டாவை. கம்பி கட்டின பெருவிரல் எப்டி வேலை செய்யுதுன்னு பார்க்கலாம்" என்றான். மீண்டும் குவளை கீழே விழுந்தது.

பெருவிரலை ஆள்காட்டி விரலால் தொடச் சொன்னான். புட்டனின் பெருவிரல் வளைந்து மோதிர விரலைத் தொட்டது. அதற்கப்பால், சிறிது அசைந்தாலும் வலி தாங்க முடியாததாக இருந்தது. கை நடுங்கியது.

"இனிமே உன்னாலே எதையும் உன் பெருவிரலாலே பிடிக்க முடியாது. நாலு நாளா பெருவிரலை வளைத்து மணிக்கட்டோட கட்டினதோட மகிமை. தாயோழி! எந்தத் துப்பாக்கியை இனிப் பிடிப்பீங்க. எந்தக் கையாலே அரிசி வாங்கிக் கொடுப்பீங்கடா" என்று அவனை முறைத்தான்.

புட்டன் அவனது இடது கையால் குவளையைத் தூக்கிக் கொண்டு, தன் வலது கையைப் பார்த்து அழுதான்.

"நீயும் வந்து மாட்டிக்கிட்டையே" என்றான் சிவண்ணாவைப் பார்த்து.

அப்போது பின்னே நின்ற போலீஸ்காரன் தன் கைத்தடியால் புட்டனின் கால் மீது ஒரு அடி கொடுத்து, "யாரைக் கேட்டுப் பேசறே? போடா" என்று தள்ளி விட்டான். சிவண்ணா கஞ்சியைக் குவளையில் வாங்கிக் கொண்ட பின், அவனது அறைக்குக் கொண்டு சென்று அடைக்கப்பட்டான்.

வெளிச்சமற்ற அந்த அறையில் மூத்திரத்தில் நனைந்திருந்த சாக்குப்பையிலிருந்து நெடி எழுந்தது. கொசுக்கள் ஏராளம். காலையிலிருந்து வாங்கிய லத்தி அடிகளால் கன்றிப் போயிருந்த காயத்திலிருந்து வலி இரவில் ஆற அமர அது தரும் வேதனையை

அதிகரித்துக் கொண்டிருந்தது. உடல் வலி என்பது தசையிலிருந்து வெளிப்படாமல் எலும்புக்குள்ளிருந்து வருவது போல உணர்ந்தான். அந்த அறைக்குள் இருந்த தனிமையும், வெளியே போலீசாரின் பூட்ஸ் சப்தங்களும், நாளை என்ன நடக்கும் என்ற அச்சமும் வலியும் ஒவ்வொரு விநாடியும், யுகம் போல கனத்துப் போய்க் கழிவதை உணர்ந்தான். கண்கள் உறங்க மறுத்தன. உடல் வலியினால் மூச்சு விடும் சமயம் சற்று முனகிக் கொண்டான். வலிக்கு அது ஆறுதலாய் இருப்பதை உணர்ந்து, வலியில் சப்தம் வெளியில் கேட்காத வண்ணம் முனகிக் கொண்டான்.

காலையில் வெளியே கூப்பிட்டார்கள், சிவண்ணா வெளியே வந்தபோது முகாமில் கர்நாடகப் போலீசின் நீலவர்ண வேன் நின்று கொண்டிருந்ததைப் பார்த்தான். காலைக் கடன்களைக் கழிக்க ஒரு கழிப்பறையைக் காட்டினார்கள். அவன் அதில் நுழைந்த போது முழுவதும் மலம் சிதறிக் கிடந்தது. போன வேகத்தில் திரும்பி வெளியே வந்தான். அப்போது முகாமில் அறைகளைப் பெருக்க ஒரு துடப்பத்தை அவனிடம் கொடுத்து சுத்தம் செய்யச் சொன்னார்கள். அப்போது வழுக்கைப் போலீஸ்காரன், இன்ஸ்பெக்டரிடம்,

"புட்டனை கர்நாடகா போலீசிடம் ஒப்படைக்கப் போறோமோ? நாம் சிரமப்பட்டு ஒருத்தனைப் பிடித்து இவனுக்கிட்டே குடுத்திட்டா, இவனுங்க நோகாமல் காட்டுக்குள்ளே கூட்டிப் போய் சுட்டுக் கொன்னு பேரு வாங்கிக்குவாங்க" என்றான் சலிப்புடன்.

"நாம என்ன செய்யறது? ஐ.ஜி.யிடம் அனுமதி வாங்கி வந்திருக்காங்க" என்று கூறிவிட்டுப் போனான் இன்ஸ்பெக்டர்.

சிறிது நேரத்தில் புட்டனை அறையிலிருந்து வெளியே அழைத்து வந்தார்கள். அவன் ஒரு கோவணம் மட்டுமே கட்டியிருந்தான். உடல் அடி வாங்கியதால் ஆங்காங்கே வீங்கியிருந்தது. அவனுக்குத் தன்னை எங்கு அழைத்துச் செல்கிறார்கள் என்று எதுவும் தெரியாது. ஆனால், நிச்சயம் திரும்பி வரமுடியாத இடத்திற்குப் போகிறோம் என்பதை உணர்ந்திருந்தான்.

அவன் வேனில் ஏறும்போது சற்று தூரத்தில் நின்று கொண்டிருந்த சிவண்ணாவைப் பார்த்து, அவனின் கையை நீட்டினான். சிவண்ணா புட்டனின் அருகில் வேகமாக வந்தான். இருவருக்கும் இடைவெளி வெகு குறைவாகவே இருந்தது. அப்போது, "போடா, போலி மக்கா" என்று திட்டி வேனுக்குள் புட்டனை நெட்டித் தள்ளினான் கர்நாடகப் போலீஸ். வேனில் புட்டனுடன் சேர்த்து நான்கு நபர்கள் இருந்தார்கள். அதில் ஒருத்தி நடு வயதுப் பெண். வேன் முகாமிலிருந்து மறையும் வரை சிவண்ணாவை அழுத்தமாகப்

சோளகர் தொட்டி 199

பார்த்தான் புட்டன். அதில் பல அர்த்தங்கள் பொதிந்திருந்ததை உணர்ந்த சிவண்ணா மறுபடியும் புட்டனை இனி எப்போது பார்ப்பது என்று வினாவிக் கொண்டான்.

அச்சமயம் புதிதாக ஒரு ஜீப் முகாமிற்கு வந்தது. அதிலிருந்த சில போலீசார் சிறிது நேரத்திற்கெல்லாம் சிவண்ணாவை விசாரிக்க அவன் அறைக்குள் வந்தார்கள். சுற்றிலும் நின்று தடியால் விளாசித் தள்ளினார்கள். அடி விழும்போது சப்தமிட்டால் வெறி கொண்டு மேலும் அடிப்பதனால் கூடுமானவரை சப்தத்தைக் குறைத்துக் கொண்டான். அடித்தவர்கள் வழக்கம் போல் வீரப்பன் எங்கே? எப்போது அரிசி கொடுத்தாய்? உனக்கு எவ்வளவு பணம் கொடுத்தான்? என்று கேட்டார்கள்.

"வீரப்பனைத் தெரியாது சாமி" என்பதை திரும்பத் திரும்ப அவன்பட்ட அடியில் மயங்கிப் போகும் வரை சொன்னான்.

அவன் மாலையில் தனது அருகில் ஒருவனின் அழுகைக்குரல் கேட்டுக் கண் விழித்தபோது, தனது பக்கத்தில் நிர்வாணமாய்க் கிடந்தவனைக்கண்டு அதிர்ந்து அமைதியானான். கோல்காரன் கரியனின் மகன் தம்மய்யா கிடந்தான். சிவண்ணா அவனது தலையைத் தூக்கி தன் மடியில் வைத்துக் கொண்டான். தம்மய்யா அடிபட்ட வேதனையில் மலமும், சிறுநீரும் கழித்திருந்தான். அது அவனின் பின்புற புட்டத்தில் அப்பியிருந்தது. சிவண்ணா கண்ணீரைத் துடைத்துக் கொண்டு மூத்திரம் இருக்கப் போட்டிருந்த சாக்குப்பையை எடுத்து தம்மய்யாவின் புட்டத்தினைத் துடைத்து விட்டான். தம்மய்யா, சிவண்ணாவைப் பார்த்து அழுதான்.

"எப்போதுடா இங்கே கொண்டு வந்தாங்க?" என்றான் சிவண்ணா.

"காலையிலே அப்பனுக்கு மருந்துச் செடி பறிக்கவும், நுரைக் கிழங்கு தோண்டவும், பாங்காட்டிற்குப் போயிட்டு வந்தேன். வரும் போது, போலீஸ்காரங்க பிடிச்சிக் கூட்டி வந்திட்டாங்க. வீரப்பனுக்கு என்ன கொடுக்கப் போனீங்கறாங்க? நீ சொல்லு சிவண்ணா, அவனை யாருன்னே எனக்குத் தெரியாதுன்னு" என்று மீண்டும் அழுதான். லத்திகள் அவன் உடலைப் பதம் பார்த்த தடிப்புகள் விம்மி நின்றன.

சிவண்ணா தன் வேட்டியின் அடிப்பகுதியைக் கிழித்து தம்மய்யாவிற்குக் கொடுத்தான். அவன் கோவணம் கட்டிக் கொண்டான். தண்ணீர் வேண்டும் என்று தம்மய்யா கேட்டான். அவனுக்கு நாக்கு வறண்டிருந்தது. சிவண்ணா கதவைத் தட்டினான். ஒரு போலீஸ்காரன் எட்டிப் பார்த்தான்.

"தண்ணீர் வேணுங்க. பாவம் சின்னப்பையன்" என்றான்.

“தண்ணி குடிச்சிட்டு சும்மா மூத்திரம் இருப்பீங்க. போங்கடா” எனக் கதவைச் சாத்த வந்தான்.

“ஐயா, இரக்கம் காட்டுங்க. மயக்கமாயிடுவானாட்டமிருக்குது. எங்க குழந்தைகளை நாங்க எப்பவும் அடிச்சதில்லை. இவன் முதல் முறையா அடி வாங்கியிருக்கிறான்.” சிவண்ணா குவளையை எடுத்துக் கொண்டு கெஞ்சினான்.

சிறிது நேரத்திற்குப் பின், தண்ணீர் கொண்டுவந்து அவனது குவளையில் ஊற்றிவிட்டுக் கதவைச் சாத்திவிட்டுப் போய் விட்டான் அந்தப் போலீஸ்காரன்.

சிவண்ணா அதனை தம்மய்யாவிடம் நீட்டியபோது, முழுக் குவளைத் தண்ணீரையும் அவனே குடித்து விட்டான். அதனால் ஏமாற்றமடைந்த சிவண்ணா அதைக் காட்டிக் கொள்ளாமல் இருந்தான்.

தம்மய்யா “சிவண்ணா எப்போ என்னை தொட்டிக்கு அனுப்புவாங்க. எங்கப்பன் கரியன் நான் வருவேன்னு படுத்துக் கிடப்பான். இப்போ அவனுக்கு அடிபட்ட வயிற்றுக் காயத்திலிருந்து சீழும் இரத்தமும் வருது. மூச்சு உள்ளே இழுக்கும்போது. சீழ் உள்ளே போகுது. மூச்சு வெளியே வர வயிறு புடைக்கும்போது சீழும் வெளிவருது. அவனுக்கு மருந்து பத்துப் போடணும். என் அம்மா காத்திருப்பாள். எப்போ என்னை விடுவாங்க” என்றான்.

அதற்கு சிவண்ணாவிடம் பதில் இல்லாததால், அமைதியாக இருந்தான். பின்னர், வெகு சீக்கிரத்தில் மாலையில் இருள் சூழ்ந்து கொண்டது.

22

பாலப்படுகை தொட்டியிலிருந்து பாங்காட்டிற்குள் சென்று நெல்லிக்காய்களை உதிர்க்கவும், தேன் அடையை எடுக்கவும், எந்த சோளகனுக்கும் துணிவு வரவில்லை. புட்டன் அடியையும் உதையையும் வாங்கிக் கொண்டு தலமலை முகாமில் கிடப்பதாக சிவண்ணா சொன்ன செய்தி பாலப்படுகையில் பரவிய பின், தொட்டிக்கு வெளியே கால் வைக்கக்கூட சோளகர்கள் அஞ்சினர்.

மாரம்மாள் சோளகர் தொட்டியிலிருந்து பாலப்படுகைக்கு வந்து அவளின் மகள் ஈரம்மாவுக்கு ஆதரவாய்த் தங்கியிருந்தாள். ஈரம்மா அவளது மூன்று வயது பெண்குழந்தையுடன் தற்போது ஆறு மாத சிசுவை வயிற்றில் சுமந்துகொண்டு அவ்வப்போது புட்டனை நினைத்துக் கலங்கியும் வந்தாள். சோளக ஆண்கள் யாரும் வனத்திற்குள் போகத் தயங்கிய நிலையில் மாரம்மாள் தினந்தோறும் பாங்காட்டிற்குச் சென்று விறகைத் தலைச் சுமையாய் எடுத்து வந்து பக்கத்து கிராமங்களில் விற்று, ராகி வாங்கி வந்து அவளின் மகளுக்கும், குழந்தைக்கும் கூழ் ஊற்றி வந்தாள். காலையில் தண்ணீரும், களியையும் எடுத்துக்கொண்டு அரிவாளுடன் அவள் தயக்கமின்றி வனத்திற்குள் போவதால், பாலப்படுகையில் சில சோளகப் பெண்களும், தங்களின் வீடுகளிலும் பசியாற்ற அவளுடன் சென்று வந்தார்கள். தொட்டியில் ஆண்களும், பக்கத்து கிராமங்களில் கீழ் நாட்டுக் கவுண்டர்கள் தோட்டங்களில் ஏதேனும் விவசாயக் கூலி வேலை தேடிக் கிளம்பிப் போனார்கள். சிறுசுகளோ தொட்டியின் ஓரமாயிருந்த ஆலமரத்தினைச் சுற்றி உட்கார்ந்து விளையாடிக் கொண்டிருந்தனர்.

அன்று காலையிலேயே மாரம்மாள் பாங்காட்டிற்குக் கிளம்பிப் போயிருந்தாள். வள்ளிக்கிழங்குக் கொடிகள் சிலவற்றை வனத்தில் அவள் பார்த்திருந்தாள். தொட்டியில் உள்ள மூன்று பெண்களிடம் சொல்லி அவர்களையும் மண்ணைக் கிளற கொத்து எடுத்து வரச் சொல்லி சென்றிருந்தாள். அவள் போகும் போது அவளது பேத்திக்குக் காய்ச்சல் கண்டிருந்தது. முந்திய இரவு முழுவதும் மூச்சு விடுவதற்கே திணறிய குழந்தை காலையில் மஞ்சளைச் சுட்டு புகை காட்டிய பின்னர், அது சற்றுத் தூங்கியது. அதன் பிறகு ஈரம்மாவிடம் சொல்லிவிட்டுப் போயிருந்தாள்.

அந்த சிறுசுகள் அரசமரத்தடியில் விளையாடும்போது எழும் சிறு சப்தங்களைத் தவிர, பாலப்படுகை தொட்டியில் நிசப்தம் நிலவியது. பல வீடுகள் பூட்டப்பட்டிருந்தன. ஈரம்மாள் தனது குழந்தை

தூங்குவதால் அதன் பக்கத்தில் படுத்திருந்தாள். அவ்வப்போது அவள் தனது வயிற்றில் சிசுவின் உறுத்தலை உணர்ந்தும் வந்தாள். அவள் நினைவு முழுவதும் புட்டன் எப்போது வீடு திரும்புவான் என்பதைப் பற்றியே இருந்தது.

தொட்டியில் மதியம் நெருங்கும் நேரத்தில் கர்நாடகப் போலீசாரின் நீலவர்ண வேன் பாலப்படுகை தொட்டிக்குள் வந்தது. தூரத்திலேயே போலீசின் வாகனம் வருவதை அரசமரத்தினருகில் இருந்து பார்த்த மூன்று சோளகர்கள் வனத்துக்குள் ஓடி ஒளியப் போனார்கள். அவர்களைப் பார்த்து சிறுசுகள் சிலரும் அவர்கள் பின்னே ஓடினார்கள். அரசமரத்தின் கீழ் நான்கு சிறுவர்கள் மட்டும் நின்று கொண்டிருந்தார்கள். வேன் அரசமரத்தின் அருகில் நின்றது. வேனை ஓட்டி வந்த போலீஸ்காரன் சிறுவர்களைப் பார்த்து,

"புட்டனின் வீடு எங்கே?" என்று கேட்டான்.

அந்த சிறுவர்கள் பதில் பேசாமல் தூரத்திலிருந்த ஈரம்மாளின் வீட்டைக் காட்டினார்கள். வண்டி அதை நோக்கிப் போனபோது, அந்தச் சிறுவர்களும் முன்னவர்கள் போன பாதையில் ஓடினார்கள். அந்த வேன் ஈரம்மாளின் வீட்டின் முன் நின்றது. அதில் மூன்று போலீஸ்காரர்கள் இருந்தார்கள். வேனை ஓட்டி வந்தவன் குண்டனாக இருந்தான். மற்றவன் நடுவயதுக்காரன், மீசை வைத்திருந்தான். அடுத்தவன் இளையவன்.

வேனின் சப்தத்தைக் கேட்டு, புட்டன் வந்து விட்டானோ என ஈரம்மா எழுந்து வாசலுக்கு வந்தாள். மூன்று போலீஸ்காரர்களும் வேனிலிருந்து இறங்கினார்கள். இளையவன் "இதுவா புட்டனின் வீடு?" என்று ஈரம்மாளிடம் கேட்டான்.

புட்டன் வராததைக் கண்டு ஏமாற்றமடைந்து வேதனையில் தலையை ஆட்டினாள் ஈரம்மாள். மூன்று போலீஸ்காரர்களும் அவளது வீட்டினுள் புகுந்தார்கள். என்ன நடக்கிறது என்பதை ஈரம்மாள் அறிந்து கொள்வதற்கு முன், வீட்டின் மூலைகள் மற்றும் தானியக் குதிருக்குள் எதையோ தேடினார்கள். குண்டாயிருந்த போலீஸ்காரன் இளையவனை வீட்டின் பரண் மீது ஏறச் சொல்லிப் பார்க்கச் சொன்னான். தூங்கிக் கொண்டிருந்த குழந்தை பூட்ஸ் கால்களின் உருட்டும் சப்தத்தில் விழித்துக்கொண்டு அழ ஆரம்பித்தது.

"என்ன தேடறீங்கய்யா?" எனக் கேட்டாள் ஈரம்மாள்.

"போலி மக்கா! புட்டன் தப்பிச்சு வந்திட்டான். அவன் இருக்கானா? எங்கேடி அவனை மறைச்சி வச்சிருக்கிறே?" என்று குண்டான

சோளகர் தொட்டி

போலீஸ்காரன் அவளது தலைமயிரைப் பிடித்து ஆட்டினான். அப்போது குழந்தையின் கத்தல் மீண்டும் அதிகமானது இளையவனான போலீஸ் வாசலில் வந்து எட்டிப் பார்த்தான் அந்தத் தொட்டி முழுவதும் வெறிச்சோடிக் கிடந்தது. யாருமில்லை என்பது போலத் தலையை ஆட்டினான்.

ஈரம்மா "சாமி என் புருஷனை நான் பார்த்து பல நாட்களாயிருச்சி" என்று கதறினாள். அவளது கழுத்தைப் பிடித்து நசுக்கினான் குண்டாயிருந்த போலீஸ்காரன். அவனது முகத்தில் வெறி ததும்பியிருந்தது. உடனே அவன், அவளை திடீரென கட்டி அணைத்துக் கொண்டான். ஈரம்மாள் அவனை விலக்கித் தள்ளிவிட்டு வீட்டிற்குள்ளிருந்து வெளியே வர முயன்றாள். நடு வயதிருந்த மீசை வைத்தவன், அவள் முகத்தைப் பிடித்து வீட்டிற்குள் தள்ளினான். அவள், அழுது கொண்டிருந்த தன் குழந்தையின் அருகில் போய் விழுந்தாள். குழந்தை மேலும் வீரிட்டு அழுதது. மற்ற இரண்டு போலீஸ்காரர்களும் வெறித்தனமாக அவளைச் சுற்றி நின்றார்கள். குண்டு போலீஸ்காரன் அவளது தலைமுடியைப் பிடித்து அவளை நிமிர்த்தினான். கொஞ்சம் சப்தமிட்டு அழுது பார்த்தாள். யாரேனும் வருவார்களா? என எதிர்பார்ப்பில் பலனில்லை. மீசை வைத்த நடு வயதுக்காரன் அவளின் முகத்தை தன் கை கக்கத்தில் வைத்து அழுத்திப் பிடித்துக் கொண்டு "எங்கேடி புட்டன்?" எனச் சிரித்தான்.

குழந்தையின் அழுகுரல் அதிகரிக்கவே, வீட்டிற்கு வெளியே விட்டுவரச் சொன்னார்கள் போலீஸ்காரர்கள்.

அதற்கு உடம்பு சரியில்லை என மறுத்தாள் ஈரம்மா.

நடுத்தர வயதுக்கார போலீஸ் குழந்தையின் தலை முடியைப் பிடித்து தூக்கி வெளியே வீசினான். அது திண்ணையில் விழுந்து தேறியது. "என் குழந்தை" எனப் பதறினாள் ஈரம்மா. குண்டு போலீஸ்காரன் அவளின் மாரைப்பிடித்துக் கொண்டான். இளைய போலீஸ்காரன் உட்புறம் கதவைச் சாத்தித் தாளிட்டான். ஈரம்மாளுக்கு நடக்கப் போவது புரிந்து,

"நான் கர்ப்பவதிங்க, ஆறு மாதம் கர்ப்பமாயிருக்கிறேன்" என்று குண்டு போலீஸ்காரனின் கால்களைப் பிடித்துக்கொண்டு கெஞ்சினாள்.

"வீரப்பனிடம் படுக்கும்போது மட்டும் எதுவுமில்லையா?" என்றான் நடு வயதுக்காரன்.

அதற்குள் மூன்று போலீஸ்காரர்களும் தங்களின் உடைகளைக் களைந்தெறிந்து, அம்மணமாய் நின்றார்கள். ஈரம்மாளின்

சேலையை உருவி எறிந்து, மேலாடைகளைக் கிழித்து அவளையும் அம்மணமாக்கி விட்டிருந்தார்கள். அவள் புடைத்த வயிறு காட்டி கைகால்களை ஆட்டித் தப்பித்துக் கொள்ளப் பார்த்தாள். குண்டு போலீஸ்காரனும், நடு வயதுக்காரனும், அவளைக் கீழே படுக்க வைத்து, தங்களின் கால்களை அவள் கை மீது ஏறி நின்று அழுத்திக் கொண்டிருந்தார்கள். முதலில் இளையவன் அவளின் சிசு தாங்கிய வயிற்றை அழுத்தி அவள் மீது பாய்ந்தான். அவளின் சப்தம் அதிகரிக்கவே, அவள் கை மீது நின்றிருந்த குண்டன் அவளது முகத்தில் காலால் அழுத்தினான். அவள் மூச்சுத் திணறி அமைதியானாள். பின்பு, குண்டன் பாய்ந்தான். அவளது முகம், உதடு மார்புகள் கடிபடுவதை உணர்ந்தாள். அடுத்து மீசைக்காரன். மீண்டும் அது தொடர்ந்தது.

சிரிப்பலைகள் அவர்களுக்குள் எழுந்தது.

"உன் புருஷனை நாங்க கொன்னுட்டோம். இனிமே நாங்க வந்து உன்னைக் கவனிச்சுக்கிறோம்" என்று நடு வயதுக்காரன் கூறியது, இடியென அவளுக்குள் இறங்கி அவள் கண்கள் இருண்டு மயக்கமானாள்.

மாலை வெயில் இறங்கும் தருவாயில்தான், பாலப்படுகை தொட்டியிலிருந்து அந்த நீல வர்ண போலீஸ் வேன் கிளம்பிப் போனது. அதன் பிறகும், தொட்டியில் ஒருவனும் வீடு வந்து சேரத் துணியவில்லை. திண்ணையில் கிடந்த ஈரம்மா குழந்தை அங்கேயே துவண்டு போய்க்கிடந்தது.

வனத்திலிருந்து வள்ளிக்கிழங்கைத் தோண்டி எடுத்துக் கொண்டு வந்த மாரம்மாள், மற்ற பெண்களும் தொட்டி திரும்பியபோதுதான், திண்ணையில் காய்ச்சல் கண்ட குழந்தை படுத்துக் கிடப்பதைக் கண்டாள். வீட்டுக் கதவைத் திறந்தபோதுதான், உள்ளே துணிகளின்றி மயங்கிக்கிடந்த ஈரம்மாவைப் பார்த்துப் பதறினாள் மாரம்மாள். தண்ணீர் கொடுத்து மயக்கம் தெளிவித்து, மடியில் படுக்க வைத்து அவளுக்கு துணி சுற்றி விட்டு ஆறுதலாய்த் தேற்றும்போது, இருளத் துவங்கியது. அப்போதுதான் ஓடிப்போன ஆட்கள் ஒவ்வொருவராக சிறுசுகளையும் கூட்டிக்கொண்டு தொட்டி திரும்பினர்.

ஈரம்மா மயக்கம் தெளிந்தவுடன்,

"என் புருஷனைச் சுட்டுக் கொன்னுட்டாங்க" என்று தலையில் அடித்துக்கொண்டு அலறினாள். அச் சொற்கள் இடி போல இறங்கி பாலப்படுகை தொட்டியை மீண்டும் ஒரு முறை உறையச் செய்தது. அந்தத் தொட்டியிலிருந்து எழுந்த ஒப்பாரி தொட்டிக்கு

அப்பாலிருந்த மசினி சாமியின் மேட்டிற்கு அப்பாலும், நடு சாமத்திற்கு மேலும் கேட்டது. அது தொட்டியின் சிறுசுகளை வெகு நாட்களுக்கு அச்சமூட்டக்கூடியதாக இருந்தது.

பாலப்படுகைப் பட்டக்காரன், புட்டனின் ஈமச் சடங்குக்களை ஈரம்மா செய்து விடலாமென்றான். அப்போது, ஈரம்மா அவளின் வயிற்றைப் பிடித்துக்கொண்டு, கத்தி பிராண்டினாள். அவளது கால் தொடைகளின் வழியே சூடாக உதிரமாக வடிந்து தரையைத் தொட்டது அவளின் சிசு. அதனைக் கண்டு பட்டக்காரனும், மற்றவர்களும் அதிர்ந்து போனார்கள். ஆண்கள் அங்கிருந்து வெளியேற பெண்கள் அவளைச் சூழ்ந்து நின்றார்கள்.

இரவு முழுவதும் பெருக்கெடுத்த இரத்தப் போக்கால் மயக்க மடைந்திருந்த ஈரம்மாவுக்கு அடுத்த நாள் மாலையில்தான் சோளகர் தொட்டியிலிருந்து வந்திருந்த ஜோகம்மாளின் வைத்தியத்தால் நினைவு திரும்பியது. இரத்தப் போக்கு நின்று உயிர் தப்பினாள்.

ஜோகம்மாள் இரண்டு நாட்கள் பாலப்படுகையிலேயே தங்கியிருந்தாள். அவளது மகன் சிவண்ணா முகாமில் வைக்கப் பட்டிருந்ததால், அவள் மிகவும் விரக்தியுற்றிருந்தாள். நடந்து வரும் சம்பவங்கள் அவளது வாழ்நாட்களில் நினைத்துப் பார்க்கக் கூட முடியாததாய் இருப்பதை உணர்ந்து வந்தாள், ஒட்டு மொத்த வனத்திற்கே அழிவு வருவதாய் அவள் கலங்கினாள். புட்டனைக் கொன்றது போல தனது மகனுக்கும் ஏதேனும் நேருமோ என்று அவள் தனக்குள் அஞ்சினாள். ஆனாலும், தனது அச்சம் மேலும் எல்லா தொட்டிகளிலும் விரக்தி உண்டாக்கிவிடும் என்பதால் சீக்கிரமே மணிராசன் நீதி நாளில் பதில் கிடைக்கும் என்று கூறி வந்தாள்.

இரண்டு நாட்களுக்கு மேல் பாலப்படுகையில் ஜோகம்மாளுக்கு இருப்புக் கொள்ளவில்லை. சோளகர் தொட்டிக்கு ஆயத்தமானாள். அப்போது பாலப்படுகைப் பட்டக்காரன் அவளுக்கு ஒரு சுரைப் புருடை தேன் கொண்டு வந்து கொடுத்தான். இப்படிப்பட்ட நேரத்தில் ஜோகம்மாள் இந்த உபசரணைகளை எதிர்பார்க்கவில்லை என்றும், மேலும், வனத்திற்குள் போவதே அரிதாகி வரும் சூழலில் பட்டக்காரன் தன்னை உபசரித்து அனுப்பத் தேவையில்லை என்றாள்.

பட்டக்காரன் "நாளை மறுநாள் தலமலை முகாமிற்குப் போக உள்ளேன். அங்கே சிவண்ணாவைச் சந்திக்க முடியுமானால் கடவுளுக்கு நன்றி உள்ளவனாக இருப்பேன். உன்னைப் பார்த்த விபரத்தைச் சொல்கிறேன். அவனுக்கு எதுவுமாகாது" என்று

ஜோகம்மாளுக்கு ஆறுதல் கூறினான். தானும் அப்படித்தான் நம்புவதாக ஜோகம்மாள் கூறினாள்.

தங்களின் குலம் முழுவதும் உடைக்கப்படுவதாகவும், தன் குல நீதி அழிந்து வருவதை பட்டக்காரன் சொல்லி வேதனையுற்றான்.

"நான் பல நியாய தீர்ப்புகளை வழங்கியவன். என்னை மீறி குலத்தில் எதுவும் நடக்காது. ஆனால், நான் வாரம் இருமுறை தலைமலை முகாமுக்குச் சென்று, எந்தச் சோளகனாவது வீரப்பனைப் பார்க்கப் போகிறானா? என உளவு பார்த்து நான் சொல்ல வேண்டுமென்பது போலீசின் கட்டளை" என வேதனையுற்று கையிலிருந்த தடியைத் தூக்கி எறிந்தான். அதிகாரமற்ற தடியால் என்ன பெருமை என்று எச்சிலைத் துப்பி அவனின் தாடியைத் தடவிக் கொண்டான்.

"பட்டக்காரனின் வேலை ஆள்காட்டும் வேலையா? இதைப் பார்த்துக் கொண்டு வாழ்வதே நரகம்" என்று பொருமினான்.

"வீரப்பன் பெண்களைத் தொந்தரவு செய்ததாக நான் இதுவரை கேள்விப்பட்டதில்லே. காட்டுக்குள்ளே சுத்தறவன் கிட்டே இருக்கற நேர்மை கூட இந்தப் போலீஸ்காரனுகளுக்கு இல்லையே. போயும், போயி ஒரு கர்ப்பிணிய இந்தக் கொடுமை செய்துட்டாங்களே நீதி கேட்கர மணிராசன் எப்போ கண் திறப்பானோ" என்றான்.

ஜோகம்மாள் பையையும், தேன் நிரம்பிய சுரைப்புருடையையும் எடுத்துக் கட்டித் தோளில் தொங்கப் போட்டுக்கொண்டு, சோளகர் தொட்டியினை நோக்கி நடந்தாள். அவளது நினைவு முழுவதும் சிவண்ணா திரும்பி வருவது பற்றியே இருந்தது.

ஈரம்மா மெல்லக்குணம் அடைந்தாள். பத்து நாட்களுக்குப் பின்னர் அவளால் எழுந்து நடக்க முடிந்தது. ஆனாலும், இரவுகளில் அவள் அச்சத்தில் வீரென்று கத்துவதும், தன்னந்தனியே பேசுவதுமாய் இருந்தாள். அவளுக்கு மாகாளி தொட்டியிலிருந்து இருளனை அழைத்து வந்து மந்தரித்து எந்திரம் கட்டினார்கள். ஆனாலும், அவளுக்குள்ளிருந்த அச்சம் இன்னமும் நீங்காமலிருந்தது. அவளின் மார்பிலிருந்த காயங்களுக்கும், உதட்டிலிருந்த காயத்திற்கும் மருந்திட்டு வந்தார்கள். அவள் அன்றைய பொழுது அவளுக்கு நடந்தவற்றை நினைக்கும் சமயங்களில் உடல் வியர்த்து, நடுங்கி கத்திக் கொண்டு சில சமயம் மயக்கமாகி விடுவாள். அவள் எழுந்து நடக்க முடிந்த பத்தாம் நாள் நடு இரவில் எழுந்து பாங்காட்டுப் பக்கம் துணிகளை அவிழ்த்து வீசிவிட்டு நிர்வாணமாய் ஓடினாள்.

பின்னர், தொட்டியிலிருந்த பெண்கள் ஓடிச் சென்று அவளைப் பிடித்து இழுத்து வந்தபோது, அவள் அலறிய அலறலில் அந்த தொட்டியின் சிறுவர்கள் அச்சம் கொண்டு நடுக்கம்பிடித்தார்கள்.

புட்டனின் ஆவியினால், இவள் சிரமப்படுகிறாள் என்று கூறிச் சென்ற மாகாளி தொட்டி இருளனின் வார்த்தையை நம்பினார்கள்.

ஓரிரு நாட்கள் தொடர்ந்து பச்சிலை மருந்து சாப்பிட்டு, ஈரம்மா குணமாகி வந்தாள். அவளுக்குள்ளிருந்த பய உணர்வு மெல்ல மட்டுப்பட்டு வந்தது.

வீட்டிலிருந்த குழந்தை பசிக்கு அழுததால், மாரம்மாள் மீண்டும் பாங்காட்டிற்கு விறகுக்குச் சென்றாள். உடல் களைப்பு ஏற்படும் போது படுத்துக்கொண்டே, தன் குழந்தையைக் கவனித்துக் கொண்டு வந்தாள் ஈரம்மா. அப்போது தொட்டியினை நோக்கி வேன் வரும் இரைச்சல் கேட்டது. அந்த சப்தத்தைக் கேட்ட மாத்திரத்தில் அவளின் உடல் நடுக்கம் கண்டு பித்துப் பிடித்தவள் போல் ஆனாள். பக்கத்து வீடுகளிலிருந்து பெண்கள் தங்கள் குழந்தைகளைத் தூக்கிக்கொண்டு ஓடுவது தெரிந்தது. ஈரம்மா தனது மகளைத் தாவி எடுத்துக்கொண்டு வீட்டின் பின்புறமாய் ஓடி பாங்காட்டு எல்லைக்கு அப்பால் புதர்களுக்குள் ஒளிந்துகொண்டு தொட்டியினைக் கவனித்தாள். வயதானவர்களைத் தவிர, பெண்கள், ஆண்கள் தொட்டியிலிருக்கத் துணியவில்லை.

இம்முறை நீல நிற வேன் அரசமரத்தினருகில் நிறுத்திவிட்டு ஐந்து போலீஸ்காரர்கள் கீழே இறங்கினார்கள். அதில் மூன்று பேரை ஈரம்மா கண்டு கொண்டாள். மற்ற இருவர்கள் புதியவர்கள்.

தொட்டியில் சில நொடிகளில் ஏற்பட்ட கலவரச்சூழலுக்குப் பின் எழுந்துள்ள அமைதியினூடே பட்டக்காரக் கிழவன் வந்து போலீஸ்காரர்களுக்கு வணக்கம் சொன்னான்.

“எங்கே ஒருவரையும் காணவில்லை” என்றான் குண்டு போலீஸ்.

“வேலை தேடி வெளியூர் போய் விட்டாங்கய்யா” என்று பட்டக்காரன் கூறி, போலீஸ்காரர்களை அரசமரத்தின் கீழ் உட்காரச் சொன்னான். அதை அலட்சியம் செய்து விட்டு, “எங்கேடா புட்டன் வந்தானா? அவன் வீரப்பனோட சேர்ந்துட்டானா?” என்றான் நடு வயதுப் போலீஸ்.

“அவன் செத்துப் போய்விட்டதாப் பேசிக்கிறாங்க. அவன் மனைவி ஈரம்மாவுக்குகூட சடங்கு முடிந்து விட்டது” என்றான் பட்டக்காரன்.

"அவள் எங்கே?" என்று படபடத்தான் இளைய போலீஸ். பட்டக்காரன் சற்று நிதானத்துடன்,

"அவளுக்கு எதனாலேயோ கர்ப்பம் கரைந்து போய்விட்டது. அவளை சாம்ராஜ்நகரம் மருத்துவம் பார்க்க அவள் அம்மா கூட்டிப் போய் விட்டாள். அவள் பிழைப்பதேகூட கடவுளோட கையிலிருக்குன்னு சொல்றாங்க" என்றான்.

போலீஸ்காரர்கள் அப்போது நடந்து ஈரம்மாவின் வீட்டை எட்டிப் பார்த்தார்கள்.

"வீடு திறந்திருக்குது. வெளியூர் போய்விட்டதாச் சொல்றயே?" என்று முறைத்தான் குண்டு போலீஸ்.

"என்னை வீட்டைப் பார்த்துக் கொள்ளச் சொல்லிவிட்டுப் போயிருக்காங்க, இப்பதான் வீட்டைத் திறந்தேன்" என்று கூறிவிட்டு, மீண்டும்,

"புட்டன் செத்துப் போனது உண்மைதானுங்களே" என்றான்.

போலீஸ்காரர்கள் சிரித்துக் கொண்டனர். பின்னர், ஈரம்மா வீட்டுத் திண்ணையிலேயே உட்கார்ந்து கொண்டனர்.

காலையில் வந்தவர்கள் மதியத்திற்குப் பின்னரே வேனை எடுத்துக் கொண்டு கிளம்பினர். அப்போது பட்டக்காரனைக் கூப்பிட்டு,

"ஈரம்மா வந்தால் தங்களின் புளிஞ்சூர் முகாமுக்கு வந்து தகவல் தர வேண்டும்" என்று கூறிவிட்டுப் போனார்கள்.

மாலையில் மாரம்மா பாங்காட்டிலிருந்து வீடு திரும்பும் போதுதான், ஈரம்மா தன் குழந்தையுடன் வீட்டிற்கு வந்தாள். அவளைப் போலவே மறைந்திருந்த பெண்கள் சிலரும் பாங்காட்டுப் புதரிலிருந்து வீட்டிற்கு வந்தார்கள். ஈரம்மா வீட்டிற்கு வந்தபோது, அவளுக்கு உடல் நடுக்கமும், காய்ச்சலும் கண்டிருந்தது.

எந்நேரம் வேனின் சப்தம் கேட்குமோ என்ற அச்சத்துடன் எழுந்து ஓடத் தயாராகவே தூக்கமின்றி படுத்துக் கிடந்தார்கள் பாலப்படுகை தொட்டியினர்.

23

தலமலை போலீஸ் முகாமில் சிவண்ணா அடைக்கப்பட்டு ஒரு மாதம் முடிந்து விட்டது. தினமும் காலையில் பத்து மணிக்கு விசாரணை என்ற பெயரில் தடியால் அடிவிழுவது அன்றாட நிகழ்வாகிவிட்டது.

சில நாட்களில் அடி விழாவிட்டால்கூட, பத்து மணிக்கு அடி விழப்போவதான உணர்வு அதிகமாக ஆட்டிப்படைத்தது அவனை. அதை விடச் சில அடிகள் விழுவதே நிம்மதியாக இருக்கும் என்ற எண்ணம் சிவண்ணா, தம்மய்யா இருவரின் மனதிலும் எழுந்தது. தம்மய்யா இளவயதினனாக இருந்ததால், அவன் அடிபடுவதைச் சகிக்காமல் அவனுக்காகவே சிவண்ணா அங்கு அதிகம் புலம்பி வந்தான்.

இருவரும் அடைக்கப்பட்டு சற்று நாட்களாகி விட்டிருந்ததால், கம்பிகளற்ற ஜன்னல் இருந்த அறையில் இருவரின் கால்களுக்கு சங்கிலிகளைக் கட்டி, நடுப்பகுதியை ஜன்னல் சட்டத்தில் இணைத்து அடைத்து வந்தார்கள். இதனால், முன்பு அடைக்கப்பட்ட அறையில் இருந்ததுபோல, மலம், சிறுநீர் கழிக்க சணல் சாக்குப் பை வைக்காமல் ஒருவன் ஜன்னலுக்கு வெளியே சங்கிலியுடன் இறங்கி, மண் தரையில் மலம், சிறுநீர் கழிக்க முடிந்ததால், அந்த அறையில் துர்வாடையும், கொசுத் தொல்லையும் அதிகமின்றியிருந்தது.

அவ்வப்போது சில புதிய ஆட்களைக் கொண்டு வந்தனர். விசாரணையின் முதல்படியே கடுமையாக அடிப்பதும், சித்தரவதை செய்வதுமாக இருந்தது. வெறுமனே அடி மட்டும் ஒருவனுக்கு விழுந்தால் அவன் போலீசாரின் கோபத்திற்கு ஆளாகாதவன் என்று கருதப்பட்டது.

நேற்றைய நிகழ்வுக்குப் பின்பு, தம்மய்யா அதிகம் பேசாமல் அமைதியாக எதையோ எண்ணிக்கொண்டு, தனக்குத்தானே பேசுவதை சிவண்ணா கவனித்தான். நேற்று காலையில் குன்றி மலையிலிருந்து அரப்புலி என்பவனைப் போலீஸ்காரர்கள் பிடித்து வந்தார்கள். முகாமுக்கு அவன் கொண்டு வரப்படும்போதே அவனது உதடுகள் கிழிந்து போயிருந்தன. கைகால்களில் வீக்கம் ஏறிய நிலையில் அவனை இழுத்து வந்ததை சிவண்ணா அன்றைய ஒரு நாளுக்காக, ஒருவேளை மட்டும் தரும் கஞ்சியை வாங்க நின்றபோது கண்டான்.

வந்தவனை சிவண்ணா கண்டு கொண்டான். அவன் அரப்புலி. தீ கங்காணியாக தான் வேலை பார்த்தபோது, தேனெடுக்க அதிகாரிகள் 'குன்றி'க்கு அவனைக் கூட்டிச் சென்றபோது, அவனுடன் இரண்டு நாட்கள் வனத்தில் சுற்றியதையும், கையளவு கஞ்சா கதிர்களை தங்களுக்கு அவன் தந்ததையும் நினைத்துக் கொண்டான். அவன் அப்போது குன்றி வனப்பகுதியின் தீ கங்காணியாக இருந்தான்.

அவன், வீரப்பனுக்கு உணவுப் பொருட்களைக் கொண்டு சேர்த்தான் என்று போலீசுக்குக் கிடைத்த தகவலையடுத்து, அவனைக் கைது செய்து கொண்டு வந்திருந்தார்கள். குன்றியில் டீக்கடை முன்பு நின்றிருந்தவனை தலமலை இன்ஸ்பெக்டர் கூப்பிட்டு வண்டியில் ஏறச்சொன்னபோது அவன் மறுத்து விட்டதால் அங்கேயே அவனுக்கு அடி விழுந்தது. வலி தாங்காமல் அவன் இன்ஸ்பெக்டரை சில கெட்ட வார்த்தைகளால் திட்டித் தீர்த்தான். அதனால், வெறி கொண்டு வண்டியிலேயே அவனை அடித்து பாதி உயிராக்கிக் கொண்டு வந்து முகாமில் இறக்கினார்கள்.

அவனது கிழிந்த உடலிலிருந்து வழிந்த இரத்தம் உடல் முழுவதும் படிந்திருந்தது. அவன் வாகனத்திலிருந்து இறங்கும்போது, மீண்டும் அவனை அடித்த சமயம் அவன் சில வார்த்தைகளை முணு முணுத்தான். உடனே தங்களை இழிவாக அவன் திட்டுவதாகக் கூறிக் கொண்டு ஐந்து போலீஸ்காரர்கள் வட்டமாக அவனைச் சுற்றி நின்று கொண்டு வெறிகொண்டு தடியால் தாக்கினார்கள். அப்போது அருகிலிருந்த வேறு இரண்டு போலீஸ்காரர்களும் அத்தாக்குதலில் சேர்ந்து கொண்டனர். ஐந்து நிமிடங்களுக்குப் பின் எந்த அசைவுமின்றித் தரையில் கிடந்தான் அரப்புலி. அவனது வாயிலும் காதிலும் ரத்தம் கசிந்தது. அடித்த போலீஸ்காரர்கள் விலகிக் கொண்டார்கள். இன்ஸ்பெக்டர் அவனைப் பார்த்தான். முகாமில் எல்லோரும் கீழே கிடந்த அரப்புலியைப் பார்ப்பது தெரிந்தது. ஒரு நிசப்தம் நிலவியது.

சிவண்ணாவைப் பார்த்த இன்ஸ்பெக்டர், அவனை தண்ணீர் எடுத்து வந்து கீழே கிடந்த அரப்புலிக்குக் கொடுக்கச் சொன்னான். சிவண்ணா வேகமாகப் போய் தன்னிடமுள்ள கஞ்சி வாங்க வைத்திருந்த குவளையில் தண்ணீர் டிரம்மிலிருந்து தண்ணீர் பிடித்து வந்து அரப்புலியை தனது மடியில் படுக்க வைத்து அவனது வாயில் ஊற்றினான். அரப்புலியின் கண்கள் சிவண்ணாவை அசைவின்றிப் பார்த்தது. அவனது குரல்வளையிலிருந்து அனத்துவது போல சின்ன சப்தம் கேட்டது. அரப்புலி அமைதியானான். அவன் வாயில் சிவண்ணா ஊற்றிய தண்ணீர் வெளியே வந்தது. உடல் சூடு தணிய ஆரம்பித்தது. சிவண்ணா அரப்புலியின் நெஞ்சில் கை வைத்தும்,

குரல் வளையில் தன் பின் கையை வைத்தும் பார்த்தான். எந்த அசைவுமில்லை. தலையை நிமிர்ந்து இன்ஸ்பெக்டரைப் பார்த்து, "முடிஞ்சி போச்சுங்கய்யா" என்றான்.

"என்னடா?"

"செத்துட்டாங்க" எனக்கூறிவிட்டு சற்று நகர்ந்து கொண்டான்.

இதனைக் கேட்டதும் அரப்புலியை அடித்த மூன்று போலீஸ்காரர்களும் சற்று பின்னே நகர்ந்து போலீசாரின் கூட்டத்தில் சென்று நின்று கொண்டார்கள். போலீசார் கூட்டம் வர ஆரம்பித்ததும், இன்ஸ்பெக்டர் எல்லோரையும் கலைந்து போகச் சொன்னான். சிவண்ணாவையும், தம்மய்யாவையும் கூப்பிட்டு இருவரையும் அரப்புலியைப் பிடிக்கச் செய்து அவர்கள் அடைக்கப்பட்டிருந்த அறைக்குள் எடுத்துச் சென்று போடச் சொன்னான். தம்மய்யா நெஞ்சு படபடக்க அரப்புலியின் இரு கைகளையும், சிவண்ணா கால்களையும் பிடித்துத் தூக்கிக்கொண்டு நடக்கும் போது அரப்புலியின் வாயிலிருந்து வழிந்த ரத்தம் சொட்டுச் சொட்டாய் அவர்களின் அறைக்குப் பாதையிட்டது. அரப்புலியின் உடலை அந்த அறையில் சில போலீசார்கள் எட்டிப் பார்த்ததால், சிவண்ணா, தம்மய்யா இருந்த அறையைச் சாத்தி பூட்டிவிட்டு சென்றான் இன்ஸ்பெக்டர்.

அரப்புலி கண்கள் அகலத் திறந்தேயிருந்தது. தம்மய்யா நடந்தவற்றை அசைபோட்டு திடீரெனத் தூக்கத்திலிருந்து விழித்தவன் போல, "யோவ்" எனக் கத்தத் துவங்கினான். சிவண்ணா அவன் வாயைப் பிடித்து அமுக்கி,

"விபரீதத்தை விலை கொடுத்து வாங்காதே" என்றான். அவன் எச்சரிக்கையைப் புரிந்து கொண்ட தம்மய்யா வாயை மூடிக் கொண்டான்.

அரப்புலியின் உடலின் அருகில் சென்ற சிவண்ணா அவனது அகலத் திறந்த கண்களை தன் கைகளால் அழுத்தி மூட முயன்றான். அப்போதும், பாதிக்கண்கள் திறந்தேயிருந்தது. உடல் வெப்பம் முழுமையாகக் குறைந்து போயிருந்தது. சிவண்ணா ஒரு நாள் தானும் இப்படி சரிந்து கிடக்கப் போவதாய் நினைத்தவன் சற்று அதிர்ந்து மீண்டும் தம்மய்யாவைப் பார்த்தான். அவன் தள்ளி மூலையில் உட்கார்ந்து கொண்டு அரப்புலியின் உடலையே பார்த்துக் கொண்டிருந்தான். தனக்கேற்பட்ட அதே உணர்வுகள் தம்மய்யாவுக்கும் வந்திருக்கலாம் என சிவண்ணா கருதியவனாய்,

தம்மய்யாவின் அருகில் சென்று அவனது கைகளைப் பிடித்து, “பயப்படாதே உன்னை நான் காப்பாற்றுகிறேன்” என்றான்.

தம்மய்யாவின் கண்கள் எதையாவது செய்து என்னைக் காப்பாற்று என வேண்டியது.

ஒரு நாள் முழுமைக்கும் வழக்கமாகக் கிடைக்கும் ஒரு வேளை கஞ்சியும், போலீஸ்காரர்களுக்குப் போக மிஞ்சும் சோற்றுப் பருக்கைகளும் அரப்புலியின் சாவால் அவர்களுக்கு அன்று கிடைக்கவில்லை.

மாலையில் இருள் சூழத் துவங்கியபோது அந்த அறைக்கதவு திறக்கப்பட்டது. வெளியே ஆறு போலீஸ்காரர்கள் நின்றிருந்தனர். இன்ஸ்பெக்டர், சிவண்ணாவையும் தம்மய்யாவையும், அரப்புலியின் உடலைத் தூக்கிவரச் சொன்னார்கள். உடலைத் தூக்க முயன்ற போது, அது அசைக்கக்கூட முடியாத அளவு எடை கூடியிருந்தது. கனத்த மரக்கட்டையைப் போல அரப்புலி கிடந்தான். வெளியே நின்ற மூன்று போலீஸ்காரர்கள் வந்து அவர்களுடன் தூக்கினார்கள். பின் நிறுத்தப்பட்டிருந்த வேனில் அரப்புலி உடலை ஏற்றினார்கள். அந்த வேனில் மேல் கூரையில் வழக்கத்திற்கு மாறாக, அதிகமான விறகுகள் அன்று அடுக்கப்பட்டிருந்தது.

இன்ஸ்பெக்டரும் மற்ற ஆறு போலீஸ்காரர்களும் வேனில் ஏறிக் கொண்டதும், தம்மய்யாவையும், சிவண்ணாவையும் அறையினுள் செயினில் கட்டி வைக்கச் சொல்லிவிட்டு, வேனைக் கிளப்பிக் கொண்டு சென்றனர்.

இருவரும், அடைக்கப்பட்டிருந்த அறை விளக்கு வெளிச்சம் ஏதுமின்றி இருளடைந்திருந்தது. ஜன்னலிலிருந்து வெளி வெளிச்சம் மட்டுமே அறையினுள் மங்கலாய் அடித்துக் கொண்டிருந்தது. இருவரையும் கட்ட சங்கிலியை எடுத்து வந்த போலீஸ்காரனின் கால்கள் ஏதோ சகதியில் வைத்தது போன்று அரப்புலியின் உறைந்த ரத்தத்தில் கால் வைத்த சமயம், இரத்தத்தின் சில துளிகள் அவன் முகத்தில் தெறித்தது. அந்த போலீஸ்காரன் மிகவும் அருவருப்படைந்து கால்களை மிக எச்சரிக்கையாகத் தூக்கிவைத்தான். அவன் முகத்தில் தெரித்த இறந்தவனின் ரத்தத்தைக் கழுவி சுத்தம் செய்யும் அவசரத்தில் இரும்புச் சங்கிலியை ஜன்னலில் பிணைத்திருந்த வளையத்திற்குள் செலுத்தி, பின், அதன் இருமுனைகளிலும் ஒவ்வொருவரைக் கட்டி விலங்கிட்டுப் பூட்டிச் செல்வதற்குப் பதிலாய், சங்கிலியை ஜன்னல் சட்டத்தில் இரண்டு சுற்றுச் சுற்றிவிட்டு, சங்கிலியின் ஒரு முனையில் சிவண்ணாவையும், மற்றொரு முனையில் தம்மய்யாவையும் அதில்

இணைக்கப்பட்டிருந்த கை விலங்கில் பூட்டி சாவியை எடுத்து வேகமாக, ஆனால் மீண்டும் கொட்டிக் கிடக்கும் ரத்தத்தில் கால் படாதவாறு வெளிச் சென்று கதவைத் தாளிட்டுப் பூட்டினான்.

சிறிது நேரத்திற்குப்பின் முழுமையான இருள் அறையிலிருந்தது. அப்போது சிறுநீர் கழிப்பதற்காக ஜன்னலின் வழியே கீழே தரையில் குதித்துக் கழித்து விட்டு, மேலே வந்தான் தம்மய்யா. அப்போது சங்கிலியின் இறுக்கம் சற்றுத்தளர்ந்திருந்தது. அதனைப் பார்த்ததும், கண நேரத்தில் சிவண்ணாவின் நெஞ்சு படபடக்கத் துவங்கியது. ஜன்னலில் சட்டத்தில் தங்களின் சங்கிலி வெறுமனே சுற்றப்பட்டுள்ளதை அறிந்து அந்த சங்கிலி சுற்றுக்கு எதிர் சுற்றில் ஜன்னலுக்கு வெளியே குதித்து மீண்டும் அடுத்த ஜன்னலின் அறைக்குள் வந்தான். இப்போது சங்கிலி ஜன்னல் சட்டத்திலிருந்து பிரிந்து இருவரின் கைகளில் மட்டுமிருந்தது. ஜன்னலில் எட்டிப் பார்த்தான். வெளியே அந்த அறையின் பின் பகுதியில் போலீசார் யாருமில்லை. சிவண்ணா, தம்மய்யாவிடம் மெதுவாகக் கேட்டான், “போய் விடலாமா?”

தம்மய்யா சற்று அதிர்ந்தான். ஆனாலும், தப்பித்தலின் உயிர் சுகத்தை எண்ணி தலையசைத்தான்.

முதலில் சிவண்ணா ஜன்னலிலிருந்து கீழே குதித்தான். இரும்பு சங்கிலிகள் சப்தம் எழும்பாதவாறு அதனைச் சேர்த்துப் பிடித்துக் கொண்டு, பின்பு தம்மய்யாவை ஜன்னலிலிருந்து பிடித்துக் கீழே இறக்கிவிட்டான். இருவரும் சுற்றிலும் பார்த்தார்கள். பின்பு, இருவரையும் பிணைத்திருந்த சங்கிலிகளைக் கூடுமானவரை கைககளில் சேர்த்துப் பிடித்துக்கொண்டு மணல் மூட்டைகளின் மேலே ஏறி கீழே இருந்த உன்னிச் செடி புதரில் குதித்தார்கள். உன்னியின் சிறு முட்கள் இருவரின் உடல்களையும் உரச, அதனுள் புகுந்து சென்று மரங்களடர்ந்த வனத்தை இருளில் புகுந்து அடைந்தனர். விடிவதற்குள் போலீசார் நுழையமுடியாத நடுவனத்தை அடைய வேண்டி ஒரு விலங்கைப்போல தங்களுக்கே உரிய கலையுடன் வனத்திற்குள் ஓடினார்கள். யானைகள் புகுந்து சென்ற வழிகள் பசுமை சுரங்கமாக நீண்டிருந்த வழிகளில் உயிரைக் காப்பாற்றிக் கொள்வதற்காக முட்களையும் கற்களையும் முட்டி மோதி ஓடின அவர்களின் கால்கள். இருவரின் உடலிலும் வெப்பம் உயர்ந்து வியர்வை பெருகி ஓடிற்று.

தங்களின் தாகத்தையும் களைப்பையும் இருவரும் உணரும்போது கீழ்வானம் மெல்ல சிவக்கத் துவங்கியிருந்தது. இருவரும் சற்று நின்றார்கள். ஒருவரை ஒருவர் பார்த்துக் கொண்டனர். ஏதோ

ஒரு வாசனையை முகர்ந்தனர். சிவண்ணா சற்று முன் வந்து மரத்துடன் சாய்ந்து திரும்பிப் பார்த்தான். அவர்கள் மூக்கு காட்டிக் கொடுத்தது உண்மைதான். சற்று முன் இரண்டு யானைகள் நின்று கொண்டிருந்தது. அது ஒரு பாறைப்பகுதி. தனது துதிக்கையை பாறையின் பிளவில் விட்டு உறிஞ்சிக் கொண்டிருந்தது. சிவண்ணா தம்மையாவைப் பார்த்து,

"தண்ணீர் பாலி. பிழைத்தோமடா சாமி?" என்று முகம் மலர்ந்தான்.

சிறிது நேரத்திற்குப் பின்பு இரண்டு யானைகள் சென்ற பின் பாறைக்கு வந்து எட்டிப் பார்க்கும்போது மங்கலாக வெளிச்சத்தில் தண்ணீர் அசைவது தெரிந்தது. சிவண்ணா இறைவனுக்கு நன்றி கூறி அந்த தண்ணீர் நின்ற குழியான பாலியில் இருபுறமும் கையை ஊன்றி தண்ணீரில் வாயை வைத்து உறிஞ்சினான். தண்ணீரில் சலசலத்துக் கொண்டிருந்த பல புழுக்களுடன் அவனின் உயிர் அவனுள் சாந்தமடைந்து உயிர் பெற்றதை உணர்ந்து ஆனந்தமடைந்து எழுந்து நின்றான். பின் அவன் விலகி அருகில் நிற்க இரும்புச் சங்கிலி பிணைந்த கையுடன் தம்மையா அவ்வாறே தண்ணீரை உறிஞ்சினான். இருவரும் பாறையில் மல்லாந்து படுத்தனர். மீண்டும் சலசலப்பு சப்தம். வாசனை. திரும்பிப் பார்க்க ஒரு கரடி வந்து கொண்டிருந்தது. இருவரும் பாறைக்கு மேலே சென்று மரத்தின் மறைவில் நின்று கொண்டார்கள்.

கரடி தண்ணீரைக் குடித்துவிட்டு சப்தம் எழுப்பிக்கொண்டு சென்றது. வனத்தில் இஸ்... என்ற பூச்சியின் சப்தம் இடைவிடாது ஒலித்து வந்தது. இருவரும் அந்தப் பகுதியிலிருந்த பாறையில் ஏறி உட்கார்ந்து கொண்டார்கள். கிழக்கு சில மணி நேரத்தில் நன்றாக வெளுத்து விடிந்தது. வெளிச்சம் வந்ததும் முதல் வேலையாக பாறையிலிருந்து இறங்கிக் கீழேகிடந்த ஓர் உருண்டைக் கல்லை எடுத்து வந்து இருவரும் தங்களைப் பிணைத்திருந்த இரும்புச் சங்கிலியை வெகு நேரம் தட்டி உடைத்தார்கள். சங்கிலி ஒருவழியாய் அறுபட்ட பின் தனித்தனியே கையிலிருந்த கை காப்புகளை தட்டி உடைத்தான் சிவண்ணா. பின் தம்மையாவுக்கும் உடைத்து விட்டான். அந்தக் காலையில் அவன் விடுதலைக் குதூகலத்தை உணர்ந்தான். தன் தாய் ஜோகம்மாளின் மடியில் தலைசாய்த்துக் கொள்ளும்போது மனம் லேசாகி விடுவதுபோல வனத்தின் வாசனையும் பூச்சிகளின் சப்தமும் அவனுக்குள் புகுந்து அவனின் உடலிலும் மனத்திலும் இழந்த தெம்பையும் உற்சாகத்தையும் ஊட்டியது. அவன் கண்கள் கலங்கி அவன் உணர்ச்சி வயப்பட்டு நின்றான். அந்த வனம் அவனுக்காக பசுமையைச் சுரந்து காத்திருப்பது போல கணநேரம் உணர்வு அவனுள் மேலிட்டது.

சோளகர் தொட்டி

“ஹேய்” எனக் கத்தினான். அது எட்டுத்திக்கிலும் எதிரொலித்தது. சிவண்ணாவைப் பார்த்து தம்மையாவும் குதித்து இய்... ய் என்றான்.

அப்போது திடீரென எச்சரிக்கைகொண்டு வாயில் கையை வைத்து அமைதியாக இருக்க தம்மையாவை கூறினான்.

சுற்றிலும் பார்த்தான். உயரமாயிருந்த பாறையில் ஏறி நின்று பார்த்த போது சில மைல்களுக்கு அப்பால் மலையில் விவசாய பூமியைப் போன்ற ஒன்றைக் கண்டான். அது ஜீரஹல்லிக்கு அப்பாலிருந்த மலையின் உச்சி என அனுமானித்தான்.

இன்னமும் பதினைந்து மைல்கள் நடந்தால் சோளகர் தொட்டியினை அடைந்து விடலாம் என்று கூறினான்.

“உடனடியாக தொட்டிக்குப் போகலாம். சாப்பிடணும். அப்பனைப் பார்க்கனும்” என்றான் தம்மையா.

அவனது அப்பாவித்தனத்தை எண்ணி வேதனையடைந்தான் சிவண்ணா. போலீஸ்காரர்கள் நேரே தொட்டிக்குத்தான் சென்று தங்களுக்காக காத்திருப்பார்கள். இன்னொருமுறை அவர்கள் கையில் கிடைத்தால் சாவுதான் என்று தம்மையாவை எச்சரித்தான். பின் தொட்டியின் திசையினை நோக்கி நடக்கத் தொடங்கினார்கள் இருவரும். சிறிது தூரத்தில் சில கிளாக்காய் மரங்கள் தென்பட்டன. அப்போதுதான் நேற்று முழுவதும் இருவரும் சாப்பிடாதது நினைவுக்கு வந்தது.

தம்மையா மரத்தினை உலுக்கினான். கீழே சிதறிய காய்களைப் பொறுக்கி இருவரும் வேட்டியில் கட்டிக் கொண்டார்கள். கிளாக்காயைக் கடித்துக்கொண்டு சில அடிகள் வந்தபோது “பெரியசாமி வாசனை” என்றான் தம்மையா.

இருவரும் திரும்பிப் பார்த்தபோது புதரிலிருந்து கலவரத்துடன் வெளிப்பட்டது உயர்ந்த யானை. அதன் காதுகள் விரிந்து அதன் அடிப்பகுதிகள் நனைந்திருந்தது. “மத யானை” என்றான் சிவண்ணா. இருவரும் ஓடினர். யானை பிளிறிற்று. மடியில் கட்டியிருந்த கிளாக் காய்கள் சிதறி ஓடின. சிவண்ணாவும் தம்மய்யாவும் பிரிந்து ஓடினார்கள். யானை தம்மய்யாவை பின் தொடர்ந்து துரத்தியது. அவன் தலையைப் பிடிக்கும் தூரத்தில் அதன் துதிக்கையை வீசிப் பார்த்தது. மிகக் குறைந்த இடைவெளியில் அவன் வேகம் பிடித்து தப்பித்து ஓடி மரங்களுக்கிடையே குறுகலாயிருந்த புதருக்குள் சென்று உட்கார்ந்து கொண்டான். அவன் நெஞ்சு வலி கண்டு வேகமாய் அடித்தது. தலையிலிருந்து அருவி போல வியர்வை கொட்டியது. சில நொடிகளில் தான் முடியப் போகின்றோம்

என எண்ணினான். அவன் மூச்சிரைச்சல் சப்தம் வெளியே கேட்காமலிருக்க தன் கையைக் கொண்டு வாயைப் பொத்திக் கொண்டான். யானை புதரின் முன் வந்து நின்று பிளிறிற்று. இரண்டு முறை சற்று முன்னும் பின்னுமாய் நின்று உடலை அசைத்தது.

பின் நிலத்தை அதன் கால்களால் தட்டி துதிக்கையில் மண்ணை உறிஞ்சி எடுத்து புதரில் ஊதியது. தம்மய்யாவின் தலை முழுவதும் மண் கொட்டியது. அது மீண்டும் அதேபோல இரண்டு முறை மண்ணை எடுத்து புதரில் ஊதிவிட்டது. பின் புதரில் அதன் துதிக்கையை விட்டு முகர்ந்து பார்த்தது. அது தனது தலையைப் பிடித்து தூக்கப் போகிறது. தன் உயிர் இனி தன்னிடமில்லை என முடிவு செய்து யானையின் துதிக்கை மேலே விழும்போது "விநாயகா பெரியசாமி" என கத்த எத்தனித்து வாயைத் திறந்தபோது சிவண்ணா தூரத்திலிருந்து யானையின் பார்வையில் படும்படி நின்று கத்தினான். இந்த கத்தலில் துணுக்குற்று சப்தம் வந்த திசையை நோக்கி யானை ஓடியது. தம்மய்யாவுக்கு உயிர் திரும்பக் கிடைத்த நிலையில் எழுந்து எதிர் திசையில் ஓடினான். சிறிது நேரம் கழித்து சிவண்ணா குரல் கொடுத்தான். அப்போது வனத்தில் இடைவிடாத பூச்சி சப்தம் தடைபட்டு பின் மீண்டும் ரீங்காரித்தது. சிவண்ணா உயிருடன்தான் உள்ளான் என்பதை தம்மய்யாவும் உணர்ந்தான். அந்தக்குரலின் எதிரொலிக்கேற்ப தம்மய்யாவும் குரல் கொடுத்தான். பின் இருவரும் சேர்ந்து நடக்கத் தொடங்கினார்கள்.

வனத்தில் நிராயுதபாணியாக நிற்பது ஆபத்து என முடிவு செய்தான் சிவண்ணா. இருவரும் சோளகர் தொட்டி பக்கமிருந்த வனப்பகுதியை அடைந்தபோது மதியம் சாய்ந்து மாலை துவங்கியிருந்தது. அதற்கு அப்பால் வனத்திலிருந்து தொட்டிப் பக்கம் போவது ஆபத்தை விருந்துக்கு அழைப்பதாய் உணர்ந்து, உயரமாய் வளர்ந்திருந்த உன்னிப் புதரில் புகுந்து வனத்தின் எல்லையருகில் மறைந்து நின்று, சிவண்ணா தனது தொட்டியை எட்டிப் பார்த்தான். சீர்காட்டில் ராஜூவின் வீட்டருகில் இரண்டு போலீஸ் வேன்கள் நின்று கொண்டிருந்தன. மீண்டும் தலையைப் புதருக்குள் இழுத்துக் கொண்டு தம்மய்யாவை அழைத்தபடி வனத்தின் இரண்டு மைல்களுக்கு அப்பால் உள்சென்று, அந்நியர்கள் வரஇயலாத சுற்றிலும் புதர் சூழ்ந்த பாறையில் உட்கார்ந்து கொண்டார்கள். அந்த பகுதியில் கல்பாலியில் தண்ணீரிருந்தது. தம்மய்யா சிவண்ணாவை இருக்கச் சொல்லிவிட்டு புதரில் இறங்கி சிறிது நேரத்திற்கு பின் ஒரு காய்ந்த கதிர் முற்றிய கஞ்சா செடியையும் இரண்டு மூங்கில் தப்பையையும் கொண்டுவந்தான்.

சிவண்ணாவுக்கு அதனைப் பார்த்ததும் அவன் களைப்பை மறந்து தம்மய்யாவை கட்டி அணைத்துக் கொண்டு மகிழ்ந்தான்.

"எங்கேடா கிடைத்தது?" என்றான்.

"முன்னே பறித்து பாறையிலே போட்டிருந்தேன். இப்போ இருக்குமா என்ற சந்தேகத்தில் போனேன். நல்லவேளை அப்படியே கிடந்தது" என்று சிரித்தான் தம்மய்யா.

சிவண்ணா அதன் கதிர்களை சிறிது பிரித்து பக்கத்திலிருந்த எருக்கு செடியின் பெரிய இலையை பறித்து அதில் கஞ்சா கதிர்களை வைத்துச்சுருட்டி, பீடியைப் போல செய்து மரத்தின் நாரில் கட்டிக் கொண்டான். மீதியிருந்த கஞ்சாவை அவன் மடியில் கட்டிக் கொண்டு பின் காய்ந்த சருகுகளைக் கூட்டிவைத்து ஞெலிக்கோலால் கடைந்தான். சில நெடிகள் தீக்கங்குகள் கூட்டி வைத்திருந்த சருகில் பட்டுப் புகைந்தது.

மெல்ல அந்த தீக்கங்குகளை ஊதி நெருப்பாக்கினான். சுற்றிலும் பாறையாக இருந்ததால் நெருப்பு வெளியே யாருக்கும் தெரியாது என்பதை உறுதி செய்தபின், கஞ்சாவைப் பற்ற வைத்து ஒரு இழு இழுத்து நெஞ்சில் புகையைக் கட்டிக்கொண்டு கண்களில் அனுபவித்துப் புகையை மெதுவாக நேரம் கழித்து வெளியே விட்டான். பின் தம்மய்யாவிடம் நீட்டினான்.

அன்று சில்லிட வைத்த குளிரில் முற்றிலும் இருளைப் போர்த்தியிருந்த வனத்தினூடே அவன் தம்மய்யாவை அழைத்துக் கொண்டு நடந்து தொட்டியின் அருகில் இருந்த வனத்தின் எல்லைக்கு அப்பால் வந்து அங்கிருந்த ஒரு கல்லைப் புரட்டிவிட்டுக் கைகளால் மண்ணைத் தோண்டி எறிந்தான். சிறிது நேரத்தில் மழைக்காகிதம் சுற்றப்பட்ட நீண்ட ஒரு பொருளை எடுத்து காகிதத்தைப் பிரித்தான். நான்கு சுற்று சுற்றப்பட்டிருந்தது. அது என்னவாக இருக்கும் என்று தம்மய்யா யூகித்திருந்தான். அதில் துப்பாக்கியும், இன்னொரு பொட்டலத்தில் கறி மருந்தும் பதினைந்து ஈய குண்டுகளும் இருந்தன. சிவண்ணா தன் மூதாதையரின் யானைத் தந்த பூண் போட்ட அந்தத் துப்பாக்கியைத் தனது முகத்திற்கு நேராக உயர்த்தி அதனை முத்தமிட்டான். அதில் தன் தன் மூதாதையரின் வாடையை உணர்ந்தான்.

தொட்டியிலிருந்த துப்பாக்கிகளை ஒப்படைத்துவிடப் போலீசார் கட்டளையிட்டதற்கு முந்தின இரவில், இருளில் புகுந்து மறைத்து பாதுகாப்பாய்ப் புதைத்து வைத்துப்போன துப்பாக்கி. அதன் விசை முறையாக அடிக்கிறதா என அழுத்திப் பார்த்தான். நன்றாகவே

இயங்கியது. பின், துப்பாக்கியை எடுத்துக்கொண்டு மீண்டும் முன்பு உட்கார்ந்திருந்த பாறைப்பகுதிக்குச் சென்றனர்.

"குளிருக்கு நெருப்பு உண்டாக்குகிறேன்" என்றான் தம்மய்யா. ஆனால் சிவண்ணா அவனைத் தடுத்தான். "தொட்டியிலிருந்து இரண்டு மைல் தூரத்தில் நாமிருப்பதால், தீ இரவில் நம் இருப்பிடத்தைக் காட்டிக் கொடுத்து விடும்" என்று எச்சரித்தான். இருப்பினும், குளிருக்குச் சற்று கதகதப்பாக இருக்கட்டும் என கஞ்சாவைப் போட்டுப் புகைபிடித்துக் கொண்டனர்.

அப்போது தம்மய்யா, "நாம் எப்போ தொட்டிக்குப் போவது?" என்றான்.

"இனி எப்போதும் முடியாது" என்று கூறிவிட்டு வேறு பக்கம் முகத்தைத் திருப்பிக் கொண்டான் சிவண்ணா.

அதன்பின் நிலவிய நிசப்தத்தினூடே தம்மய்யாவின் கண்களில் கண்ணீர் திரண்டிருப்பதை, புகையை இழுக்கும்போது சுடர் விடும் நெருப்பின் வெளிச்சத்தில் பார்த்தான் சிவண்ணா.

24

தொட்டியில் சீர்காட்டின் ஓரமாய் நிறுத்தப்பட்டிருந்த போலீஸ் வேன் இரண்டிலும் சேர்த்து பதினைந்துக்கும் மேற்பட்ட போலீஸ்காரர்களிருந்தார்கள். சிவண்ணாவும், தம்மய்யாவும் தப்பித்து தொட்டிக்குத்தான் வந்திருப்பார்கள் என எண்ணி மறுநாள் அதிகாலையிலேயே அங்கு வந்து தேடிப்பார்த்தவர்களுக்கு ஏமாற்றமே மிஞ்சியது. தலமலை இன்ஸ்பெக்டர், சிவண்ணா ஒரு தந்திரக்காரன் எனச் சொல்லியிருந்தது சரிதான் போலிருக்கிறது என்று போலீஸ்காரர்கள் தங்களுக்குள் பேசிக் கொண்டனர். அதிகாலையில் தொட்டியில் சிவண்ணாவின் குடிசைக்குள் புகுந்து,

சிவண்ணா தப்பித்து வந்தான். அவன் எங்கே? என்று மாதியிடம் கேட்டதும் அவள் தனது கணவனைப் புட்டனைக் கொன்றது போலக் கொன்று எரித்துவிட்டு தற்போது வேண்டுமென்றே தேடுவது போல நடிக்கிறார்கள் என முடிவு செய்து அவள் கத்திய கத்தலும் அழுகையும் தொட்டியெங்கும் எதிரொலித்தது.

ஜோகம்மாளும் தனது மகனுக்கு ஏதேனும் கெடுதல் ஏற்பட்டிருக்குமோ எனக் கலங்கிப் போய் போலீஸ்காரர்களைத் திட்டித் தீர்த்தாள். தொட்டியில் புழுதி தூற்றப்பட்டது.

போலீஸ்காரர்கள் தங்களைக் கண்டதும் தொட்டியினர் ஓடி ஒளிந்து கொள்வார்கள் என எதிர்பார்த்திருந்தனர். ஆனால் எதிர்பார்த்ததற்கு மாறாக, தொட்டியினர் அனைவரும் ஒன்று திரண்டு நின்றதைக் கண்டு, பின்வாங்கினர். தங்களின் இயல்பான கலவரப்படுத்தும் கெடுபிடிகளை அன்று நிகழ்த்தவில்லை.

அதன் பின், அமைதியாய் சிவண்ணாவைப் பிடிக்கக் காத்துக் கிடந்தார்கள். ராஜூவும், சிவண்ணா பற்றிய தகவலைப் பெற சில ஆட்களுக்குப் பணம் கொடுத்து வைத்திருந்தான். ஆனால், எந்தத் தகவலும் கிடைக்கவில்லை. பரந்திருப்பதாலும், இலக்கற்றதாய் இருக்கின்றதாலும் வனத்திற்குள் போய்த் தேட போலீஸ்காரர்கள் எந்த முயற்சியும் செய்யவில்லை.

சில நாட்களுக்குள் எப்படியும் சிவண்ணா தொட்டிக்கு வருவான், தங்களுக்கு இழுக்கு ஏற்படுத்தும் வகையில் தப்பித்து ஓடியவனைப் பிடித்து கதையை முடித்துப் பாடம் புகட்ட வேண்டும் என்று கருவிக் கொண்டிருந்தான் தலமலை இன்ஸ்பெக்டர். அந்தத் திட்டத்திலேயே ராஜூவின் வீட்டில் சாப்பிட்டுக்கொண்டு பேசிப் பொழுதைக் கழித்து வந்தனர் போலீசார்.

இறுதியில், தொட்டியின் கொத்தல்லிக் கிழவனைத் தனியே அழைத்து மிரட்டி, தொட்டியின் வாழ்க்கை அவன் கையில்தான் உள்ளதாகவும், தப்பியவர்களைப் பற்றித் தகவல் கிடைத்தால் மறைக்காமல் தெரியப்படுத்த வேண்டும் என்றும் கூறி கொத்தல்லியின் முகத்தைப் பிடித்து அழுத்திவிட்டுப் போனார்கள். அப்போது கொத்தல்லி சற்று அச்சப்பட்டான். பாலப்படுகையில் நடந்தது போல ஏதேனும் தீங்கு இங்கும் நிகழ்ந்து சின்னஞ்சிறுசுகள் பாதிக்கப்படுவார்களோ என்று எண்ணினான்.

போலீஸ்காரர்கள் தங்கள் வேனை எடுத்துக்கொண்டு மூன்றாம் நாள் காலையில் கிளம்பி தலமலை முகாமுக்குப் போய்விட்டனர்.

மாதி மூன்றாம் நாளும் சொட்டுக் கஞ்சியைக் கூடக் குடிக்காமல் புலம்பிக் கொண்டிருந்தாள். ஜோகம்மாள் சோர்வுற்றிருந்த போதிலும், அவளது நெஞ்சில் சிறியதாய் வேர்விட்ட நம்பிக்கை உயிர்ப்புடனே இருந்தது. சிவண்ணா தப்பிவிட்டான் என்று போலீஸ் சொன்னது உண்மையாக இருக்கக்கூடும் என்று அவள் மட்டும் நம்பினாள்.

கோல்காரன் கரியனோ படுத்த படுக்கையாய்க் கிடந்தான். அவனது வயிற்றுப் புண் சீழ் பிடித்து நாறிப் போயிருந்தது. வயிற்றுக்கு வெளியிலும் புற்றைப் போலப் பரவியிருந்தது. நாளுக்கு நாள் அதன் துவாரம் அதிகரித்து வந்தது. அவன் மிகுந்த சிரமத்துடனே இருந்தான். அவன் தனது இறுதி நாட்களை எதிர்நோக்கியிருந்தான். இந்நிலையில் அவன் மகன் தம்மய்யா போலீசால் கைது செய்யப்பட்டு கொண்டு போகப்பட்டதும், பின் காணாமல் போய் விட்டான் என்ற தகவலும் அவனை மேலும் முடமாக்கியது. அவன் மனசை விட்டு விட்டான். தனது வம்சத்தில் கோல்காரனாய் தம்மய்யா முன்னெடுத்துச் செல்லும் அழகைக் காணாமலேயே தனது கண்களில் இருள் வந்து படிந்து விடுமோ எனக் கலங்கினான். அவனுக்கு ஆறுதல் கூறமுடியாத நிலையில் கெம்பம்மாவுமிருந்தாள். தொட்டியில் படிந்திருந்த துயரத்தின் கறைகள் எப்போது துடைக்கப்படுமென எவருக்கும் தெரியவில்லை.

போலீஸ்காரர்கள் தொட்டியின் அருகிலிருந்து போன பின்பே, மூன்று நாட்களாகத் தனது குடிசையின் பின்புறமாய்க் கட்டப்பட்டு தண்ணீரின்றி வாடி வந்த மாடுகளை அவிழ்த்து காட்டிற்குள் ஓட்டி விட்டான் சிவண்ணாவின் தம்பி ஜடையன். அவை தங்களின் கழுத்து மணிகளை அசைத்தபடியே காட்டிற்குள் ஜடைசாமி கோயில் வரை போய் மேய்ந்தன. அந்த மணியோசை காட்டில் மாடுகளின் இருப்பிடத்தைக் கண்டுகொள்ள உதவியாயிருந்தன.

ஜடைசாமி கோயிலுக்கு அப்பால் பாறையின் மறைவில் உட்கார்ந்து பசியால் வாடி வந்த இருவருக்கும் மாட்டின் கழுத்து மணி ஓசைகளைக் கேட்டு நம்பிக்கை எழுந்தது. மாடுகள் எங்கே மேய்கின்றன? என நோட்டமிட்டார்கள். அங்கு சற்று தூரத்தில் மேய்ந்து கொண்டிருந்த இரண்டு மாடுகளை மரக்கொடிகளைப் பிரித்துப் பின்னி உருவாக்கியிருந்த கயிறு போன்ற நார்களால் அதன் கழுத்தைக் கட்டி மரத்தில் பிணைத்து நிறுத்தி விட்டான் சிவண்ணா.

மாலையில் மாட்டுப்பட்டிக்குத் திரும்பிய மாடுகளில் இரண்டு குறைவது கண்டு இருள் வருவதற்கு முன்பாக ஜடையன், தனது மாடுகளைத் தேடி அது வழக்கமாக மேயும் வனத்தின் ஜடைசாமி கோயில் வரை வந்தான். மாடுகளின் கழுத்து மணி சப்தம் கேட்கிறதா? எனக் கவனித்தான். மணி சப்தம் கேட்டது. சப்தம் வந்த திசையில் வந்து மாடுகள் கட்டடப்பட்டிருந்த இடத்தை அடைந்தான்.

அந்நேரம் ஆள்வரும் காலடி சத்தம் கேட்டுப் புதரிலிருந்து எட்டிப் பார்த்த சிவண்ணா, தன் தம்பி ஜடையன் மாடுகளைத் தேடி வந்திருப்பதைக் கண்டு மகிழ்ச்சி அடைந்தான். அவனைப் பின் தொடர்ந்து யாரும் வரவில்லை என்பதை உறுதிப்படுத்திக்கொண்ட பின், தோளில் துப்பாக்கியை மாட்டிக் கொண்டு ஜடையனின் முன் வந்து நின்றனர் சிவண்ணாவும், தம்மய்யாவும்.

தனது எதிரில் நிற்கும் சிவண்ணாவைப் பார்த்ததும் சற்று அதிர்ந்த போன ஜடையன் பின்னர் மகிழ்ந்து அவனைக் கட்டிக்கொண்டு அழுதான். சிவண்ணா உயிருடனிருப்பதை நினைத்து தனக்குள் தெம்பைப் பெற்றுக் கொண்டான். சிவண்ணாவும், தம்மய்யாவும் செத்துப் போயிருப்பார்கள் என்று தொட்டியில் செய்தி பரவியிருப்பதாகவும், அதே சமயம் தொட்டிப் பக்கம் இருவரும் வந்தால் கொத்தல்லிக் கிழவனே உளவு சொல்ல வேண்டும் என்று போலீசார் மிரட்டியிருப்பதையும் ஜடையன் தெரிவித்தான். அது தவிர, போலீஸ்காரர்கள் ராஜுவிடம் சொல்லித் தகவல் சேகரிக்கச் சொல்லியிருப்பதையும், அவன் ஆங்காங்கு காசு கொடுத்து வைத்து ஆட்களை ஏற்பாடு செய்திருப்பதையும் ஜடையன் விளக்கினான். அப்போது இருள் நெருங்கியதால் மாடுகளை அவிழ்த்துக்கொண்டு நடந்து வந்தனர். ஜடையன் சீக்கிரம் தொட்டிக்குப் போகாவிட்டால் அவனைத் தேடி மற்றவர்களும் வரலாம் என்பதால் மூவரும் விரைந்து நடந்தனர். அப்போது சிவண்ணா தனது துப்பாக்கியில் கரி மருந்தையும், ஈய குண்டையும் போட்டு கெட்டித்து எடுத்துக் கொண்டான். ஏதேனும் விலங்குகள் தண்ணீர் குடிக்க வந்து எதிர் நின்றால் ஒரு பாதுகாப்புக்காக இருக்கட்டும் எனக் கருதி துப்பாக்கியைத் தயாராய் வைத்திருந்தான்.

தங்கள் இருவருக்கும் வேண்டிய போர்வை, தண்ணீர்க்குடுவை, ஓர் அரிவாள், கொஞ்சம் ராகிக்களியும் எடுத்துக்கொண்டு, மாதியையும், ஜோகம்மாளையும், தம்மய்யாவின் தாய் கெம்பம்மாவையும் அழைத்துக்கொண்டு நடுநிசியில் வனத்தின் எல்லைக்கு வரச் சொல்லிவிட்டு, வனத்தின் எல்லைக்கு முன்பே சிவண்ணாவும், தம்மய்யாவும் நின்று கொண்டனர்.

ஜடையன் இருளில் மாடுகளை வனத்திலிருந்து ஓட்டி வருவதைக் கண்டு தொட்டியினர் சற்று நிம்மதி அடைந்தனர். ஜடையன் மகிழ்ச்சியோடு தொட்டிக்கு வந்திருந்தான். அவனைக் கண்ட கொத்தல்லிக் கிழவன், "துணைக்கு யாரையேனும் கூட்டிப் போக வேண்டியதுதானே. ஏனடா தனியே போனாய்?" என்றான்.

ஜடையன் ஒருவாறு சமாதானம் செய்துவிட்டு ஜோகம்மாளின் குடிசைக்குப் போனான். ஜோகம்மாளும் கலக்கமாயிருந்தாள். அவனைக் கண்டதும் கையைப் பிடித்துப் பக்கத்தில் உட்கார வைத்து,

"சிவண்ணா என்றால் நான் கலங்கியிருக்க மாட்டேன். அவன் எதையும் சமாளிப்பான். ஆனால், நீ அப்படியல்ல. நீயும் என்னை ஏமாற்றி விடாதே" என்று புலம்ப ஆரம்பித்தாள்.

ஜடையன் அம்மாவின் தலையைப் பிடித்துக் கொண்டு சிரித்தான். அவளுக்கு ஒன்றும் புரியவில்லை. அவள் காதருகில் சென்று சிவண்ணாவைப் பார்த்ததைச் சொன்னான். அதுவரை சோம்பிக் கிடந்த ஜோகம்மாள், ஜடையனைக் கட்டிக் கொண்டாள். எழுந்து குடிசையின் வாசலுக்கு வந்து ஆட்டம் ஆடுவது போலக் கைகளைத் தூக்கிக் குதித்தாள். ஜோகம்மாள் பல வருடங்களுக்கு முன்னோக்கி வந்திருப்பதைப் போன்று நினைத்து பின் வேகமாக குடிசையிலிருந்து ஓடினாள். அவள் கைளைப் பிடித்துக்கொண்ட ஜடையன்,

"நீ ஆட்டமாடி அண்ணனைக் காட்டிக் கொடுத்து விடாதே. நடு சாமத்தில் உன்னையும், மாதியையும், கெம்பம்மாளையும் கூட்டி வரச் சொல்லியிருக்கிறான். தொட்டியில் எதையும் நம்ப முடியாது. பொறுமையாகவும் எச்சரிக்கையாகவும் இருக்க வேண்டும்" என்றான். அவளும் அதை உணர்ந்து அமைதியாக நடையை எட்டிப் போட்டாள். ஜடையனும் அவளுடன் நடந்தான். இருவரும் சிவண்ணாவின் குடிசைக்குச் சென்றார்கள்.

சூடான களியும், அவரைக் குழம்பும் வைத்து, மாதியைச் சாப்பிட வற்புறுத்திக் கொண்டிருந்தாள் ரதி. களி சூடு ஆறும்

நிலையிலிருந்தது. மாதியின் மகள் சித்தி கூடவே உட்கார்ந்திருந்தாள். மாதியைப் பார்த்ததும் ஜோகம்மாள் அவளைக் கட்டிப் பிடித்தாள். அப்போது தன் கணவனுக்கு ஏதோ நிகழ்ந்ததால், ஒப்பாரிக்குத் தன்னை அவள் அழைப்பதாய்க் கருதி ஓவென்று சப்தமிட்டு அழுதாள் மாதி. அப்போது ஜோகம்மாள், மாதியின் காதில் ஜடையன் சிவண்ணாவைக் கண்டு வந்ததையும் அவளுக்காக வன எல்லையில் காத்திருப்பதையும் கிசுகிசுத்தாள். பின்பு, மாதி முகம் மலர்ந்து பெருமூச்செறிந்து தன் அவிழ்ந்து கிடந்த தலைமுடியை அள்ளி முடித்துக்கொண்டு தண்ணீரை எடுத்து முகத்தைக் கழுவிக் கொண்டாள்.

ரதியும், சித்தியும் யூகித்துக்கொண்டு தாங்களும் சிவண்ணாவைப் பார்க்க வரவேண்டும் என்று கூறினார்கள். ஆனால், தொட்டியில் இது வெளிப்பட்டால் ஆபத்து நேரிடும் என எச்சரித்து இருவரையும் ஜோகம்மாளின் குடிசைக்குப் போய்ப் படுத்துக்கொள்ளுமாறு அனுப்பி விட்டனர்.

பின்னர் ஜோகம்மாள் கோல்காரனின் குடிசைக்குச் சென்றாள். அங்கு கொத்தல்லிக் கிழவன், கோல்காரன் கரியனுக்கு ஆறுதலாய்ப் பேசிக் கொண்டிருந்தான்.

"தம்மய்யா உயிருடன் வருவான். நம்பிக்கை தளராதே! உன் குலத்தில் கோல்காரன் வாரிசாய் அவன் நடப்பான்" என்றான் கொத்தல்லி.

பின், பேச்சினூடே, "தம்மய்யா ஒருவேளை வந்தால் போலீஸ்காரர்களின் கைகாலில் விழுந்தாவது உயிருக்குப் பங்கமில்லாமல் ஒப்படைத்து விடலாம்" என்றும் கூறினான்.

ஜோகம்மாள் உள்ளே சென்றதும் அவளையும் பேச்சில் கலந்து கொள்ளச் செய்ய சிவண்ணாவைப் பற்றிப் பேச முயன்றான். ஆனால், ஜோகம்மாள் அதில் ஆர்வம் காட்டாது கெம்பம்மாவை வெளியே கூப்பிட்டாள். கொத்தல்லி "என்ன" என்று கேட்க,

மருமகள் மாதிக்கு வயிற்று வலி. அதற்கு பச்சிலை அரைக்க என்றாள் ஜோகம்மாள். கெம்பம்மா குடிசைக்கு வெளியே வந்ததும், அவளைச் சற்று தூரம் அழைத்துப் போய் அவளிடத்தில் எல்லாவற்றையும் சொன்னாள். அவள் மகிழ்ச்சியில் தனது கணவன் கரியனிடம் தம்மய்யா வந்து விட்டான் எனக்கூற ஓடியவளைத் தடுத்து,

"யாருக்கும் சொல்லாதே! உன் மகனுக்கு நீயே எமனாகாதே!" என எச்சரித்தாள். கொத்தல்லிக் கிழவனை அவன் குடிசைக்கு அனுப்பி விட்டு, சிவண்ணாவின் குடிசைக்கு அவளை வந்துவிடுமாறு

கூறி அனுப்பினாள். குடிசைக்குச் சென்ற கெம்பம்மா தனக்குத் தூக்கம் வருவதாகக் கூறி கொத்தல்லியை அவனது குடிசைக்கு அனுப்பினாள்.

"தன் மகன் தம்மய்யா இருக்கிறானா? இறந்து விட்டானா? என்று தெரியாத வேதனையில் தூங்க வேண்டும் என்கிறாளே! இவளும் பெண்ணா?" எனக் கூறியவாறே கொத்தல்லி தன் குடிசைக்குப் போய்ச் சேர்ந்தான்.

தொட்டி உறங்கியபின் நடுசாமத்தில், சிவண்ணா கேட்டவாறு அனைத்தையும் எடுத்துக்கொண்டு மாதியும், கெம்பம்மாவும், ஜடையனின் கையைப்பிடித்தபடி ஜோகம்மாளும் இருளில் வனத்தின் எல்லையைத் தாண்டி சில அடிகள் சென்றதும், ஜடையன் இருமினான். அப்போது செடி மறைவிலிருந்து சிவண்ணாவும், தம்மய்யாவும் வெளிவந்தனர்.

மாதி, சிவண்ணாவைக் கண்டு அழுதாள். கெம்பம்மா தம்மய்யாவைப் பார்த்துக் கண்கலங்கினாள். அதன்பின் அனைவரும் வெகுநேரம் பேசிக் கொண்டிருந்தனர். ஜடையன், "கொத்தல்லியைக்கூட எந்த அளவு நம்புவதென்று தெரியவில்லை. அவனையும் போலீஸ் மிரட்டியுள்ளது" என்றான்.

"நேரம் வரும்போது கொத்தல்லியிடம் பேசலாம். அதுவரை சற்று ரகசியமாகவே இருக்கட்டும்" என்றான் சிவண்ணா. மேலும், அவன் ராஜுவின் மீதிருந்த கோபத்தைக் கொட்டினான். அவனை முடித்து விடுகிறேன் என்றான். அப்போது பாலப்படுகையில் ஈரம்மாவுக்கு நேர்ந்ததை மாதி சொன்னாள். சிவண்ணா அதன் பின் எதுவும் பேசாமல் நின்றான். களியை சிவண்ணாவும் தம்மய்யாவும் சாப்பிட்டு முடித்தபோது, மரங்கொத்திப் பறவைகளின் சப்தம் கேட்டது. மூன்றாம் சாமம் முடியப் போகிறது என்றாள் ஜோகம்மாள்.

நாளை இதே போல களி கொண்டு வருகின்றோம் என்றாள் மாதி.

பிரியும்போது தம்மய்யா, கெம்பம்மாவின் சேலை முந்தானை நனையும்படி அழுதான். இளையவனான தம்மய்யாவிடம் இப்படி பல தர்ம சங்கடங்களை சந்திக்க வேண்டியிருந்தது சிவண்ணாவிற்கு.

கூட்டில் உள்ள குஞ்சுப் பறவை திரித்துப் பார்க்கும் பார்வையைக் கூட தாய்ப்பறவை கண்டு கொள்ளும் என்பதைப்போல சிவண்ணாவும், தம்மய்யாவும் வனத்தில் எல்லையோரமாக வந்து உணவு வாங்கிச் சாப்பிடுவதும், மாதியும் கெம்பம்மாவும் அடிக்கடி வனப்பகுதிக்குள் சென்ற வருவதன் காரணத்தையும்

கொத்தல்லிக் கிழவன் வெகு சீக்கிரத்தில் புரிந்துகொண்டு விட்டான். ஜோகம்மாளின் குடிசைக்கு வந்து அவளிடம் தன் மீது நம்பிக்கையின்றி இவைகளை மறைத்ததற்காக உரிமையோடு சண்டையிட்டான். பின் சமாதானமடைந்தான். அதன்பின், கொத்தல்லிக் கிழவன் வனத்தில் சிவண்ணாவையும் தம்மய்யாவையும் சந்தித்தான். சிவண்ணாவிடம்,

"உனக்குக் கூடவா என் மீது நம்பிக்கையில்லை?" என்று கேட்டான்.

தொட்டிக்கு அருகிலிருந்த வனப்பகுதியில் சிவண்ணாவும், தம்மய்யாவும் சுற்றுகிறார்கள் என்று உறுதிப்படுத்தாத தகவல்கள் ராஜுவின் மூலம் தலமலை முகாமிற்குப் போனதும், தொட்டியினருகில் போலீஸ் நடமாட்டம் அதிகரித்தது. வனத்தில் மூன்று மைல் தூரம் அவர்களை நவீன ஆயுதங்களை வைத்திருந்த போலீசார் தேடினார்கள். ஒரு சமயம் வெகு அருகிலேயே போலீஸ் வந்ததும் சப்தமின்றி இருவரும் புதரில் படுத்துக்கொண்டதும் நிகழ்ந்தது.

அந்தப் பகுதியிலிருந்து சில மைல் தூரம் தள்ளிப் போவது என்று சிவண்ணா முடிவு செய்தான். அதன்பின் அங்கிருந்து இரவில் விளக்கு தெரியும் இருபது மைல்களுக்கு அப்பால் கோத்தகிரி வனப் பகுதிக்குச் சென்று வரலாம் என்று முடிவு செய்து, கையில் போர்வை மற்றும் குவளை போன்றவற்றைக் கட்டி எடுத்துக்கொண்டு துப்பாக்கியைத் தூக்கித் தோளில் வைத்துக்கொண்டு யானைத் தடத்தில் சுமார் பத்து மைல் தூரம் சென்றிருப்பார்கள். வனத்தில் ஒரு நீரோடையைக் கண்டு அதனருகில் சென்றார்கள் இருவரும்.

ஆட்கள் நடமாடும் சப்தம் கேட்டுத் திரும்பியபோது, சுற்றிலும் துப்பாக்கியை நீட்டியபடி அவர்கள் இருவரையும் சூழ்ந்து நின்றார்கள் பச்சை நிற உடை அணிந்திருந்த எட்டு பேர்.

"சிவண்ணா, போலீஸ்காரங்க. நாம் செத்தோம்" என்று கத்தினான் தம்மய்யா.

சிவண்ணாவுக்குக் குலை நடுங்கியது. இன்னும் சில நொடிகளில் மரணம்தான் என முடிவு செய்து மூச்சை இழுத்து எச்சிலை விழுங்கினான்.

சுற்றியிருந்தவர்களில் ஒருவன் இருவரையும் பார்த்து,

"நீங்க போலீஸ் ஆளுங்களா?" என்றான்.

சிவண்ணாவுக்குப் போன உயிர் வந்தது போலிருந்தது. இழுத்து வைத்த மூச்சை வெளியே விட்டான்.

“இல்லை சாமி” என கையை எடுத்துக் கும்பிட்டான்.

“யாரடா நீங்க?”

“நான் சிவண்ணா. இவன் தம்மய்யா. சோளகர்” என்று முடிக்கும் முன் அடர்ந்த மீசையைத் தடவிக்கொண்டே ஒல்லியான உருவம் தானியங்கித் துப்பாக்கியைச் சுமந்தபடி அவன் முன்னே வந்து நின்றது. சிவண்ணா தன் வாழ்வில் முதன்முறையாக அவனை அப்போதுதான் பார்த்தான். சிவண்ணாவின் உடலில் லேசாக நடுக்கமெழுந்தது.

மசைகண்ட நாய் அடிபட்டது போல உடல் முழுவதும் அடிபட்டு நான் உயிர் பிழைத்து ஓடி வந்தது, தொட்டியின் கோல்காரன் கரியன் அடிபட்டு சாகக் கிடப்பது, புட்டன் சித்தரவதைக்குள்ளாகி இறந்து போனது, அவன் மனைவி நடைப்பிணமாய் மாறியது, அரப்புலி சாகடிக்கப்பட்டு எரிக்கப்பட்டது போன்றவற்றிற்கெல்லாம் காரணமாயிருந்தவன் இவன்தானா? என்ற எண்ணம் மனதில் ஓடியது.

சிவண்ணா உறைந்து போய் நின்றான். “என்னைத் தெரியுமாடா?” என்று மீசையைத் தடவினான் எதிரில் நின்றவன்.

சிவண்ணாவால் பேச முடியவில்லை.

“நான்தான் வீரப்பன். நீங்க யாருடா?”

“நாங்க சோளகர் தொட்டியைச் சேர்ந்த சோளகர்கள். நாங்க உயிர் பிழைக்க தப்பி வந்துட்டோம்” என்றான் சிவண்ணா.

பக்கத்தில் அடுப்பு மூட்டி சாப்பாடு தயாராகிக் கொண்டிருந்தது. பொன்னி அரிசி மணம் சூழ்ந்தது சிவண்ணாவின் பசிக்கு ஆறுதலாயிருந்தது.

இதற்கிடையில், கொஞ்சம் கருப்புத் தேநீர் கொடுத்தார்கள். சிவண்ணா அதுவரை நடந்தவற்றையெல்லாம் எதிரில் இருந்தவனிடம் கூறினான். அவன் சொற்களில் களவு இல்லை என்பதை ஏற்றுக்கொண்ட வீரப்பன், போலீஸ்காரர்களைப் பற்களைக் கடித்துக்கொண்டு கெட்டவார்த்தையில் திட்டினான்.

சற்று நேரத்தில் சாப்பாடும், குழம்பும் வந்தன. அதனை சிவண்ணாவுக்கும் தம்மய்யாவுக்கும் கொடுத்தான். எட்டு பேருக்கு சமைத்த உணவு பத்து நபர்களால் பகிர்ந்து உண்ணப்பட்டது.

“இனி போலீஸ் உங்களைப் பிடிச்சா என்ன நடக்குன்னு தெரியுமா?” என்றான் வீரப்பன்.

"சுட்டுக் கொன்னுடுவாங்க."

"நீ போயிட்டிருந்த திசையிலே போயிருந்தா போலீஸ்காரங்ககிட்டே அகப்பட்டிருப்பே. ஆனா, எங்கிட்டே இருக்கற வரைக்கும் எதுவும் பாதிப்பில்லை, என் கூட வா."

சிவண்ணா வீரப்பனின் வார்த்தைகளுக்குக் கட்டுண்டு அவன் பின்னே மரங்களின் மீது வலை போன்று கொடிகள் பின்னிக் கிடந்த அடர்ந்த வனத்தின் மையப்பகுதியில் நடந்தான். தம்மய்யாவுக்கு எதுவும் பிடிபடவில்லை. அவனுக்குக் கரியனின் நினைவு மட்டும் அடிக்கடி வந்து போனது. சிவண்ணாவைப் பின்தொடர்ந்து அவனும் அந்தக் கூட்டத்தோடு நடந்தான்.

25

சிவண்ணாவும் தம்மய்யாவும் வனத்தில் வீரப்பனுடன் நடக்கத் துவங்கி சில நாட்கள் ஆகியிருந்தது. வனத்தில் காலையில் ஓரிடத்திலிருந்து நடக்கத் துவங்கினால் குறைந்தது இருபது மைல் தூரம் நடந்து வேறு இடத்தை மாலையில் அடைவதும், மீண்டும் காலையில் எழுந்து நடக்கத் துவங்குவதுமாக நாட்கள் நகர்ந்தன. சிவண்ணாவுக்கு உணவுப் பொருட்களையும், துப்பாக்கியையும் தூக்கிக்கொண்டு அவ்வளவு தூரம் நடப்பது சற்றுச் சிரமமாகக்கூடப் பட்டது. அந்த சமயங்களில் முன்பு போலீசார் கட்டாயப்படுத்தியதன் பேரில் அவர்களின் மூட்டைகளைத் தூக்கிச் சென்றது அவனுக்கு நினைவுக்கு வந்தது. மூட்டை சுமப்பது தனது ராசி என்று மனதுக்குள் கூறிக் கொண்டான். எல்லாச் சூழலிலும் சுமை தூக்கும் பணி மட்டும் அவனுக்கு வந்து கொண்டிருந்தது. ஆனால், இரண்டும் வெவ்வேறானவை. ஒன்று நிர்ப்பந்தத்தால் எழுந்தது. இன்னொன்றோ தேவையைப் பொறுத்தது எனத் தனக்குத்தானே சமாதானம் சொல்லிக் கொண்டான்.

கொத்தல்லிக் கிழவன், வனத்தில் மாட்டுப்பட்டி போட்டு மாடு மேய்த்துத் தங்கி வரும் ஒரு சோளகன் மூலம் தம்மய்யாவுக்கு அவனது தந்தை சாகும் தருவாயில் உள்ளதாகத் தகவல் சொல்லி அனுப்பியிருந்தான். அதைக் கேட்டதிலிருந்து தம்மய்யா மிகவும் துவண்டு போனான். அவனுக்கு எந்த வகையில் ஆறுதல் கூறுவதென்று சிவண்ணாவுக்குத் தெரியவில்லை. ஆனால், அன்றிரவு தொட்டிப் பக்கம் வருவதாகக் கொத்தல்லிக்குத் தகவல் சொல்லியனுப்பியிருந்தான்.

சிவண்ணா, தம்மய்யாவை அழைத்துகொண்டு அன்று தொட்டியின் வன எல்லையோரம் புதரில் வந்து நின்று கொண்டிருந்தான். அப்போது ஜடையன் வந்து தொட்டியில் போலீசோ அல்லது வேறு உளவாளிகளோ இல்லை என உறுதிப்படுத்தி, நள்ளிரவில் இருவரையும் தொட்டியினுள் அழைத்து வந்தான். அப்போது சிவண்ணா பச்சை வர்ணச் சட்டையும், பேண்ட்டும் அணிந்திருந்தான். கோல்காரனின் குடிசையில் எரிந்து கொண்டிருந்த விளக்கினை கெம்பம்மா உயர்த்தி பிடித்தபோது கோல்காரனுக்கு நினைவு தப்பி மேல் மூச்சு வாங்கிக் கொண்டிருந்தது. தம்மய்யா அழுதான். ஆனால், அவனது சப்தம் தொட்டியில் மற்றவர்களை அழைத்து விடக்கூடாது என சிவண்ணா எச்சரித்தான். அங்கிருந்த கொத்தல்லிக் கிழவன், சிவண்ணாவின் கையைப் பிடித்து,

“இன்று விடியலிலோ அல்லது நாளையோ கரியன் முடிந்து விடுவான். பின், தொட்டி கோல்காரனின்றி வாடப் போகிறது. நீ உரமேறிய மரம். உன்னை வெட்டினாலும் தாங்கும் ஆற்றல் உனக்குண்டு. ஆனால், தம்மய்யா கல்லடிபட்டாலே பாதிப்படையும் பால் வடியும் மரம். அவனை தொட்டியில் இருக்க நீ உத்தரவாதம் தர வேண்டியது தொட்டிக்குச் செய்யும் உதவி” என்றான்.

சிவண்ணாவும், தம்மய்யாவும் வனத்திலிருந்து வெளியே வந்து விடுவதில் ஆசைப்பட்டுள்ளதையும் அந்தக் கூட்டத்துடன் அவனால் ஒன்றிப்போக இயலாததையும், மேலும், உயிர் எப்போதும் தங்களின் வசமில்லை என்ற உணர்வுடன் வாழ்வதற்கும் அவன் அஞ்சியதை மனதில் கொண்டு,

“இவனை விட்டுவிட்டுப் போவதில் எனக்கு எந்தச் சிரமமும் இல்லை. ஆனால், விடிந்ததும் போலீஸ்காரர்களுக்கு இவன் வந்திருக்கும் தகவல் போனால் வந்து இவனை அடித்தே கொன்று விடுவார்கள்” என வேதனைப்பட்டான்.

“என்னிடம் தலமலை போலீஸ் அதிகாரி சொல்லியிருக்கிறார். உங்களில் யார் வந்தாலும் உயிருக்கு பாதிப்பில்லாமல் விசாரித்து விட்டுவிடுவதாக. ஆனால், உன்னை உயிரோடு விடுவார்களா? தம்மய்யாவைப் பொறுத்து எந்தப் பாதிப்பில்லாமல் நான் பார்த்துக் கொள்கிறேன்” என்றான் நம்பிக்கையுடன் கொத்தல்லி.

தம்மய்யாவைத் தனியே அழைத்து சிவண்ணா, “வீரப்பனுடன் சில நாட்கள் இருந்ததை எவ்வளவு சித்திரவதை செய்தாலும் யாரிடமும் சொல்லாதே. ரொம்ப சிரமமாக இருந்தால், நான் வீரப்பனுடன் சேர்ந்து கொண்டதால், நீ ஓடி வந்து விட்டதாகச் சொல்லிக் கொள். இல்லாவிட்டால், உன்னைச் சுட்டுக் கொன்று விடுவார்கள்” என்று அவனை எச்சரித்துவிட்டு, பின் கெம்பம்மாவுக்குச் சற்று ஆறுதல் கூறிவிட்டு, மாதியுடன் பேசிவிட்டு விடிவதற்குள் அவன் வனத்திற்குள் புகுந்து அடர்ந்த மரங்களுக்குள்ளே மறைந்து போனான்.

அன்று காலையிலேயே கோல்காரன் கரியன் இறந்து போனான். அவனின் வயிற்றில் சீழ் வழிந்து கொண்டிருந்ததால், இறந்து போன இரண்டே மணி நேரத்தில் அவனது உடலை அடக்கம் செய்து விட்டனர். பின், தம்மய்யாவை குளிக்கச் செய்து தீட்டுப் போக்கி அவனின் தலையில் வண்ண துணிகளால் தலைப்பாகை கட்டி பின் அவனது குடிசையிலிருந்த அவனது மூதாதையரின் வேலைப்பாடு மிக்க வளைந்த கோலை எடுத்து தம்மய்யாவின் கையில் கொத்தல்லி

தொட்டியினர் முன் கொடுத்து அவனை தொட்டியின் புதிய கோல்காரனாக ஏற்றுக் கொண்டார்கள்.

பின் கொத்தல்லி, தம்மய்யாவுடன் தொட்டியின் பத்துக்கு மேற்பட்டவர்களை அழைத்துக்கொண்டு பேருந்து பிடித்து தலமலை முகாமிற்குச் சென்றான். அங்கு தம்மய்யாவை இன்ஸ்பெக்டரிடம் ஒப்படைத்தான் கொத்தல்லி. அந்த இன்ஸ்பெக்டர் தம்மய்யாவின் உயிருக்கு எந்த பாதிப்பும் நிகழாது என்று உறுதி கூறி அனுப்பி வைத்தான். தம்மய்யா தொட்டியின் கோல்காரனாகப் பதவியேற்ற அன்றே தலமலை முகாமில் போலீஸ்காரர்கள் சுற்றிலும் நின்று 'விருந்து' கொடுத்தனர். அவன் உடலில் ரத்தம் கன்றிய நிலையில் "சிவண்ணா எங்கே?" என்றனர்.

"காட்டிலே யானை துரத்தியது. நான் தனியே ஓடி விட்டேன். சிவண்ணா தனியே ஓடிப் போனான். அவனைக் கண்டுபிடிக்க முடியவில்லை. அதற்குப் பின்பு, சாப்பாடு, தண்ணீர் கிடைக்கவில்லை. அதுதான் வந்து விட்டேன். நான் எந்தத் தப்பும் செய்யவில்லை" எனத் திரும்பத் திரும்பச் சொன்னான் அடி விழுந்த வேதனையுடன்.

அதன் பின், அவனுக்குப் பெரிதாக அடிகள் எதுவும் விழவில்லை. ஆனால், அவன் தொடர்ந்து முகாமிலேயே வைக்கப்பட்டிருந்தான்.

சிவண்ணா, வீரப்பனுடன் சேர்ந்து விட்டதாக தொட்டியில் உலாவிய செய்தி சீர்காட்டை அடைந்தபோது ராஜு கலங்கிப் போனான். அவனுக்கு அந்தச் செய்தி தெரிந்தபின் இனியும் சீர்காட்டில் இருப்பது அவ்வளவு பாதுகாப்பானதல்ல என்று முடிவெடுத்தான். அதன் பின் பெரும்பாலும் அங்கே தங்காமல் தவிர்த்து வந்தான். காரமடைப் பக்கம் உள்ள தனது மாமனார் ஊருக்குச் சென்று விட்டான். ஒரே மாதத்தில் சீர்காட்டுத் தோட்டத்தையும், வீட்டையும் கண்ணீர் மல்க கட்டவாடி கவுண்டனுக்கு, வந்த விலைக்கு விற்று விட்டு குடும்பத்துடன் காரமடைக்கே போய்ச் சேர்ந்தான்.

அதனால், சீர்காட்டைப் பார்க்கும் போதெல்லாம் தொட்டி பெரியவர்களுக்கு மனதில் மின்னலாய் மறைந்து போகும் பேதனின் குடும்பம் பட்டவலி இப்போது குறைந்து போயிற்று. தொட்டியில் பலரும் சீர்காட்டைப் புதிதாக வாங்கியவர்களிடம் விவசாயக் கூலி வேலைக்குச் சென்று வந்தனர். ரதி கூட ஜோகம்மாளுக்கு ஆதரவாய் இருக்க சீர்காட்டில் கூலி வேலைக்குச் சென்று வந்து கொண்டிருந்தாள். அந்த சமயம், சீர்காட்டில் உழவு டிரேக்டர் ஓட்ட கோத்தகிரியிலிருந்து வந்திருந்த சேகரன் என்பவனுடன் அவளுக்கு நட்பு ஏற்பட்டது. இருவரும் பல இடங்களில் மறைவாய்ச் சந்தித்துக்

கொண்டார்கள். சேகரன் குள்ளமாக இருந்தாலும், சிகப்பாகவும் நாகரீகமான உடைகளை உடுத்தி அவ்வப்போது தலையை வாரிக் கொண்டும் முகப்பவுடர் பூசிக் கொண்டும் இருந்து வந்தான். ரதியும் புதிதாக சென்ட்டுகளை அடித்துக் கொண்டாள். உழவு ஓட்டும் காலம் முடிந்த பின்பும், சேகரன் சீர்காட்டுப் பக்கம் வந்து போனான்.

ஜோகம்மாள் தனது மகளைப் பற்றி அறிந்து சற்றுக் கலங்கி கொத்தல்லியிடம் சென்று, நல்ல சோளகனாய் ஒருத்தனை தனது வீட்டிற்குச் சீக்கிரம் விதை தானியம் கேட்டு தன் மகளைப் பெண் பார்க்கக் கூட்டி வரச் சொல்லி இருந்தாள். அவன் சீக்கிரமே ஏற்பாடு செய்வதாகக் கூறினான். இப்பேச்சு நடைபெற்ற அடுத்த வாரத்திலேயே அதிகாலை நேரத்தில் ரதி டிரேக்டர் ஓட்டும் சேகரனுடன் சோளகர் தொட்டியை விட்டு யாரும் அறியாமல் ஓடிப் போய் விட்டிருந்தாள்.

அதனால், ஜோகம்மாள் மிகுந்த வேதனையடைந்து தனது மகள் தன் குலத்தின் பெருமையைப் பாழ்படுத்திவிட்டதாகப் புலம்பி வந்தாள். ஆனாலும், சேகரன், ரதிக்கு ஏற்ற பையன்தான் என்றும் மனதிற்குள் கூறிக் கொண்டாள். இரண்டு வாரங்களுக்குப் பின் சேகரனின் இருப்பிடத்தைக் கண்டுபிடித்து கோத்தகிரி சென்றான் ஜடையன். அங்கே சென்று சேகரன் செருப்புத் தைக்கும் சாதியைச் சேர்ந்தவன் என்று அறிந்ததும், அதனை தொட்டியில் வெளிப்படுத்தினால், மற்ற சோளகர்கள் தனது குடும்பத்தை இழிபார்வை பார்த்து விடுவார்கள் என்று எண்ணினான். இதையெல்லாம் மனதில்கொண்டு அவன் தங்கையிடம் அழுதும், மிரட்டியும் பல வகைகளில் எப்படியாவது அவளைப் பிரித்து தொட்டிக்கு அழைத்துக்கொண்டு போக முயற்சித்தான். ஆனால், சேகரனைப் பிரிந்து வர முடியாது எனத் திட்டமாகக் கூறி அவனை அனுப்பினாள் ரதி.

ஜடையன் நடந்தவற்றையும் தனது மைத்துனனாக வந்தவனின் சாதியையும் ஜோகம்மாளிடம் கூறினான். அவள் அதை தொட்டிக்கு வெளிப்படுத்தி விடாதே என்று அவனை எச்சரித்தாள்.

ஜோகம்மாள் தனது குடும்பம் மணிராசனின் கோயிலில் தனித் தனியே பிரிந்து உருண்டு கிடக்கும் மணிகளைப் போலப் பிரிந்து கிடப்பதை எண்ணிக் கலங்கினாள். வனத்திலிருந்து ஜடைசாமிக்கு நேர்த்தி செய்தால் பிரச்சனைகள் தீரும் என்று நம்பி ஜடையனிடம் சொல்லி வனத்தில் சிவண்ணாவைப் பார்த்து ஜடைசாமி கோயிலுக்குப் படையலிட அழைத்து வரச் சொல்லியிருந்தாள்.

ஒருவாரம் கழித்து, ஜடையன் மாதியையும், அவள் மகள் சித்தியையும், கொத்தல்லிக் கிழவனையும், ஜோகம்மாளையும்

அழைத்துக் கொண்டு ஜடைசாமி கோயிலுக்குப் போனான். கோயில் நான்கு வருடங்களாகக் கவனிப்பாரின்றி, திருவிழாக் காணாது பாழ்பட்டு கிடந்தது. அவர்கள் புதர் போல மண்டிக் கிடந்த இலை தழைகளையும் சுத்தம் செய்து கொண்டிருந்தபோது சிவண்ணா மரத்தின் மறைவிலிருந்து வந்து சேர்ந்தான். ஜோகம்மாளிடம் அவன் வீரப்பனுடன் வனத்தில் நடந்து போகும் சில புகைப்படங்களைக் கொடுத்தான். அதை அவள் வாங்கித் தனது மடியில் கட்டிக் கொண்டாள். தான் மூன்று நாட்களாக இங்கே தங்கியிருப்பதாகவும், தன்னை இங்கே விட்டுவிட்டு வீரப்பனும் மற்றவர்களும் தெற்கே அல்லாபுரத்து வனத்துப் பக்கம் சென்றுள்ளதாகவும் கூறினான்.

ஜடைசாமிக்கு காட்டு மல்லிப் பூமாலையால் அலங்கரிக்கப் பட்டது. களி கிளறி இறக்கி வைத்துவிட்டு, அவரைக் குழம்பு அடுப்பில் கொதித்துக் கொண்டிருந்தது.

அப்போது மாதி, சிவண்ணாவிடம் தனது அண்ணன் கெஞ்சனின் மகன் ஜுருண்டையை எப்படியாவது மகள் சித்திக்கு இந்த மாதத்திற்குள் மன்றாடியாவது திருமணம் செய்து வைத்து விட வேண்டும், காலம் யாரை, எது செய்யும் என்று தெரியாது எனப் புலம்பிக் கொண்டிருந்தாள். சிவண்ணா அவளுக்கு ஆறுதலாகப் பேசினான். அப்போது வனத்தின் தெற்கிலிருந்து சிலர் வேகமாக ஓடிவருவது போன்ற காலடிச் சத்தம் கேட்டது. மற்றவர்கள் அந்தத் திசையையே பார்த்துக் கொண்டிருக்கும்போது, சிவண்ணா சார்த்தி வைக்கப்பட்ட அவனது துப்பாக்கியைத் தூக்கிக்கொண்டு பாறை மறைவில் குனிந்து நின்று கொண்டான். அப்போது தென் திசையில் வீரப்பனும் அவனது மற்ற ஆட்களும் வேகமாய் ஓடி வந்தார்கள். அவர்கள் வந்த வேகத்தில் ஜடைசாமிக்குப் புதுப்பானையில் தயாராகிக் கொண்டிருந்த படையல், அவரைக் குழம்பு சட்டியும் வந்தவர்களின் கால்பட்டு உடைந்து நெருப்பு அணைந்தது, அலங்கோலமாகச் சிதறியது.

“டேய்! போலீஸ்காரங்களைச் சுட்டுட்டோம். எங்களைத் துரத்தி போலீஸ் வரலாம், ஓடிப் போங்க” என்று கூறி ஜடைசாமி கோயில் பின்புறப்பாறை மறைவில் வைத்திருந்த மூட்டைப் பைகளை எடுத்துக் கொண்டு ஓடினார்கள். சிவண்ணா அவன் உறவினர்களை சீக்கிரம் தொட்டிக்கு யார் கண்ணிலும் படாமல் ஓடச் சொல்லிவிட்டு மற்றவர்களுடன் சிவண்ணாவும் பதட்டத்துடன் ஓடி மறைந்து போனான்.

கண நேரத்தில் ஏற்பட்ட அலங்கோலத்தால் ஏற்பட்ட அச்சத்திலிருந்து மீளாதவளாயிருந்தாள் மாதி. இப்பகுதியிலேயே போலீசைச்

சுட்டதால் இனி விளைவுகள் எவ்வளவு மோசமானதாயிருக்குமோ என மாதி கலங்கினாள். வீரப்பன் அவன் ஆட்களுடனும் சிவண்ணாவுடனும் வனத்தினுள் ஓடி மறைந்த பின்பும், ஏற்பட்ட அதிர்விலிருந்து மீளாமல் சற்று நேரத்திற்குப் பின் உணர்வு பெற்றாள். பின் கொண்டு வந்த படையல் பொருட்களை அங்கேயே விட்டு விட்டு தொட்டியை நோக்கி வேகமாகப் பீதியுடன் நடந்தனர். அப்போது மாதி சற்று யோசித்து ஒரு முடிவெடுத்தவளாய் தன் மகள் சித்தியைக் கையைப் பிடித்து வனத்தில் தொட்டியை நோக்கிப் போய்க் கொண்டிருந்த மற்றவர்களுடன் போகாமல் எதிர்ப்பாதையில் அவளை இழுத்தாள்.

“எங்கே போறே?” என்றான் ஜடையன்.

“தொட்டமாரா” என்று மட்டும் கூறிவிட்டு சித்தியுடன் வேகமாக நடந்தாள் மாதி. அன்று இரவாவதற்குள் வனத்தில் தனித்துச் செல்லும் காலடிப்பாதையினைப் பிடித்து இரவிற்குள் பதினைந்து மைல்கள் அப்பாலுள்ள கர்நாடகாவின் தொட்டமாராவில் உள்ள அவளது அண்ணன் கெஞ்சனின் வீட்டையடைந்தாள். அந்நேரத்தில் இருவரையும் பார்த்த கெஞ்சன் அதிர்ந்தான். வீட்டில் நுழைந்ததும் ஓரிரு குவளைத் தண்ணீர் குடித்து விட்டு அண்ணனிடம் சித்தி - ஜ~ருண்டை திருமணத்தை விரைவில் முடிக்க வேண்டுமென்று கெஞ்சினாள். தொட்டியில் நடந்த சிலவற்றைப் பட்டும் படாமலும் சொல்லி முடித்தாள். கெஞ்சன் சற்று பயந்தாலும் தனது தங்கைக்கு உதவ வேண்டும் என்பதால்,

“இந்த தொட்டியிலேயே இரு. உனக்கும் பாதுகாப்பாக இருக்கும். ஜ~ருண்டை தற்போது மாதேஸ்வரனுக்கு சிவராத்திரி விரதமிருந்து பூஜை செய்து வருகின்றான். சிவராத்திரி முடிந்ததும் திருமணம் செய்து வைத்து விடலாம்” என்று தைரியம் சொன்னான். ஜ~ருண்டை நடப்பவற்றைப் பரிதாபகரமாகப் பார்த்துக் கொண்டிருந்தான்.

கெஞ்சனின் வார்த்தைகளைக் கேட்டுச் சற்று நிம்மதியடைந்தாள் மாதி. ஆனாலும், சோளகர் தொட்டியில் என்ன நிகழப் போகிறதோ என்று எண்ணி அன்றிரவு முழுவதும் தூக்கம் பிடிக்காமல் படுத்திருந்தாள். தொட்டியில் நாய்கள் இரவின் ஊடே குறைப்பது கூட போலீஸ்காரர்கள் வருவதாலோ என அஞ்சினாள். அவளின் நெஞ்சில் பெரிய பாறாங்கல்லைப் போட்டு அழுத்துவது போல கனத்தை உணர்ந்தாள். தனது கணவன் சிவண்ணாவை எண்ணியபோது கலங்கிய அவள் கண்ணிலிருந்து வழிந்த கண்ணீர் காதருகில் வழிந்த சில துளிகள் அவள் படுத்திருந்த தரையினைத் தொட்டது.

26

அல்லாபுரத்து வனத்தின் எல்லையை ஒட்டியிருந்த போலீஸ் முகாமின் அருகில் போலீசார் வந்து கொண்டிருக்கும்போது புதரிலிருந்து வெடித்துச் சிதறிய துப்பாக்கி குண்டின் சிதறல்களில் ஒரு போலீஸ்காரன் இறந்திருந்தான். இரண்டு போலீஸ் அதிகாரிகள் காயத்துடன் உயிர் பிழைத்திருந்தனர். அந்த நிகழ்வுக்குப் பின், போலீஸ்காரர்கள் வெறிபிடித்தவர்களைப் போல அங்கு வந்து போய்க் கொண்டிருந்தனர்.

போலீஸ்காரர்களுக்கு சிவண்ணா, வீரப்பனுடன் சேர்ந்திருப்பானோ என்ற சந்தேகம் வலுத்தது. காயம்பட்ட போலீஸ் அதிகாரிகள் மருத்துவமனையில் சுய நினைவு பெற்றதற்கு மறுநாள், தொட்டிக்கு வந்து போலீசார் மாதியைத் தேடினார்கள். அவள் அங்கு இல்லாததைக் கண்டனர். ஜடையனை தலமலை முகாமுக்குக் கொண்டுவந்து அடித்து, துவைத்து சிவண்ணாவைப் பற்றி விசாரித்தனர். ஜடையனிடமிருந்து எந்த சாதகமான பதிலும் கிடைக்காததால், அவனையும் ஏற்கெனவே முகாமில் கொண்டு அடைத்து வைத்திருந்த தம்மய்யாவையும் சத்தியமங்கலம் நீதிமன்றத்திற்கு கொண்டு சென்றனர். வீரப்பனுடன் சேர்ந்து போலீசைச் சுட்டதாகவும், அவர்கள் தப்பி ஓடி விட, இவர்கள் இருவர் மட்டும் துப்பாக்கிகளுடன் பிடிபட்டதாகக் கூறி - முகாமில் இருந்த இரண்டு நாட்டுத் துப்பாக்கிகளுடன் - வழக்குப் பதிவு செய்தனர். பின் கோவை சிறையில் அடைக்கப்பட்டனர்.

மாதி அவள் தொட்டமாரா வந்த பின்பு, சோளக தொட்டியில் நடந்தது எதுவும் அவளுக்குத் தெரியாது. ஆனால் ஏதாவது விபரீதமாக நடைபெற்றிருக்கும் என்று அனுமானித்திருந்தாள். தன் மகளை ஜுருண்டைக்கு விரைவில் திருமணம் செய்துவிட வேண்டும் என்பது ஒன்றே அவளது ஒரே சிந்தனையாக இருந்தது. விரைவில் வர இருக்கும் சிவராத்திரிக்காகக் காத்திருந்தாள். இன்னமும் ஐந்து நாட்களே மீதமிருந்தது. மாதி சிறுமியாய் இருந்தபோதெல்லாம் எல்லா சிவராத்திரிக்கும் மாதேஸ்வரன் மலைக் கோயிலுக்குச் சென்று வருவதை அவளது தொட்டியினர் வழக்கமாகக் கொண்டிருந்தனர். இரவு நேரத்தில் வனத்தின் வழியே தொட்டியினர் நடையைத் துவக்கினால் விடியும் சமயம் கோயிலை அடைந்திருப்பார்கள்.

கோயிலின் முன்பு ஏராளமான கூட்டம் வரும். மொட்டை அடித்தும் கொள்வார்கள். இரவு முழுவதும் கோயிலின் முன்னே

தங்கிப் பாட்டுப் பாடி, பொங்கலிட்டு பின் அடுத்த நாளே திரும்பி வருவது வழக்கமாக இருந்தது. அந்தக் கோவிலில் இரவில் பாடும் பாடல்களின் இசை ரம்மியம் அவளை ஈர்த்திருந்தது. தனக்கு அதிக பயம் தோன்றும்போது, மாதேஸ்வரனை நினைத்துக் கொண்டு தன் நெஞ்சினில் கையை இறுக்கக் கட்டிக்கொண்டு மனமுருகி வேண்டிக் கொள்ளும்போது அவளுக்கு நிம்மதி கிடைத்த காலங்களும் உண்டு. தற்போதும் அவள் அவ்வாறே மாதேஸ்வரனை வேண்டிக் கொண்டாள். இன்னமும் அவள் நெஞ்சில் எழுந்த படபடப்புக் குறையாமலேயே இருந்தது.

அவளது நிலையைப் புரிந்துகொண்ட ஜுருண்டை முந்தின நாள் இரவு அவளுக்குத் திருநீறு இட்டு சிவராத்திரிப் படையலில் கொஞ்சம் களியையும் ஒரு துண்டு பலாப்பழத்தையும் மாதேஸ்வரனைக் கும்பிட்டுக் கொடுத்தான். அவன் பூஜை செய்து வரும் மாதேஸ்வரன் கோயில் தொட்டியின் அருகில் வளர்ந்திருந்த பாறையின் மேலே இருந்தது. அதனருகில் நெடிய நாக மரமிருந்தது. ஜுருண்டை, விரதமிருந்து பக்தியுடன் தந்திருந்த திருநீற்றை எடுத்து நெற்றியில் இட்டுக் கொண்டு படுத்தாள் மாதி. அப்போதும் தூக்கத்தில் தன்னை யாரோ விரட்டி வருவது போலக் கனவு கண்டு உளறினாள். அப்போது கெஞ்சன் அவளைத் தட்டி எழுப்ப, எழுந்து உட்கார்ந்து கொண்டு, பின்பு வெகுநேரம் கழித்து உறங்கினாள்.

விடிந்ததும் காலையில் ஜுருண்டையும் கெஞ்சனும் கிணற்றில் குளித்த பின், மாதேஸ்வரனுக்கு பூஜை செய்துவிட்டு தங்கள் குடிசைக்குத் திரும்பி வந்து கொண்டிருந்தனர். அப்போது சாலை ஓரமாய் ஒரு கர்நாடக போலீஸ் ஜீப் நின்று கொண்டிருந்தது. அவர்கள் இருவரையும் பார்த்த பின்பு, “கெஞ்சன் யார்” என்றான் சீருடையணியாத போலீஸ்காரன்.

கெஞ்சன் சற்றுத் தயங்கிவிட்டு, “தெரியாதுங்க” என்றான்.

போலீஸ்காரன் சற்று நடந்து தொட்டியருகில் வேறு ஒருவனிடம் கேட்டான். அவன் கெஞ்சனைக் கை காட்டினான். போலீஸ்காரன் கெஞ்சனின் முன்னே வந்து,

“நட! உன் வீட்டிற்கு” என்றான்.

ஜுருண்டையும், கெஞ்சனும் நடந்து போகும் போது அவர்கள் பின்னே ஐந்து போலீஸ்காரர்கள் வந்தனர். அதனைப் பார்த்த தொட்டியினர் கூடிவிட்டனர். கெஞ்சன் அவன் வீட்டின் வளைவு திரும்பும் போது அழுது விட்டான்.

அச்சமயம் அவன் வீட்டில் மாதியும், சித்தியும் ராகிக் கல்லில் ராகி நெரித்துக் கொண்டிருந்தனர். கெஞ்சனும் ஜுருண்டையும் போலீஸ்காரர்களுடன் வருவதைப் பார்த்த மாதி நடக்கப் போகும் விளைவைப் புரிந்து கொண்டவளாய் எழுந்து நின்றாள்.

இது போல ஏதாவது நிகழும் என்று அஞ்சித்தான் அவள் சித்தியின் திருமணத்தை முடித்துவிட வேகம் காட்டி வந்தாள். அவள் வெகு நாட்களாய் வரும் என்று அஞ்சியது எதிரே வந்து நின்றது.

போலீஸ்காரன் மாதியைப் பார்த்து, "இவள்தானா மாதி?" என்றான்.

கெஞ்சனின் கண்களில் கண்ணீர் வழிந்திருந்தது.

சித்தியைக் காட்டி "யார் இது" என்றான்?

"என் மகள் சித்தி" என்று மாதி கூறிமுடிக்கும் முன் இருவரின் முடியையும் பிடித்துக் கொண்டான்.

"இவர்களை உன் வீட்டில் ஒளித்து வைத்துக் கொண்டுதான் தெரியாது என்றாயா?" என்று கேட்டபடியே கெஞ்சனின் கன்னத்தில் ஒரு அறை விட்டான்.

கெஞ்சன் கீழே விழுந்தான். அவமானத்தால் தலை குனிந்தபடியே ஜுருண்டையைப் பார்த்தான். ஜுருண்டை ஓடிச் சென்று தன் தந்தையைத் தூக்கி நிறுத்தினான். அவனின் உடலில் பூணூல் அணிந்திருந்தான்.

"என்ன இது?" என்று சாடை செய்தான் போலீஸ் அதிகாரி.

"மாதேஸ்வரனுக்கு சிவராத்திரி பூஜை செய்கிறேன்" என்றான்.

"செய்வது திருட்டுத்தனம். இதிலென்னடா பூஜை?" என்றான்.

அப்போது தொட்டி முழுவதும் கெஞ்சனின் வீட்டு வாசலில் கூடியிருந்தது. கூட்டத்தில் இருந்த ஒரு முதியவனின் கால் செருப்பைக் கழட்ட உத்தரவிட்டான் போலீஸ் அதிகாரி. அந்த செருப்பு இரண்டும் தோலால் உறுதியாகச் செய்யப்பட்டிருந்தது. இரண்டு செருப்புகளில் ஆளுக்கொரு செருப்பை எடுத்துக் கொள்ளுமாறு கெஞ்சனுக்கும் ஜுருண்டைக்கும் உத்தரவிட்டான். அவர்கள் அதனை எடுக்கத் தயங்கியபோது, உதைக்கக் காலைத் தூக்கினான். இருவரும் செருப்பைக் கையில் எடுத்துக் கொண்டனர். கூட்டம் அச்சத்தில் அசைவற்று நின்றிருந்தது.

"உன் அப்பனை அதாலேயே அடிடா" என்று செருப்பைக் காட்டி ஜுருண்டையைப் பார்த்துக் கத்தினான் போலீஸ் அதிகாரி.

சோளகர் தொட்டி

அவன் அதிர்ந்து மாட்டேன் என்று செருப்பைக் கீழே போட்டதும், அவன் மீது தடிகளால் விளாசினார்கள். கெஞ்சன் “நிறுத்துங்க” என அந்த போலீஸ் அதிகாரியின் கால்களைப் பிடித்துக் கொண்டான்.

“அப்போ நீ உன் மகனை அடி” என்றான்.

கெஞ்சன் சுற்றிலும் பார்த்தான். சிவராத்திரி பூஜைக்காகப் போட்டிருந்த ஜுருண்டையின் பூணூல் கழண்டு தொங்கியது. கெஞ்சனின் கை நடுங்கியது. அதைத் தவிர, அவனுக்கு வேறு வழிகள் தெரியவில்லை. அவன் தன் மகன் மீது செருப்பினால் முதல் அடிவைத்த போது, கூடியிருந்த கூட்டம் “ஓய்... ய்” என்று சப்தமிட்டது. சிலர் கன்னத்தில் இரண்டு கைகளையும் வைத்துக் கொண்டார்கள். ஜுருண்டையை ஐந்து முறை செருப்பால் அடித்தான் கெஞ்சன். அடி விழும்போது ஜுருண்டை கண்களை இறுக மூடியவாறு நின்றிருந்தான்.

மாதியும், சித்தியும் கதறினாலும் அசையாதபடி அவர்களின் முடிகளை சுருட்டிப் பிடித்தான் ஒரு போலீஸ்காரன். பின்னர் ஜுருண்டையை செருப்பை எடுத்து கெஞ்சனை அடிக்கச் சொன்னார்கள். நடுங்கும் விரல்களில் அவன் தன் தந்தை கெஞ்சனின் தோள்களில் கண்களை மூடிக் கொண்டு செருப்பால் அடித்தபோது, அந்தத் தோள்களில் சிறு பிராயம் முதல் தன்னை ஏற்றிக்கொண்டு மகிழ்ந்து சுமந்து திரிந்தவை என்ற உணர்வு கண்டு கண் திறந்தான்.

கெஞ்சன் தன் வாழ்வில் அப்படிப்பட்ட அவமரியாதையை முதல் முதலாய் சந்தித்துத் தலைகுனிந்து நின்றான். பின் இருவரையும் போலீஸ்காரர்கள் அடித்தனர். மாதியையும் சித்தியையும் ஜீப்பில் ஏற்றினர். அவர்களின் பின்னங்கைகளைக் கட்டிவிட்டு, கருப்புத் துணியால் கண்களையும் கட்டினர். போலீஸ்காரர்கள் அனைவரும் ஏறியதும் ஜீப் கிளம்பியது.

கெஞ்சன் பித்துப் பிடித்தவன் போலக் கத்திக்கொண்டு ஜீப்பின் பின்னே ஓடி கால் தடுமாறி இடறி விழுந்து முகம் முழுவதும் மண் அப்பிய நிலையில் அங்கேயே தரையில் உட்கார்ந்து கொண்டு கைகளைத் தூக்கிக் கதறினான்.

அவனது தொட்டியினர் அவனைச் சூழ்ந்து கொண்டு ஆறுதல் கூறினர். ஜுருண்டை தந்தையின் கழுத்தைக் கட்டிக்கொண்டு அழுதான்.

அப்போது அந்தத் தொட்டியின் மாதேஸ்வரனுக்கான பூஜைகள் தீட்டுப்பட்டு விட்டதால் தடைபட்டுப் போயிற்று என்று தொட்டியினரின் பேச்சிலிருந்து வெளிப்பட்டது.

27

ஜீப்பில் போகும் போது மாதியின் கண்களில் வழிந்த கண்ணீர் கண்களைக் கட்டியிருந்த துணியை ஈரப்படுத்தியது. இத்தனை நாள் எது தன்னை நெருங்கி வருகிறது எனப் பயந்து ஓடினாளோ, அது இப்போது அவளை மட்டுமல்லாமல் மகள் சித்தியையும் கவ்விச் செல்வதையும் எண்ணிக் கலங்கினாள். அவள் சில நிமிடம் வாய் விட்டு அழுதாள். அவள் எதிரில் உட்கார்ந்திருந்த சித்தி 'அழ வேண்டாம்' என்று கூறினாள். மாதியின் பக்கத்திலிருந்த கர்நாடகப் போலீஸ்காரன் 'அழாதே' என மிரட்டி அவளது தொடையை ஒரு தட்டு தட்டினான்.

மதிய வேளையில் அவர்கள் சென்ற ஜீப் ஓரிடத்தில் நின்றபோது பேச்சு சப்தங்களை மாதி கேட்டாள். சில நொடிகளில் அவர்களின் கட்டுக்கள் அவிழ்க்கப்பட்டன. மாதி தான் மாதேஸ்வரன் மலையில் இருப்பதை உணர்ந்தாள். தொலைவில் கோயில் தெரிந்தது. அங்கிருந்து பாட்டு சப்தம் கேட்டது. ஆனால், வழக்கமாக சிவராத்திரி காலத்தில் நிரம்பி வழியும் கூட்டம் எதுவுமின்றி அந்தப் பகுதி வெறிச்சோடியிருந்தது. அவர்கள் நின்ற இடத்தின் அருகில் மாதேஸ்வரன் மலை போலீஸ் நிலையமிருந்தது. அந்த இடத்தைச் சுற்றிலும் மணல் மூட்டைகளை அடுக்கி அதன் மீது துப்பாக்கியை வைத்துக் கொண்டு போலீசார் நின்று கொண்டிருந்தனர். அவர்களை அழைத்து வந்த போலீசார் இருவரையும் ஸ்டேசனுக்குள் கொண்டு சென்று அங்கிருந்த இருண்ட அறையொன்றினுள் உட்காரக் கைகாட்டினார்கள்.

அந்த அறையின் தரை ஈரமாய் பிசுபிசுத்து ஒட்டியது. அங்கு பக்கத்திலிருந்த கழிவறையின் வாடை சூழ்ந்திருந்தது. அவர்கள் அங்கு செல்வதற்கு முன்பே அங்கு அறையின் சுவரை ஒட்டி, அதனைப் பார்த்தவாறு இரண்டு பெண்களும், மூன்று ஆண்களும் குந்த வைத்த நிலையில் உட்கார வைக்கப்பட்டிருந்தனர். மாதியையும் சித்தியையும் அதேபோல உட்காரச் சொன்னான் போலீஸ். அவர்கள் சென்று உட்காரும்போது கூட அவர்கள் தலையைத் திருப்பி ஒருவரையொருவர் பார்த்துக் கொள்ளவில்லை. தலையைத் திருப்பினால் அடுத்த வினாடி தடி விழுந்து மண்டை உடையும் என்று கூறிவிட்டுப் போயிருந்தான் போலீஸ்காரன். அவன் சென்ற பின்பு அருகில் உட்கார்ந்திருந்தவர்கள் புதிதாய் வந்த மாதியையும் சித்தியையும் பார்த்தார்கள். மாதியின் பக்கத்தில் உட்கார்ந்திருந்த வயதானவன் தலைமுடி கலைந்து தாடியுடன்

ஓர் அழுக்கான வேட்டியுடன் உட்கார்ந்திருந்தான். அவன் கால் பாதங்கள் வளைந்திருந்தன. அவனது தோற்றத்தை வைத்து அவனும் தங்களைப் போன்ற சாதியினன் என்று எண்ணினாள். அப்போது அந்தக் கிழவன் மாதியிடம்,

"நீ சோளகத்தியா?" என்றான்.

மாதி தலையசைத்தாள்.

"நான் சோளகனைப் பட்டக்காரன் ஒண்ணன்" என்றான்.

மாதி அவனைப் பற்றி ஜோகம்மாள் மூலம் கேள்விப்பட்டிருந்தாள். எனவே,

"நான் சோளகர் தொட்டி ஜோகம்மாளின் மூத்த மருமகள் மாதி. இது என் மகள் சித்தி" என்றாள்.

கிழவன் ஒண்ணன் அதைக் கேட்டு வேதனையடைந்து,

"நீயா இங்கு வரணும்" என்று கூறிவிட்டு சித்தியை எட்டிப் பார்த்தான். அப்போது அந்த அறையை நோக்கி யாரோ நடந்து வரும் காலடியோசை கேட்டதும் சுவரைப் பார்த்தபடி உட்கார்ந்தான். வந்த போலீஸ்காரன் ஒண்ணனின் புட்டத்தில் உதைத்து, "வேசி மகனே பேச்சு சப்தம் கேட்டதே" என்றான்.

பின் மாதியின் புட்டத்தில் உதைத்து, "உன் பெயரென்ன?" என்றான். அவள் பெயரைக் கூறியதும், முகவரி கேட்டு அதனை ஒரு காகிதத்தில் குறித்துக் கொண்டான். அடுத்து சித்தியை உதைத்தான்.

"சித்தி. சோளகர் தொட்டி. தமிழ்நாடு."

அடுத்து ஒண்ணனின் புட்டத்தில் உதைத்தான்.

"ஒண்ணன். சோளகணை. தமிழ்நாடு."

அடுத்தவன் புட்டத்தில் உதை விழும் முன்பே, "கெம்பன், தலமலை. தமிழ்நாடு" என்றான். போலீஸ்காரன் அவனைக் கோபமாகப் பார்த்தபடியே,

"அட வேசி மகனே! நீதான் ஆள்காட்டியா? போலீஸ்காரன் கிட்டேயும் வேவு பார்த்துக்கொண்டு, வீரப்பனுக்கும் உளவு சொன்னவன்" என்று பூட்ஸ் கால்களால் அவன் முதுகில் எட்டி உதைத்தான். அவன் சுவரில் முட்டி நெற்றியில் இரத்தம் கசிய 'ஊ' என அழுதான்.

“அழாதே! உன் சப்தம் வெளியே வந்தா இன்னிக்கே சுட்டு காட்டிலே வீசிடுவோம்” என்று பற்களைக் கடித்தான். அழுதவன் வாயை மூடிக் கொண்டான்.

அடுத்தவன், “தங்கமுத்து, பெரிய தண்டா. தமிழ்நாடு” என்றான்.

“காலைலே வந்தவனா, வீரப்பனோட ஆளாடா?” என்று கால்களால் அவன் பிடரியில் உதைத்தான். அதைக் கண்டு பக்கத்தில் இருந்த பெண் “வேண்டாம்” எனக் கத்தினாள். உடனே இடுப்பிலிருந்த துப்பாக்கியை எடுத்து நீட்டி, அவளின் முடியைப் பிடித்து ஆட்டி,

“தேவடியா! உன்னையும் உன்னோட அம்மாவையும் கொண்டு வந்து மூணு நாட்களுக்குப் பிறகுதான் ஒளிந்திருந்த உன் புருஷன் இன்று காலைலே வந்திருக்கான். ஆனா, நீ வெளியே போயிட முடியும்னு நினைச்சுக்காதே” என்றான்.

“நான்தான் வந்திட்டனே. என் பொண்டாட்டியையும் மாமியாரையும் விட்டு விடுங்க” என்று அந்த போலீஸ்காரன் கால்களைக் கட்டிக் கொண்டான். அங்கு தடியுடன் வந்த மற்றொரு போலீஸ்காரன் தடியால் அவன் முதுகில் ஒரு அடி கொடுத்தான். போலீஸ்காரனின் காலை விட்டு விலகிக் கொண்டான். தடியால் அடித்து பெயர் எழுதிக் கொண்டிருந்த போலீசைப் பார்த்து,

“வீரப்பனின் வப்பாட்டிதானே இவன் பொண்டாட்டி” என்று அழுது கொண்டிருந்தவளைக் காட்டிச் சொன்னான்.

பின் அவன் சித்தியின் பக்கம் வந்து அவளது தலைமுடியைப் பிடித்து இழுத்து,

“இவ யாருக்கு வப்பாட்டி?” என்று கூறி சித்தியின் முடியைப் பிடித்து மேலே தூக்கினான். சித்தி திணறியபோது, மாதி, தூக்கியவனின் கால்களைத் தொட்டு, “விட்டுடுங்க. என் பொண்ணுக்கு ஒன்றும் தெரியாது” என்றாள்.

“இவ புருஷன் வீரப்பனோட இருக்கிறான். இவதான் வீரப்பனுக்கு அரிசி வாங்கிக் கொடுத்தவள்” என்று பக்கத்திலிருந்த போலீஸ்காரன் கூறினான்.

அப்போது போலீஸ் ஸ்டேசனுக்கு வெளியே வாகனம் வந்து நிற்கும் சப்தம் கேட்டதும், இரண்டு போலீஸ்காரர்களும் அறையைச் சாத்திவிட்டு வெளியே போய் விட்டார்கள். சித்தி, மாதியைக் கட்டிக் கொண்டு விசும்பினாள்.

தங்கமுத்து என்பவனைப் பார்த்து அவன் மனைவி கண்ணீர் வடித்தாள். அவளுக்குப் பக்கத்திலிருந்து சற்று வயதான பெண்

அவளை, "சரசு அழாதே!" என்று தேற்றினாள். தங்கமுத்து அவன் மனைவியைப் பார்த்து,

"வீரப்பனைப் பார்த்தீங்களான்னு அடிச்சா, கொடுமைப்படுத்தினா தாங்கிக்குங்க. வலி பொறுக்காம பார்த்தோம்னு சொன்னா அடுத்த வினாடியே சுட்டுத் தூக்கி எறிஞ்சிடுவாங்க" என்று கூறி கண்களைத் துடைத்துக் கொண்டான்.

"ஏன் மாமா இங்கே வந்தே? உனக்காகத்தானே மேட்டூர் முகாமிலே அத்தனை அடியையும் சித்தரவதையையும் தாங்கிக்கிட்டேன். நாங்க பொம்பளைங்க உயிரோடயாவது இருந்திடுவோம். ஆனா, உன்னைப் பிடிச்சா என்ன நடக்கும்னு தெரிஞ்சும் எங்களுக்காக ஏன் வந்தே? நீ வந்தா எங்களை விட்டு விடுவாங்கன்னு ஏன் தப்புக்கணக்குப் போட்டே?" என்று அவன் கால்களில் அவளின் தலையை முட்டிக் கொண்டாள்.

"ஒண்ணும் ஆகாது. மிஞ்சிப்போனா கேஸ் போடுவாங்க. தைரியத்தை விடாதே" என்றான்.

மாதியின் நெஞ்சு படபடத்தது. அவள் தன் மகளை இங்கிருந்து பாதுகாப்பாய்க் கொண்டு போக முடியுமா? என்று அஞ்சி சித்தியை தன்னோடு அணைத்துக் கொண்டபோது சித்தியின் நெஞ்சப் படபடப்பை உணர முடிந்தது. இன்னும் இறுக்கமாய் மகளை அணைத்துக் கொண்டாள்.

நெற்றியில் கசிந்த இரத்தத்தைத் துடைத்துக்கொண்டு, கெம்பன் பக்கத்தில் இருந்த ஒண்ணனிடம், "எத்தனை உதவி இந்தப் போலீசுக்குச் செய்திருப்பேன். பல தகவல்கள் சொல்லியிருக்கிறேன். கடைசியிலே என்னையே இப்படிப் பிடித்துச் சித்தரவதை பண்ணறாங்க" என்றான் நெற்றியில் கையை வைத்துக்கொண்டு.

"உனக்கு வேண்டாதவங்களையெல்லாம் காட்டிக் கொடுத்தே. என்னைக்கூட நீதான் காட்டிக் கொடுத்திருப்பே. நாயே! இப்போ அனுபவி!" என்றான் வெறுப்புடன் ஒண்ணன்.

"உன்னை நான் காட்டித் தரவில்லையப்பா. என்னை நம்பு" என்று ஒண்ணனின் கையைப் பிடித்தான் கெம்பன். ஒண்ணன் அவன் கையை உதறிவிட்டு, "நீயும் ஒரு சோளகனா? ஆள்காட்டி நாயே!" என்றான்.

அதன் பின்பு, அவனுடன் ஒண்ணன் பேசவேயில்லை. அந்த அறையில் நிமிடங்கள் யுகங்களாய் நீண்டன.

மாலை நேரத்தில் அறைக் கதவைத் திறந்துகொண்டு உள் நுழைந்த போலீஸ்காரன்,

“ஒர்க்ஷாப்பிற்குப் போங்க. அங்கே உங்ககிட்டே உண்மையை மிசின் வைத்து எடுப்பாங்க” என்ற கூறி விட்டு அங்கிருந்தவர்களை வெளியே அனுப்பினான்.

அவர்கள் வெளியே வந்தபோது துப்பாக்கியுடன் ஐந்து போலீஸ்காரர்கள் அவர்களைச் சுற்றி நின்று, போலீஸ் ஸ்டேசனிலிருந்து மாதேஸ்வரன் கோயிலுக்குப் பின்புறமாயிருந்த வழியில் சற்று தூரம் கூட்டி வந்தனர். மாதேஸ்வரன் கோயிலிலிருந்து பக்திப் பாடல்கள் ஒலித்தன. அவர்களை அழைத்துப்போன போலீஸ்காரர்கள் ஒரு பள்ளத்தில் இறங்கி மீண்டும் மேலே ஏற்றினார்கள். அந்த இடம் கோவிலுக்கு வருபவர்கள் தங்கும் சத்திரம் என்பதை அவர்கள் அறிந்து கொண்டனர். அங்கு எங்கு பார்க்கினும் போலீஸ் வாகனங்களும் ஆட்களும் இருந்தனர். மணல் மூட்டைகளுக்குப் பின் துப்பாக்கிகளை நீட்டியபடி போலீசார் நின்று கொண்டிருந்தனர். அந்த சத்திரம் கருங்கற்களால் கட்டப்பட்டிருந்தது. அதன் இரண்டு புறமும் கழிவறைகளும், இரண்டு அறைகளும் இருந்தன. கூட்டி வந்த போலீஸ்காரன் ஓர் அறையைக் காட்டி,

“கொட்டடைக்குள் போ” என்றான்.

அவர்கள் அங்கு போனபோது அங்கே நின்றிருந்த போலீஸ், “புது ஆட்களா?” என்று சிரித்தான். பின் உள்ளே போகச் சொல்லிக் கையைக் காட்டினான். மாதியும் மற்றவர்களும் அங்கு போனபோது அந்த அறையில் ஏற்கெனவே ஐம்பது அறுபது பேர் இருந்தனர். எல்லோரும் சுவரைப் பார்த்து உட்கார வைக்கப்பட்டிருந்தனர். அதில் ஆண்கள் ஒரு புறச் சுவரையும், பெண்கள் மறுபுறச் சுவரையும் பார்த்தவாறு நெருங்கி உட்கார்ந்திருந்தனர்.

பெண்கள் உட்கார்ந்திருந்த பக்கம் மாதி, சித்தி, சரசு, மற்றும் அவளது தாயாரும், ஆண்களின் வரிசையில் தங்கமுத்துவும், ஒண்ணனும், கெம்பனும் உட்கார்ந்தனர்.

“பேச்சு சப்தம் ஏதாவது வந்தா? தடிதான் வரும்” என புதியவர்களுக்கு எச்சரிக்கை செய்தான் அந்த போலீஸ்.

அங்கு புதிதாக வந்தவர்களை முகத்தைத் திருப்பாமல் கண்களை மட்டும் சுழற்றிப் பார்த்தார்கள். அந்த முகங்களில் உயிரற்று சவக்களை படர்ந்திருந்தது. அப்போது அவர்கள் உட்கார்ந்திருந்த அறைக்கு வலது புறமிருந்த அறையிலிருந்து ஒருவனின் அலறல் சப்தம் அங்கிருந்த நிசப்தத்தைக் குலைத்தது. சிறிது நேரத்தில்

ஒருவனை கைத்தாங்கலாய்க் கொண்டுவந்து அந்த அறையில் படுக்கப்போட்டார்கள். அவன் ஒரு துண்டு மட்டுமே இடுப்பில் கட்டியிருந்தான். அதுவும் அவிழும் நிலையில் இருந்தது. அப்போது மேல் உதடுடன் ஒட்டியவாறு கோடு போன்ற மீசை வைத்த போலீஸ் ஒருவன் வந்து, புதிதாக வந்தவர்கள் எழுந்திருங்க என்றான். ஒடுங்கிய முகம் கொண்ட அவனது கண்களில் குருரம் நிறைந்திருந்தது. அவன் பின்னே மூன்று போலீஸ்காரர்கள் நின்றிருந்தனர்.

புதிதாய் வந்தவர்கள், எழுந்து நின்றனர். எல்லோரையும் அவன் பார்த்தான். கெம்பனைப் பார்த்து, “வேசி மகனே! வந்து விட்டாயா?” என்றான்.

“கணேசய்யா! நான் எந்தத் தப்பும் செய்யவில்லை. நான் போலீஸ்காரங்களுக்கு விசுவாசமானவன். என்னைக் காப்பாத்துங்க” என்றான் கெம்பன்.

“காலையிலே உன்னோட விசுவாசம் தெரியுமடா” என்றான்.

“சாமி என்னை நம்புங்க.”

“நம்பறதா, இழுத்தாங்கடா அவனை” என்று பற்களைக் கடித்தான். அப்போது பின்னே நின்ற போலீஸ்காரர்கள் கெம்பனை அறையை விட்டு வாசலுக்கு இழுத்து வந்து கீழே தள்ளினார்கள். உடனே சுற்றிலும் நின்று கொண்டு கையிலிருந்த தடிகளால் கெம்பனை விளாசித் தள்ளினர், அவர்களது கைகள் வலிகாணும் வரை. கெம்பனின் அலறல் வெகு நேரம் உக்கிரமடைந்து அமைதியானது. கெம்பனுக்கு மண்டை உடைந்திருந்தது. உதடுகள் வீங்கிக் கிடந்தன. இரத்தக் கோடுகளால் கன்றிப் போயிருந்தது அவன் உடம்பு.

அப்போது வலப்புறமிருந்த அறையிலிருந்து வெளியே வந்த போலீஸ் அதிகாரி கெம்பனைப் பார்த்துவிட்டு “அவனை உள்ளே கொண்டு வாங்க” என்றான்.

“ஒர்க்ஷாப்புக்குள்ளே தூக்கிப் போங்க” என்றான் கணேஷ் போலீஸ்காரன்.

கெம்பனை இடப்புறமிருந்த அறைக்குள் தூக்கிக்கொண்டு செல்லும்போது, அவன் உடலில் நடுக்கம் கண்டு, ஒர்க்ஷாப்புக்கு வேண்டாம் என்றான். அந்த அறையினுள் கொண்டு சென்றதும் அவனது உடைகளை அகற்றி நிர்வாணமாய் நிற்க வைத்தார்கள்.

அறையின் கான்கிரீட் கூரையில் மாட்டப்பட்டிருந்த இரண்டு தண்ணீர் இரைக்கும் உருளையில் கயிறுகள்

தொங்கவிடப்பட்டிருந்தன. அறை முழுதும் மின்சார ஒயர்கள் ஆங்காங்கே ஒரு சிறிய இரும்புப் பெட்டியில் இணைக்கப்பட்டிருந்தன. அந்த இரும்புப் பெட்டியில் ஒரு கைப்பிடி சுற்றப்படும் வகையில் இருந்தது. அதிகாரி அறையில் போடப்பட்டிருந்த நாற்காலியில் உட்கார்ந்து கொண்டு, கெம்பனைக் கயிற்றில் கட்ட உத்தரவிட்டான். கெம்பனின் கையை முதுகில் பின்னே மடக்கி இரண்டையும் நேரே நீட்டியபடி இணைத்து உருளையுடன் இருந்த கயிற்றில் கட்டிவிட்டு பின் அவனின் தோள்களின் மூட்டுக்களை அழுத்தித் திருப்பினார்கள் இரண்டு போலீசார். அவன் வலியால் துடித்தான். அவனின் கைகள் இரண்டும் நெஞ்சுக்கு முன்பு நேரே நீட்டப்படுவது போல் முதுகுப் பக்கம் நீட்டியிருந்தது. பின் அவனின் கால்களைச் சேர்த்து மற்றொரு உருளையிலிருந்த கயிற்றில் கட்டினர்.

அதிகாரி, "எங்கேடா வீரப்பன், நீதானே வீரப்பனுக்கு போலீஸ் வருவதைச் சொன்னாய்? போலி மக்கா சொல்லுடா" என தடியை எடுத்து விளாசினான். கெம்பன் அலறிக்கொண்டே,

"தெரியாது சாமி" என்றான்.

அதிகாரி அவனைத் தூக்குங்க என்றதும், இரண்டு போலீஸ்காரர்கள் உருளையில் தொங்கிக்கொண்டிருந்த கயிற்றை இழுக்க மறுமுனையில் கெம்பன் அந்தரத்தில் பறவை போலத் தொங்கினான். "வலிக்குது சாமி" எனக் கதறினான்.

"எங்கேடா வீரப்பன்? எவ்வளவு பணம் வாங்கினே துரோகி?" என்று கடுகடுப்புடன் கேட்டான்.

அவனை அப்படியே அந்தரத்திலேயே தொங்குமாறு கயிற்றை ஜன்னல் கம்பியில் அதே நிலையில் இறுக்கிக் கட்டினர். பின் மாதியை அழைத்து வர உத்தரவிட்டான் அதிகாரி.

இரண்டு பேர் சென்று மாதியை அந்த அறையினுள் கூட்டி வந்தனர். அவள் கெம்பனின் அலறலைக் கேட்டு நடுங்கி மெதுவாய் உள்ளே வந்தபோது,

"இவதான் மாதியா? சிவண்ணாங்கறவன் பொண்டாட்டி. எங்கேடி உன் புருஷன்? எங்கிருக்கான் சொல்லு" என்றான் அதிகாரி.

"அவன் காட்டுக்குள்ளே ஓடிட்டான் சாமி. அவனை தல மலைக்குக் கூட்டிக்கிட்டுப் போனபோது பார்த்தது" என்றாள்.

"அப்படியா" என்று அவளது முடியைப் பிடித்து இழுத்து சுவரில் வீசிவிட்டான். அவள் சுவரில் தலைமுட்டிக் கீழே

விழுந்தாள். பின் அவளது உடைகளை அவிழ்த்தெறிந்து அவளை நிர்வாணப்படுத்தினர். இரண்டு கால்களையும் சேர்த்து உருளையின் ஒரு கயிற்றில் கட்டி அதன் மறு முனையை போலீஸ்காரனை இழுக்க உத்தரவிட்டான் அதிகாரி. கால்கள் மேலே ஏற தலைகீழாய் முடிகள் நிலத்தைத்தொட தொங்கினாள் மாதி. அந்தரத்தில் தொங்கும் அளவு கயிறு கட்டப்பட்டபோது, ஒரு போலீஸ்காரன் அங்கிருந்த தடியை எடுத்து தலைகீழாய்த் தொங்கியவளை பலம் கொண்ட மட்டும் அடித்தான். அவள் அலறியபோது கயிறு ஆடியது. அவள் அலறி மயக்கமடையும் நிலைக்கு வந்திருந்தாள். அப்போதுதான் அடிப்பதை அவன் நிறுத்தினான்.

அந்நேரம் மேலே அந்தரத்தில் தொங்கிக் கொண்டிருந்த கெம்பனைக் கீழே இறக்கி, மின் ஒயர்கள் இணைக்கப்பட்டிருந்த இரும்புப் பெட்டியைக் காட்டி,

மெக்கர் பெட்டியிலிருந்து "கரண்ட் கொடு" என்றான் அதிகாரி.

உடனே போலீஸ்காரர்கள் அந்த மெக்கர் பெட்டியில் இணைக்கப்பட்ட ஒயர்களைக் கொண்டுவந்து அதன் முனையிலிருந்த கிளிப்பினை கெம்பனின் இரண்டு காது மடல்களிலும் மற்றொன்றை அவனின் குறியின் விதைப்பையில் மாட்டினார்கள்.

ஒரு போலீஸ்காரன் அந்த மெக்கர் பெட்டியில் இணைக்கப் பட்டிருந்த கைப்பிடியை வேகமாகச் சுற்றினான். அது ஒரு சுற்று சுற்றும்போது மின்சாரத்தை உற்பத்தி செய்து கொண்டிருந்தது. பின் ஒரு கருப்புப் பொத்தானை அழுத்தியதும் மின்சாரம் கெம்பனின் உடலில் பாய்ந்து அவன் அதிர்ந்தான். பொத்தானிலிருந்து அடுத்த வினாடி கை எடுக்கப்பட்டதும் அந்த அதிர்வு தடைபட்டது. மீண்டும் மெக்கர் பெட்டியைச் சுற்றி இம்முறை அதிக நேரம் பொத்தானை அழுத்திப் பிடித்தான் போலீஸ்.

"எங்கேடா வீரப்பன்? சொல்லு."

அவன் "ஊ... ஊ..." என்று கத்திக்கொண்டு அறை முழுவதும் ஓடி தலைகீழாய்த் தொங்கிக் கொண்டிருந்த மாதி மீது இடித்து விட்டுத் தடுமாறிக் கீழே விழும்போது அவன் காலோடு வழிந்த மலம் அறை முழுவதும் சிதறியது. அவன் மயக்கமுற்றுத் தரையில் சாய்ந்தான்.

அவன் உண்மையாகவே மயங்கி விட்டானா? அல்லது நடிக்கின்றானா? என அறிய போலீஸ்காரன் நூற்றுக்கணக்கான சிறு ஆணிகள் அடிக்கப்பட்ட ஒரு பட்டையான தோல் வாரினை, தண்ணீரில் நனைத்துக்கொண்டு வந்து கெம்பனின் முதுகில் ஓங்கியடித்தான். ஆணிகள் அவனது உடலின் சதைகளைத் துளைத்து

246 ச. பாலமுருகன்

வெளியே இழுக்கப்படும்போது இரத்தம் அறையின் சுவர்களில் தெரித்தது. அவன் "அய்யோ" என்று கத்தி நெளிந்தான்.

"டேய் அறைக்குள்ளே பீயை இருந்திட்டையா? அதைத் தின்னுடா" என்றான் அதிகாரி.

அதிகாரிக்கு அந்த அளவு கோபமூட்டக் கூடியவனாக கெம்பனிருந்ததால், நின்று கொண்டிருந்த போலீஸ் கெம்பனின் முடியைப் பிடித்து முகத்தைக் கடுமையாக்கிக்கொண்டு, "தின்னுடா பீயை" என்று மலம் சிதறிய பக்கம் அவனை இழுத்தான்.

கெம்பன் சிதறிய மலத்தைக் கையில் எடுத்து கண்களை மூடிக் கொண்டு வாயில் திணித்துக் கொண்டான். அவன் கண்ணில் மரணத்தின் பீதி தென்பட்டது. உடனே அவன் அறைக்கு வெளியே இழுத்துப் போகும்போது வாந்தியெடுக்கும் சப்தம் கேட்டபோது, கண்களை இறுக்கமாக மூடிக் கொண்டிருந்த மாதியை கீழே இறக்கி நிற்கச் சொன்னான். அவள் ஒட்டுத் துணியற்றவளாய் கூச்சத்தில் கைகளையும், கால்களையும் மாராப்பாக்கி நெளிந்தாள்.

"எங்கேடி உன் புருஷன்?" என்றான் அதிகாரி.

"தெரியாதுங்க."

"இவளுக்கும் கரண்ட் கொடுங்க" என்று உத்தரவிட்டான். அவள் அச்சத்தில் பின்னே நகரம் போது போலீஸ்காரன் மெக்கர் பெட்டியிலிருந்து மின் ஒயரை எடுத்து அவன் முன்னே வந்தான். பின்னே நகர்ந்தவள் சுவரில் முட்டி நின்றாள். அவளது காதுகளில் இரண்டு கிளிப்புகளும், அவளின் மார்புக் காம்புகளில் இரண்டும், பிறப்பு உறுப்பில் ஒன்றும் மாட்டப்பட்டது. மாதி கையெடுத்துக் கும்பிட்டாள். பலனில்லை. போலீஸ்காரன் மெக்கர் பெட்டியின் கைப்பிடியை நான்கு சுற்று சுற்றினாள். பின், அதன் கருப்பு நிறப் பொத்தானை அழுத்தினான்.

"அட சாமி..." என அவள் அறை முழுதும் திக்கற்று ஓடினாள். மீண்டும் மெக்கர் பெட்டியின் சுழலும் கைப்பிடி சுற்றப்பட்டது. அவள் பள்ளத்தில் வீழ்வதுபோல உணர்வு கொண்டாள். மீண்டும் சுற்றப்பட்டது. அவள் தன் உடலில் நரம்புகள் ஆங்காங்கே தலை முதல் பாதம் வரை வெடித்துச் சிதறச் செய்யுமளவு வலியையும் அதிர்வையும் அனுபவித்துத் தரையில் விழுந்தாள்.

"இவ பொண்ணை இழுத்தாங்கடா" என்றான் அதிகாரி.

"சாமி. வேண்டாம்" என்று அந்த வேதனையிலும் அதிகாரியின் கால்களைப் பிடித்துக்கொண்டு முனகினாள். அவன் பூட்ஸ்

கால்களால் அவள் முகத்தில் ஒரு உதை விட்டான். மூக்கிலிருந்து ரத்தம் வழிய அவள் சுவரோரமாய்ப் போய் விழுந்தாள். அவள் கண்கள் இருண்டன. பின், அவள் சித்தியின் அலறல் கேட்டுச் சிரமப்பட்டுக் கண் விழித்தாள். சித்தியும் நிர்வாணமாய் மெக்கர் பெட்டியிலிருந்து மின்சார அதிர்வு பாய்ந்து அலறினாள்.

“வேண்டாம்” என மாதி எழுந்து நிற்க முயலும்போது, அவளைக் கீழே தள்ளி அவளது தலைமுடியை தரையுடன் காலில் வைத்து அழுத்தி நின்றுகொண்டான் கணேஷ் போலீஸ். ஏழாவது முறை மெக்கர் பெட்டியிலிருந்து மின்சாரம் பாய்ச்சப்படும் வரை சித்தி மயங்காமலிருந்தாள்.

அதன் பின்பு, மாதியின் தலை முடியிலிருந்து கால்களை எடுத்துக் கொண்டதும் அவள் எழுந்து சித்தியருகில் சென்றாள். அப்போதுதான் அவள் நிர்வாணமாய்க் கிடப்பதை உணர்ந்து பக்கத்தில் கிடந்த அவளின் சிலையை எடுத்து உடலின் மீது போர்த்தி சித்தியை தூக்கி மடியில் வைத்து அவளின் சீலை துணியை எடுத்து அவள் மீது போட்டாள். துணியைக் கட்டிக் கொள்ள அனுமதி கொடுத்தான் அதிகாரி. பின் ஒரு டம்ளர் தண்ணீர் கொண்டு வந்து கொடுத்தான் போலீஸ்காரன். மாதி சித்தியின் முகத்தில் தெளித்ததும் சிறிது நேரத்திற்குப் பின் கண்விழித்தாள். ஆனால் மறு நிமிடமே வாந்தியெடுத்தாள். முழுவதும் இரத்தம். அதிகாரி இருவரையும் அடுத்த அறைக்குக் கொண்டுபோகச் சொன்னான். துணிகளை ஒன்றிரண்டாய் சுருட்டி எழ முடியாமல் இருந்த சித்தியை, மாதி தாங்கிப் பிடித்துக்கொண்டு கொட்டடை என்ற இடது புறமாயிருந்த அறைக்கு அழைத்து வந்தாள். அந்நேரம் இருட்டாக இருந்தது. அங்கு ஆண்கள் ஒருபுறமும் பெண்கள் இன்னாரு புறமும் படுத்திருந்தனர். பெண்கள் படுத்திருந்த இடத்தில் சித்தியைப் படுக்கவைத்து மாதியும் படுத்தாள். எல்லோரும் தூங்குவதுபோலப் படுத்திருந்தார்களே தவிர, ஒருவரும் தூங்கவில்லை என்று அவள் அறிந்து கொண்டாள். கண்ணீர் வடித்தாள். சிவண்ணாவை நினைத்துக் கொண்டாள். திடீரென அழுகை வெடித்தது. கட்டுப்படுத்திக் கொண்டாள். அப்போது அவளுக்கு அடுத்த இரண்டாவதாகப் படுத்திருந்த சரசுவையும், அவள் கணவன் தங்கமுத்துவையும் ஒர்க்ஷாப்பிற்குக் கூட்டிப் போனார்கள். இருவரின் அலறலும் வெகு நேரம் கேட்டது. பின், இரண்டு பேரையும் துவண்ட நிலையில் அறையினுள் கொண்டு வந்து போட்டனர். அதன் பின், அப்பகுதியில் வாகனம் செல்லும் சப்தம் கேட்டது.

“அதிகாரி போய் விட்டான்” என்றாள் கண்களை மூடிக்கொண்டு மாதியின் பக்கத்தில் படுத்திருந்த பெண். அவள் அடிக்கடி தனது தலையைச் சொறிந்து கொண்டாள். படுத்துக்கிடந்தவர்கள் உடம்பினைச் சொறிந்தும் நெளிந்தும் கிடந்தார்கள். வலியில் அவ்வப்போது அனத்தும் சப்தங்களும் கேட்டன. அப்போது காற்றில் துர்வாடையுடன் கவிச்சி நாற்றமெடுத்தது. சற்றுத் தள்ளி மூலையில் வலியில் முனகிக் கொண்டு கிடந்தான் ஒருவன்.

“உனக்குக் கஷ்டமாகத்தான் இருக்கும். கண்ணை மூடிப் படுத்துக்க. ராத்திரிக்கு எவனாவது வருவானுங்க” என்றாள் பக்கத்தில் இருந்த பெண். அப்போது சித்தி “வலிக்குது” என்று அழுதாள். மாதி அவளை இறுக்கமாய்க் கட்டிக் கொண்டாள். மாதிக்கு தொட்டியின் நினைவு வந்தது. எப்போது அந்த தொட்டியில் அவள் குடிசைக்குப் போக முடியும் என்று நினைத்தாள், அப்படியே படுத்துக் கிடந்தாள்.

அப்போது அவர்களின் அறைக்கதவு திறக்கும் சப்தம் கேட்டது. கணேஷ் போலீஸ்காரன் வந்தான்.

“இன்னிக்கு வந்த பொம்பளைங்க வெளியே வாங்க” என்று கூறிவிட்டு, மாதி, சித்தி, சரசு என்று பெயர் சொல்லி அழைத்தான்.

மூவரும் எழுந்து வெளியே வந்தனர். இருட்டில் வெளியே ஏழு ஆட்கள் நின்று கொண்டு சிகரெட் பிடித்துக்கொண்டு நின்றிருந்தது தெரிந்தது.

“வா வெளியே” என்றான்,

மாதி புரிந்து கொண்டாள். முரண்டு பிடித்தால் எதுவும் நடக்காது என்று முடிவு செய்து, “நான் வரேன். என் மகள் சின்னப் பொண்ணு. அவளை விட்டுடுங்க” என்று கும்பிட்டாள்.

வெளியே நின்றிருந்தவர்களில் மூன்று பேர் சித்தியின் கையைப் பிடித்து அறைக்குப் பின்புறமாயிருந்த மண் தடத்தில் அவளை இருட்டில் கூட்டிச் சென்று மறைந்து விட்டார்கள்.

மற்ற இருவர் சரசுவையும் ஒருவன் மாதியையும் இழுத்துக்கொண்டு இருட்டில் மரத்தின் பக்கம் கூட்டிச் சென்றனர். மாதியைத் தரையில் கிடத்தி அவள் மீது விழுந்தான்.

சித்தி என்று கத்த நினைத்தாள். நொடிப் பொழுதில் வாழ்க்கையும் நம்பிக்கையும் செத்துப் பிணமாவதை எண்ணி அமைதியாகி விட்டாள். சித்தியை நினைத்துக் கண்ணீர் விட்டாள். அதன்பின், இரண்டு நபர்கள் வந்து அவள் மீது விழுந்து எழுந்துபோய் விட்டார்கள். அவளுக்கு மேலே திறந்திருந்த வானத்தில் மின்னிய

அவளுக்குப் பழக்கப்பட்ட ஒற்றை நட்சத்திரத்திடம், "நான் பிணம்" என்று சொல்லிக்கொண்டாள். அதன்பின், "நீயும் கூடத்தான் மாதேஸ்வரா" என்றாள்.

நடு சாமத்திற்குப் பின் அவள் கொட்டடையில் கொண்டுவந்து படுக்க வைக்கப்பட்டாள். பக்கத்தில் சித்தி இருக்கிறாளா என இருட்டில் கை வைத்துத் தேடிப் பார்த்தாள். அவளையறியாமல் ஓவென அழுகை வந்ததும் படுத்துக் கொண்டிருந்தவர்கள் விழித்துக் கொண்டார்கள். சற்று நேரத்திற்குப் பின் சித்தியைக் கைத்தாங்கலாய்க் கொண்டுவந்து அறையில் கிடத்திவிட்டுப் போனார்கள். அவள் கண்கள் மூடியிருந்தது. ஆனாலும், மூச்சிருந்தது. அவளது கன்னங்களைத் தட்டி, சித்தி என மீண்டும் மீண்டும் செய்தாள். அதன் பின்பு, மெல்ல "அம்மா... அய்யோ" என்றாள் சித்தி.

கொஞ்சம் தண்ணீர் கொடுங்களேன் என்று கேட்டாள் மாதி. பக்கத்தில் படுத்திருந்த பெண் அறையில் படுத்துக் கிடந்தவர்களைத் தாண்டி மூலையில் பானையில் தண்ணீர் மோண்டு வந்து கொடுத்தாள். அதை சித்தி குடித்த பின், மாதி அவள் முகத்தைத் துடைத்து விட்டாள். சித்தி படுத்துக் கொண்டாள். பக்கத்தில் இருந்தவள் சித்தியிடம் "மனசைத் தைரியப்படுத்திக்குங்க. நான் இங்கே வந்து மூணு மாசமாச்சி. அதுக்கு முன்னாடி ஒரு மாசம் மேட்டூர் போலீஸ் முகாமிலே இருந்தேன். அங்கேயிருந்துதான் என்னையும் என் வீட்டுக்காரனையும் இங்கே கூட்டி வந்தாங்க. மேட்டூரிலே ஒரு மாசம் சித்தரவதை செய்து இங்கே அவனைக் கொண்டு வந்து பதினைஞ்சாம் நாள் விடியற்காலையிலே காட்டுக்குக் கூட்டிக் கொண்டு போய் சுட்டுக் கொன்னுட்டாங்க. இரண்டு நாளைக்கப்புறம் பேப்பரைக் காட்டினாங்க. எனக்குப் பத்து வயசிலே பையனிருக்கான். அவனை யாரு பார்த்துக்குவாங்க? சாப்பாட்டுக்கு என்ன செய்யறான்னு தெரியலை. இந்த ஒரு மாசமாத்தான் என்னை ராத்திரியிலே தொந்தரவு செய்யறதில்லே. அதுக்கு முன்னாடி வரைக்கும் இதே சித்தரவதையைத்தான் நானும் அனுபவிச்சேன். சில நாள்லே ஏழு பேரு, எட்டு பேரு கூட வருவானுங்க. நிற்கக்கூட முடியாமக் கிடந்திருக்கேன். இந்த மாதேஸ்வரன் மலையிலே புருஷன் பெண்டாட்டி கூடத் தொடக்கூடாதும்பாங்க. கோயிலுக்குப் பின்னாடியே நமக்கு இந்த மாதிரி நடக்குது" என்றாள்.

அப்போது அவள் பக்கத்தில் படுத்திருந்த மற்றொரு பெண் அவளை "ஏய்!செல்வி பேசாம படு. பேச்சு சப்தம் கேட்டா மீண்டும்

எவனாவது வந்திடுவான்" என்று எச்சரித்தாள். செல்வி அமைதியான போது, சரசுவின் விசும்பல் கேட்டது.

"சரசு என்ன ஆனது? அடித்தார்களா?" என்றான் தங்கமுத்து.

சில நிமிடங்களில் அவனும் நடந்திருக்கக்கூடியதை யூகித்து,

"நான் என்ன செய்ய முடியும்? இங்கே சாவதைத் தவிர" என்று அவன் அழுகையுடன் சொன்னபோது, "அழாதே. சத்தம் வேண்டாம்" என்று பக்கத்திலிருந்த ஒருவன் கூறினான்.

அந்த இருண்ட அறையின் மூலையில் ஒரு சிறுவனின் அழுகைச் சத்தம் கேட்டது. அவனுக்கு ஏழு வயது இருக்கும். அவன் எழுந்து உட்கார்ந்து, "உடம்பு வலிக்குதம்மா" என்று அழுதான். அருகிலிருந்த அவனது தாய் "படுத்துக்க சாமி" என சிறுவனின் கைகால்களை அழுத்தி ஆசுவாசப்படுத்திக் கொண்டிருந்தாள்.

"இந்தக் குழந்தையை அடித்து கரண்டு வச்சி சித்தரவதை பண்ணறாங்க. இந்தப் பச்சை மண்ணு என்ன பாவம் செய்தது" என்று கண்களை மூடியபடியே கிசுகிசுத்தாள் செல்வி. பின் அவள் தலையைச் சொறிந்துகொண்டு,

"இந்த பாழாய்ப் போன பேன் கடிகடின்னு கடிச்சி உயிரை எடுக்குது" என்றாள்.

அப்போது உட்கார்ந்திருந்த சிறுவன் அழும் சத்தம் அதிகரிக்கவே வெளியேயிருந்து தடியால் கதவினை ஒரு போலீஸ்காரன் தட்டினான். அழுது கொண்டிருந்த சிறுவன் அழுகையை அடக்கிப் படுத்துக் கொண்டான். நிசப்தம் நிலவியது.

மலையின் பாரத்தை விட, கடுமையான அந்த இரவு அங்கு கரையாமல் கரைந்தது.

28

காலையில் எழுந்து உட்கார முடியாத உடல் வலியை உணர்ந்தாலும், தூக்கமின்றிப் படுத்திருந்த இரவினாலும் எழுந்து உட்கார்ந்து சித்தியையும் தூக்கி உட்கார வைத்தாள் மாதி. அப்போது அறையில் படுத்துக் கிடந்தவர்கள் அந்த இடத்திலேயே எழுந்து சுவரைப் பார்த்தபடி உட்கார்ந்து கொண்டனர்.

கணேஷ் போலீஸ் தடியைச் சுழட்டிக் கொண்டே அறைக்குள் வந்து முறையாக எல்லோரையும் உட்கார உத்தரவிட்டான். மாதியைப் பார்த்தவன் பின்புறமாக ஓர் உதை கொடுத்து, நிமிர்ந்து உட்காரு என்று கூறிவிட்டுப் போகும்போது அவன் பார்த்த பார்வை இரவில் ந. ந்த அருவருப்பானவற்றைப் பிரதிபலித்தது. மாதியையும் சித்தியையும் பார்த்து "இரண்டு பேருக்குமே சங்கிலி போட்டு கட்டி வையுங்க" என்று கூறினான். அறையின் மூலையில் சிறுவன் உட்கார்ந்திருந்தான். நேற்று இரவில் அவன்தான் அழுதது. அவனுடன் மற்றொருவன் அதே முகச்சாயலில் இருந்தான். சிறுவனை விடப் பெரியவன். பன்னிரண்டு வயதிருக்கும்.

"அந்தப் பசங்களின் தகப்பன் வீரப்பனோட காட்டுக்குள்ளே திரியறதால இவங்க ரெண்டு பேரையும், இவங்க அம்மாவையும் ஆறு மாச காலமாக இங்கே கொண்டு வந்து அடைச்சு வைச்சிருக்காங்க. என்றைக்காவது ஒரு நாள் இவங்களுக்காகவாவது அவன் வருவான் என நெனைச்சி" என்றாள் செல்வி, மாதியிடம்.

கழிப்பறைக்கு பெண்களைத் தனியே இரண்டு போலீஸ்காரர்கள் கூட்டிப் போய் கூட்டி வந்தார்கள். அதன் பின்பு, சுவரைப் பார்த்து உட்கார உத்தரவிட்டான் கணேஷ் போலீஸ். அதன் பின் ஆண்களையும் அழைத்துச் சென்றார்கள். ஒரு நாளைக்கு ஒரே வேளை உணவு. அதுவும் கையளவு, மாலை நேரத்தில் மாதேஸ்வரன் கோயிலில் அன்னதானத்திற்குப் போக மிஞ்சிய உணவைக் கொண்டுவந்து பிசைந்து கொடுத்து வந்ததால் முடைநாற்றமிக்க கழிப்பறைக்குச் செல்ல வேண்டிய அவசியமும் குறைந்து விட்டது.

அப்போது வேறு ஒரு போலீஸ்காரன் புதிதாய் அங்கு வந்தான். அவனுக்கு வயது முப்பத்தைந்து இருக்கும். அவன் வந்ததும் பார்த்துக்க என்று கூறிவிட்டு கணேஷ் போலீஸ் அந்த அறையை விட்டு வெளியே போனான். புதிதாக வந்திருந்த போலீசின் பெயர் சுபாஷ். அவனைப் பார்த்ததும், அந்த அறையில் அடைக்கப்பட்டிருந்த பழையவர்கள் சற்று ஆசுவாசமாக

உட்கார்ந்தார்கள். மெதுவாகத் தலையைப் பக்கவாட்டில் திருப்பிக் கொண்டார்கள். ஒருவன் வணக்கம் செய்தான். அந்த போலீஸ்காரன் தலையசைத்தான்.

சுபாஷ் அறையின் சுவர்ப்பக்கம் நடந்து வந்து ஜோப்பிலிருந்து இரண்டு பீடிகளையும், ஒரு தீக்குச்சியையும் எடுத்து, யாரேனும் பார்க்கிறார்களா எனப் பார்த்து விட்டுக் கீழே போட்டான். அதைக் கீழே உட்கார்ந்திருந்தவன் எடுத்துக்கொண்டு அசையாது அவன் முன்னேயிருந்த சுவரின் சிறு வெடிப்புச் சந்தில் செருகப்பட்டிருந்த தீப்பெட்டியின் மருந்துக் காகிதத்தை எடுத்து நீட்டி அதில் குச்சியை உரசிப் பீடி பற்ற வைத்துக்கொண்டு தலையைக் குனிந்தபடியே இரண்டு இழுப்பு இழுத்துக்கொண்டு பக்கத்திலிருந்தவனிடம் கொடுத்தான். மற்றவன் அவ்வாறே இழுத்து அடுத்தவனிடம் கொடுத்தான். அதே போல அந்த வரிசையில் ஓரத்தில் உட்கார்ந்திருந் தவனுக்கு பீடி வரும்போது அதன் நெருப்பு கையைச் சுடும் அளவு வந்திருந்தது. அதேபோல அடுத்த வரிசையில் ஓரத்தில் உட்கார்ந்திருந்தவனுக்கு ஒரு பீடியையும் ஒரு தீக்குச்சியையும் யாரும் அறியாமல் சுபாஷ் கீழே வீசினான். அந்த அறையில் பீடி வாசனை மெல்லச்சூழ்ந்தது. பீடி புகையை இழுத்தவர்கள் கீழே குனிந்து தங்களின் வேட்டிகளுக்குள் விட்டுக் கொண்டார்கள். மற்றொரு பீடியையும் வீசினான். வரிசையில் தூரத்திலிருந்தவர்கள் அதனை மற்றொரு முறைக்காக எடுத்துத் தரை வெடிப்பில் ஒளித்து வைத்துக் கொண்டனர்.

"சுபாஷ் ஐயா, இன்னிக்கு பெரிய அதிகாரி இருக்கிறாரா?" என்றான் அறுபது வயதான மேஸ்திரி. மேஸ்திரி லக்கம்பட்டி மருது அருகில் உட்கார்ந்திருந்தான். மருது உடலின் மீது இரும்பு உருளையை இரண்டு போலீஸ்காரர்கள் ஏறி நின்று உருட்டியதில் அவன் தசை நசுங்கி அழுகிப் போய் நீராய் வழிந்தது. மருது உடலில் நாற்றத்தைச் சகித்துக் கொண்டு மேஸ்திரி அவன் அருகிலேயே இருந்தான். இருவரும் ஒரே ஊர்க்காரர்கள்.

"இன்னிக்கு பத்து மணிக்கு வருவாரு" என்றான் சுபாஷ்.

அதுவரை சற்று தலையசைத்து உட்கார்ந்திருந்தவர்கள் பீதியில் சற்று உடலை விறைப்பாக்கிக் கொண்டார்கள். சிறு நடுக்கம் அவர்களுக்குள் எழுந்திருந்தது.

"இப்போ எப்படியிருக்கான் உங்க ஊர்க்காரன் மருது" என்றான் மேஸ்திரியின் பக்கத்தில் படுத்துக் கிடந்தவனைக் காட்டி சுபாஷ்.

“சிரமம். முன்பு விட அதிகமாக நீர் வழியுது” என்று தரையைச் சுட்டிக் காட்டினான். மருது கண்கள் அசைய உடலை நெளிந்து கொண்டு படுத்துக் கிடந்த இடத்தைச் சுற்றி தரையில் ஈரமாயிருந்தது. பிணத்தை மொய்க்கும் பெரிய ஈக்கள் தரையிலும் அவன் மீதும் மொய்த்துக் கொண்டிருந்தன. மேஸ்திரிக் கிழவன் கையை வீச அவை பறந்து மீண்டும் பழைய இடத்தில் அமர்ந்தன. ஈக்கள் பறந்த போது மருதுவின் கண்களில் சற்று நிம்மதியிருந்தது.

மெதுவாகத் தேற்றி, “புதுசா இவங்களெல்லாம் வந்தாங்க” என்ற ஒருவன் மாதியையும், சித்தியையும், சரசுவையும் காட்டினான். பின்,

“நேத்து ராத்திரியே வெளியே கூட்டிக்கிட்டுப் போயிட்டாங்க" என்றான்.

அதனைக் கேட்டு சுபாஷ் சற்றுப் பரிதாபமாக அவர்களைப் பார்த்தான். பின் கடவுள் பார்த்துக்குவான் என்பதுபோல மேலே கையைக் காட்டினான்.

அப்போது ஜீப்பும் போலீஸ் வாகனங்களும் வரும் இரைச்சல் கேட்டது. அறையிலிருந்தவர்களின் முகம் அச்சத்தால் இருண்டு போயிற்று. இன்று தங்களில் யாரோ? என்று எச்சிலை விழுங்கிக் கொண்டிருந்தனர்.

வாகனங்கள் வந்து நின்ற சில நிமிடங்களுக்குப் பின் இடதுபுற ‘ஒர்க்ஷாப்’ என்ற அறை திறக்கப்பட்டது. அந்த அறை அதனுள் சென்று வந்தவர்களுக்கு நினைத்த உடன் மரண வேதனையைத் தரக் கூடியதாக இருந்தது. சிறிது நேரத்திற்குப் பின் கொட்டறையிலிருந்து சோளகணை ஒண்ணனைக் கூப்பிட்டார்கள். அவன் தடுமாறி எழுந்து வாசலுக்கு வெளியே வந்தபோது,

“நீதானே வீரப்பனுக்கு அரிசி, பருப்பு கொடுத்த ஆள்” என்றான் அதிகாரி.

“இல்லை” என்று தலையசைத்தான். அடுத்த நொடியில் நான்கு போலீஸ்காரர்கள் சரமாரியாக தடியால் அவனை அடித்தனர். தலையில் விழும் அடியைத் தடுக்கக் கையை உயர்த்தினான். மணிக் கட்டில் தடி படீரென்று விழுந்தது. அதற்குப் பின் அவனால் அந்தக் கையை அசைக்க முடியவில்லை. கீழே சுருண்டு விழுந்து கிடந்தவனை ஒர்க்ஷாப் அறைக்குள் தூக்கிப் போனார்கள். அவனைச் சுவரில் சாய்த்து உட்கார வைத்து ஒண்ணனின் வேட்டியையும், கோவணத்தையும் கழட்டி எறிந்தார்கள். பின் மெக்கர் பெட்டியிலிருந்து கிளிப்புடன் ஒயர்களைக் கொண்டுவந்து அவனது உறுப்பின் விதையிலும் இரண்டு காது மடல்களிலும்,

உதட்டிலும் மாட்டினார்கள். அவனை எழுந்து நிற்க உத்தரவிட்டான் அதிகாரி. அவனது இடது கை பொசு பொசுவென்று மணிக்கட்டுப் பகுதியில் வீங்கியிருந்தது.

“முடியலைங்க” என்று கையைக் காட்டினான். வலது கையால் வீங்கிய கையைத் தாங்கிக் கொண்டான்.

“அப்படியே கரண்ட் கொடுங்க” என்றான் அதிகாரி.

வழக்கம்போல மெக்கர் பெட்டியில் கைப்பிடியைச் சுற்றிப் பொத்தானை அழுத்த ஒண்ணன் அறையில் உருண்டு கத்தினான்.

“எங்கே வைத்து வீரப்பனுக்கு அரிசி கொடுத்தே, எவ்வளவு பணம் உனக்கு வீரப்பன் கொடுத்தான்?” மீண்டும் மெக்கர் பெட்டியின் டைனமோ மின்சாரத்தை உற்பத்தி செய்து பாய்ச்சியது. ஒண்ணன் தீப்பட்ட புழுவைப் போல துடித்து உருண்டு கொண்டிருந்தான்.

அவன் கை நன்றாக வீங்கியிருந்ததைக் கண்டு அவனைத் தூக்கி வந்து கொட்டறையில் கிடத்தினர். பின்பு, கெம்பனை விசாரணைக்காகக் கூட்டிப் போனார்கள். வழக்கம் போல அம்மணமாக்கி உடலில் மின்சாரம் ஏற்றப்பட்டது.

“வீரப்பனிடம் எப்போது போலீஸ் வரும் தகவலைச் சொன்னாய். நீ சொன்ன தகவலின் பேரில்தானே அவன் இந்த மலையில் மூன்று போலீசாரைச் சுட்டான்” என்றான் அதிகாரி. அவனுக்குக் கெம்பனைப் பார்த்தாலே கடும் கோபம் வந்தது. மெக்கர் பெட்டியினைச் சுற்றிப் பொத்தானை விட்டு விட்டு அழுத்துவதற்குப் பதிலாக சில நொடிகள் அழுத்திப் பிடித்து அவனுக்கு மின்சாரம் பாய்ச்சினர். அவன் செத்துப் போய் விடுவான் என்று அவர்கள் நம்பினார்கள். உடலில் மின்சார கிளிப் மாட்டிய பகுதி வெந்து போயிருந்தது. அவன் மயங்கித் தரையில் விழுந்தான். வாயிலிருந்து நுரை வழிந்தது. சிறிது நேரத்திற்குப் பின் அவன் கைகால்களை அசைத்தும் கணேஷ் போலீஸ் ஒரு வழவழப்பான சிறிய உலக்கை போன்ற பருத்த சிறு தடியினைக் கொண்டு வந்தான். முகத்தில் கெம்பனுக்குத் தண்ணீர் அடித்து,

“சொல்லுடா, வீரப்பனுக்குப் போலீஸ் பற்றி என்ன சொன்னே?” என்றான்.

அவன் ஒன்றுமில்லை எனத் தலையாட்டினான். அவனது கை விரல்களை அகலமாகத் தரையில் பரப்பி வைத்து, “சொல்லு” என இடது கையில் சுண்டு விரலின் மீது வழவழப்பான பருத்த உருளைத் தடியால் ஒரு குத்து குத்திக் கீழே இழுத்தான். சுண்டு விரல் நகம் பிய்ந்து கீழே விழுந்து சீத்தென்று இரத்தமடித்தது. அடுத்து மோதிர

விரல் நகம். அதன் பின் ஐந்து விரல் நகங்களும் கழண்டு கீழே கிடந்தது.

கெம்பன் துடிதுடித்தபோது அவனைக் காவலுக்கு நின்ற இரண்டு போலீசார் இறுக்கிப் பிடித்துக் கொண்டனர். ஒரு போலீஸ் இதனைக் காணச் சகிக்காமல் முகத்தை வேறுபக்கம் திருப்பிக் கொண்டான்.

அடுத்து வலது கையும் இதே மாதிரி சோதனைக்குள்ளாக்கப் பட்டது. சிறிது நேரத்தில் கெம்பனின் பத்து விரல்களிலும் நகங்களற்று நசுங்கி ரத்தம் வழிந்து கொண்டிருந்தது.

அவன் அறைக்கு வெளியே மண் தரையில் இரத்தம் வழிய மயங்கிக் கிடந்தான். அந்தத் தரையில் ஆங்காங்கே சிறு குழிகள் நிறைய இருந்தன. அவை ஒழுங்கமைத்த வட்ட வடிவிலிருந்தன. அந்தக் குழிகள் குண்ணான் பூச்சியின் குழிகள். அந்தப் பூச்சி தன் உடலைக் கொழித்த மண்ணின் வட்டமான குழியில் மறைந்து காத்திருக்கும். எறும்போ, சிறு பூச்சிகளோ அந்தக் குழியில் விழுந்து விட்டு மேலே ஏறும் சமயம் மண்ணின் அசைவை ஏற்படுத்தும்போது குண்ணான் பூச்சி அந்த இரையைக் கடித்து மண்ணுக்குள் இழுத்துச் சென்று விடும். அந்தக் குழி சிறு இரைகளின் மரணக்குழி. அந்தக் குழியிலிருந்து பாதிப்பற்று தப்பிப்பது இயலாத ஒன்று. அகலத் திறந்திருக்கும் அந்தக் குழியில் விழ பல எறும்புகள் கொட்டறையில் பீதியுடன் உட்கார்ந்திருந்தன.

ஒர்க்ஷாப்பிற்குள் மாதியையும் சித்தியையும் கூட்டிப் போக அழைத்தான் கணேஷ் போலீஸ். மாதி சிரமப்பட்டு எழுந்து சித்தியை அழைத்துக் கொண்டு சென்றாள். அடிவயிற்றிலிருந்து சுளீர் என்ற பயம் அறையினுள் கால் வைக்கும் போது எழுந்தது. கைகால்கள் படபடவென்று நடுங்கியது.

அவர்கள் அறைக்குள் போய் நின்றபோது அதிகாரி ஒரு நோட்டில் கையெழுத்துப் போட்டுக் கொண்டிருந்தான். சித்தி, மாதியைப் பார்த்தாள். தன்னை தாய் காப்பாற்றுவாளா? என்ற நம்பிக்கையற்ற பார்வையில். அப்போது கணேஷ் போலீஸ் “கழட்டுங்கடி” என்று கூறி சித்தியின் மாரில் கை வைத்து ஜாக்கெட்டைப் பிடித்து இழுத்தான். மாதி, கணேஷின் கையைப் பிடித்துக் கொண்டாள். அந்தப் பரபரப்பில் அதிகாரி திரும்பிப் பார்த்தான்.

மாதி அவனிடம், “விட்டுடச் சொல்லுங்கய்யா. சின்னப் பொண்ணு. வேண்டாம்” என்றாள். கழட்டு என்று உத்தரவிட்டான். மாதிக்கும் சித்திக்கும் இரண்டு அடிகள் விழுந்தது.

மாதி, அதிகாரியிடம்,

“இராத்திரி நெறைய ஆளுங்க வந்து என்னைத் தூக்கிட்டுப் போயி கெடுக்கறாங்க. இந்தப் போலீஸ்காரர்தான் ஆளுங்களைக் கூட்டி வந்து கெடுத்தாரு” என்று கணேஷைக் கை காட்டினாள்.

“எங்களை ஒரே அடியாய்க் கொன்னுடுங்கய்யா” என்றாள். கணேஷ் போலீஸ் அலட்சியமாக சித்தியின் உடையை உருவினான்.

“தேவடியா! உங்களைக் கெடுத்திட்டாங்களா? வீரப்பனுக்கும் அவன் ஆளுங்களுக்கும் படுக்கறவளுங்கதானே” என்றான் அதிகாரி.

“மாதேஸ்வரன் சாமி, நீயாவது காப்பாத்து” என்றாள்.

“எங்கடி மாதேஸ்வரன் வர்றான். உம் புருஷன்தானே கேம்பிலிருந்து தப்பிப்போயி வீரப்பனோட சுத்தறான். உனக்கு என்னடி அதிகப் பேச்சு?” என்று கூறியவாறே அதிகாரி எழுந்து வந்து அவள் முடியைப் பிடித்துக் கீழே தள்ளினான்.

“உன் துணியைத் தானே அவிழ்க்க வேண்டான்னே, உன் மகளை என்ன செய்யறேன் பார்” எனக்கூறிவிட்டு,

கணேஷ் போலீசைப் பார்த்து, “இவ மகளை அம்மணமாக் கொண்டு போயி கொட்டடையிலே கட்டு. எல்லோரும் பார்க்கட்டும்” என்றான்.

மாதி கைகளால் தலையிலடித்துக் கொண்டு வேண்டாம் என்றாள்.

கணேஷ் போலீசும், மற்றவனும் சித்தியை நிர்வாணமாய் ஒர்க் ஷாப்பிலிருந்து இழுத்து வந்தார்கள். கணேஷ் போலீசோ அதில் ஆர்வமாய்ச் செயல்பட்டான். உடன் வந்த போலீஸ்காரன் தயங்கி பின்னே கடமைக்கு வந்தான். கொட்டடையில் உட்கார்ந்திருந்த சுபாஷ் போலீஸ் அந்த அறையை நோக்கி சின்னப் பெண்ணான சித்தியை நிர்வாணமாக இழுத்து வருவது கண்டு உறைந்து நின்றான். அறையிலிருந்தவர்கள் சிலர் ஓரக்கண்ணால் கண்டு தலையைக் குனிந்து கொண்டார்கள். அறையினுள் அழுது கொண்டு வந்த சித்தி தனது உருவத்தைச் சுவரைப் பார்த்து நின்று மறைக்க முயன்றாள். அப்போது கணேஷ் போலீஸ் உடலின் முன் பகுதி, அறையினுள் உட்கார்ந்திருப்பவர்களுக்குத் தெரியும் வகையில் அவளது உடலைத் திருப்பி நிறுத்தி, இரண்டு கைகளையும் ஜன்னல் கம்பியில் விலங்கிட்டுப் பூட்டினான்.

“இவ அப்பன் இருக்கிற இடத்தை இவ சொல்ல மாட்டீங்கறா. அதனால் எல்லோரும் திரும்பி இவளைப் பாருங்கடா” என்றான் கணேஷ்.

பெரும்பாலானோர் தலையைக் கவிழ்த்துக் கொண்டார்கள். சித்தியின் நேர் முன்னே உட்கார்ந்திருந்தவர்களில் தலையைக் கவிழ்த்துக் கொண்டவர்கள் மீது தடியால் அடித்து, "எவனாவது பார்க்கலைன்னா மண்டை உடையும்" என்றான் கணேஷ்.

எல்லோரும் பயத்தினால் பார்த்தார்கள். பெரும்பான்மையானவர்களின் கண்களில் கண்ணீர் கோடிட்டது. தன்னை நிர்வாணப்படுத்தியதற்காக சித்தி மட்டும் வாடவில்லை. அக்கோலத்தில் அங்கு அவளைக் கண்ட அனைவரும் வாடினர். சித்தி வெகு நேரம் கதறிக் களைத்து ஓய்ந்தாள். அப்போது சுபாஷ் புகை பிடிப்பதற்காகக் கொட்டடையிலிருந்து வெளியே வந்து அறையின் பின்புறம் சென்றான். அறையினுள்ளேயே புகைக்கும் போலீசார் சிலர் கூட அன்று சுபாஷ் போல வெளியே சென்று அடிக்கடி புகைத்தார்கள். உண்மையில் தான் கண்ணீர் விடுவதை பிற போலீஸ்காரர்கள் யாரும் பார்த்துவிடக் கூடாதே என்ற எண்ணத்திலேயே அவன் அங்கிருந்து சென்றான்.

சிறிது நேரத்திற்குப் பின்பு எல்லோரையும் சுவரைப் பார்த்துத் திரும்பி உட்காரச் சொல்லிவிட்டுப் போனான்.

மதியம் மாதி கண்விழித்தபோது அவள் மார்புத் தோல்கள் மின் அதிர்வினால் வெந்து புண்ணாகியிருந்தது. காலையில் அவளைத் தலைகீழாய்த் தொங்கவிட்டு மின் அதிர்வு தரப்பட்ட போது அந்த நொடியே தான் உயிர்வாழும் கடைசி நொடி என்றுகூட அவள் நினைத்தாள். அவள் கண் விழிப்பதற்குச் சற்று முன்புதான் சித்தியின் கைக்கட்டுக்களை அவிழ்த்து, துணி உடுத்திக் கொள்ள அனுமதித்து சித்தியைச் சங்கிலியில் பிணைத்து ஜன்னலில் கட்டியிருந்தார்கள்.

மாதி தனது மகள் துணி உடுத்தியிருப்பதைப் பார்த்து சற்று ஆறுதல் அடைந்தாள். அவளும் சுவரைப் பார்த்து உட்கார்ந்து கொண்டாள். அப்போது அவள் அடிவயிறு வலி கண்டு சூடான உதிரம் கால்களில் வெளியேறியது. பக்கத்திலிருந்த செல்வியிடம் மாதவிலக்கானதைச் சொன்னாள். காவலுக்கு அறையில் நின்ற போலீசிடம் மாதி கழிப்பறைக்குப் போக அனுமதி கேட்டாள்.

"அதிகாரி இருக்கறாரு. அப்புறம் வெளியே அனுப்பறேன்" என்றான். மீண்டும் அவள் வலியில் நெளிந்தாள். மறுபடியும் போலீசிடம் செல்வி சொல்லப் பயந்தாள். மாதி சிரமப்பட்டு எழுந்து நின்றாள். அவள் சீலை முழுவதும் இரத்தமாகியிருப்பதைக் கண்டு அவளைக் கழிப்பறைக்குப் போக அனுமதியளித்தான். அவள் அங்கு போகும் போது தனது சேலையைச் சற்றுக் கிழித்து எடுத்துக் கொண்டாள்.

மாலை நான்கு மணிக்கு, கொட்டடைக்குக் கொண்டு வரப்பட்ட, பல இடங்களில் மீதமான உணவு மற்றும் குழம்புகள் ஒரு பெரிய பாத்திரத்தில் கலந்து பிசைந்து ஒரு கைப்பிடியளவு சோற்று உருண்டை ஒவ்வொருவருக்கும் தரும் சமயம் அவள் மூன்றாவது முறையாக தனது சேலையைக் கிழித்துக்கொண்டு கழிப்பறையிலிருந்து வெளியே வந்தாள். மிகவும் களைத்துப் போயிருந்தாள்.

அப்போது இரண்டு புதிய நபர்களை போலீஸ்காரர்கள் கூட்டி வந்தனர். அவர்களின் கையில் அளவு எடுக்கும் நாடா இருந்தது. அவர்கள் தையல் வேலை செய்பவர்கள் என்பது தெரிந்தது. அதிகாரி அப்போது வெளியே வந்து,

"அளவு எடுத்துக்குங்க" என்றான்.

அந்தக் கணத்தில் அறையிலிருந்த ஆண்களின் கண்களில் அதிர்வு பரவி அவர்களின் நெஞ்சம் வலி காணும் அளவு வேகமாகத் துடித்தது.

ஆண்கள் பக்கம் வந்த அதிகாரியின் கை விரல்கள் யாரைச் சுட்டுகின்றதோ என்ற அச்சத்தில் துடித்தனர். அவர்களைச் சுட்டாமல் அந்த விரல் விலகியதும் எச்சிலை விழுங்கினர். அதிகாரி உடலில் நீராய் வழிந்து படுத்துக்கிடந்த லக்கம்பட்டி மருதை சுட்டிக் காட்டினான். அவனிடம் ஒருவன் சட்டை மற்றும் பேண்ட் அளவெடுத்தான்.

அடுத்து, அதிகாரி நகங்கள் பிய்ந்து கை விரல்கள் வீங்கி உட்கார்ந்திருந்த கெம்பனைக் கை காட்டினான். பின் தங்கமுத்துவைக் காட்டினான். அவன் அதிர்ச்சியில் உறைந்தபோது, அவன் மனைவி சரசு அதிகாரியின் கால்களைப் பிடித்துத் தனது கணவனுக்கு அளவு எடுக்க வேண்டாம் என்று மன்றாடினாள். அவன் கால்களால் அவளை நெட்டித் தள்ளிவிட்டுப் போன பின்பும் அறையில் தொடர்ந்து விசும்பல் சப்தம் கேட்டது. மாதியின் அருகிலிருந்த செல்வி கண் கலங்கியிருந்தாள்.

"இந்த லக்கம்பட்டியான் கஷ்டம் ஒரு நாள், ரெண்டு நாள்லே முடிந்து போயிடும். இப்பவே பாதி செத்துப் போயிட்டான். நான் மேட்டூர் முகாமிலே இருந்தபோது இதே மாதிரி ஒரு மனுசன் இருந்தான். அவன் கொளத்தூர்க்காரன். அவனைப் பிடிச்சி எரியற தீப்பந்தத்திலேயே அடிச்சாங்க. அவன் உடம்பு முழுவதும் தீப்புண்ணாகி அதிலிருந்து சீழும், இரத்தமும் வழிந்து அவன் உருகிக்கிட்டிருந்தான். எங்களுக்குத் தண்ணீர்த் தாகம் எடுக்கும்போது

சோளகர் தொட்டி 259

தண்ணீர் கேட்டா, அந்த கஷ்டப்பட்டுக் கிடக்கிற மனுசனைக் கூப்பிட்டு பக்கெட்டிலே தண்ணீர் கொண்டு வந்து கொடுக்கச் சொல்வாங்க. அந்தத் தண்ணியிலே இரண்டு சொட்டாவது அவனோட உடம்பு சீழ் விழுந்திருக்கும்'' என்றாள்.

மாதி தனது காதுகளை அடைத்துக்கொண்டு கண்களை மூடிக் கொண்டாள். செல்வி அதற்குமேல் அதைப் பற்றிப் பேசவில்லை. மாதி அதிக நேரம் உட்கார முடியாமல் படுத்துக்கொண்டாள். போலீஸ்காரன் அவள் படுத்திருப்பதற்காக மிரட்டியபோது, "இவளுக்கு உதிரப் போக்கு அதிகமாயிருச்சி'' என்று கூறி போலீசை நிதானப்படுத்தினாள் செல்வி.

அன்றிரவு அதன் அமைதியைத் துளைத்து வந்தது சரசுவின் மெல்லிய விசும்பல் ஒலி. நடு இரவில் அறையின் கதவினைத் திறந்து ஒரு போலீஸ்காரன் அறையின் உள்ளே வந்தான். தடுமாறி படுத்திருப்பவர்கள் மீது மிதித்தான். அவன் நல்ல போதையிலிருப்பது தெரிந்தது. அறைக்கு வெளியேயும் சிலர் நின்று கொண்டிருந்தார்கள். இருண்ட அறையில் சிறு தீக்குச்சி உரசிப் பார்த்தான். எல்லோரும் தூங்குவது போல் கிடந்தார்கள். அறையில் சுவற்று ஜன்னலில் சங்கிலியில் பிணைக்கப்பட்டிருந்த சித்தியைக் கண்டு அவள் பக்கம் வந்து நின்றான். தனக்குப் பக்கத்திலிருந்து யாரேனும் உதவுவார்களா? என சித்தி கண்களை உருட்டினாள். மாதி இரத்தப் போக்கில் மயக்கமுற்றுக் கிடந்தாள். வந்தவன் உடை களைந்து சித்தியின் மீது விழுந்தான். அவனது கைகால்கள் பக்கத்தில் உள்ளவர்கள் மீது படுவது குறித்து அவன் கவலைப்படவில்லை. அவன், அவள் மீது எச்சிலை வழித்து எம்பிச் சரியும் போதெல்லாம் சாராய வாடையை உணர்ந்தாள். பக்கத்தில் இருப்பவர்கள் கண்களை மூடிக் கொண்டார்கள். சப்தமிடலாமா? என்று நினைத்தாள். வெளியே நிறையப் பேர் நின்றார்கள். இருட்டில் இழுத்துச் சென்றால்... என அச்சம்கொண்டு அமைதியாக இருந்தாள். கையுடன் பிணைக்கப்பட்டிருந்த சங்கிலி அசையும் சப்தம் கேட்டது. அவளது மற்றொரு கை செல்வியின் மீது பட்டது. அவள் கண்களை மூடிக் கொண்டே,

"என் மீது உன் கை பட்டா என்னையும் விடமாட்டான் காப்பாத்து'' என்றாள். சித்தி கையைக் குறுக்கிக் கொண்டாள். மிருகம் தன் இச்சை வெறி முடிந்ததும் கதவைச் சாத்திவிட்டு அலட்சியமாக வெளியேறியது.

சித்தி தலையைத் தூக்கிப் பார்த்தபோது அறையில் பலர் தூங்காமல் கண்களை மட்டுமே மூடிக் கிடந்தது தெரிந்தது. குப்புறப்படுத்துக்

கொண்டு குமுறினாள். அழுவதால் என்ன பயனென்று உணர்ந்து அமைதியடைந்து விட்டிருந்தாள்.

அச்சமயம் சோளகனை ஒண்ணனின் கை மணிக்கட்டு வீக்கம் ஏறியிருந்ததால் தூக்கமின்றி அவன் அனத்திக் கொண்டிருந்தான். அவன் கை எலும்பு முறிந்து விட்டது என்று அப்போதே மேஸ்திரிக் கிழவன் சொல்லியிருந்தான். அறையின் மற்றொரு மூலையிலிருந்து, "மாதேஸ்வரா, சிவமினியே, காப்பாத்து" என்ற கெம்பன் புலம்பினான். தையல்காரர்கள் அவனுக்கு உடை தைக்க அளவு எடுத்துப்போன பின், அவன் பைத்தியக்காரனைப்போல மாறியிருந்தான். அவன் அவ்வப்போது கத்தியதால் சன்னலில் சங்கிலியால் அன்று அவனைக் கட்டி வைத்திருந்தார்கள்.

தங்கமுத்து அருகில் அவன் மனைவி சரசுவை இருக்க அனுமதித்திருந்தார்கள். அவள் தன் கணவனின் கையைப் பிடித்துக் கொண்டிருந்தாள். அதைத் தவிர, அவளுக்கு வேறொன்றும் தெரியவில்லை.

அந்த இரவு விடிவதற்கு இன்னும் இரண்டு மணி நேரம் இருந்தது. மணி நான்கு இருக்கலாம். கீழ்வானம் கூட இன்னும் வெளிரவில்லை. காக்கைகளின் சப்தம் கேட்டது. கெம்பன் கண்களை அழுத்தி மூடிக் கொண்டான். மேஸ்திரி கிழவனிடம் படுத்துக் கிடந்த லக்கம்பட்டி மருது அவன் கையைப் பிடித்து,

"நான் போறேன். இப்படிப்பட்ட வேதனையை விட ஒரேயடியாப் போறதே நல்லது. நீ திரும்ப ஊருக்குப் போனா என் குடும்பத்துக்காரங்ககிட்டே சொல்லு" என்று சொன்னான். அன்றிரவு அவன் அதனைப் பலமுறை சொல்லிவிட்டான்.

வாகனத்தின் சப்தம் நின்ற பின்பு, சிறிது நேரத்திற்கெல்லாம் கொட்டடை அறையின் கதவு திறக்கப்பட்டது. அப்போது வெளியே போலீசின் வேன் நிறுத்தப்பட்டிருந்தது. அதிகாரி வந்திருந்தான். மேஸ்திரிக் கிழவனிடம் படுத்துக்கிடந்த மருதுவை வேனில் ஏற்றச் சொன்னான். மருது கையைத் தராமல் தனது கால்களுக்குள் அதனைச் செருகிக்கொண்டு "மாட்டேன்" என்றான். வேறு ஒரு போலீஸ்காரன் மருதுவின் கால்களையும் மேஸ்திரிக் கிழவன் அவன் கைகளையும் பிடித்துத் தூக்கி வேனுக்குக் கொண்டு சென்று கிடத்தினர். மருது, மேஸ்திரியின் சட்டையைப் பிடித்துக் கொண்டு, "காப்பாத்து" என்றான். வேனின் சீட்டில் மூன்று புதிய பச்சை வர்ண பேண்ட், சட்டை இருந்தது. சிறிது நேரம் தாமதித்தாலும் தானும் வேனில் ஏற்றப்படுவோம் என்ற அச்சத்தில் மேஸ்திரி மருதுவின் கையிலிருந்து தனது சட்டையை இழுத்துக்கொண்டு அறைக்குள்

வந்து உட்கார்ந்தான். அதன் பின்பே அவனது கண்களிலிருந்து கண்ணீர் வழிந்தது.

கெம்பனையும் இழுத்து வந்து வேனில் ஏற்றினார்கள். தங்கமுத்து மனைவி சரசு கதறினாள். விசாரணை செய்துட்டு விட்டு விடுவோம் என்று கூறி அவளைப் பிரித்து, தங்முத்துவையும் வேனில் ஏற்றினார்கள். அவன் கடைசியாக மனதில் பதிய தன் மனைவியைப் பார்த்து கைகளை நீட்டினான். வேனின் கதவு சாத்தப்பட்டு, அது புறப்பட்டுப் போனது. அதிகாரியும் மற்ற சில போலீசாரும் ஜீப்பில் பின் தொடர்ந்தனர். அந்த வாகனங்கள் அச்சமூட்டும் இருளில் புகுந்து மறைந்தன.

29

அன்று முழுவதும் அதிகாரியோ, கணேஷ் போலீசோ, வேனோடு சென்ற மற்ற போலீஸ்காரர்களோ வரவில்லை, சுபாஷ் போலீஸ் அன்று காலையிலேயே கொட்டடைக்கு காவல் பொறுப்புக்கு வந்து விட்டதால் கொட்டடையில் இருந்தவர்களுக்குச் சில பீடிகள் கிடைத்தது. கை வீங்கி அனத்திக்கொண்டு கிடந்த சோளகனை ஒண்ணனுக்கு மேஸ்திரி கையை இழுத்துப் போட்டு எலும்புகளைச் சரியாக இணைத்து மூங்கில் தப்பை வைத்து ஒண்ணனின் வேட்டியையே கிழித்துக் கட்டிவிட்டிருந்தான். அதனால் ஒண்ணனின் வேதனை சற்றுக் குறைந்திருந்தது. தங்கமுத்துவை வேனில் கூட்டிப் போயிருந்ததால் சரசுவும், அவள் தாயும் பித்துப் பிடித்து உட்கார்ந்திருந்தார்கள். அன்று காலையிலேயே மூவரை அழைத்துச் சென்றிருந்ததால், வழக்கமாக சுபாஷ் போலீஸ் வரும்போது ஏற்படும் முகமலர்ச்சி கூட அங்கு யாரிடமும் தென்படவில்லை.

சுபாஷ் போலீஸ் அங்கு நிலவிய இறுக்கமான சூழலை மாற்ற, யாரையாவது பாட்டுப்பாடும்படி கூறினான். யாரும் பாட முன் வரவில்லை. பாடுபவர்களுக்கு இரண்டு பீடிகள் தருவதாகக் கூறினான். சில நிமிடங்களுக்குப் பிறகு, மெல்ல மேஸ்திரி எழுந்து நின்றான்.

“அம்மாவும் நீயே அப்பாவும் நீயே
அன்புடனே ஆதரிக்கும் தெய்வமும் நீயே
அம்மாவும் நீயே...”

என்று பழைய சினிமாப் பாடலை ராகத்துடன் பாடினான்.

“எங்களுக்கோ உறவு சொல்ல யாருமில்லையோ,
இதை அறியாயோ முருகா உன் கருணை இல்லையே”

என்று உருக்கத்துடன் தனது இரண்டு கைகளையும் மாதேஸ்வரன் கோயில் திசையில் நீட்டினான். அப்போது அவன் உணர்ச்சி வயப்பட்டு அவன் குரல் தழுதழுத்தது. சில ஆண்கள் கண் கலங்கினர். பெண்கள் பெரும்பான்மையோர் அழுது விட்டனர். இதைக் கண்ட சுபாஷ் போலீசின் கண்களில் கண்ணீர் மெல்லியதாகக் கோடிட்டது. அவன் முகத்தை வேறு பக்கம் திருப்பிக் கொண்டான். மேஸ்திரியின் பாடலுக்குப் பின் அமைதி நிலவியது. சரசுவின் விசும்பல் மட்டும் அவ்வப்போது கேட்டது. மேஸ்திரி தன் கண்களில் வழிந்திருந்த கண்ணீரைத்

துடைக்காமல் நின்றான். சுபாஷ் போலீஸ் ஐந்தாறு பீடிகளை ஜோப்பிலிருந்து எடுத்து மேஸ்திரியின் கையில் திணித்து அவன் முதுகைத் தடவிக்கொடுத்து வேதனையுடன் வந்து தன் இடத்தில் உட்கார்ந்தான். மேஸ்திரி அவன் இடத்தில் சென்று அமர்ந்தான். இன்னமும் கூட மருதுவின் வியர்வை நாற்றம் அந்தத் தரையில் இருந்தது.

சுபாஷ் போலீஸ் மிகுந்த ஏமாற்றமடைந்திருந்தான். சற்று நேரமாவது அவர்களது கவனத்தை திசை திருப்பவே அவன் பாடச் சொன்னான். ஆனால், அதுவே அங்கு மீண்டும் துயரத்தை அதிகரித்து விட்டது என்று எண்ணினான்.

அப்போது செல்வி, மாதிக்கு உதிரப் போக்கு அதிகரித்து வருவதால், மாதி குளித்துக் கொள்ள அனுமதிக்குமாறு சுபாஷிடம் கேட்டாள். அவன் சீக்கிரம் அவள் போய் வந்துவிட வேண்டும் என்றான். செல்வி தனது தலையில் ஐந்து நிமிடம் பேன் எடுத்து தலை வாரிக் கொள்ள அனுமதி கேட்டாள். சுபாஷ் போலீஸ் தயங்கினான். வேறு பெண்களும் மன்றாடினர். தலை முழுவதும் கொத்துக் கொத்தாய்ப் பேன் ஈறு பிடுங்குவதால் தயவு செய்ய வேண்டினார்கள்.

“சரி. தனித்தனியே வெளியே போய் தலைவாரிக் கொள்ள வேண்டும்” என்று ஜன்னலின் மேலே கிடந்த ஒரு மரத்தாலான பேன் சீப்பை கைத் தடியால் கீழே தள்ளி விட்டான்.

மேஸ்திரி தலையில் ஊரும் பேனை, அதிரடிப் போலீஸ் என்பான். “வீரப்பனுக்கு அரிசி கொடுத்தாயா? பருப்பு கொடுத்தாயா? எனக் கேட்க வாயில்லையே தவிர, சித்தரவதை செய்வதில் அந்தப் போலீசுக்கு குறைந்ததல்ல இந்த போலீஸ்” என்றான் பேனைக் காட்டி பக்கத்தில் இருந்தவர்களிடம்.

செல்வி முதலில் அந்த சீப்பை எடுத்துக்கொண்டு கொட்டடை வாசலில் மண் தரையில் அமர்ந்து, சிக்குண்ட தன் தலையை அவிழ்த்து ஒரு முறை வாரியதில் கையிலிருந்த சீப்பில் எண்ணற்ற பேன்கள் கருகருவென மொய்த்தது. சில அவளின் சீலையில் விழுந்திருந்தது.

மீண்டும் சீவியபோது மண் தரையில் மழையெனக் கொட்டியது பேன்கள். எல்லாவற்றையும் கையில் நசுக்க முடியாதென்பதால் தரையில் கிடந்த கல்லை எடுத்து நசுக்கினாள். பின் முடியைக் கட்டிக் கொண்டு வந்தமர்ந்தாள். அப்போது மாதியும் குளித்து வந்து தடுமாறி உட்கார்ந்தாள். அவளின் உடலின் இரத்த வாடை குறைந்திருந்தது.

“இப்போது பரவாயில்லையா?” என்றாள் செல்வி.

“அப்படியே தான் இருக்கிறது” என்றாள் மாதி.

அப்போது ஒவ்வொருவராகச் சென்று தங்களின் முடியினை பேன் சீப்பில் வழித்தார்கள். பருத்த பேன்கள் கொட்டின. அவர்களின் தலைமுடியின் ஒவ்வொரு நாற்றிலும் வெண்ணிறமாக பேன் பீச்சியடித்த ஈறு ஒட்டியிருந்தது. பல நாட்கள் குளிக்காமலும், அசுத்தமான அழுக்கு அண்டிய அறையிலும் இருந்ததால் பேன் ஊறிப் பெருத்திருந்தது. கொட்டடையிலிருந்த சிறுவர்களின் தாய் சிறுவர்களின் இமைகளில் வெண்ணிறமாய் ஈறு வைத்திருந்ததை உருவினாள். அவன் வலி கண்டு அழுதான். அப்போது வாகனம் வரும் சப்தம் கேட்டது. நீண்ட நாட்களுக்குப் பின் உடலைத் திருத்திக் கொள்ளக் கிடைத்த வாய்ப்பும் விரைவில் முடிந்து போனது. வாகனத்தின் சப்தத்தைத் தொடர்ந்து சுபாஷ், “ஷ்..” என்றான். அனைவரும் பழைய முறையில் விரைப்பாக உட்கார்ந்து கொண்டார்கள்.

வேறு சில போலீஸ்காரர்கள் வந்து சில ஆவணங்களை அங்கிருந்து வாங்கிச் செல்லத் தேடினார்கள். மாலை நேரமானது அவர்கள் அங்கிருந்து கிளம்பிச் செல்லும்போது.

அன்று மாலையில் வெளியில் மிச்சமான உணவு கையளவு ஒவ்வொருவருக்கும் கிடைத்தது. மாதி அதனை விழுங்க இயலாதவாறு அவளது உடல் சோர்ந்திருந்தது. அவள் அதனைச் சித்திக்குக் கொடுத்து விட்டாள். அன்றிரவு கதவைத் திறந்து கொண்டு யாரும் உள்ளே வராதது சற்று ஆறுதலாயிருந்தது.

காலையில் கணேஷ் போலீசும், வேனில் போன மற்ற போலீசாரும் வந்திருந்தனர். சரசு, கணேஷ் போலீசிடம் தன் கணவனைப் பற்றி விசாரித்தாள். அவன் சிரித்துக்கொண்டே பேசாமல் போய் விட்டான். சற்று நேரம் கழித்து சுபாஷ் போலீஸ் வந்தபோது மீண்டும் தன் கணவன் குறித்து தகவல் சொல்லுமாறு மன்றாடிக் கேட்டாள்.

அவன் அமைதியாக இருந்ததால், அவள் தனது கழுத்தில் கிடந்த மஞ்சள் கயிறை எடுத்து, “நான் இதைக் கட்டிக்கிறதா? வேண்டாமா? அது தெரியணும்” என்றாள் ஆவேசமாக

அவன் கோபப்படாமல், “அதை அறுத்து சடங்கு செய்து கொள்” என்று கூறிவிட்டுப் போய்விட்டான். பின், அன்று வெளியான கன்னடப் பத்திரிகை ஒன்றினைக் கொண்டு வந்து அவளுக்குக் காட்டினான். ஒரு புகைப்படம் வெளியாகியிருந்தது. அதில் பச்சை உடை அணிந்திருந்த மூன்று பேர் இறந்து

கிடந்தனர். அவர்களின் பக்கத்தில் நீண்ட துப்பாக்கிகள் கிடந்தன. அதில் ஒருவன் தங்கமுத்து. மற்றவர்கள் மருதும், கெம்பனும். வீரப்பனுக்கும் போலீசுக்கும் நடந்த சண்டையில் சுட்டுக் கொல்லப்பட்டதாகப் படித்துக்காட்டிவிட்டு அவளிடம் அந்தப் பேப்பரைக் கொடுத்துவிட்டு,

“போன வருஷம் இதே நாளிலேதான் எங்க போலீஸ் அதிகாரிகள் மூன்று பேரை வீரப்பன் கொன்றான்” என்று கூறிவிட்டுப் போனான்.

அப்போது சரசுவின் தாயார், “சரசு, என் சாமி உன் விதி இப்படியா” என்று அவளைக் கட்டிக்கொண்டாள். அவர்களின் அழுகை அதிகமானபோது, இருவரையும் கொண்டு வந்து கொட்டடையின் வாசலில் உட்கார வைத்து சப்தம் அதிகமாக வரக்கூடாது எனக் கூறி விட்டுப் போனார்கள்.

வெகு நேரம் இருவரும் அழுதபின், சரசுவை அவள் தாய் கழிப்பறை தண்ணீர்த் தொட்டி அருகில் கூட்டிச் சென்று, தலையில் தண்ணீர் ஊற்றியபின், தாலியைக் கழட்ட முயன்றாள். ஆனால் சரசு தாலியைப் பிடித்துக் கொண்டாள். இருந்தாலும், அவளது கைகளைப் பிரித்து, கழுத்திலிருந்து தாலியைக் கழட்டி தனது சேலை முந்தானையில் முடிந்து கொண்ட சரசுவின் தாய், சரசுவைக் கூட்டிக் கொண்டு வந்து உட்கார்ந்து கொண்டாள்.

அன்று மாலை வரை சரசுவும், அவளது தாயும் வாசலில் உட்கார்ந்திருந்தனர். மாலையில் அறைக்குப்போய் உட்காரச் சொன்னார்கள். அன்றிரவு படுத்துக் கிடக்கும் போது பிற பெண்கள் சப்தமின்றி ஆறுதல் கூறினர். அப்போது அவள் அழவில்லை. ஏற்கெனவே வேண்டிய மட்டும் அவள் அழுது முடித்திருந்தாள்.

மறுநாள் போலீஸ் அதிகாரி தனது ஜீப்பில் மூன்று போலீஸ்காரர்களுடன் வந்திறங்கினான். அவர்கள் வந்ததும் தடிகளைச் சுழட்டிக்கொண்டு கொட்டடைக்குள் புகுந்து உட்கார்ந்திருந்த எல்லோரையும் சரமாரியாக அடித்தனர். பலருக்கு முதுகில் இரத்தக்கோடு விழுந்தது. சுவர் ஓரமாயிருந்த சிறுவர்களின் தாய் இரண்டு சிறுவர்களையும் படுக்கப்போட்டு அவள் மேலே படுத்து அடிகளைத் தான் வாங்கிக்கொண்டு சிறுவர்களைக் காப்பாற்றினாள்.

சிறிது நேரத்திற்குப் பின் போலீஸ்காரர்கள் கொட்டடையில் இருந்த எல்லோரையும் பார்த்தனர். அனைவரும் அச்சத்தினால் கைகால் நடுங்குவதைக் கண்டு, மூன்று நாட்களாகத் தாங்களின்றி

குறைந்து போயிருக்கும் பய உணர்வினை மீண்டும் ஏற்படுத்திவிட்ட திருப்தியில் ஒர்க்ஷாப்புக்குச் சென்றனர்.

கொட்டடையிலிருந்தவர்களை ஒவ்வொருவராகக் கூப்பிட்டு மெக்கர் பெட்டியின் மின்சாரத்தைப் பாய்ச்சினார்கள். அந்த ஒர்க்ஷாப் என்ற அறையிலிருந்து தொடர்ந்து அலறல் சப்தம் கேட்டது. இரண்டு சிறுவர்களையும், அவர்களின் தாயையும் ஒர்க்ஷாப்பிற்குள் கூட்டிச் சென்றனர். அவள் தனது குழந்தைகளுக்கு எதுவும் செய்ய வேண்டாமென மன்றாடினாள். அவளது மூத்த மகன் கையில் கிளிப்பைக் கொடுத்து அவன் தாயிடம் மாட்டச் சொன்னார்கள். அந்தப் பெண்ணின் மீது மின்சாரம் பாய்ந்தது. வெகு நேரத்திற்கு அவளது அலறலும், அதைத் தொடர்ந்து சிறுவர்களின் அலறலும் கேட்டன. மூன்று பேரும் தூக்கி வரப்பட்டு கொட்டடையில் போடப்பட்டனர்.

மாதியின் முறை வந்தது. அவள் ஏற்கெனவே மிகவும் களைத்தும், மெலிந்தும் இருந்தாள். அடிவயிற்றின் வலியால் வயிற்றைப் பிடித்தவாறு உட்கார்ந்திருந்தாள். மாதி, சித்தி, செல்வி மூவரையும் ஒர்க்ஷாப்பிற்குள் கூட்டி வரச் சொன்னான் கணேஷ் போலீஸ். அவன் சப்தம் கேட்ட பின்பு, இருவரும் அவளது தோள்களைப் பிடித்துத் தூக்கினார்கள். அப்போது அவளின் சேலையின் கீழ்ப்பகுதி உதிரப் போக்கினால் இரத்தத்தால் நனைந்திருந்தது. ஒர்க்ஷாப்பிற்குள் அவளைத் தூக்கிச் சென்றபோது பாதி மயக்கத்திலேயே அவள் இருந்தாள்.

மாதியின் சேலையை உருவி அம்மணமாக்கச் சொன்னார்கள். அவளை அம்மணமாக நிறுத்தியபோது, செல்வியை, மாதியின் உறுப்பில் மெக்கர் பெட்டியின் கிளிப்பை மாட்ட உத்தரவிட்டான் அதிகாரி. செல்வி தயங்கினாள்.

"இரத்தப்போக்கு" என்றாள்.

"நீயும் துணியை அவிழ்த்துக் கொள்" என்றதும், அவள் மாதிக்குக் கிளிப்பை மாட்டினாள். மெக்கர் பெட்டியைச் சுற்றி பொத்தானை அழுத்தியதும் சப்தமிட்டு மாதி மயங்கிப் போனாள். அவள் கண்கள் மேலே பார்த்து நெட்டுக் கொண்டது போலிருந்தது. சித்தி, மாதியின் மீது புரண்டு கத்தினாள். இரண்டு போலீசார் பக்கத்தில் வந்து பார்த்தார்கள். அவளின் நெஞ்சைக் கைகளால் அழுத்தித் தட்டினார்கள். பின் அவள் சாகவில்லை, இன்னமும் உயிரோடு இருக்கிறாள் எனத் தெரிந்துகொண்டு சேலையைக் கட்டி அவளை வெளியே கொண்டுபோக உத்தரவிட்டான் அதிகாரி.

சோளகர் தொட்டி

மாதியை கொட்டடைக்குள் கொண்டு வந்து போட்டபோதும் அந்தக் கண்கள் அசைவற்று இருந்தன. சித்தி தனது அழுகையை அதிகரித்ததும், ஒரு போலீஸ்காரன் அறைக்குள் வந்து அவள் மயிரைப் பிடித்து ஆட்டி சப்தம் போடாதே என ஒரு அறை கொடுத்துச் சென்றான்.

"ஆம்பளையா இருந்திருந்தா இந்நேரம் தையல்காரனைக் கூட்டி வந்து அளவு எடுத்திருப்பாங்க. பொம்பளையா போனதாலே தப்பிச்சிருக்கு" என்று மேஸ்திரி கிழவன் முனகினான். மாதிக்கு மேல் மூச்சு வாங்கியது. சித்தி மீண்டும் அதிர்ந்து கத்தியபடி அவள் தலையைத் தூக்கித் தனது மடியில் வைத்துக் கொண்டாள். அப்போது ஒர்க்ஷாப்பிலிருந்து அதிகாரி கொட்டடைக்கு வந்து எட்டிப் பார்த்தான். டாக்டரைக் கூட்டி வரும்படி உத்தரவிட்டான். அரைமணி நேரத்திற்குப் பின்பு, ஒரு டாக்டரைக் கூட்டி வந்திருந்தனர். அவன் அங்கு வருவதையே ஒரு தண்டனை என்பதுபோல மிரட்சியுடன் கொட்டடைக்கு வந்து மாதியின் கையைப் பிடித்துப் பார்த்தான். நாடித்துடிப்பு குறைந்துள்ளது. "உடனடியாக கீழே மருத்துவமனைக்குக் கூட்டிப் போங்க" என்று கூறி ஓர் ஊசி மட்டும் போட்டு விட்டுச் சென்றான்.

மாதேஸ்வரன் மலை பேருந்து நிற்குமிடத்திற்கு முன்பிருந்த விடுதியிலிருந்த தனது அறைக்குச் சென்றுவிட்டு, அரை மணி நேரம் கழித்து மீண்டும் ஒர்க்ஷாப்பிற்கு வந்தான் அதிகாரி. "சாம்ராஜ் நகர் மருத்துவமனைக்குக் கூட்டிச் செல்லலாமா?" என்று கேட்டான் சுபாஷ் போலீஸ் அவனிடம்.

அதிகாரி அவனிடம் எதையோ சொன்னான். சிறிது நேரத்தில் ஜீப் வந்து நின்றது. மாதியை அதில் ஏற்றினர். சித்தி ஜீப்பில் ஏறி மாதியின் தலையை தனது மடியில் வைத்துக் கொண்டாள். மாதியின் மேல், மூச்சு தொடர்ந்தது. சுபாஷ் போலீசும் மற்ற இரண்டு போலீஸ்காரர்களும் அந்த ஜீப்பில் ஏறிக் கொண்டனர். ஜீப் வேகம் பிடித்து வெகுநேரம் பயணப்பட்டது. பின் அது நிற்கும் சமயம் சித்தி மருத்துவமனை வந்து விட்டதாக நினைத்து எட்டிப் பார்த்தாள். அவள் கண்களில் திகைப்பு. அவள் தனது மாமன் கெஞ்சனின் தொட்டமாரா தொட்டியில் இருப்பதை அறிந்தாள். ஜீப் நின்றதையும் இரண்டு போலீசார் மாதியை அதிலிருந்து இறக்கியதையும் பார்த்த தொட்டியினர் அச்சத்தில் வாயடைத்து நின்றனர். சில நிமிடங்களில் கெஞ்சன் அலறிப்புடைத்து ஓடி வந்தான். ஜாருண்டையும் அழுதான்.

"உயிருடன்தான் இருக்கிறாள். உதிரப் போக்கு அதிகமாயிடுச்சி. வைத்தியம் செய்து காப்பாத்திக்குங்க" என்றான் சுபாஷ் போலீஸ்.

தொட்டிப் பெண்கள் மாதியின் கைகால்களைத் தேய்த்துச் சூடேற்றினர்.

"இனிமே இவ புருனோட இவளோ, நீங்களோ தொடர்பு வைத்துக்கிட்டா உயிருக்கு உத்தரவாதமில்லை. ஒர்க்ஷாப்பிற்குப் போயி வெளியே வந்ததே பெருசு. உன் தங்கையையும், மருமகளையும் நீ பொருப்பா கவனிச்சுக்க" என்று கெஞ்சனிடம் கூறிவிட்டு ஜீப்பில் ஏறிக் கொண்டான் சுபாஷ்.

ஜீப் கிளம்பும்போது, சித்தி, சுபாஷ் போலீசைப் பார்த்து கொட்டடையில் ஒரு குறைந்தபட்ச மனிதனாக இருந்ததற்காகக் கையை எடுத்துக் கும்பிட்டாள்.

30

மாதியைத் தொட்டமாராவுக்குக் கொண்டு வந்தபோது தொட்டிப் பெண்கள் முதலுதவி செய்து கசாயம் வைத்துக் கொடுத்தபின், அவளைத் தொட்டில் கட்டித் தூக்கிக்கொண்டு நஞ்சன்கோடு மருத்துவமனையில் சேர்த்தார்கள். அவள் போலீஸ்காரர்களால் பாதிக்கப்பட்டதைச் சொன்னால் வைத்தியம் கிடைக்காது என்று அமைதியாக இருந்தார்கள். மாதி மீண்டும் மேல் சிகிச்சைக்காக சாம்ராஜ் நகர் மருத்துவமனையில் இருபது நாட்கள் படுத்துக் கிடந்தாள். அதன் பிறகே ஓரளவு தேறி உயிர் பெற்றவளாய் தொட்டமாரா திரும்பினாள். அங்கு வந்த பின்பும், அவள் தனது இயல்பான வாழ்க்கைக்குள் செல்ல முடியாமலிருந்தாள். வாகனத்தின் சப்தங்கள் கேட்கும்போதெல்லாம் மாதி நடுக்கம் கொண்டாள். சித்திக்கும் அந்த பாதிப்பிருந்தது. சித்தி இரவில் பல முறை தூக்கத்தில் வீறிட்டுக் கத்தி எழுந்து உட்கார்ந்தாள்.

மாதி தனது மகள் சித்தியைப் பற்றி அதிகம் கவலைப்பட்டாள். சித்தியின் நடவடிக்கைகள் கண்டு ஒருவேளை ஜுருண்டை அவளைப் பைத்தியம் என்று கூறி ஏற்காமல் போய் விடுவானோ என்றும் கலங்கினாள். ஆனாலும், தன்னையும், தன் மகளையும் அண்ணன் கெஞ்சன் கைவிட்டுவிட மாட்டான் என்ற திடமாய் நம்பினாள். மாதியின் எதிர்பார்ப்பை அறிந்த கெஞ்சன் அடுத்து மூன்றாம் வாரத்தில் கையில் இரண்டு படி ராகியை எடுத்துக்கொண்டு தொட்டியின் பட்டக்காரனிடம் நீட்டி, தனது மகன் ஜுருண்டைக்கு, தனது தங்கை மாதி மகள் சித்தியைத் திருமணம் செய்ய நாள் குறித்துக் கொடுக்குமாறு வேண்டினான். அடுத்த வாரமே நல்ல நாள் என்று பட்டக்காரன் கூறினான். அதன்படியே அடுத்தவாரம் நாக இலைப் பந்தலிட்டுத் தொட்டியில் ஆட்களை அழைத்து எளிய முறையில் கெஞ்சன், ஜுருண்டை சித்தியின் திருமணத்தை நடத்தினான். அப்போது மாதி, சிவண்ணாவை எண்ணினாள். அவனால்தான் தானும், தன் மகள் சித்தியும் இவ்வளவு சிரமத்திற்கு உள்ளானோம் என்று நினைக்கையில் கோபம் வந்தாலும், அவனது நினைவுகளிலேயே சிறைப்பட்டவளாய் தொட்டமாராவில் இருந்து வந்தாள்.

சித்தி, ஜுருண்டையை மணம் முடித்ததற்குப் பின்னிட்டு, ஒருமுறை கூட அவனுடன் படுக்க மறுத்துவிட்டாள். அவள் உடலில் மாதேஸ்வரன் மலை ஒர்க்ஷாப்பில் ஏற்பட்ட ரணங்களும், மூர்க்கத்தனமாக அவள் குதறப்பட்டதற்கும் பின், ஜுருண்டையின்

பரிவும், தொடுதலும்கூட அவளுக்குத் திகில் மூட்டுவதாக இருந்தது. எனவே, அவள், அவன் தன்னைத் தொடுவதற்குக் கூட சம்மதிக்காமல் இருந்து வந்தாள். ஜுருண்டை இதனால் மனதுக்குள்ளேயே துக்கத்தை நிரப்பிக் கொண்டிருந்தவன் ஒரு முறை மாதியிடம் விம்மி வெடித்து அழுது விட்டான்.

மாதி, மாதேஸ்வரனுக்குப் பூஜை செய்தால் சரியாகிவிடும் என்று அவனுக்கு சமாதானம் கூறி அனுப்பினாள். பின், சித்தியிடம்,

"ஜுருண்டை உன் மீது வெறுப்படையும் வகையில் நீ நடந்து கொள்ளாதே. அவனைச் சமாதானமாக்கிக் கொள். நமக்கு நடந்தது கெட்ட கனவு. நல்லதே இனி நடக்கும். வாழ்க்கை மீது நம்பிக்கை வை" என்றாள் மாதி.

சித்தி விம்மியழுதபடியே "தனக்கு ஒர்க்ஷாப்பில் நடந்தது போன்ற நினைவு வருகிறது" என்று அழுதாள்.

"மகளே! உன் வாழ்க்கை உன் கையில். மண் சட்டியை பாதுகாப்பதும், போட்டு உடைப்பதும் உன் விதி. ஆனால், நீ மீண்டும் எனக்கு வேதனையைத் தந்தால் நான் சீக்கிரம் குழிக்கும் போய்விடுவேன்" என்றாள்.

சில நாட்களுக்குப் பிறகு மெல்ல ஜுருண்டையுடன் படுத்துக் கொள்ளச் சம்மதித்தாள் சித்தி. அவனது பாசமிக்க தொடுதல்கூட வேதனை தருவதாகவும் சித்தரவதைபோலவும் இருந்தது.

மாதி மாதேஸ்வரன் மலை ஒர்க்ஷாப்பிற்குப் போய் வந்ததற்குப் பிறகு, தொட்டியின் சோளகர்கள் அவளை இயல்பாகப் பார்த்து ஏற்றுக்கொள்ள சில நாட்களாயின. மாதி, சிவண்ணாவை நினைக்காத நாளில்லை. அந்த வனத்திலிருந்து ஒருநாள் அவன் வெளிவந்து தன்னைப் பார்க்க வருவான் என்று மனதுக்குள் எண்ணிக் கொண்டாள்.

ஜோகம்மாள் நோய்வாய்ப்பட்டு படுத்த படுக்கையாகக் கிடக்கிறாள் என்றும், அவளைப் பராமரிக்க ஒருவரும் இன்றி வாடுகிறாள் என்று சோளகர் தொட்டியிலிருந்து வந்த செய்தி அவளை வெகுவாகப் பாதித்திருந்தது. அங்கு செல்ல விரும்பினாள். ஆனால் யாரேனும் வனத்தில் எல்லை ஓரமாய் சிவண்ணாவைக் கண்டு தகவல் போலீசுக்குச் சென்றால் மீண்டும் தனக்கு ஆபத்து வருமே என்று அஞ்சினாள். எனினும், சிவண்ணாவுக்காக எந்த ஆபத்தையும் எதிர் கொள்ளும் அவளின் உள் மனதை நினைத்து அவளுக்குக் கலக்கம் வந்தது. இந்தக் குழப்பத்தில் அவள் நாட்கள் நகர்ந்தன.

அன்றிரவு அந்தக் குழப்பம் உச்சத்தினையடைந்து தூக்கமின்றி படுத்திருந்தாள். பக்கத்துக் குடிசையில் ஜுருண்டையும், சித்தியும் இருந்தார்கள். கெஞ்சன் காலையில் பக்கத்து ஊருக்கு மாட்டை விற்று விட்டு வரப் போனவன் திரும்பி வருவான் என்று காத்திருந்தாள். அப்பொழுது கதவு தட்டப்பட்டது. மாதி "வந்து விட்டேன்" என்று சொல்லிக் கொண்டே கெஞ்சன் என நினைத்துக் கதவைத் திறந்தாள். எதிரில் ஆங்காங்கே வெளிச்சம் குறைந்து பிரதிபலித்த இரவில் சிவண்ணா மெலிந்து கையில் துப்பாக்கியுடன் நின்றிருந்தான். அவன் தலையைச் சுற்றி கைக்குட்டை கட்டியிருந்தான், மாதி தன் கால்களின் கீழே பூமி நடுங்குவது போல் உணர்ந்தாள். அவள் உடல் முழுவதும் மின்சார அதிர்வு மீண்டும் பரவியது.

"மாதி" என்றான் சிவண்ணா.

மாதி அச்சத்துடன் வெளியில் யாரேனும் தங்களைக் கவனிக்கின்றனரா? என்று பார்த்தாள். இருள் கெட்டித்துக் கிடந்தது. அவனை வீட்டிற்குள் இழுத்து கதவைச் சாற்றிக் கொண்டாள். மாதி, சிவண்ணாவின் முகத்தைப் பார்த்தாள். அவன் மெலிந்திருந்தான். மாதி அவன் மீது பாய்ந்து, அவன் தலைமுடியை இரு கைகளிலும் பற்றி ஆட்டினாள். சிவண்ணாவின் கன்னத்தில் ஓங்கி அறைந்தாள். சிவண்ணா சற்று அதிர்ந்தான். பின் அவளைப் பிடித்துத் தள்ளினான். மாதி தானிய மூட்டையில் சாய்ந்தவள் அப்படியே கீழே சரிந்து உட்கார்ந்து கேவிக் கேவி அழுதாள். தன் சப்தம் வெளியே போகாமலிருக்க அவள் வாயினுள் சேலையைச் சுருட்டி வைத்து அடக்கிக் கொண்டாள். சிவண்ணாவும் அழுதான். பின், அவள் அருகில் வந்து,

"உன்னையும் சித்தியையும் போலீஸ் பிடிச்சிட்டுப் போயிருக்காங்கன்னு கேட்டபின் எனக்கு உசிரே இல்லே. பைத்தியக்காரன் மாதிரி இருந்தேன். என்னாலேதான் உங்களுக்கு சிரமம்" என்று அவள் கன்னத்தைத் தொட்டான்.

அவள் விலகி,

"இங்கே எதுக்குடா வந்தே? செத்தேனா, சாகலையான்னு பார்க்கவா? காட்டுலே, மேட்டுலே நீ ஓடறதால கண்ட நாய்களெல்லாம் என் மேலே வரிசையா நின்னு படுத்து எந்திரிச்சுப் போனானுங்க. என் மகளையும் பல பேர் குதறி முடிச்சிட்டாங்க. மணிராசன் புண்ணியத்துலே உயிர் பிழைத்து வந்தா, அதையும் கெடுக்க வந்திட்டையே" என்றாள்.

சிவண்ணா அதிர்ந்தான். "நான் தப்பு செய்திட்டேன். அடிச்சாலும், கொன்னாலும் நான் தலமலை முகாமிலே கிடந்திருந்தேன்னா

உங்களுக்குப் பாதிப்பில்லாமல் இருந்திருக்கும். நான் என் உயிரைக் காப்பாத்திக்க ஓடி வந்தது தப்புதான். மன்னிச்சுடு. இந்தா..." என்று அவன் கொண்டுவந்திருந்த துப்பாக்கி லிவரை இழுத்துவிட்டு, "சுடு. என்னைச் சுட்டு விடு. நான் செத்திடறேன். பாவி" என்றான்.

மாதி அவனைக் கட்டிக்கொண்டு அவன் மார்பில் முகத்தை வைத்து விம்மி அழுதாள். சப்தம் வெளியே கேட்டு விடுமோ என்று சப்தத்தைக் குறைத்துக் கொண்டாள்.

வெகு நேரத்திற்குப் பின், அவளுக்கு அவன் பழைய சிவண்ணாவாகத் திரும்ப வரவேண்டும் என்பதை உறுதியாகச் சொன்னாள். இன்னொரு முறை தொட்டமாரா வர வேண்டாம். நான் ஒரு வாரத்திற்குள் சோளகர் தொட்டிக்கு வந்து விடுகிறேன் என்றாள். சிவண்ணா, ஜோகம்மாள் நோய் கண்டு கிடப்பதைச் சொன்னான். மாதி ஆறுதல் கூறினாள். பின்பு, வீட்டிலிருந்த களி உருண்டை இரண்டை சாப்பிடக் கொடுத்தாள். மீண்டும், அவன் வெறும் சிவண்ணாவாக இருக்க வேண்டும். வீரப்பனின் கூட்டாளியாக அல்ல என்று தெளிவாகக் கூறினாள்.

சிவண்ணா, சித்தியைப் பார்க்க விரும்பினான்.

"அவள் நன்றாக வாழ்வது உனக்குப் பிடிக்கவில்லையா?" என்று அவனை எச்சரித்தாள். மாதி வெகுவாக மாறிவிட்டாள் என்பது மட்டும் அவனுக்குப் புரிந்தது.

அப்போது குடிசைக்கு வெளியே பேச்சு சப்தம் கேட்டது போலிருந்தது. மாதி கதவைத் திறந்தாள். யாரோ வரக்கூடும் என்பது தெரிந்தது. சிவண்ணா அவனது துப்பாக்கியை எடுத்துக்கொண்டு சோளகர் தொட்டியில் பார்ப்பதாகக்கூறி, பேச்சு வந்த திசைக்கு எதிர் திசையில் நடந்து இருளில் மறைந்தான்.

சிவண்ணா சென்ற பின்பு, அவனை யாரேனும் பார்த்தார்களா என்று பார்த்தாள். பின், கதவைச் சாத்திவிட்டு வீட்டிற்குள் சென்றபோது கெஞ்சன் வீட்டின் முன் வந்து நின்றான். இரவில் அந்நேரம் வீட்டின் கதவு திறந்திருந்ததைப் பார்த்து சற்று ஆச்சரியமடைந்தான். சிறுநீர் கழிக்க அவள் வெளியே வந்திருக்க வேண்டும் என்று நினைத்துக் கொண்டான் கெஞ்சன். அவனுக்குப் பசி அதிகமாயிருந்ததால்,

"களி உருண்டை கொண்டு வா" என்று உட்கார்ந்தான்.

மாதி வீட்டிலிருந்த இரண்டு களி உருண்டைகளையும் சிவண்ணா சாப்பிட்டு முடிந்திருந்ததால்,

"சாப்பாடு தீர்ந்து விட்டது. கொஞ்சம் பொறு. களி கிளறித் தருகிறேன்" என்று அடுப்புப் பக்கம் போனாள். அவன் "வேண்டாம்.

சோளகர் தொட்டி   273

காலையில் பார்த்துக் கொள்ளலாம்" என்று அவளைத் தடுத்தான். மாதி அவனுக்கு வீட்டிலிருந்த பொறியையும், கடலையையும் கொண்டு வந்து கொடுத்தாள். அதைச் சாப்பிட்டுக் கொண்டிருந்த போது அவனிடம், "ஜோகம்மாள் நோய் வாய்ப்பட்டுக் கிடப்பதைக் கேள்விப்பட்டாயா?" என்றாள் மாதி.

"கேர்மாளத்தில் இருந்து வந்த சித்தன் கூடச் சொன்னான். என்ன செய்வது மகன்களில் ஒருத்தன் காட்டில் திரியறான். மற்றவன் சிறையில் கிடக்கிறான். மகளோ கல்யாணம் செய்துகொண்டு போய் விட்டாள். ஜோகம்மாள் அனாதையாகி விட்டாள்" என்றான்.

"நான் சோளகர் தொட்டி போயிடலாம்னு நினைக்கிறேன். உன்னோட அனுமதிக்காகக் காத்திருக்கிறேன்" என்றாள்.

கெஞ்சன் தயங்கினான். "மாதி. மீண்டும் போலீஸ் உங்கிட்டே தொந்தரவு தருவாங்க. உன் புருஷன் காட்டிலே இருந்து தண்ணிக்கும் சோத்துக்கும் உங்கிட்டே கையேந்துவான். திரும்பவும் நீ அவதிப்படுவாய் தாயி" என்றான் சோகமாக.

"நான் சிவண்ணாவை எங்கிட்டே அண்ட விடமாட்டேன். அவன் எங்கிட்டே வர பிரியப்பட்டால், அவனை சரணடையச் சொல்லறேன்." கெஞ்சன் பொரி சாப்பிடுவதை நிறுத்திக் கொண்டான்.

"சிவண்ணா பல பிரச்சனைகளை மேலே சுமத்திக்கிட்டான். அவன் விதி, உன்னையும் அடிக்குமேன்னு பயப்படறேன் தாயி" என்று அவளைப் பார்த்தான்.

"ஜோகம்மாள் குடிசையில் பொட்டு தானியம் இல்லாம இருக்கறா. அவள் நல்ல மனுசி. நம்ம குலத்தோட மூத்த மகள். அவளை நான் கடைசி காலத்திலே நோகடிக்காம காப்பாத்திடணும்னு விரும்பறேன். நீ எனக்கு தைரியம் கொடு அண்ணா. நான் எச்சரிக்கையா நடந்துக்கிறேன். மழை பெய்து கிடக்கற நேரத்துலே ஜோகம்மாளின் பூமி மட்டும் புதர் மண்டிக் கிடந்தா நல்லதில்லே" என்றாள்.

கெஞ்சன் அவளைப் புரிந்து கொண்டான். அவளுக்கு எல்லா விதத்திலும் பக்கபலமாக இருப்பதாக உறுதியளித்தான்.

இரண்டு நாட்களுக்குப் பின் அண்ணன், மருமகன், மகள் ஆகியோரை விட்டுப் பிரிந்து சோளகர் தொட்டி நோக்கிப் பயணமானாள். ஜுருண்டை தொட்டமாரா மாதேஸ்வரன் கோயிலில் பூஜை செய்து தீபம் காட்ட சாமி கும்பிட்டு விட்டுப் புறப்பட்டாள். அப்பொழுது முதல்முறையாக மாதியை விட்டுப் பிரிவதை எண்ணி சித்தி கண் கலங்கினாள். மாதியும் அதே உணர்வுடன் கண்களில் வழியும் நீரைத் துடைத்துக்கொண்டு நடந்தாள்.

31

சிவண்ணா தொட்டமாராவில் மாதியைப் பார்த்துவிட்டு இரவில் வனத்திற்குள் வரும்போது கடுமையான குளிரை உணர்ந்தான். அதனால் நீண்ட தூரம் நடக்க இயலாமல் சில மைல்களுக்குள் அங்கிருந்த ஒரு மொட்டைப்பாறையில் தீ மூட்டி அதனருகில் படுத்துவிட்டு, விடிந்ததும் எழுந்து நடந்து ஒரு நாள் கழித்துத்தான் அவனது கூட்டத்தினரைக் காண முடிந்தது

அப்போது வீரப்பன் தன் கூட்டத்தாரோடு ஆலோசனை செய்து கொண்டிருந்தான். சிவண்ணா தனக்கும் அவர்களுக்கும் எந்த சம்மந்தமும் இல்லாதவனாய் வழக்கம்போல தள்ளி உட்கார்ந்து இருந்தான். அவன் மனதில் அவனது மனைவியும் மகளும் பட்ட வேதனை தேள் கொட்டியதைப் போன்ற வலியை ஏற்படுத்திக் கொண்டிருந்தது. அவன் சிந்தனை முழுதும் அவனது குடும்பத்தாரைப் பற்றியும் அவன் தாய் ஜோகம்மாளைப் பற்றியுமே இருந்தது. அம்மா பற்றி அவன் அறிந்த செய்தி அவனுக்குள் மேலும் துயரத்தை ஏற்படுத்தியிருந்தது. மொத்தத்தில் அவன் மனதில் பெரும் சுமையை உணர்ந்தான்.

சற்றுத் தள்ளி ஆலோசனையில் ஈடுபட்டிருந்தவர்களில் ஒருவன், சிவண்ணாவைக் கூப்பிட்டான். சிவண்ணா வேறு சிந்தனையில் மூழ்கியிருந்ததால் அவன் கூப்பிட்டது காதில் விழவில்லை. "வெளியே போய் வந்தானில்லே. நன்றாக கஞ்சாவை ஏற்றியிருப்பான்" என்று கூறிவிட்டு, அவர்கள் தங்களின் ஆலோசனையைத் தொடர்ந்தனர். பின் எழுந்து நடக்க ஆரம்பித்தனர். சிவண்ணா பைகளைத் தூக்கி முதுகில் சுமந்து கொண்டு அவர்களின் பின்னே சென்றான். ஒரு நாள் முழுவதும் நடந்தார்கள். பின்னர், மாலையில் தண்ணீர் தேங்கியிருந்த ஒரு பாலியின் அருகில் உட்கார்ந்து கொண்டனர். அந்த இடம் மரங்களும், புதர்களும் மண்டிக் கிடந்தது. உள்ளே உட்கார்ந்திருப்பவர்களை மற்றவர்கள் காணவே முடியாத அளவு புதர் அடர்த்தியாயிருந்தது. அப்போது சில வாகனங்கள் போகும் சப்தம் கேட்டது. தாங்கள் உட்கார்ந்திருக்கும் இடத்திற்கு அருகில் சாலை இருப்பதை சிவண்ணா புரிந்து கொண்டான்.

அப்போது புதியவன் ஒருவன் அங்கு வந்து வீரப்பனிடம் பேசிவிட்டுச் சென்றான். வீரப்பன் அவனிடம் டீத்தூளும் சர்க்கரையும் வாங்கி வர வேண்டும் என்று கூறி அனுப்பினான். பின், தனது ஆட்களைப் பார்த்து இரண்டு நாட்களுக்கு இங்கேயே தங்க வேண்டும். அலட்சியமாக வெளியே சுற்றித் திரிய வேண்டாம்

என்று கட்டளை இட்டிருந்தான். வீரப்பன் ஒரே இடத்தில் தங்குவதில்லையே. எதற்காக இங்கே இரண்டு நாள் என்று சிவண்ணா எண்ணினான்.

இரண்டாவது நாள் மாலை சிவண்ணா அவன் ஜோப்பிலிருந்து விரல் அளவு கஞ்சாவை எடுத்து இலையில் சுருட்டிப் புகைக்க நினைத்தான். அதற்காக அந்தக் கூட்டத்தினரிடமிருந்து விலகி மரங்களுக்குப் பின் சற்றுத் தள்ளி வந்து அவர்களின் பார்வையிலிருந்து மறைந்து நின்றான். அப்போது, நேற்று வீரப்பனிடம் பேசியவன் வந்து கொண்டிருப்பதை சிவண்ணா பார்த்தான். அவன் சோளகனாய் இருப்பானோ என்று ஐயம் கொண்டு அவனிடம் கேட்டான்.

"நீ இந்த ஊரா? சோளகனா?" என்றான். வந்தவன் "ஆம்" என்று தலையாட்டினான். அதைக் கண்டு சற்று முகம் மலர்ந்து, பின் சிவண்ணா, "பக்கத்தில் எந்த ஊரப்பா?" என்றான்.

"பந்திப்பூர். தெரியாதா?"

சிவண்ணா அவன் கையைப் பிடித்து "வா. உட்கார்ந்து பேசலாம். என் கையில் கொஞ்சம் கஞ்சாத்தூள் இருக்குது. நீ விரும்பினால் சேர்ந்து புகைக்கலாம்."

வந்தவன் மலர்ச்சியுடன் சிவண்ணாவுடன் நடந்து சற்றுத் தள்ளியிருந்த இடத்திற்குச் சென்றார்கள். அங்கு சில எருக்கம் செடிகள் இருந்தது. அந்தச் செடிக்கு அப்பால் கருப்பாய் குச்சி போல் முடிச்சாகக் கிடந்த புளக்கையைப் பார்த்தான். "புலிபோட்டதா?" என்றான்.

"இங்கே தான் நிறையா இருக்குது. புதர்லே கொஞ்சம் ஜாக்கிரதையாதான் இருக்கணும்" என்றான். எருக்கம் இலை பறித்து இருவரும் கஞ்சாவைச் சுருட்டி மாறி மாறிப் புகைத்தனர். வந்த சோளகன், "சிவ.. சிவா..." என்று கஞ்சாவின் புகையை உள்ளிழுத்தான். அக் கணம் சிவண்ணா அவன் தொட்டியின் நினைவுக்குச் சென்று திரும்பினான்.

"தொட்டி மனிதர்களைப் பார்க்கறதுக்கு மனதுக்கு ஆறுதலாயிருக்குது" என்றான் சிவண்ணா.

"சீக்கிரம் உங்களுக்கு நல்லது நடக்கப் போவுது. பெரியவருகிட்டே உடனே ஒரு நல்ல சேதி சொல்லணும். அவரு இங்கே பங்களாவிலே எம்.எல்.ஏ. வந்து தங்கினாச் சொல்லச் சொன்னாரு. இன்னிக்கு இரண்டு பேரு வந்து தங்கியிருக்கிறார்கள். அவங்க இரண்டு

மாசத்துக்கு ஒரு தடவை இங்கே வருவாங்க. பெரிய ஆட்களாம் தமிழ்நாட்டிலே" என்றான்.

சிவண்ணா தான் மீண்டும் ஓர் இடரில் விழப் போவதாய் நினைத்தான்.

"கடத்தப் போறங்களா?"

"பின்னே என்ன செய்வாரு பெரியவரு" என்றான். சற்று நேரம் சிவண்ணா மௌனமாக இருந்தான். பின் வந்தவனை அருகில் கைப்பிடித்து உட்கார வைத்து,

"நாம் சோளகர்கள். தொட்டிக்குள்ளே இருக்கணும். ஓடி ஒளிய முடியாது. எந்த அடி விழுந்தாலும் முதலில் நமக்குத்தான் விழும். நீயில்லாம உன் பொண்டாட்டி, பிள்ளை, அப்புறம் நம்மோட நிம்மதி எல்லாம் அறுந்து விழுந்த கூடு மாதிரியாயிடும். வீரப்பன் ஓடிடுவான். அவனுக்கு நிறையக் காரணமிருக்கு. ஆனா, நான் ஏன் ஓடறேன்னு எனக்குத் தெரியலே. எனக்கு வேறு வழியும் இல்லை. என்ன தப்பு செய்தேன்னு என்னை அடிச்சாங்க. என் பொண்டாட்டி புள்ளையக் கெடுத்தாங்க. என் தம்பியை சிறையிலே போட்டுட்டாங்க. எதுவுமே தெரியலை. அதே மாதிரி நீ செய்யாத தப்புக்கு தண்டனை அனுபவிக்க வேண்டாம். வீரப்பன் கேட்டா யாருமில்லைன்னு சொல்லிடு. அவனோட அதிகம் தொடர்பு வெச்சிக்காதே. நீ ஒரு சோளகன்கிறதாலேதான் நான் இதைச் சொல்றேன். முடிஞ்சா கேட்டுக்க. இல்லாட்டிப் போயிடு. ஆனா இதை வெளியே வீரப்பன்கிட்டே சொல்லிடாதே. நானும் நீயும், தாயும் பிள்ளை" என்று கூறினான். அப்போது அவன் கண்களில் கண்ணீர் நிறைந்திருந்தது.

வந்தவன் அமைதியாக இருந்தான். மீதமிருந்த புகைத்த கஞ்சாவை நீட்டினான். அவனையே புகைக்கச் சொன்னான் சிவண்ணா. மீண்டும் சிவண்ணாவின் கண்களில் கண்ணீர் தாரை தாரையாய் வழிந்து அவன் சட்டையினை சில துளிகள் ஈரப்படுத்தியது.

வந்தவன் இரண்டு முறை கஞ்சாவை இழுத்துப் புகை விட்டு விட்டு எழுந்து வீரப்பனிருக்கும் பகுதிக்கு நடந்தான். அவனைக் கண்டதும்,

"யாருடா? தமிழ்நாட்டு ஆளுங்களா? எம்.எல்.ஏ.வா?" என்று ஆர்வமாய்க் கேட்டார்கள் வீரப்பனுடன் இருந்தவர்கள்.

"இல்லைங்க. யாரோ பஸ் கம்பெனிக்காரர்களாம்."

"டேய் இத்தனை கார் வந்திருக்கு. நல்லாப் பார்த்தியா?" என்றான் வீரப்பன்.

சோளகர் தொட்டி 277

"பஸ் கம்பெனிக்காரங்கதான். கார்லே வந்திருக்காங்க" என்று திட்டமாகக் கூறினான்.

"ஏமாந்து விட்டோமே" என்று கையைத் தரையில் தட்டினான் வீரப்பன்.

"சரி. காலைலே வரைக்கும் இங்கேதானிருப்போம். நீ தகவல் தெரிஞ்சா உடனே வந்து சொல்லு" எனக்கூறி அவனை அனுப்பி வைத்தான். சோளகன் போகும்போது, அதே இடத்தில் தள்ளி உட்கார்ந்திருந்த சிவண்ணாவைப் பார்த்துத் தலையசைத்து விட்டுச் சென்றான்.

அன்றிரவு சிவண்ணா உறங்கிக் கொண்டிருந்தவர்களுக்குப் பாதுகாப்பாய்த் துப்பாக்கியுடன் உட்கார்ந்திருந்தான். அவனுக்கு மாதியின் முகம் மீண்டும் நினைவுக்கு வந்தது. அவளைக் காண விரும்பினான். நாள் தோறும் மூட்டைகளைச் சுமந்து பல மைல் நடந்து அவன் களைப்படைந்திருந்தான். அவன் மனதில் அழுத்திய பாரம் நெஞ்சைக் கனக்க வைத்தது. அவன் ஒரு முடிவு எடுத்தவனாய் தூங்குபவர்களைப் பார்த்தான். அவர்கள் நன்றாக உறங்கிக் கொண்டிருந்தனர். சற்று தூரத்தில் இன்னொருவன் இவனைப் போலவே துப்பாக்கியுடன் நின்றிருந்தான். சிவண்ணா அவனது துப்பாக்கியைத் தூக்கித் தோளில் மாட்டிக்கொண்டு அங்கிருந்து வனத்தில் வேகமாக நடக்கத் துவங்கினான். விடியும்போது அவன் நீண்ட தூரம் அவனிருந்த கூட்டத்தை விட்டு வந்திருந்தான்.

தொடர்ந்து நடந்தால் மாலை நேரத்தில் சோளகர் தொட்டியினை அடைந்து விடலாம் என்று நடந்தான்.

32

மாதி சோளகர் தொட்டிக்கு வந்தபோது அவள் உயிருடன் இருப்பதை அறிந்து தொட்டியினர் அனைவரும் மகிழ்ச்சி அடைந்தனர்.

ஆனால், முன்பு போல உற்சாகத்துடன் பேசவில்லை. கொத்தல்லிக் கிழவன் மாதியைக் கண்டதும் மகிழ்ந்து தனது கைகளை அவள் தலை மீது வைத்து ஆசீர்வதித்தான். அவளிடம் அப்போது எல்லாவற்றையும் பேசாமலிருக்கச் சற்றுத் தடுமாறினான்.

ஜோகம்மாளின் குடிசையை அடைந்தபோது குடிசையின் மேலே வேயப்பட்டிருந்த காணாம் புற்கள் விலகி குடிசையின் கூரையில் ஆங்காங்கே ஓட்டைகள் தென்பட்டன. குடிசையினுள் பல நாட்களாக தரை மெழுகப்படாததற்கான அறிகுறிகள் தெரிந்தது. ஜோகம்மாள் அழுக்கடைந்து படுத்துக் கிடந்தாள். அவளது கட்டிலைச் சுற்றி மூத்திர வாடையும் நாற்றமும் அடித்தது.

மாதி, ஜோகம்மாளின் தலையைத் தூக்கி வைத்து கைகளில் தண்ணீர் நனைத்து வந்து அவளின் முகத்தைத் துடைத்து விட்டாள். அப்போது ஜோகம்மாளின் வாய் சற்று இழுத்திருந்து, தொடர்ந்து உமிழ் நீர் வழிந்து கொண்டிருந்தது. மாதியைக் கண்டதும் ஜோகம்மாள் எதையோ ஆர்வமாய்ப் பேச முயன்றாள். ஆனால், வார்த்தைகள் வெளிப்படவில்லை. அவள் கண்களில் திரண்ட கண்ணீர் மட்டுமே மருமகள் மாதியை வரவேற்றது.

ஜோகம்மாளை, மாதி தூக்கி அணைத்துக்கொண்டு, “வந்து விட்டேன். அழாதே. உன்னை விட்டு விட்டுப் போகமாட்டேன்” என்றாள்.

வீட்டை சாணம் போட்டு மெழுகினாள். ஓட்டடைகளையும் பூரண்களையும் அடித்து சுத்தமாக்கினாள். பின்னர், வெதுவெதுப்பான தண்ணீரில் ஜோகம்மாளைக் குளிக்கச் செய்து களி கிளறிக் கொடுத்தாள்.

இதுவரை ஜோகம்மாள் தனித்து இருந்தாள். கோத்தகிரியிலிருந்து ரதி இரண்டு மூன்று நாட்கள் வந்து தங்கிப் போயிருந்தாள். இளைய மகன் ஜடையனின் மனைவி அவள் கணவன் சிறைபிடிக்கப்பட்ட பின்பு அவளின் தந்தை ஊரான மாவநத்தம் போய்ச் சேர்ந்திருந்தாள். அதன் பின் தொட்டியினர் அவ்வப்போது ஜோகம்மாளை பார்த்து வந்தனர். தங்களின் குழந்தைகளுக்கே உணவுக்கு அல்லல்படும்

போது, ஜோகம்மாளுக்கு கவனிப்பு தருவது அவர்களுக்கு மிகவும் இயலாததாகப் போயிருந்தது.

ஜோகம்மாள், மாதியின் வருகையால் புதுத் தெம்பு பெற்றாள். அந்தத் தொட்டியின் மூத்த மகளான அவள் பட்ட மரம் தழைப்பது போல நிமிர்ந்தாள். ஆனாலும், அவளின் வாயிலிருந்து பேச்சு குளறிக்கொண்டு தெளிவற்று வந்தது. அவளால் எழுந்து முன்பு போல நடக்க முடியாத அளவு அவளின் ஒரு காலும் பாதிப்படைந்திருந்தது. அவளுக்கு ஏற்பட்ட பக்கவாதத்துக்கு சீக்கிரம் மயில் எண்ணெயிட்டுச் சரி செய்து விடலாம் என்று கொத்தல்லிக் கிழவன் நம்பிக்கை கொடுத்து வந்தான்.

மாதி அவளது பூமி முழுவதிலும் புதர் மண்டிக் கிடப்பதைக் கண்டாள். இரண்டு நாட்களாக இடி இடிக்கும் சப்தம் கேட்டதையொட்டி, தன் நிலத்தைக் கைக் கொத்தினால் புதர் நீக்கிச் சுத்தம் செய்து வைத்தாள். ஜோகம்மாள் வீட்டில் இருக்க முடியாமல் தானும் பூமியைப் பார்க்க வருவதாய்க் கூறி தட்டுத் தடுமாறி எழுந்து வந்து மாமரத்தின் நிழலில் உட்கார்ந்து மருமகள் மாதி களைச் செடிகளைப் பிடுங்குவதைப் பார்த்துக் கொண்டிருந்தாள்.

கெம்பம்மா வந்து சிறிது நேரம் மாதியுடன் களை பிடுங்கினாள். அப்போது அவள் தனது மகன் தம்மய்யாவைச் சென்ற வாரம் கோயமுத்தூர் சென்று சிறையில் பார்த்ததாகச் சொன்னாள். மாதியின் கொழுந்தன் தன்னை சீக்கிரம் வெளியில் கொண்டு வர முயற்சிக்கக் கூறியிருந்ததையும் தெரியப்படுத்தினாள். மேலும், மாதி திரும்பவும் தொட்டிக்கு வந்து சேர்ந்தது தெரிந்தால் ஜடையன் தெம்படைவான் என்றும் கெம்பம்மா கூறினாள். அப்போது சற்று நேரம் வெயிலில் நின்றிருந்ததால் மாதி தலை கிறுகிறுத்து ஜோகம்மாள் உட்கார்ந்திருந்த மரத்தின் நிழலில் வந்து தானும் உட்கார்ந்து கொண்டாள். அவளுக்கு மூச்சு வாங்கி வியர்த்தது. உடனே கெம்பம்மா அவள் குடிசைக்கு ஓடிச்சென்று கம்பம் சோற்றுத் தண்ணீரைக் கொண்ட வந்து கொடுத்தாள். அதன் பின்பு, சிறிது நேரம் கழித்து மாதி சற்று இயல்பானாள்.

பல மைல்கள் நடந்து வந்தாலும் களைப்படையாத மாதியின் உடல், வெய்யிலைக் கூடத் தாங்க இயலாத அளவு சில நாட்கள் ஒர்க் ஷாப்பில் அவள் எதிர்கொண்ட வதைக்குப் பின் மாறியிருந்தது.

மாதி மரத்தின் மீது சாய்ந்து உட்கார்ந்து கொண்டாள். ஜோகம்மாள் அவளது இடக்கையால் மாதியின் நெற்றியினைத் தொட்டாள். ஜோகம்மாள் எதையோ பேச முற்பட்டாள். அவள் வாயிலிருந்து எச்சில் மட்டும் வழிந்தது.

அதன் பின்பு, மீண்டும் சற்று வெயில் குறைந்தபின், மீதமிருந்த களைகளைப் பிடுங்கி எறிந்துவிட்டு ஜோகம்மாளை வீட்டிற்குக் கூட்டிப் போனாள். அன்றிரவு இடியுடன் கூடிய மழை பொழிந்தது. பூமியை நனைத்தது. எனவே, அடுத்த நாள் ஈரமான பூமியை விதை தூவ ஏதுவாய்க் கைக்கொத்தினால் கிளறினாள். அதற்குள் அவள் பல முறை ஓய்வெடுக்க உட்கார்ந்து எழுந்தாள். கெம்பம்மா அவ்வப்போது வந்து மாதிக்கு உதவினாள். கொத்தல்லிக் கிழவன் மூன்று தொட்டி இளைஞர்களை அவளின் பூமியினைக் கைக் கொத்தினால் உழவு செய்ய அனுப்பியிருந்தான். அடுத்த நாளும் மழை பொழிந்து பூமியை நனைத்தது. மாதி, கெம்பம்மாவிடம் கடன் வாங்கிய விதை ராகியை ஜோகம்மாள் கையால் தூவ வேண்டினாள். ஜோகம்மாள் கையில் தானியத்தை எடுத்துக் கும்பிட்டு ஈர மண்ணில் தூவினாள். அந்த விதை தானியத்துடன் அவளின் சில துளி கண்ணீரும் ஈர மண்ணில் விழுந்து கலந்தது.

அப்போது கொத்தல்லிக் கிழவன் வந்து ஜோகம்மாளின் அருகில் உட்கார்ந்தான். கொத்தல்லி நடக்கும்போது தள்ளாடும் நிலைக்கு வயோதிகத்தால் தளர்ந்திருந்தான். ஜோகம்மாளை அவன் தைரியப் படுத்திப் பேசினான். அப்போது மாதி களைத்து வந்து உட்கார்ந்தாள். சற்று மூச்சு விட்டுக் கொண்டாள். கைகளில் மூட்டுப் பகுதியில் வலி எடுத்தது. அவள் தலைகீழாய் தொங்கியது நினைவு வந்தது. அந்த நேரத்தில் அவள் கண்கள் இருண்டு போனது. ஆனால், அவள் தற்போது தொட்டியில் இருப்பது உணர்ந்து அமைதியானாள்.

கொத்தல்லிக் கிழவன் தனது கால்கள் இரண்டையும் நீட்டி உட்கார்ந்து கைகளில் தடியைப் பிடித்திருந்தான். அவன் கால்கள் சற்று வீங்கியிருந்தன.

“எனக்கும் கால்களில் நீர் கட்டிக் கொள்கிறது. ஆனா என் வயசினைப் பார்க்கும்போது உனக்கு வயது ரொம்பக் குறைவு. ஜோகம்மா. உன் மக்களைப் பிரிஞ்சதனாலே உனக்கு நோய் சீக்கிரம் பிடிச்சிடுச்சி. கவலைப்பட ஆரம்பித்து விட்டால் அது கரையான் புற்று போல வளர்ந்து போகும். அப்புறம் அதோட ஆழம் பார்க்கறதுக்குள்ளே மனுசன் முடிஞ்சி போயிடுவான். சரி. கவலையை விடு. உனது பூமியிலே மறுபடியும் ஆரியம் முளைக்குது. உன் காடு பசுமையாயிருந்தா உன் வம்சமும் பசுமையடையும்” என்றான் கொத்தல்லி.

ஜோகம்மாள் தலையசைத்தாள். மாதியைக் கைகாட்டி அவள் தன்னைத் தெம்பூட்டியதை சைகையில் சொன்னாள்.

“உன் மருமகள் உன் மகனுக்காக செத்துப் பிழைச்சிட்டா. சிவண்ணா நம்ம குலத்து ஆளுகள்ளே பேதன் மாதிரி விபரம் தெரிஞ்சவன். விதி அவனை தொட்டியை விட்டே துரத்தி விட்டது. அவன் பூமியிலேயே அவன் திருடன் மாதிரி பதுங்கித் திரிய வேண்டியுள்ளது. போலீஸ் கையிலே அகப்பட்டா நமக்கு சிவண்ணா கிடைக்க மாட்டான். நம்ம தொட்டியிலே அவனைப் பார்த்த அடுத்த நாளே போலீஸ்காரனுங்க இங்கே வந்திருவானுக. என்னைத்தான் முதல்லே அடிச்சி, “ஏன்டா கொத்தல்லி அவனைப் பற்றித் தகவல் தரவில்லைன்னு கேப்பானுங்க. என் விதியைப் பார்த்தியா. என் குலத்துக்காரனுங்களைக் காப்பாத்தி நீதி செய்ய வேண்டிய நான் ஆள்காட்டியா பிழைக்க வேண்டியிருக்கு. காலம் சீக்கிரம் எடுத்துக் கொண்டா நன்றி சொல்வேன்” என்று சற்று இருமிக்கொண்டு தன் வெந்நிற தாடியைக் கோதினான்.

மாதி மீதமிருந்த ராகியையும் “காத்தவர் தின்னது போக, கண்டவன் தின்னது போக, கள்ளர் தின்னது போக விளையணும்” என்று முணுமுணுத்து விசிறினாள். ஈரமண்ணில் விதை பதிந்து கொண்டது. தூரத்திலிருந்து வனத்தைப் பார்த்தாள். அதிலிருந்து வெளிப்படப் போகும் அவளது உயிரானவன் இனிமை தரப் போகின்றானா? திரும்பவும் துன்பத்தையா? என்று நினைத்து பழைய சிவண்ணாவைத் திரும்பக் கொடு தெய்வமே என்று வேண்டிக் கொண்டாள்.

கொத்தல்லி வெகு நேரம் அங்கு உட்கார்ந்து இருந்துவிட்டு ஜோகம்மாளும் மாதியும் அவர்கள் குடிசைக்குச் சென்றபின்தான் அவனும் அங்கிருந்து கிளம்பினான்.

அன்று இரவு நல்ல மழை. அந்த மழை தனது பயிரை உயிர் கொடுத்து முளைப்பாக்கும் என்பதால், மாதி நிம்மதியடைந்திருந்தாள். ஜோகம்மாளும் அன்று உறங்கினாள். அப்போது குடிசையில் மங்கலான வெளிச்சத்தில் தொப்பலாய் நனைந்தவாறே சிவண்ணா கதவைத் திறந்து குடிசைக்குள் வந்து கதவை மூடினான்.

சிவண்ணா அவன் கையிலிருந்த துப்பாக்கியை வீட்டின் மூலையில் சாய்த்து வைத்தான். அவன் ஜோகம்மாளின் கட்டில் முன் நின்று அவளைப் பார்த்தான். அவன் கண்களிலிருந்து சில துளிகள் கண்ணீர் வழிந்தது. கட்டிலருகில் உட்கார்ந்து “தாயி” என்றான். மீண்டும் கூப்பிட்டான். மாதி அப்போது அவனின் வாயைப் பொத்தி,

“சப்தம் போடுகிறாயே, என்ன மனுசன் நீ” என்றாள்.

குடிசைக்கு வெளியே வந்து யாரேனும் எட்டிப் பார்க்கின்றார்களா? எனப் பார்த்தாள். மழை இன்னமும் பெய்து கொண்டிருந்தது. மாதி, ஜோகம்மாளை உலுக்கினாள். அவளை சிவண்ணாவுக்காக விழிக்க வைத்தாள். கண் விழித்ததும் அவளைக் கைத்தாங்கலாய் உட்கார வைத்தாள் மாதி. அப்போது எதிரில் சிவண்ணாவைப் பார்த்து அவனைப் பக்கத்தில் வரக் கையசைத்து, அவனைக் கட்டிக் கொண்டு அழுதாள் ஜோகம்மாள். அவள் எதையோ பேச முற்பட்டு வாய் குளறிப் பேச்சு தடைப்பட்டது. பேச இயலவில்லை என்று சைகை செய்தாள். துப்பாக்கியைக் காட்டி "அது வேண்டாம்" என்றாள். மாதியைக் காட்டிக் கும்பிட்டாள். சிவண்ணாவை மீண்டும் அணைத்துக் கொண்டாள். பின் சாப்பிட்டாயா? என சைகை செய்தாள். சிவண்ணா அமைதியாக நின்றபோது, மாதி இரண்டு உருண்டை களியைக் கொண்டுவந்து அவனுக்குக் கொடுத்தாள். அவன் சாப்பிட்ட பின்பு, ஒரு சொம்பு தண்ணீர் குடித்தான்.

"நீ திருடனைப் போல இனி வராதே! என்னைக் கொஞ்சம் உயிர் வாழ விடு" என்று மாதி, சிவண்ணாவிடம் சொன்னாள்.

சிவண்ணா அமைதியாக நின்றான். பின்பு கண் கலங்கினான்.

"உன் அம்மாவை நான் பார்த்துக்குவேன். அவளை நிம்மதியாக உயிருள்ளவரை பாதுகாப்பேன். மகன், மகள் இல்லையே என்ற குறையில்லாம நான் வைச்சுக்கறேன். ஆனா, நீ உன் தொட்டிக்குத் திருடனைப் போல வந்து உன் குலத்துக்கு அவமானத்தைத் தேடித் தராதே! உன் கையில் உள்ள துப்பாக்கியால் கிடைக்கிற பாதுகாப்பை விடவும், ஆபத்து அதிகம்."

"நான் சீக்கிரம் இதுக்கு முடிவு கட்டுகிறேன். இப்போ நான் தனியாத்தான் சுத்திக்கிட்டிருக்கேன்" என்று தலையைக் குனிந்தான்.

"உன் தைரியத்தை நான் விரும்பினேன். உன்னைக் கூண்டுலே அடைச்சாலும் நீ சிங்கம்தான்னு நான் நினைக்கிறேன். நான் பட்ட கஷ்டத்தினாலே நான் களைப்படைந்து விட்டேன். நம்ம குடும்பமும் சிதைந்து போச்சி. இதுக்குச் சீக்கிரம் முடிவு வரணும்" என்று ஜோகம்மாள் உட்கார்ந்திருந்த கட்டிலில் தன் தலையை இடித்துக் கொண்டாள் மாதி.

"நான் தலமலை அதிரடிப்படை முகாமுக்குப் போய்ச் சரணடையட்டுமா?" என்றான் சிவண்ணா.

"நீ உயிரோட இருக்கணும். நீ இருக்கறேங்கற நம்பிக்கையிலே தான் நான் அத்தனை கொடுமைகளையும் தாங்கிக் கொண்டேன். என் உடம்பு வலி கண்டாலும் என்னாலே உழைக்க முடியும்.

வாழ முடியும். நான் உன் மாதிரி ஆம்பிளையா இருந்திருந்தா மாதேஸ்வரன் மலையிலிருந்து உயிரோட திரும்பி வந்திருக்க முடியாது. போலீசுகிட்டே போகாதே. என் உயிர் நீ" என்றாள்.

குடிசைக்கு வெளியே மழையின் வீச்சு குறைந்திருந்தது. தண்ணீரில் யாரோ நடந்து போகும் சப்தம் கேட்டது. பேச்சை நிறுத்திக் கொண்டார்கள். பின் ஜோகம்மாள் மாதியின் சொல்படி நடந்து கொள்ளச் சொல்லிக் கை காட்டினாள். கடவுள் உன்னைக் காப்பாற்றுவான் என்று மேலே கையை உயர்த்தி, பின் சிவண்ணாவின் தலையில் வைத்தாள். கீழே தரையில் அமர்ந்திருந்த சிவண்ணா தன் தாயின் மடியில் முகம் வைத்தான். அவனுக்குப் பழைய நினைவுகள் சிறகடித்தது. மறுபடியும் அவளைப் பார்க்க முடியுமா என்று சிவண்ணாவின் மனம் அடித்துக்கொண்டது. ஜோகம்மாளின் செயலற்ற வலக் கையைத் தடவினான். பின்னர், தெம்பு பெற மூச்சை இழுத்துவிட்டுக் கொண்டான்.

"நான் திரும்பி வந்துடுவேன் தாயி, அதுவரைக்கும் நீ உயிரோட இருப்பே" என்றான் சிவண்ணா. பின், மாதியிடம் "நான் தைரியமாயிருக்கேன். நீதான் எனக்குக் காவல் தெய்வம். எல்லாம் பார்த்துக்க" என்று அவள் கையைப் பிடித்துச் சொல்லிவிட்டு எழுந்தான்.

மாதி அப்போது அவன் நெஞ்சில் விழுந்து அழுதாள்.

"அழாதே! நம்பிக்கை வை. நீ அழுதா தாயும் அழுவா, சீக்கிரம் என்னைப் பற்றி உனக்குச் செய்தி வரும்" என்று மாதியிடம் கூறிவிட்டு எழுந்து துப்பாக்கியை எடுத்துக்கொண்டு கடைசியாக ஒருமுறை இருவரையும் பார்த்து விட்டு திரும்பிப் பார்க்காமல் குடிசைக்கு வெளியே வந்தான்.

மழை விட்டு பூச்சிகளின் சப்தத்துடன் இருள் பரவியிருந்த வனத்தை நோக்கி நடந்து மறைந்து போனான். இரவு முழுவதும் மாதியும், ஜோகம்மாளும் தூங்காமல் உட்கார்ந்து கிடந்தார்கள்.

அடுத்த ஒரு வாரத்திற்கு மாதி குடிசையைவிட்டு வெளியே செல்லாமலேயே இருந்து வந்தாள். ஜோகம்மாளை கையைப் பிடித்து கொஞ்சம் நடக்க வைத்தாள். ராகி விதைத்த பூமியில் முளைப்பு ஏதேனும் தென்படுகிறதா? என்ற ஆர்வம் கூட அவளிடம் இல்லாமல் இருந்தது. இரவில் சரியாகத் தூக்கம்கூட அவளுக்கு வரவில்லை. ஜோகம்மாளும் தூங்காமல் இருந்தால் அவளது உடல் நிலை பாதித்து விடுமோ என்ற கவலையும் மாதியை உறுத்தியது.

சிவண்ணா வந்துபோன எட்டாம் நாள் காலையில் கெம்பம்மா மாதியைக் கூப்பிட்டு அவளது பூமியில் முளைப்புவிட்ட ராகி தானியத்தைக் காட்டுக் கோழி கொத்துவதாகக் கூறினாள். ஒருமுறை உழவுக் காட்டை வந்து பார்த்து விட்டுப் போ என்று கெம்பம்மா கூறியதற்கிணங்க, மாதி ஜோகம்மாளை அழைத்துக்கொண்டு போய் மாமர நிழலில் உட்கார வைத்து, முளையிட்ட பயிரைப் பார்த்தாள்.

சில காட்டுக் கோழிகள் அதன் கொண்டையை ஆட்டி தானியத்தைக் கொத்த நிலத்தைக் கிளறிக் கொண்டிருந்ததைப் பார்த்து சிறு கல்லை எடுத்து விசிறினாள். அவை பறந்து ஓடின. பூமியில் செழிப்புடன் ராகியின் முளைப்பு பசுமையாய் எழுந்திருந்ததைக் கண்டு அவள் மனதில் இருந்த கலக்கம் சற்றுக் குறைந்து நிம்மதியடைந்தாள். அப்போது கொத்தல்லிக் கிழவன் தடியை ஊன்றி வந்து அவர்கள் அருகில் அமர்ந்தான். பசுமையாய் இருந்த வயலைப் பார்த்து,

“நல்ல சகுனம். இந்த முறையாவது மணிராசனுக்குத் திருவிழா எடுக்க வேண்டும்” என்றான்.

அப்போது தொட்டிக்கருகில் போலீஸ் ஜீப் வந்து நின்றது. தலமலை முகாம் போலீஸ்காரர்கள் மூன்று பேர் கொத்தல்லியைக் கேட்டுக்கொண்டு மாமரம் அருகில் வந்தார்கள். மாதியின் உடலில் நெஞ்சே வெடித்து விடுமளவுக்கு நடுக்கம் ஏற்பட்டது. மீண்டும் முடிந்து போனதா இந்த வாழ்க்கை என்று கணநேரம் நினைத்தாள். கொத்தல்லி அவளைப் பொறு எனக் கண் காட்டினான். மாதியும், கொத்தல்லியும் எழுந்து நின்றார்கள். போலீஸ்காரர்களில் சப்-இன்ஸ்பெக்டர் கொத்தல்லியைப் பார்த்து,

“டேய் கிழவா, சிவண்ணா வந்தாச் சொல்லச் சொன்னேனில்லே. ஏண்டா சொல்லலே?” என்றான் கோபமாக.

“அவன் வந்தானா? இங்கே வரவேயில்லை. சத்தியமா.”

“அவன் வரவேயில்லை சாமி” எனப் படபடத்தாள்.

போலீஸ்காரன் கையிலிருந்த பேப்பரைக் காட்டி, “அவன் மேட்டுப்பாளையம் கோர்ட்டில் நேத்து சரண்டர் ஆகியிருக்கான். இங்கே வராம அவன் எப்படி சரண்டர் ஆகியிருப்பான்” என்று சீறினான்.

மாதி கொதித்துக் கொண்டிருந்த மனதில் மழை பொழிந்தது போல உணர்ந்தாள். நிம்மதிப் பெருமூச்சு விட்டாள்.

கொத்தல்லிக் கிழவன் “அவன் வந்திருந்தால் அடுத்த வினாடியே உங்களுக்கு தகவல் தந்திருப்பேனே” என்று சாதித்தான். மாதியும்,

அதையே சொன்னாள். சிறிது நேரத்தில் போலீசார் அங்கிருந்து கிளம்பிப் போனார்கள்.

அவர்கள் போனபோது கொத்தல்லிக் கிழவன் மாதியிடம் அர்த்தத்துடன் கண் சிமிட்டிச் சிரித்தான்.

போலீசார் கொண்டு வந்த பேப்பரை மாதி எடுத்துப் பார்த்தாள். அதில் சிவண்ணா தலை மழித்துக்கொண்டு நீதிமன்ற வாசலில் கைது செய்யப்பட்டு நின்று கொண்டிருப்பது படமாக இருந்தது.

மாதி அதனை ஜோகம்மாளிடம் நீட்டினாள். சிவண்ணாவின் உயிருக்கு ஆபத்தில்லை என்பது அவளுக்கு நிம்மதியாயிருந்தது.

"சிவண்ணா நான் காட்டிக் கொடுக்கணுமா? நான் இந்தக் குலத்தின் தலைமகன் என்பது இந்தப் போலீஸ்காரர்களுக்கு எங்கே தெரியும்?" என்றான் கொத்தல்லி. மாதி அவனைப் பார்த்தாள். அவனது கையைப் பிடித்துக் கொண்டாள்.

அப்போது வனத்தில் இருந்து குளிர்ந்த காற்று வீசியது. ஏராளமான ஈசல்கள் அங்கு வட்டமடித்துப் பறந்தன. ஈசல்களின் வருகையால் சில பறவைகள் அவற்றைப் பிடிக்க வட்டமிட்டு அங்கு பறந்தன. எறும்புகள் தரையில் இறக்கை இழந்து ஊர்ந்த ஈசல்களைப் பிடிக்க வெளிவந்தன. காற்று நன்றாகவே வீசி அடித்தது.

மாதி அருகில் உட்கார்ந்திருந்த ஜோகம்மாளின் மீது தன் தலை படும்படியாய் தரையில் கையைத் தலைக்குக் கொடுத்துப் படுத்துக் கொண்டாள். மாமரத்தில் இருந்து சில மரங்கொத்திகள் சப்தமிட்டன. மாதியின் கண்களில் சிவண்ணாவின் நினைவுகள் வந்தது. அவன் சிறைகளைத் தாண்டி மீண்டும் இந்தத் தொட்டிக்கு வருவான் எனத் திரும்பத் திரும்பத் தனக்குள் சொல்லிக் கொண்டாள். அது கண்ணீராய்க் கோடிட்டது. மாதியின் தலையை வாஞ்சையுடன் ஜோகம்மாள் தடவுவதை உணர்ந்தாள். அதற்கு ஏதுவாய் தலையை ஆட்டிக் கொடுத்தாள். அது கொஞ்சம் தூங்குகிறேன் என அனுமதி கோருவது போலிருந்தது. சிறிது நேரம் தூங்கியும் போனாள். கொத்தல்லிக் கிழவன் எதையோ சொல்லிக் கொண்டிருந்தான்.

வயலில் தானியம் விதைத்த நிலத்தின் முளைவிட்ட ராகிப் பயிர் வளர்ந்து அதன் தலையில் சேவல் கொண்டை போல கதிர் பூட்டு நிறைய தானியத்தை தாங்கிக் கொண்டிருந்த ஒருநாள் காலையில், மாதி, ஜோகம்மாளை சத்தியமங்கலம் கூட்டிப் போய் நீதிமன்றம் வரும் சிவண்ணாவையும், ஜடையனையும் காட்டிவர உறுதி அளித்திருந்தாள். அன்று அதற்குப் புறப்படத் தயாராகிக்

கொண்டிருந்தபோது குடிசையின் திண்ணையில் உட்கார்ந்திருந்த ஜோகம்மாள் சுவாசிப்பதை நிறுத்திக் கொண்டாள்.

தொட்டி அதன் மகளை தனக்குள் உள்வாங்கி பத்திரப்படுத்திக் கொண்டது.

கால ஓட்டத்தில் சில நாட்களுக்குள்ளேயே மாதிக்கு தைரியம் சொல்லி வரும் கொத்தல்லிக் கிழவனின் தடியோசைச் சப்தம் நின்று போனது. மாதி அப்போதுதான், தான் தனித்து நிற்பதை உணர்ந்தாள்.

மீண்டும் வயல்களில் அறுக்கப்பட்ட தானியத்துக்காக குத்தாரி அமைத்துப் பயிர்களை அடுக்கி வைத்தனர். சில சமயம் யானைகள் மரப்படல்களை முறித்து குத்தாரியில் இருந்த தானியத்தைத் தின்ன வந்ததைப் பட்டாசு வைத்தும், தகரம் தட்டியும் விரட்டினார்கள். தொட்டியில் பலமுறை மண்ணில் விதைகள் விழுந்து முளைப்பு முட்டி கதிரானது.

நீண்டிருந்த சட்டம் பதித்த சிறைக் கம்பிகளின் நிழல்களைத் தாண்டி தொட்டியில் குழந்தைகள் ஓடி வரும் நாட்கள் வெகு தொலைவில் இருந்தது.

மாதியின் முகத்தில் காலத்தின் கோடுகள் ரேகைகளைக் கீறிற்று.

மாதி கூட இருக்கலாம். இல்லாமலும் போகலாம். தொட்டியின் குழந்தைகள் வரலாம். அல்லது அதற்கு வெகு காலமாகலாம்.

ஆனால், தொட்டி எல்லாவற்றையும் தன்னுள் தாங்கிக்கொண்டு, பசுமையுடன் கண்ணுற்று, தாய்மையோடு குளுகுளு காற்று வீசி, தனது குழந்தைகளை வரவேற்க பசுமைகொண்ட இதயத்தின் வெளிப்பாடாய் வனத்திலிருந்து தொட்டியின் ஓரம் வரை வளர்ந்திருந்த உன்னிச் செடிகள் முழுதும் வண்ண வண்ண வட்ட மலர்களைப் பூத்துக் காத்துக் கிடக்கிறது.

★★★